AF748717

School Plus

അമ്മുവിന്റെ കടൽ ചിന്തകൾ

Ammuvinte Kadal Chinthakal
Science Fiction

Dr. R Prasannakumar

CHINTHA PUBLISHERS
Thiruvananthapuram

© Rights Reserved
All rights reserved. No part of this publication may be reproduced, transmitted, or stored in a retrieval system in any form or by any means without the written permission of the publisher.

First Edition
April 2023

Published
Chintha Publishers, Thiruvananthapuram

Graphics
Pratheepsasi, Dab Paravur

Printed at
Repro India Ltd. Mumbai

Cover Design
Vinod Mangoes

ISBN : 978-81-19131-11-2

CO - 3261 / 6455

₹ 340

Email: chinthapublishers@gmail.com
Website: www.chinthapublishers.com

A version is available at National Libraries
Kolkata, Mumbai, Chennai and Delhi

Distribution
DESHABHIMANI BOOKHOUSE
H O Thiruvananthapuram 695035

Branch
Head Office Kunnukuzhi • Statue Thiruvananthapuram
KSRTC Bus Terminal Thampanoor • Saphalyam Complex Thiruvananthapuram
KSRTC Bus Station Alappuzha • KSRTC Bus Station Ernakulam
Machingal Lane Thrissur • IG Road Kozhikode
Mavoor Road Kozhikode • NGO Union Building Kannur
Central Bus Terminal Complex Thavakkara Kannur

അമ്മുവിന്റെ കടൽ ചിന്തകൾ

ഡോ. ആർ പ്രസന്നകുമാർ

ചിന്ത പബ്ലിഷേഴ്സ്
തിരുവനന്തപുരം-695 035
വില : ₹ 340

ഡോ. ആർ പ്രസന്നകുമാർ

കൊല്ലം ജില്ലയിൽ പരവൂരാണ് സ്വദേശം. ശാസ്ത്രാദ്ധ്യാപകനായി ഹൈസ്കൂളിലും തുടർന്ന് സീനിയർ ലക്ചറർ, പ്രിൻസിപ്പാൾ എന്നീ നിലകളിൽ ഡയറ്റിലും സ്റ്റേറ്റ് പ്രോഗ്രാം ഓഫീസറായി സർവ്വശിക്ഷ അഭിയാനിലും സേവനം അനുഷ്ഠിച്ചിട്ടുണ്ട്. സീമാറ്റ് കേരളയിൽ ചീഫ് കോ-ഓർഡിനേറ്ററായും പ്രവർത്തിച്ചിട്ടുണ്ട്. അദ്ധ്യാപന രംഗത്തെ നൂതന പരീക്ഷണങ്ങൾക്ക് NCERT യുടെ ദേശീയ അവാർഡ് ലഭിച്ചിട്ടുണ്ട്. കേരള സ്കൂൾപാഠ്യപദ്ധതി പരിഷ്കരണം, പാഠപുസ്തക നിർമ്മാണം, സ്കൂൾ കലാപഠനഗവേഷണപ്രവർത്തനം എന്നിവയിൽ പങ്കെടുത്തിട്ടുണ്ട്.

ചിന്ത പബ്ലിഷേഴ്സിന്റെ സ്കൂൾ പ്ലസ് പരിപാടിയുടെ ഭാഗമായി *പ്രകൃതിയും ജീവനും-ഉത്ഭവവും വികാസവും*, *ഹൈഡ്രജനും പറയാനുണ്ട്* എന്നീ പുസ്തകങ്ങൾ രചിച്ചിട്ടുണ്ട്. മഹാത്മാഗാന്ധിയുടെ 150-ാം ജന്മവാർഷികത്തോടനുബന്ധിച്ച് *ഗാന്ധിജിയും പരിസ്ഥിതിയും* ആവർത്തനപ്പട്ടിക 150 വർഷം പിന്നിട്ട സന്ദർഭത്തിൽ *കുട്ടികളും ആവർത്തനപ്പട്ടികയും* എന്നീ പുസ്തകങ്ങൾ പ്രസിദ്ധീകരിച്ചു. *കിലുക്കാംപെട്ടിയും പൂത്തുമ്പികളും - കലാപഠനത്തിന് ഒരാമുഖം* എന്ന കൃതിയും (ആനയടി പ്രസാദിനൊപ്പം) പ്രസിദ്ധീകരിച്ചു. 2019 ൽ *ഹൈഡ്രജനും പറയാനുണ്ട്* എന്ന കൃതിക്ക് കേരള ശാസ്ത്ര സാഹിത്യ പുരസ്കാരം ലഭിച്ചു.

ഭാര്യ : ശോഭനകുമാരി
മക്കൾ : ധന്യ, സുഹാസ്, സരിൻ, ഡോ. ദിവ്യഗിരിജ
വിലാസം : അശ്വതി, കുറുമണ്ടൽ, പരവൂർ, കൊല്ലം
email : rpkpillai@gmail.com
ഫോൺ : 9446523801

ഉള്ളടക്കം

പ്രസാധകക്കുറിപ്പ്

ഒരു അംഗീകൃത പാഠപദ്ധതിയുടെ അടിസ്ഥാനത്തിലുള്ള പാഠ്യക്രമമനുസരിച്ചാണ് നമ്മുടെ സ്കൂൾ സമ്പ്രദായത്തിൽ പാഠപുസ്തകങ്ങൾ തയ്യാറാക്കപ്പെടുന്നത്. അംഗീകൃത യോഗ്യതകൾ ഉള്ള അദ്ധ്യാപകർ അതു പഠിപ്പിക്കുന്നു. കുട്ടികൾ അതു പഠിക്കുകയും വിവിധ നിലകളിൽ മാർക്കു നേടി വിജയം കരസ്ഥമാക്കുകയും ചെയ്യുന്നു. ഇതെല്ലാമായിട്ടും തങ്ങൾ പഠിക്കുന്ന പാഠങ്ങളുമായി ബന്ധപ്പെട്ട് അറിഞ്ഞിരിക്കേണ്ടതും പഠിച്ചിരിക്കേണ്ടതുമായ പല അറിവുകളും വിട്ടുപോകുന്നു. പാഠഭാഗങ്ങളിൽ പെട്ടതു തന്നെയും ദുർഗ്രാഹ്യവും വിരസവും ആയതുകൊണ്ട് അവ മനസ്സിൽ പതിയുകയോ അറിവു വളർത്തുകയോ ചെയ്യാതെ പോകുന്നു.

ഇതൊരു കുറവുതന്നെയാണ്. ഈ കുറവ് എങ്ങനെ പരിഹരിക്കാം. അദ്ധ്യാപകരെന്ന നിലയിൽ സമർത്ഥരും എഴുത്തുകാരുമായ അദ്ധ്യാപകരുടെ കൂട്ടായ്മ ഈ വെല്ലുവിളി ഏറ്റെടുക്കുവാൻ തയ്യാറായി. അതിന്റെ ഫലമാണ് സ്കൂൾ പ്ലസ് എന്ന പുസ്തകപരമ്പര. പാഠപുസ്തകത്തിൽ പകർന്നു കിട്ടുന്ന എല്ലാ അറിവിന്റെയും അനുബന്ധ വിവരങ്ങളാണ് ഈ പുസ്തകങ്ങളുടെ ഉള്ളടക്കം. സുഗ്രാഹ്യമായും രസകരമായുമാണ് ഈ പുസ്തകങ്ങൾ രചിക്കപ്പെട്ടിരിക്കുന്നത്. ഓരോ ക്ലാസിലെയും എല്ലാ

കുട്ടികളുടെയും അറിവിന്റെ ചക്രവാളം വികസ്വരമാക്കുവാനും പുതിയ അധികപുസ്തകങ്ങൾ തേടിപ്പിടിച്ചു വായിക്കുവാനും ഈ പുസ്തകപരമ്പര സഹായകമാകും.

ഡോ. ആർ പ്രസന്നകുമാർ രചിച്ച *അമ്മുവിന്റെ കടൽ ചിന്തകൾ* എന്ന ഗ്രന്ഥം അത്യപൂർവ്വമായ കടലറിവുകളുടെ സമാഹാരമാണ്. വിദ്യാർത്ഥികൾക്ക് ഏറെ ഉപകാരപ്രദമാണീ ഗ്രന്ഥം.

ചിന്ത പബ്ലിഷേഴ്സ്

ആമുഖം

കടൽ കുട്ടികൾക്ക് ഹരമാണ്. ചെറുഭയത്തോടെയാകും ആദ്യം അവർ കടൽ കാണുന്നത്. തിര കരയിൽ വന്ന് പിൻവാങ്ങുന്നിടത്ത് മുതിർന്നവരുടെ കൈപിടിച്ചു നില്ക്കും. തിര വന്ന് കാല്പാദങ്ങളെ തഴുകുമ്പോൾ എന്തു രസം. ആദ്യമൊക്കെ പേടി തന്നിരുന്ന തിരകൾ പിന്നീട് ആവേശമായി മാറും. വിറ മാറി പിന്നെ തുള്ളിച്ചാട്ടമാകും. ഒടുവിൽ തിരയിൽനിന്നു കയറാൻ മടിയാകും.

ഇനി കളിയായി. കടൽക്കരയിൽ മണ്ണുകൊണ്ട് കൊട്ടാരം തീർക്കും. തിര എത്തുന്നിടത്ത് ചില കാര്യങ്ങൾ എഴുതിവയ്ക്കും. തിരവന്ന് അതു മാച്ചു കളയുന്നതുകണ്ട് ആർത്തു രസിക്കും. തീരത്ത് പരതിനടന്ന് തിരകൊണ്ടുവരുന്ന വസ്തുക്കൾ ശേഖരിക്കും. അസ്തമയസൂര്യനെയും മാനത്തെ നിറക്കൂട്ടിനെയും കണ്ടു രസിച്ചിരിക്കും. തീരത്തെ ചെറുജീവികൾ മാളങ്ങളിലൊളിക്കുന്നത് നോക്കി നടക്കും. അങ്ങ് ദൂരെ യാനങ്ങൾ നീങ്ങുന്നത് കൗതുകത്തോടെ നോക്കിനില്ക്കും.

തിര ചവുട്ടി ഉപ്പുരസമറിയാതെ പുസ്തകത്തിലൂടെ ഉപ്പിനെക്കുറിച്ചു പഠിക്കുന്നതും കടൽ കണ്ടു തിര ചവുട്ടി അതിന്റെ ഉപ്പുരസം രുചിച്ചറിഞ്ഞു പഠിക്കുന്നതും തമ്മിൽ വ്യത്യാസമുണ്ട്. അനുഭവമില്ലാത്ത കുട്ടിക്കു തലയിലും പുസ്തകത്തിലും

പിന്നെ ഭക്ഷണത്തിലും മാത്രം കുടികൊള്ളുന്ന പ്രതിഭാസമായി ഉപ്പുനില്ക്കും. അനുഭവമുള്ള കുട്ടികൾക്ക് ദേഹത്തെ വിയർപ്പു തുള്ളി വായിലിറങ്ങുമ്പോൾ ഉള്ളിൽ കടൽ കടന്നുവരും.

കടൽക്കാഴ്ചകൾ കൗതുകത്തോടെ നോക്കിയിരിക്കുമ്പോൾ എന്തെല്ലാം ചിന്തകളായിരിക്കും കടന്നുവരിക? കടലിന്റെ അപാരതയെ കുട്ടികൾ സ്വന്തം നിലയിൽ അറിയുന്നുണ്ട്. ഓരോ തിരമാലയോടൊപ്പം കുട്ടികളുടെ പ്രപഞ്ചവും അനുഭവവും വികസിക്കുന്നുണ്ടാകും. കടലിന്റെ അപാരത കണ്ട് വിറകൊണ്ട കുട്ടികൾ കടൽത്തിരയിലിറങ്ങി ആവേശംകൊണ്ടപോലെ പിന്നീട് ജീവിതത്തിലുണ്ടാകുന്ന ഏത് സന്ദർഭങ്ങളെയും സംഭവങ്ങളെയും പ്രതിസന്ധികളെയും അടിപതറാതെ നിന്ന് ആവേശപൂർവ്വം നോക്കിക്കാണും. കടൽ അനുഭവങ്ങൾ ജീവിതാവസാനം വരെ അവരോടൊപ്പം ഉണ്ടാകും.

കൊല്ലം ജില്ലയിലെ തീരപ്രദേശത്തുള്ള ഒരു സ്കൂളിലെ കുട്ടികൾ കടലുമായി ബന്ധപ്പെട്ടു നടത്തിയ പഠനപ്രവർത്തനങ്ങളിൽ പങ്കുചേരുവാൻ എനിക്കവസരം ലഭിച്ചു. കടലിനെക്കുറിച്ചറിയാനുള്ള അവരുടെ ആവേശം *അമ്മുവിന്റെ കടൽ ചിന്തകൾ* എന്ന പുസ്തകരചനയ്ക്ക് പ്രേരണ നല്കി. കടൽ മാത്രമല്ല മത്സ്യബന്ധനത്തിൽ ഏർപ്പെട്ടിരിക്കുന്ന ജനങ്ങളുടെ ജീവിതവും *അമ്മുവിന്റെ കടൽ ചിന്തയിൽ* കടന്നുവരുന്നുണ്ട്. ഭൂമിയുടെ ഗ്ലോബ് മാപ്പ് പ്രയോജനപ്പെടുത്തി അമ്മുവിന്റെ കടൽച്ചിന്തകൾക്കൊപ്പം നിങ്ങൾ സഞ്ചരിക്കണം. സമുദ്രത്തെക്കുറിച്ചുള്ള പുതിയ അറിവുകൾ ഈ പുസ്തകം നിങ്ങൾക്കു പ്രദാനം ചെയ്യുമെന്നും പുതിയ അന്വേഷണതലങ്ങളിലേക്ക് നിങ്ങളെ നയിക്കുമെന്നും പ്രത്യാശിക്കുന്നു.

ഡോ. ആർ പ്രസന്നകുമാർ

അമ്മുവിന്റെ കടൽ ചിന്തകൾ

കൂട്ടുകാരേ ഞാൻ എന്നെ പരിചയപ്പെടുത്തട്ടെ. എന്റെ പേര് അജീബ്. കടൽത്തീരത്താൽ അനുഗൃഹീതമായ ഒരു ഗ്രാമത്തിലാണ് എന്റെ വീട്. വീട്ടിൽനിന്ന് ഒരു കിലോമീറ്റർ നടന്നാൽ കടൽത്തീരത്തെത്തും. വീട്ടിൽനിന്നാൽ കടൽ കാണാൻ പറ്റില്ല. ചുറ്റും മരങ്ങൾ. അതാണ് കാണാൻ പറ്റാത്തത്. കടലിന്റെ ഇരമ്പൽ കേൾക്കാം. എന്നും കടൽക്കാറ്റ് ചിക്കി ചിക്കി എത്തും. കടലിന്റെ മണവുംകൊണ്ടാണ് അവന്റെ വരവ്. ഹായ് എന്തു മണമാണതിന്!

വീട്ടിൽ നിന്ന് കഷ്ടിച്ച് ഒരു കിലോമീറ്റർ നടന്നാൽ സ്കൂളെത്തും. സെക്കന്ററി സ്കൂളാണ്. സർക്കാർ സ്കൂൾ. അവിടെ ഏഴാം ക്ലാസിലാണ് ഞാൻ പഠിക്കുന്നത്. എന്റെ ഉമ്മ സ്കൂളിലെ അദ്ധ്യാപികയാണ്. ഹൈസ്കൂൾ അദ്ധ്യാപിക. മത്സ്യബന്ധനവുമായി ബന്ധപ്പെട്ട തൊഴിലുകളിൽ ഏർപ്പെട്ടിരിക്കുന്നവർ, കർഷകർ, കർഷകത്തൊഴിലാളികൾ, ചെറുകിടകച്ചവടക്കാർ എന്നിവരുടെ മക്കൾ പഠിക്കുന്ന സ്കൂളാണിത്. സെക്കന്ററിതലത്തിൽ പഠിക്കുന്നതിന് സമീപപ്രദേശങ്ങളിൽനിന്നും ചേട്ടന്മാരും ചേച്ചിമാരും എത്തുന്നുണ്ട്.

സ്കൂളിലിരിക്കുമ്പോഴും കടലിന്റെ ഇരമ്പൽ കേൾക്കാം. സ്കൂളിൽനിന്നും ഏകദേശം രണ്ടു കിലോമീറ്റർ അകലെയാണ്

കടൽത്തീരം. കടൽത്തീരം നിങ്ങൾ കണ്ടിട്ടുണ്ടോ? എന്തു രസമാണവിടെ. നമ്മുടെ കേരളത്തിലെ എല്ലാ ജില്ലകളിലും കടൽത്തീരമുണ്ടോ? കടൽത്തീരമില്ലാത്ത ജില്ലകൾ ഏതൊക്കെയാണ്? പറയാമോ കൂട്ടുകാരെ. കടൽത്തീരത്ത് ഒരിക്കലെങ്കിലും പോകണം. കടൽ കാണണം. തിരമാലകൾ പാഞ്ഞുവരുന്നത് കണ്ടാസ്വദിക്കണം. തിരമാലകൾ നിങ്ങളുടെ പാദങ്ങളെ തഴുകണം. അസ്തമയസൂര്യനെ കാണണം. തീരത്തെ മണൽത്തട്ടിൽ ഇരിക്കണം. തീരമെന്നാൽ മണൽത്തട്ട് മാത്രമല്ല. ശംഖും ചിപ്പിയും കടൽക്കണ്ണാടിയും ഒക്കെ ചേർന്നതാണ്. ഞാൻ നിങ്ങളെ കൊതിപ്പിക്കാൻ പറഞ്ഞതാണ്. സ്കൂളിൽ പഠനയാത്രയുടെ ഭാഗമായി കടൽത്തീരത്ത് നിങ്ങൾ പോകണം. മുതിർന്നവർ പറയുന്നത് കേട്ടും അവരുടെ സഹായത്തോടെയുമാകണം തിര ചവിട്ടേണ്ടത്. തീരത്ത് അപകടം പതിയിരിപ്പുണ്ട്.

ഞാനീ കാര്യങ്ങൾ നിങ്ങളോട് പറയുന്നത് കേട്ട് ഒരാൾ ദൂരെ ഒളിഞ്ഞു നില്ക്കുന്നുണ്ട്? ആരായിരിക്കും അത്? മറ്റാരുമല്ല അമ്മു. എന്റെ കൂട്ടുകാരി. ഞങ്ങൾ അയല്ക്കാരാണ്. ഒരേ ക്ലാസിലാണ് പഠിക്കുന്നത്.

ഇനി ഞാൻ അമ്മുവിനെ പരിചയപ്പെടുത്താം. ദേ അമ്മു വേണ്ട എന്ന് കൈകൊണ്ട് ആംഗ്യം കാട്ടി എന്നെ വിലക്കുന്നുണ്ട്. എന്നാലും ഞാൻ പറയാം. എനിക്ക് കൂടപ്പിറപ്പുകൾ ഇല്ല. അതുകൊണ്ട് ഞാനവളെ കൂടപ്പിറപ്പായിട്ടാണ് കാണുന്നത്. എന്റെ പെങ്ങളുട്ടി. അജി എന്നാണ് അവൾ എന്നെ വിളിക്കുന്നത്.

അമ്മുവിന്റെ സഹോദരനാണ് ഞാൻ. അമ്മുവിന് ഒരനിയനുമുണ്ട്. നാലാം ക്ലാസുകാരൻ അച്ചു. ഞങ്ങളുടെ സ്കൂളിൽ ഒന്നു മുതൽ ക്ലാസുകൾ ഉണ്ട്. സ്കൂളിൽ പോകുമ്പോൾ അവനെയും കൂട്ടിയാണ് ഞങ്ങൾ പോകുന്നത്.

അമ്മുവിന്റെ യഥാർത്ഥ പേര് ദേവയാനി. അതാണ് ഹാജർപുസ്തകത്തിൽ. പക്ഷേ, സ്കൂളിലും മിക്കവരും വിളിക്കുന്നത് അമ്മു എന്നുതന്നെയാണ്. അങ്ങനെ വിളിക്കാനാണ് പലർക്കും ഇഷ്ടം. അവൾക്കും ആ വിളി കേൾക്കാനാണിഷ്ടം.

കെട്ടിടനിർമ്മാണവുമായി ബന്ധപ്പെട്ട ജോലികളാണ് അമ്മുവിന്റെ അച്ഛനും അമ്മയും ചെയ്തുകൊണ്ടിരിക്കുന്നത്. രണ്ടു

പേരും ഒരുമിച്ചാണ് ജോലിക്ക് പോകുന്നത്. അമ്മുവിന്റെയും എന്റെയും വീടുകൾക്കിടമതിലുണ്ടെങ്കിലും കുടുംബങ്ങൾ തമ്മിലുള്ള സ്നേഹത്തിന് മതിൽ തടസ്സമല്ല. ഒരേ കുടുംബത്തിലെ അംഗങ്ങളായി രണ്ടു വീടുകളിൽ താമസിക്കുന്നുവെന്നേയുള്ളൂ.

അമ്മുവിന്റെ പ്രത്യേകതകളെക്കുറിച്ചാണ് ഞാൻ ഇനി പറയാൻ പോകുന്നത്. ചടഞ്ഞു കൂടിയിരിക്കുന്ന സ്വഭാവം അവൾക്കില്ല. എപ്പോഴും ഉഷാറാണ്. കളിയും ചിരിയും ഒക്കെയുണ്ട്. ക്ലാസിലെ എല്ലാ പ്രവർത്തനങ്ങളിലും പങ്കെടുക്കും. പങ്കെടുക്കുക മാത്രമല്ല എല്ലാം വളരെ കൃത്യമായി രേഖപ്പെടുത്തിവയ്ക്കും. വീട്ടിൽവച്ചു ചെയ്യേണ്ട കാര്യങ്ങൾ ടീച്ചർ പറഞ്ഞുതരുമല്ലോ. അതെല്ലാം പൂർത്തീകരിച്ചാണ് അടുത്ത ദിവസം ക്ലാസിലെത്തുക. എന്തെങ്കിലും സംശയങ്ങൾ ഉണ്ടെങ്കിൽ ടീച്ചർമാരെ വിളിച്ചു ചോദിക്കും. ഉള്ളതു പറയണമല്ലോ ഞാനീ കാര്യങ്ങളിൽ അല്പം പിന്നോട്ടാണ്. ഇക്കാര്യങ്ങളിൽ എനിക്കുള്ള മടി മാറ്റണമെന്ന് ടീച്ചർമാർ എന്നെ ഉപദേശിക്കാറുമുണ്ട്.

അമ്മുവും എന്നെ ഉപദേശിക്കാറുണ്ട്. അവൾ എന്റെ ഉമ്മയോട് എന്റെ മടിയെക്കുറിച്ച് പറയാറുണ്ട്. ടീച്ചറമ്മ എന്നാണ് അവൾ എന്റെ ഉമ്മയെ വിളിക്കുന്നത്. ടീച്ചറമ്മയ്ക്ക് അമ്മുവിനെ വലിയ ഇഷ്ടമാണ്.

ക്ലാസിൽ ധാരാളം ചോദ്യങ്ങൾ ചോദിക്കുന്ന കുട്ടിയാണ് അമ്മു. 'ചോദ്യക്കാരി' എന്ന് വിളിച്ച് ഞങ്ങൾ അവളെ കളിയാക്കാറുണ്ട്. ടീച്ചർമാരോട് മാത്രമല്ല മറ്റുള്ളവരോടും ചോദ്യങ്ങൾ ചോദിക്കും. സംശയമുള്ള ഏതു കാര്യത്തെക്കുറിച്ചും ആരോടും അവൾ ചോദ്യങ്ങൾ ചോദിക്കും.

ചോദ്യങ്ങൾ ചോദിക്കാനുള്ള അവളുടെ ധൈര്യം അപാരം തന്നെ. സത്യത്തിൽ ഞങ്ങൾക്കാ ധൈര്യമില്ല.

ഒരിക്കൽ ഞങ്ങൾ അവളോട് ചോദിച്ചു "അമ്മു ഇത്തരം ചോദ്യങ്ങൾ ചോദിക്കാൻ നിനക്ക് കഴിയുന്നതെന്തുകൊണ്ടാണ്?"

"ചോദ്യങ്ങൾ ചോദിക്കുന്നത് എന്തിനായിരിക്കും?" ദേ അതിനും അവൾ ചോദ്യം ചോദിക്കുന്നു.

"നിങ്ങൾ ഉത്തരം പറയൂ." അവൾ ഞങ്ങളുടെ മുഖത്തു നോക്കി നില്ക്കുകയാണ്. ഉത്തരം നല്കാതെ ഞങ്ങൾ മിഴിച്ചു നിന്നു.

"അറിയാനുള്ള ആഗ്രഹംകൊണ്ടല്ലേ?" ഞാൻ പതുക്കെപ്പറഞ്ഞു.

"ശരിയാണ്. അറിയാനുള്ള ആഗ്രഹംകൊണ്ടാണ് ഞാൻ ചോദ്യങ്ങൾ ചോദിക്കുന്നത്" അവൾ പറഞ്ഞു.

"പുതിയ കാര്യങ്ങൾ കാണുമ്പോഴും കേൾക്കുമ്പോഴും കുറെ ചോദ്യങ്ങൾ നമ്മുടെ മനസ്സിൽ വരില്ലേ? എന്ത്? എന്തുകൊണ്ട്? എങ്ങനെ? തുടങ്ങിയ ചോദ്യങ്ങൾ. എന്റെ മനസ്സിൽ വരുന്ന ചോദ്യങ്ങൾ അപ്പോൾത്തന്നെ ഞാനങ്ങു ചോദിക്കും. അതാണ് ഞാൻ ചെയ്യുന്നത്." അവൾ പറഞ്ഞ കാര്യങ്ങൾ കേട്ട് ഞങ്ങൾ തലകുലുക്കി നിന്നു.

"എന്നാലും ഈ ധൈര്യം?" ഞങ്ങളുടെ കൂട്ടത്തിലുള്ള ഒരു കുട്ടി ചോദിച്ചു.

"ആദ്യം പേടിമാറ്റുക" അവൾ പറഞ്ഞു.

"ടീച്ചർ തല്ലും എന്ന് പേടിയുണ്ടോ? ചോദ്യങ്ങൾ ചോദിക്കുന്ന കുട്ടികളെയാണ് ടീച്ചർമാർക്കിഷ്ടം" അവൾ തുടർന്നു.

"ചോദിക്കുന്ന ചോദ്യങ്ങൾ ശരിയല്ലെങ്കിലോ? ടീച്ചർ കളിയാക്കില്ലേ?" ഞങ്ങൾ ചോദിച്ചു.

"അങ്ങനെ കളിയാക്കിയാൽ നമുക്ക് ടീച്ചറോട് പരാതിപ്പെടാമല്ലോ? ചോദ്യങ്ങൾ ചോദിച്ചല്ലേ നമ്മൾ തെളിയുന്നത്."

കുറെ സമയം ഞങ്ങൾ മിണ്ടാതിരുന്നു.

"ഗാന്ധിജി നമ്മളോട് എന്താണ് പറഞ്ഞത്? ചാച്ചാജി കുട്ടികളോട് എന്താണ് പറഞ്ഞത്? ഡോ. അബ്ദുൾകലാം നമ്മോട് എന്താണ് പറഞ്ഞത്?" അവളുടെ ചോദ്യം കേട്ട് ഉത്തരംമുട്ടി ഞങ്ങളിരുന്നു.

"പറയൂ." അവൾ ഞങ്ങളോട് ആവശ്യപ്പെട്ടു. ഞങ്ങളിൽ നിന്നും വാക്കുകളൊന്നും പുറത്തുവരുന്നില്ല എന്ന് കണ്ട് അവൾ പറയാൻ തുടങ്ങി:

"തെല്ലും ഭയം കൂടാതെ ചോദ്യങ്ങൾ ചോദിക്കണമെന്നാണ് ഗാന്ധിജി കുട്ടികളോട് പറഞ്ഞത്. ചോദ്യങ്ങൾ ചോദിച്ച് എല്ലാം നിങ്ങൾ പഠിക്കേണം എന്നാണ് ചാച്ചാജി പറഞ്ഞത്."

ഞങ്ങൾ തലയാട്ടി.

"നിങ്ങൾ വലിയ സ്വപ്നം കാണണമെന്നല്ലേ അബ്ദുൾ കലാം നമ്മോട് പറഞ്ഞത്. നമ്മെ ഉറക്കം കെടുത്തുന്നതെന്താ

ണോ അതാണ് സ്വപ്നം എന്നല്ലേ അദ്ദേഹം പറഞ്ഞത്. മന സ്സിൽ നിറയെ ചോദ്യങ്ങൾ ഉയരുമ്പോഴാണ് നമുക്കു ഉറക്കം കെടുന്നത്" അമ്മു പറഞ്ഞു.

ഇപ്പോൾ അമ്മു ആരാണെന്ന് നിങ്ങൾക്ക് മനസ്സിലായിക്കാ ണും. ധാരാളം വായിക്കുന്ന കുട്ടിയാണ് അമ്മു. ഒരിക്കൽ അവൾ വായനയുമായി ബന്ധപ്പെട്ട ക്ലാസ് ചർച്ചയിൽ പറഞ്ഞ കാര്യ ങ്ങൾകൂടി നിങ്ങൾ കേൾക്കണം.

"ചോദ്യങ്ങൾ ചോദിക്കാനുള്ള ധൈര്യം എങ്ങനെ കിട്ടിയെന്ന് എന്റെ കൂട്ടുകാർ എന്നോട് ചോദിച്ചിട്ടുണ്ട്. അറിയാനുള്ള ആഗ്രഹംകൊണ്ട് ഞാൻ പുസ്തകങ്ങളെ സ്നേഹിക്കാൻ തുട ങ്ങി. പുസ്തകങ്ങൾ വായിക്കാൻ തുടങ്ങിയപ്പോൾ ചോദ്യങ്ങൾ ചോദിക്കാനുള്ള കരുത്തും എന്നിൽ വന്നുചേർന്നു."

വൈകുന്നേരം സ്കൂൾ വിടുമ്പോൾ ഞാനും അമ്മുവും നാലാം ക്ലാസിലേക്ക് നടക്കും. അവിടെ അച്ചു ഞങ്ങളെ പ്രതീ ക്ഷിച്ച് നില്ക്കുന്നുണ്ടാകും. അവന്റെ തോളിൽ കൈയിട്ട് ഞങ്ങൾ മുന്നോട്ടു നടക്കും. കുറച്ചു ദൂരം നടക്കുമ്പോൾ അവിടെ റോഡ് കാണാം. ഈ റോഡ് കടപ്പുറത്തിനടുത്തുകൂടിയാണ് പോകുന്ന ത്. റോഡരുകിൽ എത്തിയാൽ വാഹനങ്ങൾ വരുന്നുണ്ടോ എന്ന് നോക്കിയാണ് ഞങ്ങൾ റോഡ് മുറിച്ചു കടക്കുന്നത്. റോഡ് മുറിച്ചു കടന്നാൽ ഒരു ഇടവഴിയിലൂടെ പോകേണ്ടതുണ്ട്. ഇടവഴിയും ടാറിട്ടതുതന്നെ. വളവും തിരിവുമുള്ള റോഡ്. നേരെ കുറച്ചു ദൂരം നടക്കുമ്പോൾ ആദ്യത്തെ വളവെത്തും. വീണ്ടും നേരെ നടക്കുമ്പോൾ രണ്ടാമത്തെ വളവ്. കുറച്ചു ദൂരം നേരെ നടക്കു മ്പോൾ അതാ മൂന്നാമത്തെ വളവ്. താഴേക്കിറങ്ങുമ്പോൾ കാണു ന്നതാണ് ഞങ്ങളുടെ വീട്. ഈ ഇടറോഡ് ഇങ്ങനെ പോയി അവസാനം കടൽക്കരയിലെത്തും.

സ്കൂൾ വിട്ടുവന്നാൽ എന്റെ വീട്ടിലാണ് ആദ്യം കയറുന്നത്. അവിടെ തിണ്ണയിൽ ബാഗ് വച്ച് മുറ്റത്ത് ഞങ്ങൾ കളിക്കാൻ തുടങ്ങും. അച്ചുവിന് അടിച്ചിട്ടോട്ടം കളിക്കാനാണിഷ്ടം. കുറച്ചു സമയം കഴിയുമ്പോൾ ഉമ്മ സ്കൂളിൽ നിന്നെത്തും. ഉമ്മയെ കണ്ട യുടൻ അച്ചു ഓടിച്ചെല്ലും. ഉമ്മയുടെ ബാഗ് അവനാ വാങ്ങി അകത്തുകൊണ്ടുവയ്ക്കുന്നത്. ഉമ്മ വന്ന് അകത്തു കയറിയാൽ അമ്മു ഉമ്മയെ സഹായിക്കാൻ കൂടും. ചായയും പലഹാരങ്ങളും

കഴിക്കാൻ ഉമ്മയും കൂടും. ഇതിനിടയിൽ അമ്മു ടീച്ചറമ്മയെയും കൂട്ടി ചെടികൾക്ക് വെള്ളം നനയ്ക്കാൻ പോകും. ചിലപ്പോഴൊക്കെ ഞാനും കൂടാറുണ്ട്.

അമ്മുവിന്റെ അച്ഛനും അമ്മയും വൈകുന്നേരം കഴിഞ്ഞേ എത്തുള്ളൂ. അതുവരെ ഞങ്ങളിവിടെ കളിച്ചുരസിക്കും. കുട്ടികൾ കളിക്കുന്നതിനെ ഉമ്മ ചോദ്യം ചെയ്യില്ല. കുട്ടികളായാൽ കളിക്കണമെന്നാണ് ഉമ്മ പറയുന്നത്. ഞങ്ങളുടെ കളികണ്ട് അണ്ണാറക്കണ്ണന്മാരും മരക്കൊമ്പുകളിൽനിന്നും ചിലച്ചുകൊണ്ട് താഴേക്ക് ഇറങ്ങിവരും. പിന്നെ ചിലച്ചുകൊണ്ട് മുകളിലേക്ക് കയറും.

അമ്മുവിന്റെ അച്ഛനും അമ്മയുമെത്തിയാൽ ഞങ്ങൾ അങ്ങോട്ടു പോകും. പിന്നെ അവിടെ കളിയായി. കളി മതിയാക്കിയാൽ കുറെ നേരം ഞങ്ങൾ അമ്മുവിന്റെ ആട്ടിൻകുട്ടിയോടൊപ്പം സല്ലപിക്കും. ആട്ടിൻകുട്ടിയുടെ പേര് അമ്മിണി. ഞങ്ങൾ അഴിച്ച് മുറ്റത്തുകൊണ്ടുവരും. വീടിന്റെ മുറ്റത്തുള്ള പ്ലാവിൽ നിന്നും വീണു കിടക്കുന്ന പ്ലാവിലകൾ ഓരോന്നായി എടുത്ത് തീറ്റ കൊടുക്കും. അമ്മിണിയും ഞങ്ങൾക്കൊപ്പം ചാടിക്കളിക്കും.

അമ്മിണി എങ്ങനെയാണ് വീട്ടിലെത്തിയതെന്നറിയണ്ടേ? അമ്മുവിന്റെ ജന്മദിനത്തിന് എന്താണ് സമ്മാനമായി വേണ്ടതെന്ന് അവളുടെ അച്ഛൻ ചോദിച്ചു.

"ഒരാട്ടിൻകുട്ടി" അവൾ പറഞ്ഞു.

ടീച്ചറമ്മയും അവളെ പിന്തുണച്ചു. അങ്ങനെയാണ് ആട്ടിൻകുട്ടി വീട്ടിലെത്തിയത്. ആട്ടിൻകുട്ടിക്ക് പേര് കണ്ടുപിടിച്ചതും അമ്മുതന്നെ. പേരിടൽ കർമ്മം ഞങ്ങൾ അടിച്ചുപൊളിച്ചു. അമ്മുവിന്റെ അമ്മ വാങ്ങിക്കൊണ്ടുവന്ന കറുത്ത ചരടിൽ ഒരു ചുവന്ന മണി കോർത്തു ഞാനാണ് ആട്ടിൻകുട്ടിയുടെ കഴുത്തിൽ കെട്ടിയത്. അമ്മുവും അച്ചുവും അപ്പുറവും ഇപ്പുറവും ഇരുന്ന് ആട്ടിൻകുട്ടിയുടെ ചെവിയിൽ "അമ്മിണി" എന്ന് നീട്ടി വിളിച്ചു. അമ്മിണി തുള്ളിച്ചാടി. കഴുത്തിൽ തൂക്കിയ മണിക്കിലുക്കത്തിനൊത്ത് ചിത്രശലഭങ്ങൾ നൃത്തം ചവുട്ടി. എന്റെ വാപ്പയുടെ വക ലഡുവും ഈ നേരത്ത് വിതരണം ചെയ്തു. വെളുത്ത നിറം. കഴുത്തിൽ കറുത്ത ചരട്. അതിൽ തൂങ്ങുന്ന ചുവന്ന

മണിയും. എങ്ങനെയുണ്ട് ഞങ്ങളുടെ അമ്മിണിക്കുട്ടി? അടിപൊളി അല്ലേ?

അമ്മു ധാരാളം വായിക്കുന്ന കുട്ടിയാണെന്ന് പറഞ്ഞല്ലോ. അവൾ വായിക്കുന്ന കാര്യങ്ങളെക്കുറിച്ച് വായനക്കുറിപ്പ് തയ്യാറാക്കാറുണ്ട്. കഥകളും കവിതകളും ശാസ്ത്രവിഷയങ്ങളും ചരിത്രവും ഒക്കെ അവൾ വായിക്കാറുണ്ട്. ജീവചരിത്രക്കുറിപ്പും തയ്യാറാക്കും. ഇതെല്ലാം തയ്യാറാക്കിയാൽ പിന്നെ അത് ക്ലാസിൽ വായിച്ചേ അടങ്ങൂ. ടീച്ചർമാരോട് അവൾ ആവശ്യപ്പെടും:

"ടീച്ചർ ഇന്നെനിക്ക് വായനക്കുറിപ്പ് അവതരിപ്പിക്കാനുണ്ട്."

ടീച്ചർമാർ അതിന് അവസരം നല്കാറുണ്ട്. അവളുടെ ഇത്തരം പ്രവൃത്തികൾ കാണുമ്പോൾ ഞങ്ങൾക്ക് അവളോട് ചെറിയ കുശുമ്പ് തോന്നാറുണ്ട്. പക്ഷേ, അവൾ വായിച്ചു കഴിയുമ്പോൾ എല്ലാവരും കൈയടിക്കാറുമുണ്ട്. വളരെ നന്നായിട്ടാണ് അവൾ കുറിപ്പുകൾ അവതരിപ്പിക്കുന്നത്. ആരും അത് കേട്ടിരുന്നുപോകും. അവളുടെ അവതരണം കാണുമ്പോൾ എനിക്കും എന്തുകൊണ്ടായിക്കൂടാ എന്ന് തോന്നാറുണ്ട്. എനിക്കു മാത്രമല്ല, ക്ലാസിൽ എല്ലാവർക്കും അങ്ങനെ തോന്നാറുണ്ട്.

ഇക്കാര്യം ഞാൻ അവളുടെ ശ്രദ്ധയിൽപ്പെടുത്തി. അവൾ ഞങ്ങളെ പ്രോത്സാഹിപ്പിച്ചു. ഒരു ദിവസം അവൾ ക്ലാസ്ടീച്ചറോട് പറഞ്ഞു: "ടീച്ചർ നമുക്ക് ക്ലാസ് ലൈബ്രറി തുടങ്ങണം." എത്ര പെട്ടെന്നാണ് ലൈബ്രറി രൂപംകൊണ്ടത്. കുട്ടി ലൈബ്രേറിയനായി അവൾ എന്റെ പേര് നിർദ്ദേശിച്ചു. പുസ്തകവിതരണവും ശേഖരണവും എന്റെ ചുമതലയിൽ വന്നു. മറ്റു കൂട്ടുകാരും എന്നെ സഹായിക്കാൻ തുടങ്ങി. ക്ലാസിൽ എല്ലാവരും വായന തുടങ്ങി. ആഴ്ചയിൽ കുറഞ്ഞത് ഒരു പുസ്തകമെങ്കിലും വായിക്കണം എന്ന തീരുമാനം ഞങ്ങളെടുത്തു. വായിച്ചാൽ മാത്രം പോര. വായനാക്കുറിപ്പും തയ്യാറാക്കണം. ക്ലാസിൽ അവതരിപ്പിക്കണം. വായന എന്നിലും മാറ്റങ്ങൾ ക്രമേണ വരുത്താൻ തുടങ്ങി. വായനക്കുറിപ്പ് തയ്യാറാക്കുന്ന രീതി ടീച്ചർ നേരത്തെ പറഞ്ഞുതന്നിരുന്നു. മാത്രമല്ല അമ്മു ഞങ്ങളെയെല്ലാം സഹായിച്ചു.

എന്നിൽ വന്ന മാറ്റങ്ങൾ വീട്ടിൽ ഉമ്മയും ശ്രദ്ധിക്കാൻ തുടങ്ങി. ഞാനും ക്ലാസിൽ ചോദ്യങ്ങൾ ചോദിക്കാൻ തുടങ്ങി. അമ്മു

വാണ് എന്റെ മാറ്റങ്ങൾക്ക് കാരണമെന്ന് ഉമ്മ പറഞ്ഞു. എനിക്കും അങ്ങനെ തന്നെയാണ് തോന്നിയത്. ഉമ്മയെന്നെ കെട്ടിപ്പിടിച്ചു ഉമ്മ തന്നിട്ട് പറഞ്ഞു:

"മോനേ എന്നോട് നീ കാണിക്കുന്ന സ്നേഹവും കരുതലും ആദരവും നീ അമ്മുവിനോടും കാണിക്കണം. അമ്മുവിനോട് മാത്രമല്ല എല്ലാ പെൺകുട്ടികളോടും കാണിക്കണം." മനസ്സിൽ എന്തെന്നില്ലാത്ത സന്തോഷം തോന്നിയ നിമിഷം.

ഒരു ദിവസം അവൾ എന്നോട് ഒരു കാര്യം പറഞ്ഞു:

"അജി ഇവിടെ അടുത്ത് ഒരു ഗ്രന്ഥശാലയില്ലേ?"

"ഉണ്ട്. മഹാത്മാഗാന്ധി മെമ്മോറിയൽ ഗ്രന്ഥശാല." ഞാൻ പറഞ്ഞു.

"നമുക്ക് അവിടെ അംഗത്വമെടുത്താലോ. ഈ പ്രദേശത്തുള്ള കൂട്ടുകാരോടെല്ലാം ഇക്കാര്യം പറഞ്ഞാലോ." അവൾ പറഞ്ഞു.

"നല്ല ഐഡിയ." ഞാൻ പറഞ്ഞു.

"എങ്കിൽ നമുക്ക് ടീച്ചറമ്മയുമായി ആലോചിക്കാം" അവൾ പറഞ്ഞു.

ഞങ്ങൾ ഉമ്മയോട് കാര്യങ്ങൾ ബോധിപ്പിച്ചു.

ഉമ്മ ഉടനെ ഹെഡ്മിസ്ട്രസിനെ വിളിച്ചു വിവരങ്ങൾ പറഞ്ഞു. ലൈബ്രേറിയന്റെ ഫോൺ നമ്പറും കൊടുത്തു.

പിന്നെയെല്ലാം പെട്ടെന്നായിരുന്നു. അടുത്ത ദിവസംതന്നെ അവിടത്തെ ചേട്ടന്മാർ സ്കൂളിലെത്തി. അദ്ധ്യാപകരും, പി റ്റി എ പ്രസിഡന്റുമായി സംസാരിച്ചു. ക്ലാസുകളിൽ നോട്ടീസ് വായിച്ചു. താല്പര്യമുള്ളവർക്കെല്ലാം അംഗത്വമെടുക്കാം. രക്ഷിതാവിനും അംഗത്വമെടുക്കാം. അങ്ങനെ ഞങ്ങളുടെ അടുത്ത് മൂകമായിക്കിടന്ന ഗ്രന്ഥശാല നാവനക്കാൻ തുടങ്ങി. ഞങ്ങളുടെ കരസ്പർശമേറ്റ് പുസ്തകങ്ങൾ ചിരിക്കാൻ തുടങ്ങി. ഞങ്ങളുടെ വായനയെ പ്രോത്സാഹിപ്പിക്കാൻ വേണ്ടി ചില പരിപാടികൾ തുടങ്ങാനും ഗ്രന്ഥശാലയ്ക്ക് കഴിഞ്ഞു.

വായന മാത്രമല്ല പാട്ടും ഡാൻസുമൊക്കെ അമ്മുവിന് ഇഷ്ടമാണ്. ചിത്രങ്ങൾ വരയ്ക്കാനും അമ്മുവിന് ഇഷ്ടമാണ്. വരച്ച ചിത്രങ്ങൾ ഞങ്ങളെ കാണിക്കും. കടൽച്ചിത്രങ്ങളാണ് അവൾ വരച്ച ചിത്രങ്ങളിലധികവും. ഞങ്ങളെ അവൾ വെറുതെ വിടില്ല. ഞങ്ങളും ചിത്രങ്ങൾ വരയ്ക്കും. വരച്ച ചിത്രങ്ങളെല്ലാം ഞങ്ങൾ ക്ലാസിൽ പ്രദർശിപ്പിക്കാറുണ്ട്.

ഞങ്ങളുടെ നാട്ടിലെ പ്രധാന ജലവിഭവങ്ങളാണ് കടലും കായലും. കായൽ കടലിനോട് ചേരുന്ന പൊഴിമുഖവും ഞങ്ങളുടെ പ്രദേശത്തുണ്ട്. എന്താണ് പൊഴിമുഖമെന്ന് കൂട്ടുകാർക്ക് അറിയാമോ? കായലും കടലും ചേരുന്നിടത്തുള്ള വീതി കുറഞ്ഞ കരയാണ് പൊഴിമുഖം. മഴക്കാലത്ത് കായലിൽ ഒഴുകിയെത്തുന്ന വെള്ളം കടലിലേക്ക് ഒഴുകിപ്പോകാൻ പൊഴിമുഖം വെട്ടിത്തുറന്നു കൊടുക്കണം. മഴക്കാലം കഴിയുമ്പോൾ പൊഴിമുഖം മൂടപ്പെടും. എന്നാൽ അഴിമുഖം അങ്ങനെയല്ല. കടലും കായലും തമ്മിൽ പ്രകൃതിദത്തമായി ബന്ധപ്പെട്ടു നില്ക്കുന്നു. അഴിമുഖം എപ്പോഴും തുറന്നു കിടക്കുന്നു. അതിലൂടെ വെള്ളം ഒഴുകിക്കൊണ്ടിരിക്കുന്നു. പൊഴിമുഖവും അഴിമുഖവും തമ്മിലുള്ള വ്യത്യാസം കൂട്ടുകാർക്ക് മനസ്സിലായല്ലോ? മഴക്കാലത്ത് ഞങ്ങളുടെ പ്രദേശത്ത് വെള്ളം പൊങ്ങുമ്പോൾ പൊഴി മുറിക്കും. വാപ്പയോടൊപ്പം ഞാനും അമ്മുവും അത് കാണാൻ പോയിട്ടുണ്ട്.

അമ്മുവിന് കടലിനോട് പെരുത്ത ഇഷ്ടമാണ്. ശനി, ഞായർ ദിവസങ്ങളിൽ അവൾ അവളുടെ അച്ഛനേയും കൂട്ടി കടപ്പുറത്തു പോകും. എന്നെ അവൾ വിളിച്ചിട്ടുണ്ട്. ഞാനത് ചെവിക്കൊണ്ടില്ല. ആദ്യമാദ്യമൊക്കെ അവൾ എന്നെ വിളിക്കുമായിരുന്നു. പിന്നെ അവൾ എന്നെ വിളിക്കാതെയായി. രണ്ടുമൂന്ന് വർഷങ്ങളായി അവളിതു തുടരുന്നുണ്ട്. കടലുമായി ബന്ധപ്പെട്ട പുസ്തകങ്ങൾക്ക് വേണ്ടി അവൾ നാട്ടിലെ ഗ്രന്ഥശാലയിലും സ്കൂളിലെ ഗ്രന്ഥശാലയിലും തിരയാറുണ്ട്. പക്ഷെ, കടലിനെക്കുറിച്ചുള്ള അമ്മുവിന്റെ ചില നിരീക്ഷണങ്ങൾ അറിഞ്ഞപ്പോൾ ഞങ്ങളും കടലിനെക്കുറിച്ചുള്ള അന്വേഷണത്തിന് അമ്മുവിന്റെ ഒപ്പംകൂടി. അതുമായി ബന്ധപ്പെട്ട കുറെ സംഭവങ്ങൾ ഉണ്ട്. അത് ഞാൻ നിങ്ങൾക്ക് വിവരിച്ചുതരാം.

സ്കൂളിലെ ചുവരുകളിൽ മനോഹരങ്ങളായ ചിത്രങ്ങൾ വരയ്ക്കാൻ ഒരിക്കൽ ചിത്രകാരന്മാർ സ്കൂളിൽ വന്നു. ഇതറിഞ്ഞ അമ്മു ക്ലാസ് ടീച്ചറോട് ഒരു നിർദ്ദേശം വച്ചു.

“ടീച്ചർ നമ്മുടെ സ്കൂൾ കടലിനോടടുപ്പമുള്ള സ്കൂളാണ്. അതുകൊണ്ട് വരയ്ക്കുന്ന ചിത്രങ്ങളിൽ കടലുമായി ബന്ധപ്പെട്ടവയും ഉണ്ടാകണം.” അമ്മു പറഞ്ഞു.

ഇക്കാര്യം ഹെഡ്മിസ്ട്രസുമായി സംസാരിക്കാമെന്ന് ടീച്ചർ

പറഞ്ഞു.

അമ്മു പറഞ്ഞത് ശരിയാണെന്ന് ഞങ്ങൾക്കും തോന്നി.

അന്ന് ഉച്ചയ്ക്ക് ക്ലാസ്മുറിയിലെ ഉച്ചഭാഷിണികൾ ചിലച്ചു. ഹെഡ്മിസ്ട്രസിന്റെ വാക്കുകൾ പുറത്തുവന്നു.

"ഉച്ചഭക്ഷണം കഴിഞ്ഞ ഉടൻ ക്ലാസ് ലീഡർമാർ ലൈബ്രറി ഹാളിൽ എത്തണം. സ്കൂൾ പാർലമെന്റുണ്ട്."

"എന്തിനായിരിക്കും?" ഞങ്ങൾ പരസ്പരം പറഞ്ഞു.

"ചുവർചിത്രം വരയ്ക്കുന്നതുമായി ബന്ധപ്പെട്ടായിരിക്കും." ഷീബ പറഞ്ഞു.

ഷീബ ഞങ്ങളുടെ ക്ലാസ് ലീഡർ ആണ്.

"ശരിയായിരിക്കാം" ഞാൻ പറഞ്ഞു.

ഞാൻ അമ്മുവിന്റെ അടുത്തുപോയി.

"ഹലോ ചങ്ങാതി ഇയാൾ പറഞ്ഞ കാര്യം സ്കൂൾ പാർല മെന്റിൽ ചർച്ച ചെയ്യാൻ പോകുകയാ." ഞാൻ അമ്മുവിനോട് പറഞ്ഞു.

"അത് അജി എങ്ങനെ അറിഞ്ഞു. ടീച്ചറമ്മ പറഞ്ഞോ?" അമ്മു ചോദിച്ചു.

"അല്ല അവിടെ കുട്ടികൾ അങ്ങനെ പറയുന്നു." അതും പറഞ്ഞ് ഞാൻ ക്ലാസിലേക്ക് പോയി.

പാർലമെന്റ് കൂടിക്കൊണ്ടിരുന്ന ഇടത്തുനിന്നും ഷീബ ഓടി വന്നു പറഞ്ഞു:

"അമ്മുവിനെ ഹെഡ്മിസ്ട്രസ് വിളിക്കുന്നു." കേട്ട ഉടനെ ഷീബയോടൊപ്പം അമ്മുവും പോയി. ഉച്ച കഴിഞ്ഞുള്ള ക്ലാസ് തുടങ്ങി കുറച്ചു കഴിഞ്ഞപ്പോൾ അമ്മുവും ഷീബയും തിരിച്ചെത്തി. ക്ലാസ് കഴിഞ്ഞപ്പോൾ ഞങ്ങൾ അവരുടെ ചുറ്റുംകൂടി.

"എന്തിനായിരുന്നു വിളിപ്പിച്ചത്?"

"നമ്മുടെ സ്കൂൾ മനോഹരമാക്കുന്നു. അതിന്റെ ഭാഗമായി ചുവരുകളിൽ ചിത്രങ്ങൾ വരയ്ക്കുന്നു." ഷീബ പറഞ്ഞു.

"എന്തൊക്കെ ചിത്രങ്ങളാകാമെന്ന് ഹെഡ്മിസ്ട്രസ് ചോദിച്ചു. പി ടി എ പ്രസിഡന്റും ചിത്രകാരന്മാരും ഉണ്ടായിരുന്നു." അമ്മു പറഞ്ഞു.

"തീരുമാനമെന്തൊക്കെയാണ്?"

"സാഹിത്യനായകന്മാർ, രാഷ്ട്രനേതാക്കൾ, പ്രകൃതിദൃശ്യ

ങ്ങൾ അങ്ങനെ പലതും" ഷീബ പറഞ്ഞു.

"പ്രകൃതിദൃശ്യങ്ങളിൽ തീരപ്രദേശവും അസ്തമയസൂര്യനും കടൽജീവികളും ഒക്കെ ഉണ്ടാകും."

അന്ന് ഞങ്ങൾ അമ്മുവിന്റെ മുഖത്ത് സന്തോഷത്തിരമാലകൾ കണ്ടു. അവൾ തുള്ളിച്ചാടി.

അമ്മു ഹെഡ്മിസ്ട്രസിനും ക്ലാസ് ടീച്ചർക്കും നന്ദി പറഞ്ഞു.

ദിവസങ്ങൾ കടന്നുപോയി. അതാ സ്കൂളാകെ മാറുന്നു. കടൽത്തീരകാഴ്ചകൾ ചുവരുകളിൽ തെളിഞ്ഞുവന്നു. കടലും കടൽത്തീരവും തിരമാലയും മണൽക്കൂനയും അസ്തമയസൂര്യനുമൊക്കെ ഞങ്ങളുടെ സ്കൂളിൽ വന്നിറങ്ങി. സ്കൂൾ കടൽജീവികളുടെ ചിത്രങ്ങൾകൊണ്ടു നിറഞ്ഞു. എന്തൊക്കെയായിരിക്കും അവ എന്ന് കൂട്ടുകാർ ഒന്നു ഭാവനയിൽ കണ്ടു നോക്കൂ. നിങ്ങളുടെ മനസ്സിൽ എന്തൊക്കെ കടൽജീവികളാണ് കടന്നുവരുന്നത്? മനസ്സിൽ തെളിഞ്ഞുവരുന്നതൊക്കെ ഒന്നു പറഞ്ഞു നോക്കൂ.

ഒരു ദിവസം അമ്മു എന്നെയും വിളിച്ചുകൊണ്ട് ഹെഡ്മിസ്ട്രസിന്റെ മുറിയിൽ പോയി.

"എന്താ അമ്മു. കയറിവരൂ" ഹെഡ്മിസ്ട്രസ് പറഞ്ഞു. ഞങ്ങൾ അകത്തു കയറി. അമ്മുവിന്റെ കൈയിൽ ഒരു കടലാസ് മടക്കിവച്ചിട്ടുണ്ടായിരുന്നു. അത് ഹെഡ്മിസ്ട്രസിന്റെ കൈയിൽ കൊടുത്തു. മിസ് അതു തുറന്നുനോക്കി. ആ കടലാസിൽ എന്തോ എഴുതിവച്ചിട്ടുണ്ട്. പക്ഷേ, അവൾ അത് എന്നോട് പറഞ്ഞില്ല. എന്തായിരിക്കും അതിൽ?

ഹെഡ്മിസ്ട്രസ് ചിരിച്ചുകൊണ്ട് പറഞ്ഞു:

"കൊള്ളാമല്ലോ."

"ടീച്ചർ ഇത് എല്ലാവരും കാണത്തക്കവിധം എഴുതിവയ്ക്കണം." അവൾ പറഞ്ഞു.

ഹെഡ്മിസ്ട്രസ് കുറെ നേരം ആലോചിച്ചു.

"ഈ വരികൾ എഴുതിവയ്ക്കുന്നതിനെക്കുറിച്ച് ചിത്രകാരനോട് പറയാം. നിങ്ങൾ ക്ലാസിൽ പൊയ്ക്കോളൂ."

എനിക്ക് അമ്മുവിനോട് ദേഷ്യം തോന്നി. എന്നാലും അവ

ളെന്നോട് പറഞ്ഞില്ലല്ലോ. ഒന്നും മിണ്ടാതെ ഞാൻ അവളോടൊപ്പം ക്ലാസിൽ പോയി. വൈകുന്നേരം വീട്ടിലേക്ക് പോയപ്പോൾ ഞാൻ അവളോട് പരിഭവം പറഞ്ഞു.

"ഞാൻ ടീച്ചറമ്മെ കാണിച്ചിരുന്നു. ടീച്ചറമ്മയാണ് പറഞ്ഞത് ഹെഡ്മിസ്ട്രസിനെ കാണിക്കാൻ."

"എന്നോട് പറയാഞ്ഞതെന്തേ?" ഞാൻ ചോദിച്ചു.

"ടീച്ചറമ്മയാ പറഞ്ഞത് രഹസ്യമാക്കി വയ്ക്കാൻ." അമ്മു ചിരിച്ചുകൊണ്ടു പറഞ്ഞു. എന്നിട്ടവൾ ബാഗിൽ നിന്നും നോട്ടു പുസ്തകം എടുത്ത് അവൾ എഴുതിയ വരികൾ എന്നെ കാണിച്ചു. നല്ല വരികൾ. ഞാൻ അവൾക്ക് കൈ കൊടുത്തു. അഭിനന്ദനങ്ങൾ അറിയിച്ചു.

പിറ്റേ ദിവസം ഞങ്ങൾ സ്കൂളിന്റെ മുമ്പിലെത്തിയപ്പോൾ ഞങ്ങളെ വരവേറ്റത് അതിമനോഹരമായ കടൽത്തീരദൃശ്യത്തിൽ എഴുതിച്ചേർത്ത ആ വരികളായിരുന്നു. കുട്ടികൾ കൂട്ടംകൂട്ടമായി നിന്ന് ആ വരികൾ വായിച്ചുകൊണ്ടാണ് അകത്തേക്ക് കടന്നത്. എല്ലാവരും ആ വരികൾ ഉരുവിടുന്നുണ്ടായിരുന്നു. നിങ്ങൾക്ക് ഊഹിച്ചുപറയാമോ? എന്തായിരിക്കും ആ വരികൾ?

"ഞങ്ങളുടെ സ്വപ്നങ്ങൾക്ക് ആകാശത്തേക്കാൾ ഉയരം. കടലിനേക്കാൾ ആഴം."

അന്നത്തെ അസംബ്ലിയിൽ ഹെഡ്മിസ്ട്രസ് ആ വരികൾ ചൊല്ലി. ഞങ്ങളത് ഏറ്റുചൊല്ലി.

"ഈ വരികൾ നമ്മുടെ സ്കൂളിന്റെ ചിന്തയാണ് കാണിക്കുന്നത്. ഈ വരികൾ എപ്പോഴും നിങ്ങളുടെ മനസ്സിലുണ്ടാകണം." ഹെഡ്മിസ്ട്രസ് ഞങ്ങളോട് പറഞ്ഞു. ഞങ്ങൾ കൈയടിച്ച് ആ വരികൾ ഏറ്റുവാങ്ങി. അങ്ങനെ അമ്മുവിന്റെ വരികൾ സ്കൂളിനു സ്വന്തമായി. സ്കൂളിന്റെ വരികൾ ഞങ്ങൾക്ക് സ്വന്തമായി.

അമ്മു ചില ദിവസങ്ങളിൽ അച്ഛനുമൊത്ത് കടപ്പുറത്തു പോകും എന്നു ഞാൻ പറഞ്ഞല്ലോ. അവൾ വെറുതെയങ്ങു പോകുകയല്ല. അവിടെ ചെന്നാൽ അവൾ കടപ്പുറമാകെ പരതി നടക്കും. കടലിന്റെ സൗന്ദര്യം ആസ്വദിക്കും. ചിത്രങ്ങൾ വരയ്ക്കും. കവിതകൾ കുറിക്കും. കടൽ അവൾക്കു നല്കിയ കൗതുകവസ്തുക്കളുമായിട്ടാണ് തിരിച്ചുവരവ്. അങ്ങനെ ലഭിക്കുന്ന വസ്തുക്കളുംകൊണ്ട് ഉമ്മയെ കാണാൻ വരും. കിട്ടിയ സാധന

ങ്ങളെല്ലാം ടേബിളിനു പുറത്തുനിരത്തിവയ്ക്കും. ഉമ്മയും ഉമ്മൂമ്മയും അവളോടൊപ്പം കൂടും. പിന്നെ ചോദ്യങ്ങളുടെ പെരുമഴ കാണാം. വരച്ച ചിത്രങ്ങളെല്ലാം കാണിക്കും. ഞാനിതെല്ലാം കണ്ടിരിക്കും. പിന്നെ പിന്നെ ഞാനും ചോദ്യങ്ങൾ ചോദിക്കാൻ തുടങ്ങി. കടലിനെക്കുറിച്ചും തിരമാലകളെക്കുറിച്ചും കടൽജീവികളെക്കുറിച്ചുമൊക്കെ അങ്ങനെ ചോദ്യങ്ങൾ പോകും.

ഒരു ദിവസം അവൾ കടപ്പുറത്തുനിന്നു വന്നപാടെ വീട്ടിൽ ഓടിവന്നു.

"ടീച്ചറമ്മേ വല്യ സങ്കടമുണ്ട്." അവൾ ഉമ്മയോട് പറഞ്ഞു.

"എന്താ കുട്ടീ?"

"കടപ്പുറം മുഴുവൻ പ്ലാസ്റ്റിക് കുപ്പികൾ. എന്തു കഷ്ടമാണ്? പ്ലാസ്റ്റിക് കടലിൽ പോയാൽ അത് വിഴുങ്ങി കടൽജീവികൾ ചാവില്ലേ?" അവൾ ഉമ്മയോട് ചോദിച്ചു.

ഉമ്മ ഒന്നും മിണ്ടാതെ നിന്നു.

"എന്തു ചെയ്യാൻ പറ്റും ടീച്ചറമ്മേ?"

"നമുക്കാലോചിക്കാം" ഉമ്മ പറഞ്ഞു.

പിറ്റെ ദിവസം ഞായറാഴ്ചയായിരുന്നു. കടപ്പുറത്തേക്ക് പോകും മുമ്പ് അമ്മു വീട്ടിലേക്ക് ഓടിവന്നു.

"ടീച്ചറമ്മേ" അവൾ നീട്ടിവിളിച്ചു.

ഉമ്മ വിളികേട്ട് ഇറങ്ങിവന്നു.

"പഴയ ചാക്ക് ഉണ്ടോ?" അവൾ ചോദിച്ചു.

"എന്തിനാ?" ഉമ്മ കാര്യമന്വേഷിച്ചു.

"അതൊക്കെ വന്നിട്ടു പറയാം."

"നോക്കട്ടെ." ഉമ്മ ചാക്ക് നോക്കാൻ അകത്തേക്ക് പോയി.

കുറച്ചു സമയം കഴിഞ്ഞ് ഉമ്മ രണ്ടു കാലിച്ചാക്കുമായി പുറത്തുവന്നു. അമ്മുവിന്റെ കൈയിൽ കൊടുത്തു.

"ടീച്ചറമ്മേ താങ്ക്യൂ" അവൾ പറഞ്ഞു.

"ഇതുമായി എവിടെപ്പോവുകയാ?" ഞാൻ ചോദിച്ചു.

"അജി വരുന്നുണ്ടോ?" അവളുടെ ചോദ്യം കേട്ട് ഞാൻ ഉമ്മയുടെ മുഖത്തു നോക്കി. ഉമ്മയുടെ ചിരിയിൽ സമ്മതം തെളിഞ്ഞത് ഞാൻ കണ്ടു.

അങ്ങനെ ഞാനും അവളോടൊപ്പം നടന്നു. ഗേറ്റ് കഴിഞ്ഞ് ചെന്നപ്പോൾ അതാ അമ്മുവിന്റെ അച്ഛൻ സേതുവങ്കിൾ കൈയിൽ

ഒരു ചാക്കുമായി നില്ക്കുന്നു.

"എങ്ങോട്ടാണ് നമ്മൾ പോകുന്നത്?" ഞാൻ തിരക്കി.

"മോനറിഞ്ഞുകൂടേ. എങ്ങോട്ടായിരിക്കും അവൾ നമ്മളെ വിളിച്ചുകൊണ്ടു പോകുന്നത്? കടപ്പുറത്തുതന്നെ." എന്റെ ചോദ്യത്തിന് അങ്കിളാണ് മറുപടി പറഞ്ഞത്.

'എന്തിനായിരിക്കും ചാക്ക്?' ഞാനാലോചിച്ചു.

'ശംഖും ചിപ്പിയും കൊണ്ടുവരാനായിരിക്കുമോ? അതോ പോകുന്ന വഴിയിൽ മറ്റു വല്ലതും വാങ്ങിക്കൊണ്ടു വരാനായിരിക്കുമോ?' ഞാൻ ചിന്തിച്ചു.

"എന്തിനാ ചാക്ക്?" ഞാൻ പതുക്കെ അവളുടെ ചെവിയിൽ ചോദിച്ചു. അവൾ ചിരിച്ചു.

"വാ നമുക്ക് കാണാം."

അവളങ്ങനെയാണ്. എല്ലാത്തിലും ഒരു രഹസ്യം നിലനിർത്തും.

എന്തായാലും ഞാനും അവളോടൊപ്പം നടന്നു. ഒരു പതിനഞ്ചു മിനിറ്റുകൊണ്ട് കടപ്പുറമെത്തി. ഞാൻ കടപ്പുറത്തു വന്നിട്ടുണ്ടെങ്കിലും അമ്മുവിന്റെ അത്ര താല്പര്യത്തോടെ കടപ്പുറം ആസ്വദിക്കാൻ പോകുന്ന പതിവില്ലായിരുന്നു.

കടപ്പുറത്ത് പ്ലാസ്റ്റിക്കുപ്പികളും പൊട്ടിയ ബലൂണുകളും ഐസ്ക്രീം ടിന്നുകളും ഒക്കെ ചിതറിക്കിടക്കുന്നു. 'കടപ്പുറത്ത് സല്ലപിക്കാനെത്തുന്നവർ വലിച്ചെറിഞ്ഞതാകാം.' ഞാൻ ചിന്തിച്ചു. തലേദിവസം അമ്മു ഉമ്മയോട് കടപ്പുറത്തെ അവസ്ഥയെക്കുറിച്ച് പറഞ്ഞത് ഞാൻ ഓർത്തു.

"അജി നമുക്ക് ഈ കാണുന്ന മാലിന്യമൊക്കെ പെറുക്കി ചാക്കിലിടാം." അവൾ എന്നോട് പറഞ്ഞു.

"ചാക്കുകളുമായി വന്നതിന്റെ രഹസ്യം ഇതാണല്ലേ. അമ്പടി കള്ളി." ഞാൻ പറഞ്ഞു.

"അച്ഛനും ഞാനും ഇന്നലെ രാത്രി ചർച്ച ചെയ്തെടുത്ത തീരുമാനമാണ്. അണ്ണാറക്കണ്ണനും തന്നാലായത്." അവൾ ചിരിച്ചുകൊണ്ടു പറഞ്ഞു.

"കടപ്പുറം കാണാൻ എത്തുന്നവർ ഒന്നു കരുതൽ കാണിച്ചിരുന്നെങ്കിൽ" ഞാൻ സേതു അങ്കിളിനോട് പറഞ്ഞു.

ഞങ്ങളെക്കൊണ്ട് പെറുക്കി എടുക്കാവുന്ന അത്രയും മാലിന്യങ്ങൾ ചാക്കിൽ നിറച്ചു. അങ്കിൾ ചാക്കുകൾ കെട്ടിവച്ചു.

"ഇനി എന്തു ചെയ്യും?" ഞാൻ അങ്കിളിനോട് ചോദിച്ചു.

"വഴിയുണ്ട്." അങ്കിൾ പറഞ്ഞു.

"നമുക്ക് ഇപ്പോ വീട്ടിലേക്ക് കൊണ്ടുപോകാം. വരൂ" എന്നു പറഞ്ഞ് അങ്കിൾ രണ്ടു ചാക്കുകളും തൂക്കി മുന്നേ നടന്നു. പിറകെ ഞങ്ങളും.

നടന്ന് അമ്മുവിന്റെ വീട്ടിലെത്തി. അവിടെ ഉമ്മയും ഉണ്ടായിരുന്നു. മാലിന്യം എന്തുചെയ്യും? ചർച്ച തുടങ്ങി. അവസാനം തീരുമാനത്തിലെത്തി. സേതു അങ്കിളിന്റെ സ്കൂട്ടറിൽ അങ്ങു ദൂരെയുള്ള ആക്രിക്കടയിൽ എത്തിക്കുക എന്നതായിരുന്നു തീരുമാനം.

"നമുക്ക് എന്നും ഇപ്പണി ചെയ്യാനാകില്ലല്ലോ. കടപ്പുറം മലിനമാകരുത്. എന്തെങ്കിലും നടപടി സ്വീകരിച്ചേ പറ്റൂ." അമ്മുവിന്റെ അമ്മ ശാരിആന്റി പറഞ്ഞു.

"ഞാനും അതാണ് ആലോചിക്കുന്നത്. നമുക്ക് പഞ്ചായത്ത് പ്രസിഡന്റിനോട് പറഞ്ഞുനോക്കാം." ഉമ്മ പറഞ്ഞു.

എനിക്കും അമ്മുവിനും സന്തോഷമായി. അന്ന് ഉറക്കത്തിൽ ഞാൻ കടലിനെ സ്വപ്നം കണ്ടു.

പിറ്റെ ദിവസം സ്കൂളിൽ ഒരു സംഭവം നടന്നു. എന്തായിരിക്കും? ഊഹിച്ചുപറയാമോ?

സ്കൂൾ അസംബ്ലി.

സ്കൂൾ അസംബ്ലിയിൽ പ്രാർത്ഥനാഗീതം കഴിഞ്ഞു. പ്രതിജ്ഞയും കഴിഞ്ഞു. അപ്പോഴതാ ഹെഡ്മിസ്ട്രസ് സംസാരിക്കുന്നു:

"സ്നേഹമുള്ള കുട്ടികളെ. നമ്മുടെ സ്വപ്നങ്ങൾ ആകാശത്തിനുമുയരെ ആണല്ലോ. കടലിനേക്കാൾ ആഴമുള്ളതുമാണല്ലോ. അല്ലേ?" എല്ലാവരും അതു കേട്ടുനിന്നു.

"ഞാൻ ഇനി പറയാൻ പോകുന്നത് നമ്മുടെ രണ്ടു കൂട്ടുകാരെക്കുറിച്ചും ഒരു രക്ഷിതാവിനെക്കുറിച്ചുമാണ്. മാലിന്യത്തെക്കുറിച്ച് നമ്മൾ എപ്പോഴും പറയാറുള്ളതാണ്. അതിന്റെ വിപത്തുക്കളെക്കുറിച്ച് ചർച്ച ചെയ്യാറുള്ളതുമാണ്." ഇതു കേട്ടപ്പോൾ വരിയിൽ നിന്ന അമ്മു എന്നെ തിരിഞ്ഞുനോക്കി. ഞങ്ങളെക്കു

റിച്ചായിരിക്കുമോ പറയുന്നത്.

"നമ്മുടെ കടപ്പുറം മാലിന്യങ്ങൾകൊണ്ട് നിറയുന്നുണ്ട്. അതിന്റെ ഭവിഷ്യത്ത് നിങ്ങൾക്കറിയാം. ഇന്നലെ വൈകുന്നേരം അമ്മുവും അജീബും അമ്മുവിന്റെ അച്ഛനും ചേർന്ന് കടപ്പുറത്ത് അവരുടെ ശ്രദ്ധയിൽപ്പെട്ട മാലിന്യങ്ങൾ ചാക്കിൽ പെറുക്കിയെടുത്ത് നീക്കം ചെയ്തു. ഇതൊരു മാതൃകാപ്രവർത്തനമാണ്."

ഹെഡ്മിസ്ട്രസ് അത് പറയുമ്പോൾ സന്തോഷംകൊണ്ട് എന്റെ നെഞ്ചിടിപ്പുകൂടി. ഹെഡ്മിസ്ട്രസിനോട് ആരായിരിക്കും ഇത് പറഞ്ഞത്? പെട്ടെന്ന് എന്റെ മനസ്സിൽ വന്ന ചോദ്യം.

"അമ്മുവും അജീബും സ്റ്റേജിലേക്ക് വരിക. നമുക്കവരെ അനുമോദിക്കാം."

അമ്മുവും ഞാനും എന്താണ് സംഭവിക്കുന്നതെന്നറിയാതെ മിഴിച്ചുനിന്നു.

"രണ്ടുപേരും വന്നാട്ടെ." ഹെഡ്മിസ്ട്രസ് സ്വരം ഉയർത്തിപ്പറഞ്ഞു.

ഞാനും അമ്മുവും വരിയിൽ നിന്നിറങ്ങി മുന്നോട്ടു നടന്നു. അവൾ മുന്നിലും ഞാൻ പിന്നിലും. കുട്ടികൾ കൈയടിച്ചുകൊണ്ടിരുന്നു. സ്റ്റേജിനടുത്തെത്തിയപ്പോൾ അവൾ നിന്നു. പിന്നെ ഞങ്ങൾ ഒരുമിച്ചാണ് സ്റ്റേജിലേക്ക് കയറിയത്. ഉമ്മ പത്താംക്ലാസിലെ ക്ലാസ്ടീച്ചറാണ്. ക്ലാസിനുമുന്നിൽ ഉമ്മ നില്ക്കുന്നു. ഞാൻ ഉമ്മയുടെ മുഖത്തേക്ക് നോക്കി. ഉമ്മയുടെ ചിരിയിൽനിന്നും ഞാൻ വായിച്ചെടുത്തു. ഇവിടെ ഞങ്ങൾ നില്ക്കാനുള്ള കാരണം ഉമ്മയാണെന്ന്. ഉമ്മ ഹെഡ്മിസ്ട്രസിനെ വിവരങ്ങൾ ധരിപ്പിച്ചിരിക്കുന്നു.

ഹെഡ്മിസ്ട്രസ് ഞങ്ങൾക്ക് കൈതന്ന് ഇരുവശത്തും നിർത്തി. എന്നിട്ട് ഞങ്ങൾ ചെയ്ത പ്രവൃത്തിയെ അഭിനന്ദിച്ചു. സേതുഅങ്കിളിനെക്കുറിച്ചും ഹെഡ്മിസ്ട്രസ് പറഞ്ഞു. വലിയ അഭിമാനം തോന്നിയ നിമിഷങ്ങൾ. എന്നും ഓർക്കാൻ കഴിയുന്ന സുന്ദരനിമിഷങ്ങൾ!

അസംബ്ലി കഴിഞ്ഞ് ക്ലാസിൽ ചെന്നപ്പോൾ കൂട്ടുകാർ കൈതന്ന് ഞങ്ങളെ അനുമോദിച്ചു. ചിലർ കെട്ടിപ്പിടിച്ചു. സ്കൂളിൽ നടക്കുന്ന വിവിധ മത്സരങ്ങളിൽ പങ്കെടുക്കുമ്പോൾ

ഞങ്ങൾക്ക് ലഭിച്ച അനുമോദനങ്ങളെക്കാൾ എന്തുകൊണ്ടും മികച്ചതായിരുന്നു ഇന്നു ലഭിച്ച അനുമോദനം എന്നു തോന്നി. ഞങ്ങൾ ചെയ്ത ചെറിയ സേവനം കടലിനു വേണ്ടിയായിരുന്നല്ലോ. കടൽജീവികൾക്ക് വേണ്ടിയായിരുന്നല്ലോ. അതാ കാര്യം.

കൂട്ടുകാരെ ഞാനൊത്തിരിനേരമായി നിങ്ങളോടു സംസാരിക്കുന്നു. ദേ അമ്മു അവിടെ ഇരിക്കുന്നു. താടിക്കു കൈയും കൊടുത്ത് ഞാൻ പറയുന്നതെല്ലാം കേട്ടങ്ങ് ഇരിക്കുകയാ. നിന്ന് കാല് കഴച്ചിട്ടായിരിക്കും അവളിരുന്നത്. അമ്മുവിനും ചില കാര്യങ്ങൾ നിങ്ങളോട് പറയാനുണ്ടാകും. കേൾക്കണ്ടേ? നിങ്ങളുടെ അനുവാദത്തോടെ ഞാൻ അമ്മുവിനെ എന്റെ പ്രിയപ്പെട്ട കൂട്ടുകാരിയെ, ക്ഷമിക്കണം, നിങ്ങളുടെയും കൂട്ടുകാരിയെ നിങ്ങളോട് സംവദിക്കുവാൻ ക്ഷണിക്കുകയാണ്.

അമ്മു ഇപ്പോൾ നിങ്ങളെ അഭിസംബോധന ചെയ്യുകയാണ്. കേട്ടുകൊള്ളു.

കൂട്ടുകാരെ എല്ലാവർക്കും നമസ്കാരം. അജി ഇപ്പോൾ കുറെ കാര്യങ്ങൾ എന്നെക്കുറിച്ച് നിങ്ങളോട് പറഞ്ഞു. അജി എന്റെ കൂട്ടുകാരനാണ്. അതിലുപരി എന്റെ കൂടപ്പിറപ്പായി ഞാനവനെ കാണുന്നു. അവൻ അങ്ങനെയാണ്. എല്ലാവരെക്കുറിച്ചും നല്ലതുമാത്രമേ പറയാറുള്ളൂ.

അജിയെക്കുറിച്ച് എനിക്കും ചില കാര്യങ്ങൾ പറയാനുണ്ട്. ഞങ്ങൾ ഒന്നാം ക്ലാസു മുതൽ സഹപാഠികൾ ആണ്. അയല്ക്കാരും. ഒരേ കുടുംബത്തിലെ എന്നപോലെ രണ്ടു വീടുകളിൽ കഴിയുന്നു. അടിയും പിടിയും കൂടി അറിവുകൾ പങ്കുവച്ച് ഞങ്ങൾ വളരുന്നു. അജീബിനെക്കുറിച്ച് ഒന്നു രണ്ടുകാര്യങ്ങൾ കേൾക്കാം.

പെൺകുട്ടികളോട് വളരെ കരുതലോടും സ്നേഹത്തോടും പെരുമാറുന്ന കൂട്ടുകാരനാണ് അജീബ്. നാലാം ക്ലാസുവരെ ഞങ്ങൾ ആൺകുട്ടികളും പെൺകുട്ടികളും കളിക്കാനും പഠിക്കാനും കൂട്ടം കൂടുമായിരുന്നു. അഞ്ചാം ക്ലാസിലെത്തിയപ്പോൾ ചില മാറ്റങ്ങൾ ഞാൻ ശ്രദ്ധിച്ചു. ഈ കൂട്ടംകൂടലിൽ ചെറിയൊരു അകല്ച്ച ഞാൻ കണ്ടു. ആൺകുട്ടികൾ ആൺകുട്ടികളുമായും പെൺകുട്ടികൾ പെൺകുട്ടികളുമായും കൂട്ടംകൂടുകയും കൂട്ടുകൂടുകയും ചെയ്യുന്ന അവസ്ഥ. അന്യോന്യം അകന്നുപോകുന്ന പോലെ. ആറാം ക്ലാസിലെത്തിയപ്പോൾ അകലം വീണ്ടും കൂടു

ന്നപോലെ. പെൺകുട്ടികളെ അകത്തി നിർത്തുന്നതായി എനിക്കു തോന്നിയിട്ടുണ്ട്. അവിടെയാണ് അജിയുടെ പ്രത്യേകത ഞാൻ തിരിച്ചറിഞ്ഞത്.

ക്ലാസിലെ എല്ലാ പെൺകുട്ടികളോടും അവൻ നിറഞ്ഞ സ്നേഹത്തോടെ ഇടപെടുന്നു. ആൺകുട്ടികളെയും പെൺകുട്ടികളെയും ഒരുപോലെ കാണുന്നു. ആൺകുട്ടികളും പെൺകുട്ടികളും അവന്റെ സുഹൃത്തുക്കളാണ്.

ഒരിക്കൽ പഠനപ്രവർത്തനങ്ങൾക്കു വേണ്ടി ക്ലാസിലെ കുട്ടികളെ ഗ്രൂപ്പ് തിരിച്ചപ്പോൾ നടന്ന ഒരു സംഭവം ഞാൻ ഓർത്തെടുക്കുകയാണ്. ടീച്ചർ ആൺകുട്ടികളുടെയും പെൺകുട്ടികളുടെയും വെവ്വേറെ ഗ്രൂപ്പുകൾ തിരിക്കാൻ ശ്രമിച്ചു. മിക്ക ആൺകുട്ടികൾക്കും പെൺകുട്ടികൾക്കും അങ്ങനെ ഗ്രൂപ്പ് തിരിക്കുന്നതിൽ ഇഷ്ടമായിരുന്നു എന്നാണ് ഞാൻ മനസ്സിലാക്കിയത്. ഈ സമയം അജി ഇടപെട്ടു.

"ടീച്ചർ എനിക്കൊരു കാര്യം പറയാനുണ്ട്." അജി പറഞ്ഞു.

"എന്താണ്?" ടീച്ചർ ചോദിച്ചു.

"ഈ ഒരു വേർതിരിവ് ശരിയാണോ? ആൺകുട്ടികളും പെൺകുട്ടികളും ഒരുമിച്ച് ഒരേ ഗ്രൂപ്പിൽ വന്നാലെന്താ കുഴപ്പം?" സ്കൂളിൽ നടന്ന ഒരു പ്രഭാഷണത്തെ ഓർമ്മിപ്പിച്ചുകൊണ്ട് അജി പറഞ്ഞു.

ക്ലാസ് നിശ്ശബ്ദമായി. ആരും ഒന്നും മിണ്ടാതെ നിന്നു.

"എന്തിനാ ഈ മൗനം?" അജിയുടെ ശബ്ദം.

ടീച്ചർ അജിയോട് യോജിച്ചു. അതിനുശേഷം എല്ലാ ഗ്രൂപ്പിലും ആൺകുട്ടികളും പെൺകുട്ടികളും ഉൾപ്പെടാൻ തുടങ്ങി.

ഗ്രൂപ്പ് ചർച്ചകളിൽ അജി ഇടപെടുന്നത് വളരെ ബുദ്ധിപൂർവ്വമാണ്. ഗ്രൂപ്പിലെ എല്ലാവരെയുംകൊണ്ട് അവൻ സംസാരിപ്പിക്കും. ഓരോരുത്തരുടെയും ആശയം കൃത്യമായി കേൾക്കുകയും രേഖപ്പെടുത്തുകയും ചെയ്യും. പൊതുഅവതരണത്തിൽ വ്യക്തമായി അവ പ്രകാശിപ്പിക്കുകയും ചെയ്യും. ചർച്ചകളിൽ എല്ലാവർക്കും അവസരം നല്കും. ഊഴം വരുന്നതുവരെ മറ്റുള്ളവർ പറയുന്നത് കേൾക്കാൻ ക്ഷമ കാട്ടും. അതുകൊണ്ട് സംഘംപ്രവർത്തനങ്ങളിൽ ഗ്രൂപ്പ് ലീഡറായി മിക്കപ്പോഴും അവനെ തന്നെയായിരിക്കും

തിരഞ്ഞെടുക്കുന്നത്. ഒരിക്കൽ അവൻ ടീച്ചറോട് പറഞ്ഞു:

"ടീച്ചർ ഗ്രൂപ്പ് ലീഡർ സ്ഥാനം എപ്പോഴും ഒരാളെത്തന്നെ ഏല്പിക്കരുത്."

ഗ്രൂപ്പ് പ്രവർത്തനങ്ങളുടെ കാര്യക്ഷമതയെക്കുറിച്ച് നടന്ന ചർച്ചയിൽ അജിയുടെ രീതികളെ എല്ലാവരും പ്രശംസിക്കുന്നതു കണ്ടു. കാര്യങ്ങൾ എല്ലാവർക്കും വ്യക്തമായി വരുന്നുണ്ട്. അജിയുടെ നിരന്തര ഇടപെടീൽ മൂലം ഗ്രൂപ്പു ചർച്ചയുടെ രീതിശാസ്ത്രം എല്ലാവരും പഠിച്ചു. ടീച്ചർമാർ ഞങ്ങൾക്ക് പിന്തുണ നല്കി.

പെൺകുട്ടികളോട് അജി കാണിക്കുന്ന കരുതലുമായി ബന്ധപ്പെട്ട ഒരു കാര്യം എനിക്ക് എടുത്തുപറയേണ്ടതുണ്ട്.

അജി ക്ലാസിൽ വന്നാൽ എല്ലാവരോടും ഓടിനടന്ന് കാര്യങ്ങൾ അന്വേഷിക്കാറുണ്ട് എന്ന് പറഞ്ഞല്ലോ. എന്നും ചിരിച്ചുകൊണ്ട് മറുപടി പറയുന്ന റുക്സാനയുടെ വാക്കുകൾക്ക് അന്ന് എന്തോ ഇടർച്ച ഉണ്ടെന്ന് അവന് തോന്നി. അവൻ എന്നോട് രഹസ്യമായി അവന്റെ നിരീക്ഷണം പറഞ്ഞു. ഞാനും ശ്രദ്ധിച്ചു. അവളുടെ മുഖത്ത് വിഷാദം തങ്ങിനില്ക്കുന്നുണ്ട്. അവൾക്ക് ഉത്സാഹം തീരെ കാണുന്നില്ല. അജീബ് ചെന്ന് തമാശകൾ പറഞ്ഞുനോക്കി. അവൾക്ക് അത്ര പ്രതികരണമില്ല. സ്കൂൾ വിട്ടപ്പോൾ ഞാനവളെ സമീപിച്ചു.

"റുക്സാന എന്താ കുട്ടി?" ഞാൻ ചോദിച്ചു.

അജി ഞങ്ങളുടെ അടുത്തേക്ക് വന്നു.

"എന്താ റുക്സാന ഞങ്ങളോട് പറയൂന്നേ? എന്താ വിഷമം? പരിഹാരം ഉണ്ടെന്നേ." അജിയുടെ വാക്കുകൾ കേട്ട് അവൾ വിങ്ങിക്കരഞ്ഞു. ഞങ്ങൾ അവളെ ആശ്വസിപ്പിക്കാൻ ശ്രമിച്ചു. അവളുടെ കണ്ണുനീർ തുടച്ചു. അവൾ ഒന്നും പറഞ്ഞില്ല. ബാഗുമെടുത്ത് നടന്നുപോയി. ഞാൻ അജിയുടെ മുഖം ശ്രദ്ധിച്ചു. അവന്റെ മുഖത്ത് റുക്സാനയുടെ വിഷാദം ഞാൻ കണ്ടു. അവൻ അവളെ ഗേറ്റുവരെ അനുഗമിച്ചു.

ഞങ്ങൾ അച്ചുവിനെയും കൂട്ടി വീട്ടിലേക്ക് നടക്കുമ്പോൾ അവന്റെ ചർച്ച റുക്സാനയെക്കുറിച്ചായിരുന്നു.

വീട്ടിൽ എത്തിയപ്പോൾ അവൻ കളിക്കാനിറങ്ങിയില്ല. ടീച്ചറമ്മയെയും കാത്ത് ഒറ്റ ഇരുപ്പാണ്. ടീച്ചറമ്മ വരാൻ അല്പം

വൈകി. ടീച്ചറമ്മയോട് വിവരങ്ങൾ പറഞ്ഞു. ടീച്ചറമ്മ എല്ലാം കേട്ടിരുന്നു. "ഉമ്മ നമുക്കിപ്പോൾ റുക്സാനയുടെ വീട്ടിൽ പോകാം." അവൻ നിർബ്ബന്ധം പിടിച്ചു.

"നാളെ ശനിയാഴ്ചയാണല്ലോ. നമുക്ക് നാളെ പോകാം." ടീച്ചറമ്മ അവനെ ആശ്വസിപ്പിച്ചു.

വൈകുന്നേരം എന്റെ അച്ഛനുമമ്മയും വന്നപ്പോൾ ഞാൻ വിവരങ്ങൾ പറഞ്ഞു. അച്ഛന് റുക്സാനയെ അറിയില്ല. അമ്മ എന്നോട് റുക്സാന താമസിക്കുന്ന ഇടം എവിടെയാണെന്ന് തിരക്കി. അവിടെയുള്ള കുടുംബശ്രീ അംഗങ്ങളെ അമ്മയ്ക്കറിയാം. അമ്മ അവരെ ഫോണിൽ വിളിച്ച് അന്വേഷിച്ചു. കുറച്ചു സമയം കഴിഞ്ഞപ്പോൾ അമ്മയെ വിളിച്ച് അവർ വിവരങ്ങൾ ധരിപ്പിച്ചു.

റുക്സാനയുടെ വാപ്പ കിടപ്പിലാണ്. കടലിൽ മീൻ പിടിക്കാൻ പോയപ്പോൾ ഒരപകടം നടന്നു. കുറെക്കാലമായി അപകടം നടന്നിട്ട്. അപകടത്തിൽ റുക്സാനയുടെ വാപ്പയുടെ അരയ്ക്കുതാഴെ തളർന്നുപോയി. ഉമ്മ വീടുകളിൽ മത്സ്യം വില്ക്കാൻ പോകും. അങ്ങനെയാണ് അവർ കഴിയുന്നത്. വീട്ടിൽ റുക്സാനയും ഉമ്മയും വാപ്പയും മാത്രം.

അമ്മയും ഞാനും ടീച്ചറമ്മയുടെ വീട്ടിൽ പോയി. ടീച്ചറമ്മയോടും അജീബിനോടും വിവരങ്ങൾ പറഞ്ഞു. റുക്സാന ക്ലാസിൽ ഒന്നിനും പിറകോട്ടു പോകുന്ന കുട്ടിയല്ല. ഇത്രയും വിഷമപ്പെട്ട അവസ്ഥയിൽ ആരും കണ്ടിട്ടുമില്ല.

"റുക്സാനയെ വിഷമപ്പെടുത്തിയ എന്തോ കാര്യം പെട്ടെന്ന് ഉണ്ടായിക്കാണും." ടീച്ചറമ്മ പറഞ്ഞു.

"എന്തായിരിക്കും കാര്യം?" അജി എന്നോട് ചോദിച്ചു. എനിക്ക് ഒന്നും പറയാനായില്ല.

"എന്തായാലും നമുക്ക് നാളെ അവിടെ വരെ പോകാം." ടീച്ചറമ്മ പറഞ്ഞു.

പിറ്റേദിവസം അജിയുടെ വാപ്പ തുണിക്കടയിലേക്ക് പോകും നേരം എന്നെ വിളിച്ചു പറഞ്ഞു.

"അമ്മു ഒമ്പതു മണിക്ക് റെഡിയായി നിന്നോളൂ. അവർ വരും."

ഞാൻ റെഡിയായി നിന്നു. ടീച്ചറമ്മയും അജിയും ഞാനും ഒരു ഓട്ടോറിക്ഷയിൽ റുക്സാനയുടെ വീട്ടിലേക്ക് പോയി. വളവും

തിരിവും നിറഞ്ഞ വഴികളിലൂടെ ഞങ്ങൾ കുറെദൂരം പോയി. ടീച്ചറമ്മയ്ക്ക് എന്റെ അമ്മ പറഞ്ഞു കൊടുത്ത വഴിയിലൂടെ തന്നെയാണ് പോയത്. അവസാനം ഞങ്ങൾ ഒരിടത്ത് ഇറങ്ങി. ഓട്ടോ വിട്ട ശേഷം റോഡിന്റെ താഴേക്കുള്ള വഴിയേ റുക്സാന യുടെ വീട് ചോദിച്ചു നടന്നു.

ഞങ്ങൾ വീട്ടിലേക്ക് കയറുമ്പോൾ റുക്സാനയുടെ അച്ഛ നെയും താങ്ങിയെടുത്ത് ഒരു സ്ത്രീയും പുരുഷനും പുറത്തേക്കു വരുന്ന കാഴ്ചയാണ് കണ്ടത്.

“റുക്സാനയുടെ വീടല്ലേ” ടീച്ചറമ്മ ചോദിച്ചു.

“അതെ.” അതിലൊരാൾ മറുപടി പറഞ്ഞു.

“ഞങ്ങൾ സ്കൂളീന്നുവരികയാ. റുക്സാന ഇല്ലേ” ടീച്ചറമ്മ ചോദിച്ചു.

“മോളേ റുക്സാന ഇറങ്ങിവാ. നിന്നെ കാണാൻ സ്കൂളീന്നു വന്നിരിക്കുന്നു.”

റുക്സാനയുടെ അച്ഛനെ അവർ ബാത്ത്റൂമിലേക്ക് കൊണ്ടു പോകുകയാണെന്ന് മനസ്സിലായി. ബാത്ത്റൂം പുറത്താണ്.

റുക്സാന ഓടിവന്നു. ടീച്ചറമ്മ അവളെ ചേർത്ത് പിടിച്ചു. ഞങ്ങൾ അവളുടെ കൈകളിൽ പിടിച്ചുനിന്നു.

അവളുടെ മുഖത്ത് സന്തോഷവുമുണ്ട്. ഒപ്പം ഉൽക്കണ്ഠയു മുണ്ട്. ഞങ്ങളുടെ വരവിന്റെ ഉദ്ദേശ്യം അവൾക്കറിയില്ലല്ലോ.

“വാപ്പേ കുളിപ്പിക്കാൻ കൊണ്ടുപോയതാ. ഉമ്മായും മാമായും കൂടി” അവൾ പറഞ്ഞു.

“ടീച്ചർ ഇരിക്കൂ.” അവൾ കസേര നീക്കിയിട്ടു പറഞ്ഞു. ഞങ്ങൾ തിണ്ണയിലെ അരഭിത്തിമേൽ ഇരുന്നു.

ടീച്ചറമ്മ കുറെ തമാശകളൊക്കെ അവളോടു പറഞ്ഞുകൊ ണ്ടിരുന്നു. അവളുടെ മുഖത്ത് ചിരി മടങ്ങിവന്നെന്നു തോന്നി. ഞങ്ങൾ എഴുന്നേറ്റ് അവളുടെ തോളിൽ കൈയിട്ടുനിന്നു.

“നിങ്ങൾ വന്നതെന്തിനാ?” അവൾ പതുക്കെ ചോദിച്ചു.

“മോളെ കാണാനും ഉമ്മയെയും വാപ്പയെയും കാണാനും.” ടീച്ചറമ്മ പറഞ്ഞു.

കുറച്ചു സമയം കഴിഞ്ഞപ്പോൾ റുക്സാനയുടെ വാപ്പയെയും താങ്ങിയെടുത്ത് ഉമ്മയും മാമയും വീടിനുള്ളിൽ കയറി വാപ്പയെ

കട്ടിലിൽ കിടത്തി. വാപ്പയെ കുളിപ്പിച്ച് കൊണ്ടുവരുന്നത് കണ്ട് റുക്സാന വേഗം മുറിയിൽ കയറി ബെഡ്ഷീറ്റുമാറ്റി പുതിയത് ഇട്ടു.

“ഞാൻ റുക്സാനയുടെ മാമയാ. സമയമില്ല. ജോലിത്തിരക്ക് ഉണ്ട്. പിന്നെ കാണാം.” ഇറങ്ങാൻ നേരം മാമ പറഞ്ഞു.

ഞങ്ങൾ റുക്സാനയുടെ വാപ്പയുടെ അടുത്തുപോയി. അദ്ദേഹം ഞങ്ങളുടെ കൈകളിൽ പിടിച്ചു.

“പേരെന്താണ്?” ഞങ്ങളോട് ചോദിച്ചു. ഞങ്ങൾ ഓരോരുത്തരും പേര് പറഞ്ഞ് പരിചയപ്പെടുത്തി.

“ഞങ്ങൾ റുക്സാനയുടെ കൂട്ടുകാരാണ്.” ഞങ്ങൾ പറഞ്ഞു.

“ഞാൻ സ്കൂളിലെ ടീച്ചറാണ്.” ടീച്ചറമ്മ പറഞ്ഞു.

“റുക്സാന കൂട്ടുകാരെക്കുറിച്ചൊക്കെ പറയാറുണ്ട്. സ്കൂൾ വിട്ടുവന്നാൽ പിന്നെ എന്റെ അടുത്തു തന്നെ ഉണ്ടാകും. ക്ലാസിൽ നടക്കുന്ന എല്ലാ കാര്യങ്ങളും എന്നെ പറഞ്ഞു കേൾപ്പിക്കാറുണ്ട്.” റുക്സാനയുടെ വാപ്പ പറഞ്ഞു.

റുക്സാനയെയും അമ്മയേയും കൂട്ടി ടീച്ചറമ്മ വീടിന്റെ മുമ്പിലുള്ള തിണ്ണയിൽ വന്നിരുന്നു. റുക്സാനയുടെ അമ്മയോട് ടീച്ചറമ്മ വിവരങ്ങൾ തിരക്കി.

“ഇവിടുത്തെ കാര്യങ്ങളൊന്നും അറിയില്ലായിരുന്നു. ഇന്നലെ റുക്സാന ക്ലാസിൽ വിഷമിച്ചിരുന്ന കാര്യം കുട്ട്യോള് എന്നോട് പറഞ്ഞു. വൈകുന്നേരം കരയുകയും ചെയ്തു. കാര്യമൊട്ടു പറഞ്ഞതുമില്ല. അതാ ഞങ്ങളിങ്ങോട്ട് വന്നേ.” ടീച്ചറമ്മ പറഞ്ഞു.

“അതെയോ. ഇന്നലെ രാവിലെ അവൾ സ്കൂളിൽ പോകാന്നേരം എനിക്ക് നെഞ്ചുവേദന വന്നു. അതു കണ്ട് അവൾ വിഷമിച്ചു. കുറച്ചു കഴിഞ്ഞപ്പോൾ ആശ്വാസം തോന്നി. അവൾ എന്റെ കൂടെ നില്ക്കാമെന്ന് പറഞ്ഞു. ഞാൻ സ്കൂളിൽ നിർബ്ബന്ധിച്ച് പറഞ്ഞുവിട്ടു.” റുക്സാനയുടെ അമ്മ പറഞ്ഞു.

“അവൾ ഭയന്നിട്ടുണ്ടാകും. അതാ കരഞ്ഞത്” ടീച്ചറമ്മ പറഞ്ഞു. ഇതുകേട്ട് റുക്സാന വീണ്ടും കരയാൻ തുടങ്ങി.

“അയ്യേ ഇങ്ങനെ തളർന്നാലോ. ഞങ്ങൾ ഒപ്പമില്ലേ. ഉമ്മാക്ക് ഒന്നുമില്ല കേട്ടോ?” അജി അവളുടെ കൈയിൽ പിടിച്ച് ആശ്വസിപ്പിച്ചു.

അജിയുടെ വാക്കുകൾ അവൾക്കും ഉമ്മയ്ക്കും ആശ്വാസം നല്കി.

“കാപ്പിയിടാൻ ഞാൻ മറന്നു.” റുക്സാനയുടെ ഉമ്മ പറഞ്ഞു.

“അതിനൊന്നും ശ്രമിക്കണ്ട. പിന്നീടൊരിക്കൽ ആകാം.”

ടീച്ചറമ്മ പറഞ്ഞു. ടീച്ചറമ്മ റുക്സാനയുടെ ഉമ്മയെയും കൂട്ടി അടുക്കളയിലേക്ക് പോയി. ടീച്ചറമ്മ ബാഗ് തുറന്ന് ഒരു കവർ റുക്സാനയുടെ അമ്മയെ ഏല്പിച്ചു. അവർ വാങ്ങാൻ തയ്യാറാ യില്ല. നിർബ്ബന്ധിച്ചു കൊടുത്തു. അല്പസമയത്തിനു ശേഷം അവർ തിരിച്ചെത്തി.

ടീച്ചറമ്മ ഞങ്ങളെയും കൂട്ടി റുക്സാനയുടെ വാപ്പയുടെ അടു ത്തുപോയി.

“ഞങ്ങൾ ഇറങ്ങുവാ. ഇനിയും വരും. സന്തോഷമായി ഇരി ക്കുക. ഞങ്ങളുണ്ട് കൂടെ.” ടീച്ചറമ്മയുടെ വാക്കുകൾ കേട്ട് റുക്സാനയുടെ വാപ്പ കൈകൾ കൂപ്പി.

ഞങ്ങളോടൊപ്പം റുക്സാനയും ഉമ്മയും ഇറങ്ങിവന്നു റോഡരികിൽ വരെ. അവിടെ തിരിച്ചുപോകാൻ ഓട്ടോ വന്നുകി ടപ്പുണ്ടായിരുന്നു.

“റുക്സാന മോളേ സന്തോഷമായിരിക്കൂ.” റുക്സാനയെ കെട്ടിപ്പിടിച്ച് ടീച്ചറമ്മ ഉമ്മ കൊടുത്തുകൊണ്ട് പറഞ്ഞു. ഞാനും റുക്സാനയ്ക്ക് ഉമ്മ കൊടുത്തു.

“റുക്സാനയുടെ ഉമ്മ ആശുപത്രിയിൽ പോയി ഡോക്ടറെ കാണണം” അജീബ് പറഞ്ഞു.

ഞങ്ങൾ കൈവീശി യാത്ര പറഞ്ഞു.

വീട്ടിൽ ചെന്ന് അജി ചർച്ച തുടങ്ങി. അവന്റെ മനസ്സിൽ ചില പദ്ധതികൾ ഉണ്ടെന്ന് മനസ്സിലായി.

“ഉമ്മാ എനിക്ക് രണ്ടു കാര്യങ്ങൾ പറയാനുണ്ട്.”

“എന്താണ് പറയൂ.” ടീച്ചറമ്മ പറഞ്ഞു.

“റുക്സാനയുടെ വാപ്പയ്ക്കുവേണ്ടി ഒരു വീൽച്ചെയർ വാങ്ങ ണം. അതാണ് ഒന്നാമത്തെ കാര്യം.”

“അപ്പോൾ രണ്ടാമത്തെതോ?”

“റുക്സാനയുടെ വീട്ടിലെ കക്കൂസും കുളിമുറിയും പുറത്താ ണ്. മുറിയോട് ചേർന്ന് കക്കൂസും കുളിമുറിയും ഉണ്ടായാൽ എത്ര

നന്നായിരുന്നു." അജി പറഞ്ഞു.

ഞങ്ങൾ അതു കേട്ടിരുന്നു.

"ഇനി ഒന്നു കൂടെയുണ്ട് ഉമ്മ. വീൽച്ചെയറിൽ ഇരുന്ന് അദ്ദേഹത്തിന് എല്ലാ മുറികളിലും ഉമ്മറത്തും ഒക്കെ എത്താൻ പറ്റണം. അതിന് തടസ്സം ഉണ്ടാകരുത്. വീടിന്റെ തിണ്ണയ്ക്ക് ചരിവ് വേണം." അജീബ് പറഞ്ഞു.

നോക്കൂ കൂട്ടുകാരെ എത്ര കൃത്യമായിട്ടാണ് അജി കാര്യങ്ങളെക്കുറിച്ച് ചിന്തിക്കുന്നത്.

സന്തോഷംകൊണ്ട് ഞങ്ങൾ അവനെ കെട്ടിപ്പിടിച്ചു.

അന്നുരാത്രി എല്ലാവരും ടീച്ചറമ്മയുടെ വീട്ടിൽ ഒത്തുചേർന്നു.

അവൻ കാര്യങ്ങൾ അവതരിപ്പിച്ചു.

ഇതിനുള്ള സാമ്പത്തികം എങ്ങനെ കണ്ടെത്തും?

"വീൽച്ചെയർ ഞാൻ വാങ്ങിത്തരാം. അത് സ്കൂളിന്റെ വകയായി റുക്സാനയുടെ വാപ്പയ്ക്ക് നല്കണം." അജിയുടെ വാപ്പ പറഞ്ഞു.

"കുളിപ്പുര, കക്കൂസ് തുടങ്ങിയ കാര്യങ്ങൾക്കു വേണ്ട പ്ലാൻ ഞങ്ങൾ തയ്യാറാക്കാം. നിർമ്മിക്കുന്നതിനുള്ള ലേബർ ഞങ്ങളുടെ വക." അച്ഛൻ പറഞ്ഞു.

"അപ്പോൾ ഇനി വേണ്ടത് നിർമ്മാണ സാമഗ്രികളാണ്. അത് സംഘടിപ്പിക്കുന്നതിനുള്ള സഹായം നമുക്ക് തേടാം. എന്തായാലും കണക്ക് തയ്യാറാക്കട്ടെ." ടീച്ചറമ്മ പറഞ്ഞു.

പിന്നെയെല്ലാം പെട്ടെന്നായിരുന്നു. അജി ഒരു നിവേദനം തയ്യാറാക്കി ഹെഡ്മിസ്ട്രസിന് നല്കി. റുക്സാനയുടെ വാപ്പയ്ക്ക് സഹായം നല്കുന്നതിന് ക്ലാസിലെ കുട്ടികളിൽനിന്നും ഒരു ചെറിയ തുക സംഭാവനയായി സ്വീകരിക്കണമെന്ന് അവനാഗ്രഹമുണ്ടായിരുന്നു. ഇക്കാര്യം അവൻ എല്ലാവരുമായി ചർച്ച ചെയ്തു. റുക്സാനയുടെ സമ്മതവും വാങ്ങി. വിവരം ക്ലാസ്ടീച്ചറെ അറിയിച്ചു. ഹെഡ്മിസ്ട്രസിന്റെ സമ്മതത്തോടെ അജി സഹായത്തിനായി ക്ലാസിലെ കുട്ടികളോട് അഭ്യർത്ഥിച്ചു. എല്ലാ കുട്ടികളും അവരുടെ രക്ഷിതാക്കളുമായി ചർച്ച ചെയ്ത് അവർക്ക് സഹായിക്കാൻ കഴിയുന്ന തുക ശേഖരിച്ച് കൊണ്ടുവന്ന്

അജിയെ ഏല്പിച്ചു. അതവൻ ക്ലാസ് ടീച്ചറെ ഏല്പിച്ചു.

ഇതിനിടയിൽ എന്റെ അച്ഛൻ റുക്സാനയുടെ വീട്ടിൽ പോയി പ്ലാൻ തയ്യാറാക്കി. സാമഗ്രികളെക്കുറിച്ചും ചെലവാകുന്ന തുകയെക്കുറിച്ചുള്ള കണക്കുകൾ ഉൾപ്പെടെ ടീച്ചറമ്മയെ ഏല്പിച്ചു. സ്കൂളിലെ ടീച്ചർമാരും നാട്ടിലെ ഉറ്റവരും അജിയുടെ ഉദ്യമത്തിന് പിന്തുണനല്കി. രണ്ടു മാസത്തിനുള്ളിൽ അവന്റെ പദ്ധതി വിജയത്തിലെത്തി. ഇന്ന് റുക്സാനയുടെ വീട്ടിൽ സന്തോഷം തിരതല്ലുകയാണ്. ഇനി നിങ്ങളാണ് അജിയെക്കുറിച്ച് പറയേണ്ടത്. ഇഷ്ടപ്പെട്ടോ അജിയെ?

ഒരു ദിവസം ഞാനവന്റെ വീട്ടിൽ ചെന്നപ്പോൾ അവൻ ഒരു പോസ്റ്റർ തയ്യാറാക്കിക്കൊണ്ടിരിക്കുന്നു. കടലിന്റെ പശ്ചാത്തലം. അതിൽ അവൻ ഇങ്ങനെ എഴുതി:

'കൂട്ടുകാരോടുള്ള ഞങ്ങളുടെ സ്നേഹം കടലിനേക്കാൾ തിരമാലകളേക്കാൾ ഊർജ്ജസ്വലം.'

അമ്മുവിനെയും അജിയെയും റുക്സാനയെയും ടീച്ചറമ്മയെയുമൊക്കെ നിങ്ങൾ പരിചയപ്പെട്ടുവല്ലോ. ഇനി അമ്മുവിന്റെ കടൽച്ചിന്തകളിലേക്ക് കടക്കാം.

ഒരു ഞായറാഴ്ച വൈകുന്നേരം. കടപ്പുറത്ത് അച്ഛന്റെ തോളിൽ തലചാച്ചിരുന്ന് കടലിനോടുരിയാടുന്ന അമ്മു. പടിഞ്ഞാറെ ചക്രവാളം തുടുക്കാൻ തുടങ്ങിയിരിക്കുന്നു. അമ്മുവിന്റെ സ്വപ്നങ്ങൾക്ക് നിറക്കൂട്ട് നല്കി നീങ്ങുന്ന മേഘങ്ങൾ.

മേഘങ്ങളുടെ ചിത്രങ്ങളിൽ ഒന്നിൽ അവൾ ഗാന്ധിജിയെ കണ്ടു. ഗാന്ധിജിയുടെ കൈയിലിരിക്കുന്ന വടിയുടെ അറ്റം പിടിച്ചു നീങ്ങുന്ന ഒരു കുട്ടിയെ കണ്ടു. പെട്ടെന്ന് അവളുടെ ഓർമ്മയിൽ ഗാന്ധിജി പറഞ്ഞ ചില കാര്യങ്ങൾ തെളിഞ്ഞു. ഏതോ പുസ്തകത്തിൽ അവൾ വായിച്ചതാണ്. പുസ്തകം ഓർമ്മയിൽ എത്തിയില്ല. മനുഷ്യകുലത്തെക്കുറിച്ച് ഗാന്ധിജി പറഞ്ഞ വാക്കുകളാണവ.

"മനുഷ്യകുലത്തെക്കുറിച്ച് നിങ്ങൾക്കുള്ള വിശ്വാസം നഷ്ടപ്പെടരുത്. മനുഷ്യകുലം ഒരു സമുദ്രമാണ്. സമുദ്രത്തിലെ ഏതാനും തുള്ളികൾ മലിനപ്പെട്ടാലും സമുദ്രമൊന്നാകെ അശുദ്ധമാകില്ല."

മനുഷ്യകുലത്തെ സമുദ്രവുമായി ബന്ധിപ്പിച്ചു ഗാന്ധിജി പറഞ്ഞ കാര്യങ്ങളെ അവൾ മനനം ചെയ്തുനോക്കി. എത്ര അർത്ഥവത്താണവ. സമുദ്രം എത്ര വിശുദ്ധമാണ്. കടലിൽ നിന്നാണല്ലോ ജീവൻ ഉത്ഭവിച്ചത്. ആദ്യം ഏകകോശജീവികൾ പിന്നെ ബഹുകോശജീവികൾ. അങ്ങനെ പരിണമിച്ച് വാനരനും നരനും. അപ്പോൾ സമുദ്രത്തിനുള്ള വിശുദ്ധി എല്ലാ ജീവജാലകങ്ങൾക്കുമുണ്ട്. അവളുടെ ചിന്തകൾക്ക് ചിറകുകൾ വച്ചു.

തിരമാലകളുടെ നൃത്തത്തിന് ചാതുര്യം കൂടിവരുന്നത് അവൾ ശ്രദ്ധിച്ചു. അവൾ എഴുന്നേറ്റ് മെല്ലെ നടന്നു. കടലിന്റെ നാദം അവളുടെ മനസ്സിൽ മണിവീണ മീട്ടാൻ തുടങ്ങി. കടലിന്റെ താളം അവളുടെ പാദസരം കിലുക്കാൻ തുടങ്ങി. അമ്മുവിലെ നർത്തകി അവളിൽ നിന്നിറങ്ങിവന്നു. അവളുടെ നൃത്തം കണ്ട് തിരമാലകൾ അവളുടെ പാദങ്ങളെ തഴുകാനെത്തി. കടലമ്മയും അവളോടൊപ്പം നൃത്തം ചെയ്യുന്നതുപോലെ അവൾക്ക് തോന്നി. അമ്മുവിന്റെ നൃത്തച്ചുവടുകൾ ആസ്വദിച്ചു അച്ഛനും അസ്തമയസൂര്യനും നോക്കിനിന്നു.

നൃത്തം അവസാനിച്ച് അവൾ ഓടിവന്ന് അച്ഛനെ കെട്ടിപ്പിടിച്ചു. അവളുടെ കണ്ണുകളിൽ അച്ഛൻ സൂര്യന്റെ തിളക്കം കണ്ടു. അവളുടെ മുടികളിൽ കടൽക്കാറ്റ് കണ്ടു. അവളുടെ ചുണ്ടുകളിൽ കടലിന്റെ സ്വാദറിഞ്ഞു.

അസ്തമയസൂര്യൻ താഴാൻ തുടങ്ങി. അമ്മുവിനെ വിട്ടുപോകാനൊരു മടിയുണ്ടെന്ന് തോന്നുന്നു.

"അച്ഛാ നോക്കൂ അങ്ങവിടെ... സൂര്യൻ താഴാൻ പോകുന്നിടത്ത്... കടലും ആകാശവും ചേരുന്നിടത്ത് അതാ അമ്മയുടെ മുഖം." അമ്മു ദൂരെ വിരൽ ചൂണ്ടി അച്ഛനോട് പറഞ്ഞു.

"അമ്മയുടെ നെറ്റിയിലെ സിന്ദൂരപ്പൊട്ടാണ് അസ്തമയസൂര്യൻ." അവൾ അച്ഛനോട് പറഞ്ഞു.

അങ്ങ് പടിഞ്ഞാറേ ചക്രവാളത്തിൽ അവൾ അവളുടെ അമ്മയുടെ മുഖം കണ്ടു. അതിനെക്കുറിച്ച് അവൾ വർണ്ണിക്കാൻ തുടങ്ങി. അവളുടെ വർണ്ണന അച്ഛനും ആസ്വദിച്ചു.

സൂര്യൻ മെല്ലെ താഴ്ന്നുകൊണ്ടിരുന്നു. സൂര്യൻ യാത്രാമൊഴി ചൊല്ലുന്നതായി അവൾക്ക് തോന്നി. നാളെ വീണ്ടും കാണാം

എന്ന് പറയുന്നതായി അവൾക്ക് തോന്നി. അമ്മു സൂര്യന് തിരിച്ച് കൈവീശി യാത്രാമൊഴി ചൊല്ലി. "ഞങ്ങളെ വിട്ടുപോയ സൂര്യൻ ഭൂമിയിൽ മറ്റെവിടെയോ ഉദയസൂര്യനായി പൊന്തുന്നുണ്ടാകും." അവൾ അങ്ങനെ ചിന്തിച്ച് അച്ഛനോടൊപ്പം വീട്ടിലേക്ക് മടങ്ങാൻ തിരിഞ്ഞു. പെട്ടെന്ന് അവൾക്ക് കടലമ്മയോട് എന്തോ പറയണമെന്ന് തോന്നി. അവൾ തിരിഞ്ഞ് കടലമ്മയെ നോക്കി ഇരുകൈകളുമുയർത്തിപ്പറഞ്ഞു:

"കടലമ്മേ നിനക്കൊരായിരം നന്ദി.
എന്നിൽ ജിജ്ഞാസയുടെ കനലെരിക്കുന്നതിന്,
എന്നിൽ വിനയത്തിന്റെ നീർത്തുള്ളികൾ
നിറയ്ക്കുന്നതിന്,
എന്റെ പ്രവർത്തനങ്ങളെ മറ്റുള്ളവർക്ക്
സ്വാദിഷ്ടമാക്കുന്നതിന്,
നീ എനിക്കു നല്കിയ സ്വപ്നങ്ങളുടെ നിറക്കൂട്ടിന്
കടലമ്മേ നിനക്കൊരായിരം നന്ദി."

"അമ്മു ഇന്നു മതി. ബാക്കി അടുത്ത ദിവസം കടലമ്മയോട് പറയാം." അമ്മുവിന്റെ അച്ഛൻ പറഞ്ഞു.

അവൾ തിരിച്ച് അച്ഛനടുത്തെത്തി. രണ്ടുപേരും വീട്ടിലേക്ക് നടന്നു.

വീട്ടിലെത്തിയ ഉടൻ അവൾ ഓടിച്ചെന്ന് അമ്മയെ കെട്ടിപ്പിടിച്ചു.

"അമ്മേ ഇന്ന് കടലിന് അമ്മയുടെ ചന്തമായിരുന്നു." അവൾ അമ്മയുടെ ചെവിയിൽ പറഞ്ഞു. അതുകേട്ട് അമ്മ ചിരിച്ചു. അവൾ അനിയനെ കെട്ടിപ്പിടിച്ചു.

"ഇന്ന് തിരമാലകൾക്ക് നിന്റെ കുസൃതിയായിരുന്നു." അനിയൻ അത് കേൾക്കാത്ത ഭാവം നടിച്ചു.

അമ്മു തന്റെ അമ്മിണിക്കുട്ടിയുടെ അടുത്ത് ചെന്നിരുന്നു. അവളടുത്തിരുന്ന് കടലമ്മയുടെ വിശേഷങ്ങൾ തട്ടിവിട്ടു. അമ്മിണിക്കുട്ടി കഴുത്തിലെ മണികിലുക്കി അത് കേട്ടുകൊണ്ടിരുന്നു.

അമ്മിണിക്കുട്ടിക്ക് അമ്മുവിന്റെ സ്വഭാവമറിയാം. എന്നും കുറെ വിശേഷങ്ങൾ അമ്മിണിക്കുട്ടിയുമായി അമ്മു പങ്കുവയ്ക്കും. അമ്മിണിക്കുട്ടി മണികിലുക്കി അതിനോട് പ്രതികരിക്കും. അമ്മു കഥ പറയാൻ വന്നില്ലെങ്കിൽ അമ്മിണി നീട്ടി ഒരു കര

ച്ചിൽ കരയും. അതു കേൾക്കുമ്പോൾ അമ്മുവിനറിയാം അമ്മുവിനെത്തന്നെയാണ് വിളിക്കുന്നതെന്ന്.

അന്നും കടൽവിശേഷങ്ങളുമായി ടീച്ചറമ്മയെ കാണാൻ പോയി.

"ടീച്ചറമ്മേ ടീച്ചറമ്മേ ഇന്ന് കടലമ്മ എനിക്ക് ടീച്ചറമ്മയെപ്പോലെ ഒരദ്ധ്യാപികയായിരുന്നു. ഒത്തിരി ചിന്തകൾ എനിക്ക് പകർന്നുതന്നു." അവൾ ടീച്ചറമ്മയോട് പറഞ്ഞു.

കടൽക്കരയിൽ ഇരുന്നപ്പോൾ അവളുടെ മനസ്സിലൂടെ കടന്നുപോയ ചിന്തകൾ അവൾ ടീച്ചറമ്മയുമായി പങ്കുവച്ചു. തിരമാലകൾക്കൊപ്പം നൃത്തംചവിട്ടിയതും ചക്രവാളസീമയിൽ അമ്മയുടെ മുഖം കണ്ടതും മേഘക്കൂട്ടത്തിലെ ഗാന്ധിചിത്രവുമൊക്കെ അവൾ ടീച്ചറമ്മയുമായി പങ്കുവച്ചു. കഥ കേൾക്കാൻ അജീബും കൂടിയിരുന്നു. കടൽത്തീരത്ത് പോയി തിരിച്ചെത്തിയാൽ അമ്മു അങ്ങനെയാണ് കടൽവിശേഷങ്ങളുമായി അവിടെത്തും.

"അയ്യോ ഇന്ന് അമ്മുവിന്റെ കടൽച്ചിന്തകളിൽ ഞാനില്ലേ? എന്നാലും ഞാൻ നിന്റെ പുന്നാര കൂട്ടുകാരനല്ലേ. എന്നെ വിട്ടുപോയല്ലോ." അജീബ് അമ്മുവിനെ ചൊടിപ്പിച്ചുകൊണ്ടു ചോദിച്ചു.

"ഇന്ന് നീ ആകാശത്തായിരുന്നു" അമ്മു പറഞ്ഞു.

"അയ്യോ. ആകാശത്തോ. അവിടെ എന്തെടുക്കുകയായിരുന്നു." അജീബ് ആകാംക്ഷയോടെ ചോദിച്ചു.

"ഇന്ന് അജിയെനിക്ക് ആകാശത്തെ ചിത്രകാരനായിരുന്നു. മേഘത്തുണ്ടുകൾകൊണ്ട് കൊളാഷ് തീർത്ത് അതിൽ നിറക്കൂട്ടുകൾ നല്കിയ ചിത്രകാരൻ." അമ്മു പറഞ്ഞു.

അജീബും ടീച്ചറമ്മയും പൊട്ടിച്ചിരിച്ചു.

പതിവുപോലെ അമ്മു തന്റെ ഡയറി എടുത്തു. അവളുടെ കടൽച്ചിന്തകൾ കുറിക്കാൻ തുടങ്ങി.

സായാഹ്നം. കടൽക്കരയിൽ കടൽക്കാഴ്ചകൾ കണ്ടിരിക്കുമ്പോൾ തന്റെ ചിന്താസാഗരത്തിൽ അലയടിക്കുന്നത് എത്രയെത്ര ചോദ്യങ്ങളാണ്? അമ്മുവിന്റെ മനസ്സിൽ കടൽക്കാഴ്ചകൾ നിരനിരയായി വന്നു. തിരമാലകളിൽനിന്നു തുടങ്ങാം. അവൾ തീരുമാനിച്ചു.

എന്താണ് തിരമാല? തിരമാലകൾ ഉണ്ടാകുന്നതെങ്ങനെയാണ്? തിരമാലകൾ കടലിന്റെ എല്ലാഭാഗത്തും ഉണ്ടാകുന്നുണ്ടോ? തിരമാലകൾ പലതരത്തിലുണ്ടോ?

സുനാമി തിരമാലകളെക്കുറിച്ച് അമ്മു വായിച്ചിട്ടുണ്ട്. പണ്ട് സുനാമി വന്ന കഥ അവൾ കേട്ടിട്ടുണ്ട്. വായിച്ചിട്ടുണ്ട്. തിരമാലകൾ രാക്ഷസരൂപം പൂണ്ട് വന്നു എന്നാ കേട്ടത്. സുനാമിയെക്കുറിച്ച് വലിയ അറിവ് അമ്മുവിന് ഉണ്ടായിരുന്നില്ല.

പെട്ടെന്ന് അവളുടെ മനസ്സിൽ രണ്ടു വാക്കുകൾ കടന്നുവന്നു. കടലും സമുദ്രവും. അഞ്ച് സമുദ്രങ്ങളെക്കുറിച്ച് അവൾ പഠിച്ചിട്ടുണ്ട്. പസഫിക് സമുദ്രം, അറ്റ്ലാന്റിക് സമുദ്രം, ഇന്ത്യൻ സമുദ്രം, ആർട്ടിക് സമുദ്രം, അന്റാർട്ടിക് സമുദ്രം എന്നീ സമുദ്രങ്ങൾ അവളുടെ മനസ്സിൽ കടന്നുവന്നു. അവയുടെ സ്ഥാനത്തെക്കുറിച്ച് അവൾ ചിന്തിച്ചു. ഗ്ലോബിൽ ഒന്നുകൂടി നോക്കിയാലോ? അവൾ ആഗ്രഹിച്ചു.

അജീബിന്റെ കൈയിൽ ഗ്ലോബുണ്ട്. അങ്ങോട്ട് പൊയ്ക്കളയാം. അവൾ ഗ്ലോബ് നോക്കാൻ അജീബിന്റെ അടുത്തുപോയി. ഗ്ലോബെടുത്ത് ലോകത്തെ സമുദ്രങ്ങളുടെ സ്ഥാനങ്ങൾ തെരയാൻ തുടങ്ങി. ഗ്ലോബ് നിരീക്ഷിച്ച് സമുദ്രങ്ങളുടെ സ്ഥാനം ഒന്നുകൂടി അവർ നിരീക്ഷിച്ചു. കുറെ ചോദ്യങ്ങൾ മനസ്സിൽ കുറിച്ചിട്ടാണ് അവൾ തിരികെവന്നത്. തിരികെ വന്ന് അവ കുറിക്കാൻ തുടങ്ങി.

കടലും സമുദ്രവും ഒന്നാണോ? എങ്ങനെയാണ് അവ വ്യത്യാസപ്പെട്ടിരിക്കുന്നത്? ലോകത്ത് എത്ര കടലുകൾ ഉണ്ടാകും? സമുദ്രങ്ങൾ തമ്മിൽ എങ്ങനെ വ്യത്യാസപ്പെട്ടിരിക്കുന്നു? ആഴം കൂടിയത് ഏതിനാണ്? വിസ്തൃതി കൂടിയത് ഏതിനാണ്? ചൂട് കൂടിയത് ഏതിനാണ്? തണുപ്പ് കൂടിയത് ഏതിനാണ്? സമുദ്രങ്ങൾക്ക് നീലനിറം വന്നതെങ്ങനെ? നീലനിറമില്ലാത്ത സമുദ്രമുണ്ടോ? കടൽത്തീരങ്ങളില്ലാത്ത രാജ്യങ്ങളുണ്ടോ?

അമ്മു കണ്ണടച്ചിരുന്നു. കടൽക്കാറ്റ് അവളെ തഴുകുന്നതുപോലെ അവൾക്ക് തോന്നി. കാതിൽ തിരമാലകളുടെ കലമ്പലുകൾ അവൾ കേട്ടു. അവളുടെ മനസ്സ് ഒരു കടൽപ്പക്ഷിയായി പറന്നുപൊങ്ങി.

സമുദ്രത്തിന്റെ മുകൾത്തട്ടിൽ വീഴുന്ന സൂര്യപ്രകാശം അടിത്തട്ടുവരെ പോകുമോ? അടിത്തട്ട് എപ്പോഴും ഇരുട്ടായിരിക്കുമോ? സമുദ്രത്തിന്റെ മദ്ധ്യമേഖല എങ്ങനെയായിരിക്കും? മദ്ധ്യഭാഗം കൂടാതെ വേറെ മേഖലകളുണ്ടോ?

എങ്കിൽ അവ എങ്ങനെ വ്യത്യാസപ്പെട്ടിരിക്കും?

അവളുടെ ജിജ്ഞാസ വർദ്ധിച്ചുകൊണ്ടിരുന്നു. സമുദ്രഭാഗങ്ങൾ അവൾ ഭാവനയിൽ കാണാൻ ശ്രമിച്ചു.

'കടലമ്മ അത്രയ്ക്ക് നിഗൂഢമാണോ?' അവൾ സ്വയം പറഞ്ഞു.

അമ്മു മെല്ലെ എഴുന്നേറ്റു. ജനലിലൂടെ പുറത്തേക്ക് നോക്കി.

'അതാ അമ്പിളിഅമ്മാവൻ. വട്ടമുഖമാണല്ലോ ഇന്ന്.'

അമ്പിളിഅമ്മാവൻ അവളെ നോക്കി ചിരിക്കുന്നതായി അവൾക്കു തോന്നി.

"എന്നെയും കാത്ത് നില്പായിരുന്നു അല്ലേ" അവൾ അമ്പിളിമാമനോട് ചോദിച്ചു.

ജനാലക്കമ്പികളിൽ പിടിച്ചുകൊണ്ട് അവൾ അമ്പിളിമാമനോട് സംസാരിച്ചു:

"അമ്പിളിമാമാ എന്റെ മനസ്സുനിറയെ ഇപ്പോൾ കടൽ നിറഞ്ഞു നില്ക്കുകയാണ്. എന്റെ മനസ്സിലെ തിരമാലകളുടെ സംഗീതം നീ കേൾക്കുന്നില്ലേ."

പെട്ടെന്ന് അവളുടെ മനസ്സിൽ പുതിയ ചില ചോദ്യങ്ങൾ കടന്നുവന്നു.

അവൾ വീണ്ടും ചോദ്യങ്ങൾ ഡയറിയിൽ എഴുതാൻ തുടങ്ങി:

ചന്ദ്രനിൽ സമുദ്രമുണ്ടോ? ഭൂമി ഒഴിച്ച് സൗരയൂഥത്തിൽ ഏതെങ്കിലും ഗ്രഹങ്ങളിൽ സമുദ്രമുണ്ടോ? ഉപഗ്രഹങ്ങളിലോ?

'സമുദ്രങ്ങൾ ഉണ്ടെങ്കിൽ ജീവജാലങ്ങൾ ഉണ്ടാകണ്ടേ? പക്ഷേ, അങ്ങനെയൊന്നും പറഞ്ഞു കേട്ടിട്ടില്ലല്ലോ.' അവൾ ചിന്തിച്ചു.

അവൾ വീണ്ടും അമ്പിളിമാമന്റെ ചിരിയിലേക്ക് മടങ്ങിവന്നു.

'സ്പുട്നിക്-1' അവൾ മന്ത്രിച്ചു. 1957 ഒക്ടോബർ 4. അന്നായിരുന്നു സോവിയറ്റ് യൂണിയൻ സ്പുട്നിക്-1 എന്ന കൃത്രിമ

ഉപഗ്രഹം ബഹിരാകാശത്തേക്ക് വിക്ഷേപിച്ചത്. അത് കുതിച്ചുയർന്ന് ഭൂമിയെ വലംവച്ചതോടെ ബഹിരാകാശയുഗത്തിന് തുടക്കമായി. ബഹിരാകാശയാത്രകളെക്കുറിച്ചുള്ള ചില ചിന്തകൾ ചിറകടിച്ചു. 1961 ഏപ്രിൽ 12. അന്നായിരുന്നു യൂറിഗഗാറിൻ ബഹിരാകാശയാത്ര നടത്തിയത്. മനുഷ്യന്റെ ആദ്യബഹിരാകാശയാത്ര. ഒരുമാസം കഴിഞ്ഞ് അലൻ ബി ഷെപ്പേർഡും ബഹിരാകാശയാത്ര നടത്തി. 1961 മെയ് 5 നായിരുന്നു ആ യാത്ര. ഒറ്റയ്ക്കാണ് അവർ യാത്ര നടത്തിയത്.

അമ്പിളിമാമന്റെ വീട്ടിൽ മനുഷ്യൻ ആദ്യം കാലുകുത്തിയ കാര്യം അവളുടെ മനസ്സിലേക്ക് കടന്നുവന്നു. 1969 ജൂലൈ 21. മനുഷ്യൻ ചന്ദ്രനിൽ ആദ്യം കാലുകുത്തിയ ദിനം. നീൽ ആംസ്ട്രോങ്, എഡ്വിൻ ആൽഡ്രിൻ, മൈക്കൽ കോളിൻസ് എന്നിവരുടെ ചിത്രങ്ങൾ അവളുടെ മനസ്സിൽ കടന്നുവന്നു. സ്കൂളിൽ നടന്ന ചാന്ദ്രദിനാചരണം അവൾ ഓർത്തെടുത്തു. നീൽ ആംസ്ട്രോങ് ആയി വേഷമിട്ടു വന്നത് അജീബായിരുന്നു. "വാലന്റീന തെരഷ്കോവ." അവൾ വിളിച്ചു. "ബഹിരാകാശത്ത് സ്ത്രീയുടെ മുന്നേറ്റം."

ആംസ്ട്രോങ് ചന്ദ്രനിൽ കാല്കുത്തിയപ്പോൾ പറഞ്ഞ ചരിത്രപ്രസിദ്ധമായ വാക്കുകൾ അവളുടെ മനസ്സിൽ തെളിഞ്ഞുവന്നു.

'ഒരു മനുഷ്യന് ചെറിയ ഒരു കാൽവെയ്പ്, മാനവരാശിക്ക് മഹത്തായൊരു കുതിച്ചുചാട്ടവും.'

ഓർമ്മയിൽ ഓടിയെത്തിയ ആ വരികൾ അവൾ ഡയറിയിൽ കുറിച്ചുവച്ചു.

ബഹിരാകാശത്തെത്തിയ ആദ്യ ഭാരതീയൻ രാകേഷ് ശർമ്മയെക്കുറിച്ചും അവൾ ഓർത്തു. കല്പനാചൗള അവളുടെ മനസ്സിൽ കടന്നുവന്നു. അവളുടെ കണ്ണുകൾ ഈറനണിഞ്ഞു. എങ്കിലും വല്ലാത്ത ആത്മാഭിമാനം അവൾക്കു തോന്നി. 'അമ്പിളിമാമന്റെ വീട്ടിൽ ഒരു വനിതയുടെ കാല്പാട് വീണിട്ടുണ്ടോ?' അവൾ സ്വയം ചോദിച്ചു. അതിനുള്ള ഉത്തരവും അവൾക്കറിയാമായിരുന്നു.

കുഞ്ഞനുജൻ മുറിയിൽ വന്നു കാട്ടിക്കൂട്ടിയ കുസൃതികളൊന്നും അവൾ അറിഞ്ഞില്ല. ചിന്തകളുടെ കടിഞ്ഞാൺ അവൾ

മുറുകെ പിടിച്ചിരുന്നു. അവളുടെ മനസ്സിൽ വരുന്ന ചോദ്യങ്ങൾ എഴുതാൻ വിരലുകളും പേനയും തയ്യാറായിനിന്നു.

മനുഷ്യൻ ചന്ദ്രനിൽ ഇറങ്ങിയിട്ടുണ്ടല്ലോ? സമുദ്രത്തിന്റെ അഗാധതയിലേക്ക് ആരെങ്കിലും പോയിട്ടുണ്ടോ? സമുദ്രത്തിന്റെ അടിത്തട്ടിൽ മനുഷ്യൻ കാലുകുത്തിയിട്ടുണ്ടോ? ആരാണവർ? അവരിൽ വനിതകളുണ്ടോ? എത്ര സമയം അവർ അവിടെ ചെലവഴിച്ചിട്ടുണ്ടാകും? അവർ എന്തെങ്കിലും ശേഖരിച്ചു കൊണ്ടുവന്നിരുന്നോ? എന്തെങ്കിലും പരീക്ഷണങ്ങൾ അവർ നടത്തിയിട്ടുണ്ടായിരുന്നോ? കടലിന്റെ അഗാധതയെക്കുറിച്ച് അവർ എന്തൊക്കെയാണ് പറഞ്ഞിട്ടുള്ളത്? സമുദ്രത്തിന്റെ അടിയിലേക്കുള്ള യാത്രയുടെ വിശേഷങ്ങളറിയുവാൻ അവളുടെ അടങ്ങാത്ത ആഗ്രഹം കണ്ട് അമ്പിളിമാമനും സന്തോഷിച്ചിട്ടുണ്ടാകും.

"അമ്മുചേച്ചി എനിക്കു വിശക്കുന്നു. എണീറ്റ് വാ." അനുജൻ അമ്മുവിനെ കുലുക്കിവിളിച്ചു. ഇതവിടെ പതിവാണ്. രാത്രിയിൽ എല്ലാവർക്കും ആഹാരം എടുത്തുവയ്ക്കുന്നത് അമ്മുവും അച്ചുവും ചേർന്നാണ്. ചില ദിവസങ്ങളിൽ അജീബും ഊണു കഴിക്കാൻ കൂടും.

ആഹാരം കഴിച്ച് എല്ലാവരും കിടന്നു. അമ്മുവിന് എന്തോ ഉറക്കം വരുന്നില്ല. അവൾ തിരിഞ്ഞും മറിഞ്ഞും കിടന്നു. അച്ചു ഉറക്കമായി. അവനങ്ങനെയാണ്. കിടന്നാൽ ഉടൻ ഉറങ്ങും. കാറ്റിന്റെ മൂളലും തിരമാലകളുടെ ആരവവും അവളുടെ കാതുകളിൽ മുഴങ്ങിക്കൊണ്ടിരുന്നു. സായാഹ്നങ്ങളിലെ വർണ്ണചിത്രങ്ങളാൽ അലംകൃതമായ തീരം അവളുടെ കണ്ണുകളിൽ തെളിഞ്ഞുനിന്നു. തീരത്ത് പോകുന്ന ദിവസങ്ങളിലെല്ലാം അമ്മുവിന് ഉറക്കം കിട്ടാൻ വൈകും. ഉറക്കത്തിൽ സ്വപ്നങ്ങൾ ഓടിയെത്തും. കടൽസ്വപ്നങ്ങൾ. അന്നവൾ സ്വപ്നത്തിൽ കണ്ടത് മത്സ്യകന്യകമാരെയായിരുന്നു. രാത്രി കടൽത്തീരത്ത് അവൾ ഒറ്റയ്ക്ക്. നേർത്ത കാറ്റ്. ആകാശത്ത് വെളിച്ചവുമായി അമ്പിളി അമ്മാവൻ കൂട്ടിനുണ്ട്. അവളെ തേടിയെത്തുന്ന തിരമാലകൾ. അവളുടെ പാദങ്ങൾ തൊട്ട് തിരിച്ചുപോകുന്നു. പെട്ടെന്ന് രണ്ട് വലിയ തിരമാലകൾ അവളുടെ നേരെ ഉയർന്നുവരുന്നു. അതിൽ അതാ രണ്ട് മുഖങ്ങൾ. രണ്ടു സുന്ദരിമാർ. തിരമാലകൾ അമ്മു

വിന്റെ മേൽപതിച്ചു. അമ്മുവിനെക്കൊണ്ട് തിരിച്ചുപോകാൻ നിന്ന തിരമാലകൾ. തെന്നിപ്പോകാതെ രണ്ടുപേർ ഇരുവശത്തും നിന്ന് ഇറുകെ പിടിച്ചിരിക്കുന്നു. കൈകളിൽ തിളങ്ങുന്ന വളകൾ. അമ്മു മാറിമാറി അവരുടെ മുഖങ്ങളിലേക്ക് നോക്കി. അതെ, അവർ തന്നെ രണ്ടു സുന്ദരിക്കുട്ടികൾ. അമ്മു അവരുടെ ഉടലുകൾ ശ്രദ്ധിച്ചു. മത്സ്യത്തിന്റെ ശരീരം. മത്സ്യത്തിന്റെ ചിറകുകൾ. അമ്മു ഭയന്നു.

"അമ്മു" അവർ വിളിച്ചു.

അമ്മു അവരുടെ മുഖത്തേക്ക് നോക്കി.

"ഭയക്കണ്ട. ഞങ്ങൾ അമ്മുവിന്റെ കൂട്ടുകാരാണ്. ഞങ്ങൾ അമ്മുവിനെ കാണാനെത്തിയതാണ്." അവർ പറഞ്ഞു.

അമ്മുവിന് സന്തോഷമായി.

"നമുക്ക് വിശേഷങ്ങൾ പറഞ്ഞിരിക്കാം."

മത്സ്യകന്യകകൾ കടൽവിശേഷങ്ങൾ പറയാൻ തുടങ്ങി. നൂറായിരം ചോദ്യങ്ങളുമായി അമ്മുവും. നാട്ടിലെയും വിശേഷങ്ങളെക്കുറിച്ച് അവരും ചോദിക്കാൻ തുടങ്ങി.

"കടൽ മലിനപ്പെടുകയാണ്. മനുഷ്യൻ വലിച്ചെറിയുന്ന മാലിന്യങ്ങൾ ഭക്ഷണമാണെന്ന് ധരിച്ച് കടൽജീവികൾ വിഴുങ്ങുന്നു. അവ ചത്തൊടുങ്ങുന്നു." അവർ വിഷമത്തോടെ അമ്മുവിനോട് പറഞ്ഞു.

കടലമ്മയ്ക്കുവേണ്ടി അമ്മുവും അജീബും അമ്മുവിന്റെ അച്ഛനും ചെയ്ത നല്ല കാര്യങ്ങൾ അമ്മു പറഞ്ഞു. അവർ നന്ദി പറഞ്ഞു.

സ്വപ്നത്തിലെ ചർച്ച നീണ്ടുപോകവെ ഉറക്കത്തിൽ അമ്മു വിളിച്ചുപറയുന്ന കാര്യങ്ങൾ കേട്ട് അച്ചു ചാടി എഴുന്നേറ്റ് അവളെ തട്ടിഉണർത്തി. തീരത്ത് പോകുന്ന ദിവസം രാത്രിയിലെ സ്ഥിരം കലാപരിപാടി അന്നും അരങ്ങേറി. അമ്മുവിനെ വഴക്കുപറഞ്ഞ് അവൻ തിരിഞ്ഞുകിടന്നു. അമ്മു എഴുന്നേറ്റ് ലൈറ്റിട്ടു. വാച്ച് നോക്കി. വെളുക്കാൻ നേരമാകുന്നു. താൻ കണ്ട സ്വപ്നത്തെക്കുറിച്ച് ഓർത്ത് അവൾ ചിരിച്ചു.

'രസം പിടിച്ചുവരികയായിരുന്നു. അച്ചു അതു കളഞ്ഞു.' അവൾ സ്വയം പറഞ്ഞു.

സ്വപ്നം മുഴുവൻ കാണാൻ പറ്റാത്തതിൽ അവൾക്ക് നിരാശ തോന്നി.

'ആ മത്സ്യകന്യകമാർ എങ്ങോട്ട് പോയിട്ടുണ്ടാകും? അവരെ യാത്ര അയയ്ക്കാനും കഴിഞ്ഞതല്ലോ.' അവൾ പിറുപിറുത്തു.

'സമുദ്രത്തിൽ മത്സ്യകന്യകമാർ ഉണ്ടാകുമോ?' അവൾ ചിരിച്ചുകൊണ്ടു സ്വയം ചോദിച്ചു. അമ്മു വീണ്ടും കിടന്നെങ്കിലും ഉറക്കം വന്നില്ല. ഓരോന്ന് ആലോചിച്ചുകൊണ്ട് അവൾ കിടന്നു.

അമ്മു കണ്ട എല്ലാ കടൽസ്വപ്നങ്ങളും അവൾ ഡയറിയിൽ കുറിച്ചിടുമായിരുന്നു. അതിലെ കഥാപാത്രങ്ങളുടെ ചിത്രങ്ങളും വരച്ചിടുമായിരുന്നു. പതിവുപോലെ അവൾ സ്വപ്നത്തിന്റെ അടുത്തുവന്ന മത്സ്യകന്യകമാരുടെ ചിത്രങ്ങൾ വരച്ചു. നിറം കൊടുത്തു. അവരുമായുള്ള സംഭാഷണങ്ങൾ ഓർത്തെടുത്തു കുറിച്ചുവച്ചു. കടലിലെ ജീവികൾക്കും ജീവിക്കാൻ അവകാശമുണ്ട്. കടൽ മലിനമാക്കി അവരുടെ ജീവിതം നശിപ്പിക്കുന്ന നടപടികൾ മനുഷ്യൻ അവസാനിപ്പിക്കണം. അവൾ അതിനടിയിൽ എഴുതിച്ചേർത്തു.

ഇനി കടലമ്മയുടെ അടുത്തുപോകുമ്പോൾ അജിയെയും കൂട്ടണം. അവൾ അങ്ങനെയൊരു തീരുമാനമെടുത്തു. ഇക്കാര്യം അന്ന് സ്കൂളിൽ പോകവെ അജിയോടു അവൾ പറഞ്ഞു.

"ശരി ഞാനും കൂടാം." അജീബ് അമ്മുവിന്റെ ആഗ്രഹത്തോട് യോജിച്ചു.

ക്ലാസിൽ നടക്കുന്ന ചർച്ചകളിൽ പഴുതു കിട്ടിയാൽ അമ്മു കടലിനെ ബന്ധിപ്പിക്കും. ചില അവസരങ്ങളിൽ കുട്ടികൾ അവളെ കളിയാക്കും. അമ്മുവിന് അതൊന്നും ഒരു പ്രശ്നമല്ല. അമ്മു പറയുന്ന കാര്യങ്ങൾ എല്ലാവരെയും ചിന്തിപ്പിക്കും. ടീച്ചർമാരും ചില സമയങ്ങളിൽ അമ്മുവിനെ ഇക്കാര്യം പറഞ്ഞു വെറുതെ ചൊടിപ്പിക്കാൻ ശ്രമിച്ചുനോക്കാറുണ്ട്. അമ്മു ചിരിച്ചുകൊണ്ട് അതിനെ നേരിടും.

ഒരിക്കൽ അവൾ സ്കൂൾ വിട്ടുപോയപ്പോൾ മറ്റു ക്ലാസിലെ ചില ചേട്ടന്മാർ പിറകെവന്നു.

"കടലിന്റെ മോളെ." അവർ അങ്ങനെ വിളിച്ച് പറഞ്ഞു അമ്മുവിനെ കളിയാക്കാൻ നോക്കി.

“ഞാൻ കടലമ്മയുടെ മോളു തന്നെ ചേട്ടന്മാരെ. നിങ്ങൾ ഇനിയും ഉറക്കെ ഉറക്കെ വിളിച്ചോളൂ. എനിക്കത് ഇഷ്ടമാണ്.”

അമ്മു ചിരിച്ചുകൊണ്ട് തിരിഞ്ഞുനിന്നു പറഞ്ഞു.

“ഒന്നുകൂടെ വിളിക്കുമോ. കടലമ്മയുടെ മോളേന്ന്.” അവൾ കെഞ്ചിപ്പറഞ്ഞു. അവർ പിന്നെ വിളിച്ചില്ല. പിരിഞ്ഞുപോയി. അമ്മുവിനെ കളിയാക്കിയത് അജീബിനും അച്ചുവിനും ഇഷ്ട പ്പെട്ടില്ല.

“ഇത് ഞാൻ ഉമ്മയോടു പറയും.” അജീബ് പറഞ്ഞു. “പറ യണം ചേട്ടാ” അച്ചുവും അജീബിന്റെ അഭിപ്രായത്തോട് യോജിച്ചു.

“ഹേയ്. അതു ശരിയല്ല. അവർ തമാശ പറഞ്ഞതല്ലേ. എനി ക്കൊട്ടും വിഷമമില്ല. കടലമ്മയുടെ മോൾ എന്ന് വിളിക്കുന്നതിൽ എനിക്കഭിമാനമേയുള്ളൂ.” അമ്മു അവരുടെ ദേഷ്യം മാറ്റിയെടു ത്തു. വീട്ടിലെത്തിയ ശേഷം അമ്മു ടീച്ചറമ്മയോടും അമ്മയോടും ഇക്കാര്യം പറഞ്ഞു. അവർ അതുകേട്ട് ചിരിച്ചു.

ഓരോ ദിവസവും ഓരോരോ അനുഭവങ്ങൾ അവർക്കു നല്കി സ്കൂൾ ദിനങ്ങൾ കടന്നുപോയി. അങ്ങനെ ശനിയാഴ്ച ദിവസം വന്നെത്തി. അന്ന് അമ്മുവിന്റെ അച്ഛന് അവരോടൊപ്പം കടപ്പുറത്ത് പോകാൻ കഴിയില്ല എന്നറിയിച്ചിരുന്നു. അതുകൊണ്ട് ടീച്ചറമ്മയെയും കൂട്ടി വൈകുന്നേരം അജീബും അമ്മുവും കട പ്പുറത്തേക്ക് യാത്ര തിരിച്ചു.

പതിവിലും വ്യത്യസ്തമായി അന്ന് കടപ്പുറത്ത് കുറേപ്പേർ ഉണ്ടായിരുന്നു. ചിലർ കൂട്ടങ്ങളായി ഒരിടത്തിരുന്ന കടലിന്റെ സൗന്ദര്യം ആസ്വദിക്കുന്നു. ചിലർ കുട്ടികളെയും കൂട്ടി തിര ചവി ട്ടുന്നു. കുട്ടികളിൽ ചിലർ നനഞ്ഞ മണൽ കൂട്ടിവച്ച് വീടുണ്ടാ ക്കുന്നു. തിരമാലകൾ തീരത്ത് ഇഴഞ്ഞുവന്ന് അവ പൊളിച്ചു കളയുന്നു. അതുകണ്ട് ആർത്തു രസിക്കുന്ന കുട്ടികൾ. അവർ വീണ്ടും മണൽകൊട്ടാരം നിർമ്മിച്ചു രസിക്കുകയാണ്. ചില കുട്ടി കൾ മണ്ണിലെ മാളങ്ങളിലേക്ക് കയറിക്കൂടുന്ന ഞണ്ടുകളെ നോക്കി നില്ക്കുകയാണ്. കക്കകളും ചിപ്പികളും ശംഖുകളും പറക്കുന്നവരും ഉണ്ട്. ചില കുട്ടികൾ മണലിൽ എന്തൊക്കെയോ എഴുതുന്നുണ്ട്. എന്നിട്ടവർ തിര കാത്തുനില്ക്കുകയാണ്. തിര തീരത്ത് പരന്നണഞ്ഞ് എഴുത്തുകൾ മാച്ചുകളയുന്നു. അതുകണ്ട്

കൈകൊട്ടി ചിരിക്കുകയാണ് കുട്ടികൾ. അവരുടെ ചിരികളും കളികളും കണ്ട് ടീച്ചറമ്മയും അമ്മുവും അജീബും തിരയടിച്ചു കയറാത്ത ഇടം നോക്കി ഇരുന്നു.

"കുട്ടികൾക്കൊപ്പം കളിക്കാൻ തിരമാലകൾക്ക് എന്താവേശം?" ടീച്ചറമ്മ പറഞ്ഞു.

"കുട്ടികൾ എത്തുമ്പോൾ കടലമ്മയ്ക്ക് വലിയ സന്തോഷമാണ്." അമ്മു പറഞ്ഞു.

"ചക്രവാളത്തിലിന്ന് നിറക്കൂട്ട് കുറവാണല്ലോ." അജീബ് പറഞ്ഞു. ഇതിനിടയിൽ ഒരു വിളികേട്ടു.

"ടീച്ചർ... ടീച്ചർ..."

ആരോ ടീച്ചറമ്മയെ വിളിക്കുകയാണ്. ടീച്ചറമ്മ തിരിഞ്ഞു നോക്കി.

"പ്രതിഭ." ടീച്ചറമ്മ പറഞ്ഞു.

ടീച്ചറമ്മ എഴുന്നേറ്റ് പ്രതിഭയുടെ അടുത്തേക്ക് പോയി.

ടീച്ചറമ്മ പണ്ടു പഠിപ്പിച്ച കുട്ടിയാണ്. ഇപ്പോൾ ഡോക്ടർ പ്രതിഭ. സമുദ്രത്തെക്കുറിച്ചു പഠനത്തിലേർപ്പെട്ടിരിക്കുന്നു. പ്രതിഭ മാത്രമല്ല വീട്ടിലുള്ളവരും ഉണ്ട്. ടീച്ചറമ്മ അവരോടൊപ്പം സംസാരിച്ച് തീരത്ത് ഒരു ഭാഗത്ത് നിർമ്മിച്ചിട്ടുള്ള ബഞ്ചിൽ പോയിരുന്നു. അതിന്റെ പിന്നിലായി വലിയൊരു ബോർഡ് കാണാം. സ്കൂളിലെ കുട്ടികളും അദ്ധ്യാപകരും നല്കിയ അഭ്യർത്ഥന സ്വീകരിച്ച് പഞ്ചായത്ത് വച്ചതാണ് ആ ബോർഡ്. 'തീരം നമ്മുടേതാണ്. മാലിന്യം നിക്ഷേപിക്കാതിരിക്കുക' തുടങ്ങിയ കാര്യങ്ങളാണ് അതിൽ എഴുതിവച്ചിട്ടുള്ളത്. പിന്നെ കുറച്ചുകൂടി ചെറിയ അക്ഷരത്തിൽ വേസ്റ്റ്ബിന്നുകളെക്കുറിച്ചും എഴുതിയിട്ടുണ്ട്. വേസ്റ്റ്ബിന്നുകൾ പലയിടങ്ങളിലും കാണാം. വേസ്റ്റ്ബിന്നുകളിൽ പ്ലാസ്റ്റിക് കുപ്പികളും മറ്റു മാലിന്യങ്ങളും നിറയുന്നുണ്ട്.

അമ്മുവും അജീബും കടൽ ചർച്ചകളിലേക്ക് കടന്നു. കടലിന്റെ ആഴത്തെക്കുറിച്ചുള്ള കാര്യങ്ങളാണ് ആദ്യം ചർച്ചയ്ക്കു വന്നത്.

"കടലിന് ഒരുപാട് ആഴം കാണും. അല്ലേ." അജീബ് പറഞ്ഞു.

"കിലോമീറ്ററിൽ ആണോ കടലിന്റെ ആഴം പറയുക. അതോ

അടിക്കണക്കിലാണോ?' അമ്മു ചോദിച്ചു.

"കിലോമീറ്ററിൽ ആയിരിക്കാം." അജീബ് മറുപടി പറഞ്ഞു.

"പസഫിക് സമുദ്രത്തിന് എത്ര ആഴം കാണും? ഇന്ത്യൻ മഹാസമുദ്രത്തിനോ?" അമ്മുവിന്റെ ജിജ്ഞാസ വർദ്ധിച്ചു.

"കടലുകളുടെ ആഴം എങ്ങനെയായിരിക്കും അളക്കുന്നത്? പ്രത്യേകം ഉപകരണങ്ങൾ ഉണ്ടാകുമോ?" അജീബും ചോദ്യങ്ങൾ ഉന്നയിച്ചു കൊണ്ടിരുന്നു.

"പ്രത്യേകം ഉപകരണം ഉണ്ടാകും." അമ്മു പ്രതികരിച്ചു.

അവരുടെ മനസ്സ് കടലിന്റെ ആഴങ്ങളിലേക്ക് സഞ്ചരിച്ചു. അവർ കുറെ സമയം കടലിനെ നോക്കിയിരുന്നു.

"കടൽ എന്നെങ്കിലും അനക്കമില്ലാതെ നിന്നിട്ടുണ്ടോ?" അമ്മുവിന്റെ ചോദ്യം അജീബ് കേട്ടില്ല. അജീബ് തന്റെ ശ്രദ്ധയിൽപ്പെട്ട ശംഖിന്റെ പ്രത്യേകതകളെക്കുറിച്ചുള്ള ചിന്തയിലായിരുന്നു. അവൻ മെല്ലെ എഴുന്നേറ്റ് ശംഖ് കിടന്നിടത്തേക്ക് നടന്നു. മണലിൽ അതിന്റെ മുകളറ്റം മാത്രം കാണാം. അവൻ മണൽ മാറ്റി അതിനെ പുറത്തെടുത്ത് അതിനുള്ളിലെ മണൽ തട്ടിക്കളഞ്ഞു. അമ്മുവും അതു ശ്രദ്ധിച്ചു.

"വലിയ ശംഖാണല്ലോ." അമ്മു നിരീക്ഷിച്ചു.

"വലിപ്പമുള്ളതുതന്നെ. നേരത്തെ കിട്ടിയതിനേക്കാൾ വലുത്." അവൻ പറഞ്ഞു.

അവൻ ശംഖ് അമ്മുവിന്റെ കൈയിൽ കൊടുത്തു. അമ്മു അത് തിരിച്ചും മറിച്ചുമൊക്കെ നോക്കി.

"നല്ല ചന്തമുള്ള ശംഖ്" അവൾ പറഞ്ഞു. അമ്മുവിന്റെ നിരീക്ഷണത്തോട് അജീബ് യോജിച്ചു.

അതിനുള്ളിൽ ഒരു ജീവി ഉണ്ടായിരുന്നു എന്ന കാര്യം ഇരുവരും സ്മരിച്ചു.

"ഇത്തരം ജീവികൾ കടലിൽ എല്ലായിടത്തും കാണുമോ?" അജീബ് ചോദിച്ചു.

"ഇതൊക്കെ നമ്മുടെ അന്വേഷണത്തിന്റെ ഭാഗമാക്കണം." അമ്മു പ്രതികരിച്ചു.

അവരുടെ ചർച്ച കടൽജീവികളിലേക്ക് കടന്നു.

"ഭൂമിയിലെ ജീവികളിൽ തൊണ്ണൂറ്റൊമ്പതു ശതമാനവും

സമുദ്രത്തിലാണ് ജീവിക്കുന്നത്." അമ്മു വായിച്ചറിഞ്ഞ കാര്യങ്ങൾ പറയാൻ തുടങ്ങി.

"അപ്പോൾ ലോകത്തെ ജീവജാലങ്ങളിൽ ഒരു ശതമാനം മാത്രമേ കരയിലുള്ളൂ." അജീബ് അതിശയത്തോടെ ചോദിച്ചു.

"വായിച്ചറിഞ്ഞ കാര്യങ്ങൾ ശരിയാണോ എന്ന് വീണ്ടും അന്വേഷിക്കാം." അമ്മു പറഞ്ഞു.

"കരയിലെ ജീവജാലങ്ങളെ സസ്യങ്ങളെന്നും ജന്തുക്കളെന്നും തരംതിരിച്ച് നമ്മൾ പഠിക്കാറില്ലേ? അതുപോലെ കടലിലെ ജീവജാലങ്ങളെയും തരംതിരിച്ചുകൂടേ?" അജീബ് ചോദിച്ചു.

"കടലിലെ ജീവികളുടെ തരംതിരിക്കലിനെക്കുറിച്ച് കൂടുതൽ അറിയേണ്ടതുണ്ട്? കടൽച്ചെടികളെക്കുറിച്ച് കേട്ടിട്ടുണ്ട്. കടലിലെ സസ്യങ്ങളല്ലാത്ത ജീവികളെ ജന്തുക്കളെന്നാണോ വിളിക്കുന്നതെന്നറിയില്ല." അമ്മു മറുപടി പറഞ്ഞു.

"സസ്യവർഗ്ഗത്തിൽപ്പെടാത്ത കടൽജീവികളെ നമുക്ക് നട്ടെല്ലുള്ളവയെന്നും നട്ടെല്ലില്ലാത്തവ എന്നും തരംതിരിക്കാമല്ലോ."

അജീബിന്റെ ചോദ്യത്തോട് അമ്മു തലയാട്ടി പ്രതികരിച്ചു.

"ചൂര, വാള, തിമിംഗലം, സ്രാവ്, ഡോൾഫിൻ എന്നിവയ്ക്കെല്ലാം നട്ടെല്ലുണ്ട്. നക്ഷത്രമത്സ്യത്തിന് നട്ടെല്ല് ഇല്ലല്ലോ. ഒക്ടോപ്പസിനുമില്ലല്ലോ?" അജി വിശദീകരിക്കാൻ ശ്രമിച്ചു.

വിശദീകരണത്തോട് അമ്മു യോജിച്ചു.

അവരുടെ ചർച്ചയിൽ കടൽപ്പുഴുക്കളും കടലാമയും കടൽക്കുതിരയുമൊക്കെ കടന്നുവന്നു.

അമ്മയുടെ മൊബൈൽഫോണിൽ വാട്സാപ്പിൽ വന്ന വീഡിയോ അജീബ് ഓർത്തെടുത്തു. അതിനെക്കുറിച്ച് അവർ പറയാൻ തുടങ്ങി. അത് കടൽക്കുതിരയെക്കുറിച്ചായിരുന്നു.

"അമ്മു നീ കണ്ടില്ലേ ആ വീഡിയോ. കടൽക്കുതിരയുടെ വയറ്റിൽനിന്നും പുറത്തേക്ക് വരുന്ന കുഞ്ഞുങ്ങൾ."

"ഞാൻ കണ്ടു. ഒരുപാടൊരുപാട് കുഞ്ഞുങ്ങൾ. എന്തു രസമായിരുന്നു അത് കണ്ടിരിക്കാൻ." അമ്മു പറഞ്ഞു.

തിരണ്ടിയെ അവർ കണ്ടിട്ടുണ്ട്. തിരണ്ടി ഒരു മത്സ്യമാണെന്നവർക്കറിയാം. വെള്ളത്തിലൂടെയുള്ള അതിന്റെ സഞ്ചാരം അവർ ഒരു വീഡിയോയിൽ കണ്ടിട്ടുണ്ട്. അതിന്റെ കാര്യവും

സംഭാഷണത്തിൽ കടന്നുവന്നു. സാധാരണ അവർക്ക് പരിചയമുള്ള മത്സ്യങ്ങളും തിരണ്ടിയും തമ്മിലുള്ള വ്യത്യാസങ്ങൾ അവർ തിരിച്ചറിഞ്ഞിട്ടുണ്ട്. തിരണ്ടിയുടെ ശരീരം പരന്നതാണ്. കണ്ണുകൾ മുകൾഭാഗത്താണ്. വായ് അടിഭാഗത്താണ്. എലിയെപ്പോലെ നീണ്ട വാല്. വീട്ടിൽ കൊണ്ടുവരുന്ന മത്സ്യങ്ങളെ നിരീക്ഷിച്ച് സവിശേഷതകൾ കണ്ടെത്തുന്നത് അവർക്ക് രസമുള്ള കാര്യമായിരുന്നു. അജീബ് അവയുടെ ചിത്രങ്ങളും വരച്ചുവയ്ക്കും.

"തിരണ്ടിക്ക് കണ്ണുകൾ മുകളിൽ ആണല്ലോ? എന്താ അങ്ങനെ?" അമ്മു ചോദിച്ചു.

"ഉഗ്രൻ ചോദ്യം തന്നെ." അജി പറഞ്ഞു.

"കടൽപ്പക്ഷികളുണ്ടല്ലോ. അവയും കടൽജീവികളുടെ കൂട്ടത്തിൽപ്പെടുന്നതാണോ?" അമ്മുവിന്റെ ചോദ്യം കേട്ട് അജീബ് അല്പനേരം മിണ്ടാതിരുന്നു.

"കടൽപ്പക്ഷികൾ എങ്ങനെ കടലിൽ കൂടുകൂട്ടും. കരയിലല്ലേ അതിനു പറ്റിയ ഇടങ്ങളുള്ളൂ." അജീബിന്റെ മറുപടി അമ്മു മൂളിക്കേട്ടു.

"അപ്പോൾ അവയുടെ വാസസ്ഥലം കരയല്ലേ? മീനെപ്പിടിക്കാനല്ലേ അവ കടലിന് മീതെ പറക്കുന്നത്." അജീബ് കൂട്ടിച്ചേർത്തു. അമ്മു അജീബ് പറഞ്ഞത് ശരിവച്ചു.

"എന്തായാലും അന്വേഷിക്കുകതന്നെ. നമ്മുടെ എല്ലാ ചോദ്യങ്ങളും എഴുതിവയ്ക്കാം." അമ്മു പറഞ്ഞു.

അജി തിമിംഗലങ്ങളുടെ കാര്യങ്ങൾ പറയാൻ തുടങ്ങി. ഭൂമിയിലെ ഏറ്റവും വലിയ ജീവി നീലത്തിമിംഗലമാണെന്ന് അവർക്കറിയാം.

"ഒരു നീലത്തിമിംഗലത്തിന്റെ വലിപ്പം എത്രവരും?" അജീബിന്റെ ചോദ്യത്തിന് അമ്മു ഉത്തരം പറയാൻ ശ്രമിച്ചു.

"ഏകദേശം 30 മീറ്റർ ഉയരം ഉണ്ടാകും. അത്രയും നീളവും ഉണ്ടാകും." അമ്മു പറഞ്ഞു.

അവർ ഭാവനയിൽ നീലത്തിമിംഗലത്തിന്റെ വലിപ്പം കാണാൻ ശ്രമിച്ചു.

"30 മീറ്റർ എന്നു പറയുമ്പോൾ?" അജീബ് മന്ത്രിച്ചു.

"ഒരാളിന് ശരാശരി ആറടിപൊക്കം എന്നല്ലേ പറയുന്നത്. ഒരടി എന്നാൽ മുപ്പത് സെന്റീമീറ്റർ" അമ്മു പറഞ്ഞു.

"അപ്പോൾ ആറടിപൊക്കമുള്ള ആളിന് നൂറ്റി എൺപത് സെന്റീമീറ്റർ. എന്നുവച്ചാൽ ഒരു മീറ്ററും എൺപത് സെന്റീമീറ്ററും. അല്ലേ?" അജീബ് കൂട്ടിച്ചേർത്തു.

"അങ്ങനെയെങ്കിൽ 30 മീറ്റർ എന്നത് എത്ര ആൾ പൊക്കം?" അമ്മു ചോദിച്ചു.

അജീബ് മണലിൽ എഴുതി കണക്കുകൂട്ടാൻ തുടങ്ങി.

"കിട്ടിപ്പോയി. ഏകദേശം പതിനേഴാൾ പൊക്കം." അജീബ് ഉറക്കെപ്പറഞ്ഞു.

"ഒരു വലിയ കൊന്നത്തെങ്ങിനേക്കാൾ ഉയരം." അമ്മു കൂട്ടിച്ചേർത്തു.

കണക്കും കളിയുമായി ഇരിക്കുന്നതിനിടയിൽ ടീച്ചറമ്മ വന്നു.

"ഇനി മതി പിന്നെയാകാം. ദേ നോക്ക്, സൂര്യൻ സിന്ദൂരപ്പൊട്ടായി." ടീച്ചറമ്മ പറഞ്ഞു.

രണ്ടുപേരും എഴുന്നേറ്റു. അവർ കൈയിലും വസ്ത്രങ്ങളിലും പറ്റിപ്പിടിച്ച മണൽത്തരികൾ തട്ടിക്കളഞ്ഞു.

'കടൽ ശാന്തമാണിപ്പോൾ. കുഞ്ഞുകുഞ്ഞു തിരമാലകൾ കരയ്ക്കണയുന്നു. കടലങ്ങനെയാണ്. ചിലപ്പോൾ ശാന്തം. ചിലപ്പോൾ പ്രക്ഷുബ്ധം. ചിലപ്പോൾ നിർവ്വികാരമായി നില്ക്കുന്നപോലെ തോന്നിക്കും. എന്തൊക്കെ ഭാവത്തിൽ നിന്നാലും കടലമ്മ എപ്പോഴും സുന്ദരിയാണ്.' അമ്മു അങ്ങനെ ചിന്തിച്ചുകൊണ്ട് ടീച്ചറമ്മയോടൊപ്പം അജീബിന്റെ തോളിൽ പിടിച്ചു വീട്ടിലേക്ക് നടന്നു.

പോകുംവഴിയിൽ അജീബ് എന്തൊക്കെയോ പറയുന്നുണ്ടായിരുന്നു. ചിലതെല്ലാം അവൾ കേട്ടു. പക്ഷേ, പലതും അവൾ കേട്ടില്ല. അവളുടെ മനസ്സ് ഇന്നു ചെന്ന് ഡയറിയിൽ കുറിക്കേണ്ട കാര്യങ്ങളെക്കുറിച്ചായിരുന്നു. അജീബുമായി പങ്കിട്ട ചോദ്യങ്ങളെക്കുറിച്ചായിരുന്നു കൂടുതൽ സമയവും ചിന്തിച്ചത്. നടന്ന് വീട്ടിലെത്തി. അജീബും ടീച്ചറമ്മയും അവരുടെ വീട്ടിലേക്ക് പോയി.

അച്ചു ഇറങ്ങിവന്ന് അവളുടെ കൈയിൽ തൂങ്ങി.

“കടലമ്മയുടെ മോളെ.” അവൻ അമ്മുവിനെ കളിയാക്കി.

“എടാ ചെറുക്കാ” എന്നു പറഞ്ഞു അമ്മു അവന്റെ കൈയിലൊന്നു പിടിച്ചു. എന്നിട്ട് അവന്റെ തോളിൽ കൈയിട്ട് വീടിനുള്ളിലേക്ക് കടന്നു.

“ഇന്നെന്താ കടലമ്മയോട് തട്ടിവിട്ടത്.” അമ്മുവിന്റെ അമ്മ ചിരിച്ചുകൊണ്ട് ചോദിച്ചു.

“ഞാനേ അമ്മിണിയെ കണ്ടിട്ടുവരട്ടെ.” അമ്മു അമ്മിണിയുടെ അടുത്തേക്ക് പോയി അവളുമായി കിന്നരിച്ചിരുന്നു.

തിരിച്ചുവന്ന് അന്ന് കടപ്പുറത്ത് നടന്ന എല്ലാ കാര്യങ്ങളും അമ്മയോടും അച്ഛനോടും വിവരിച്ചു. കടപ്പുറത്തു നിന്ന് കിട്ടിയ വലിയ ശംഖ് അവരെ കാണിച്ചു. അതിനെ ഭദ്രമായി അവളുടെ കടൽശേഖരങ്ങൾക്കൊപ്പം വച്ചു.

ഡയറിക്കു മുന്നിൽ അവൾ ഇരുന്നു. ഇന്ന് എന്തൊക്കെയാണ് എഴുതേണ്ടത്? അവൾ ചിന്തിച്ചു.

കാൾസാഗനെക്കുറിച്ച് കുട്ടികളുടെ മാസികയിൽ വന്ന ഒരു ലേഖനം വായിച്ച കാര്യം അവളുടെ ഓർമ്മയിൽ വന്നു. കാൾസാഗൻ അമേരിക്കയിലെ ഒരു ജ്യോതിശാസ്ത്രജ്ഞനായിരുന്നു. അമേരിക്കയിലാണ് ജനിച്ചത്. വലിയൊരു ഗ്രന്ഥകാരനുമായിരുന്നു. കുഞ്ഞുന്നാൾ മുതൽ വായനയിൽ ആർത്തിപൂണ്ട വ്യക്തിയായിരുന്നു അദ്ദേഹം. ധാരാളം ഗവേഷണപ്രബന്ധങ്ങൾ അദ്ദേഹം പ്രസിദ്ധീകരിച്ചിട്ടുണ്ട്. അദ്ദേഹം പറഞ്ഞ ‘മങ്ങിയ നീല പ്പൊട്ട്’ അമ്മുവിന്റെ മനസ്സിൽ തെളിഞ്ഞുവന്നു.

അനുഭവകഥ നടന്നത് 1990 ഫെബ്രുവരി 14 നായിരുന്നു. വോയെജർ-1 എന്ന ഉപഗ്രഹം ഭൂമിയുടെ ഭ്രമണപഥംവിട്ടു മുന്നേറുകയാണ്. സൗരയൂഥത്തിന്റെ അതിരുകളിലേക്കു കുതിക്കും നേരം പെട്ടെന്ന് അതൊന്നു തിരിഞ്ഞു ഭൂമിയെ നോക്കി. നമ്മൾ വീട്ടിൽ നിന്നിറങ്ങി കുറെ ദൂരെ ചെന്ന് തിരിഞ്ഞ് വീട്ടിൽ നോക്കുന്നപോലെ അതും നോക്കി. കണ്ട കാഴ്ച ക്യാമറയിൽ പകർത്തി. അപ്പോൾ ആ ഉപഗ്രഹം ഭൂമിയിൽനിന്നും എത്ര കിലോമീറ്റർ അകലെയായിരുന്നെന്നോ? 66 ബില്യൻ കിലോമീറ്റർ.

സൂര്യരശ്മിയിൽ തങ്ങിനില്ക്കുന്ന ഒരു ധൂളീകണത്തിന്റെ രൂപത്തിലാണ് വോയെജർ-1 എടുത്ത ഫോട്ടോയിൽ ഭൂമിയുടെ ചിത്രം കണ്ടത്. ഭൂമിയുടെ ചിത്രമായ ആ ധൂളീകണത്തെ കാൾസാ

ഗൻ വിളിച്ച പേരാണ് 'മങ്ങിയ നീലപ്പൊട്ട്' (Pale Blue Dot). ആ പേരിൽ അദ്ദേഹം ഒരു ഗ്രന്ഥവും രചിച്ചിട്ടുണ്ട്.

'മങ്ങിയ നീലപ്പൊട്ടി'ലെ നീലനിറമാണ് അമ്മുവിനെ ആകർഷിച്ചത്. ആ നീലനിറം കടലമ്മയുടേതല്ലേ?

കടപ്പുറത്തുവച്ച് അജീബുമായി നടന്ന ചർച്ചയിൽ ഉയർന്നുവന്ന ചോദ്യങ്ങൾ അവൾ ഓർത്തെടുത്തെഴുതാൻ തുടങ്ങി.

സമുദ്രത്തിന്റെ ആഴം, സമുദ്രത്തിലെ ജീവികൾ എന്നിവ സംബന്ധിച്ചുയർന്നുവന്ന ചോദ്യങ്ങൾ ഒന്നൊന്നായി എഴുതിത്തീർത്തപ്പോൾ ആഴക്കടലിലെ ജീവികളുടെ കാര്യങ്ങൾ പ്രത്യേകമായി അവളുടെ ചിന്തയിൽ കടന്നുവന്നു.

'അടിത്തട്ടിൽ ഏതൊക്കെ ജീവികളാണ് ഉണ്ടാകുക? മത്സ്യങ്ങൾ കാണുമോ?' അവൾ കുറിച്ചു.

'ദ്രാവകങ്ങളുടെ സവിശേഷതകളെക്കുറിച്ച് എന്തൊക്കെ പഠിച്ചിട്ടുണ്ട്?' പതിയെ ദ്രാവകത്തിന്റെ മർദ്ദത്തെക്കുറിച്ചുള്ള കാര്യങ്ങളിലേക്ക് പോയി. ആഴം കൂടുംതോറും മർദ്ദവും കൂടും. അതുമായി ബന്ധപ്പെട്ട് ക്ലാസിൽ നടത്തിയ പരീക്ഷണം അവളുടെ മുന്നിൽ തെളിഞ്ഞുവന്നു.

'കടലിന് വലിയ ആഴമുണ്ടല്ലോ. അപ്പോൾ അടിഭാഗത്ത് മർദ്ദം കൂടുതലായിരിക്കുമല്ലോ.' അമ്മു ചിന്തിച്ചു.

'ആ മർദ്ദത്തിൽ ജീവികൾക്ക് നിലനില്ക്കാനാകുമോ? ഈ മർദ്ദം താങ്ങുന്നതിന് എന്തുതരം അനുകൂലനങ്ങളാകും അവയ്ക്കുണ്ടാകുക?' അവൾ പലതും ഊഹിക്കാൻ തുടങ്ങി. അവൾ ചോദ്യങ്ങൾ അവസാനിപ്പിക്കാൻ തയ്യാറായില്ല.

'പ്രകാശം അടിത്തട്ടുവരെ എത്തുമോ? ഇല്ലായെങ്കിൽ അവിടെയുള്ള ജീവികൾക്ക് കണ്ണുകൾകൊണ്ട് പ്രയോജനമില്ലല്ലോ. അപ്പോൾ കണ്ണുകൾ ഇല്ലാത്തവയാണോ അവയെല്ലാം? കണ്ണുകൾ ഇല്ലെങ്കിൽ അവയെങ്ങനെയാകും ആഹാരം തേടുക? ചിന്തകളെ അവൾ കയറൂരിവിട്ടു. ചിന്തകൾക്ക് പൂർണ്ണസ്വാതന്ത്ര്യം കൈവന്നു. അങ്ങനെയുള്ള ഘട്ടത്തിൽ ചുറ്റും നടക്കുന്നതൊന്നും അമ്മു അറിയില്ല.

'ആഴത്തട്ടിൽ ആഹാരമുണ്ടാകുമോ? ഉണ്ടായാൽ എന്തൊക്കെയായിരിക്കും ആഹാരമായി ഉണ്ടാകുക? ധാരാളമായി ലഭിക്കുമോ? ആഴത്തട്ടിലെ വെള്ളത്തിൽ ശ്വസിക്കാൻ വേണ്ടത്ര അള

വിൽ വായു ലയിച്ചിട്ടുണ്ടാകുമോ? വെള്ളത്തിൽ ലയിച്ച വായുവിലെ ഓക്സിജനാണല്ലോ ജലജീവികൾ ശ്വസിക്കുമ്പോൾ സ്വീകരിക്കുന്നത്. ശ്വസിക്കുന്നതിന് ചില അനുകൂലനങ്ങൾ ഉണ്ടാകുമെന്ന് ന്യായമായും കരുതാം.'

'മത്സ്യങ്ങൾ ഉറങ്ങുമോ? തലച്ചോറിന്റെ ക്ഷീണം തീർക്കാനാണ് നമുക്കുറക്കം വരുന്നത് എന്നല്ലേ? അതുപോലെ മത്സ്യങ്ങൾക്കും ക്ഷീണമുണ്ടാകില്ലേ? അങ്ങനെയെങ്കിൽ അവ ഉറങ്ങില്ലേ? മത്സ്യങ്ങളുടെ കണ്ണുകൾക്ക് ഇമയില്ലല്ലോ. അപ്പോൾ കണ്ണുതുറന്നാണോ ഉറങ്ങുന്നത്?'

ചോദ്യങ്ങളും ചില അനുമാനങ്ങളുമായി അമ്മു മുന്നോട്ടു പോയി. അവൾ ജനലുകൾ തുറന്നിട്ട് പുറത്തേക്ക് നോക്കി. അമ്പിളിമാമൻ തലയിൽ കറുത്ത മുണ്ടിട്ട് മുഖം പകുതികാട്ടി ചിരിക്കുന്നു.

"ഇനി മുഖം മൊത്തം മറച്ച് ഒളിച്ചിരിക്കാൻ പോകയല്ലേ." അവൾ അമ്പിളിമാമനെ ചൂണ്ടിച്ചോദിച്ചു.

"അതു കഴിഞ്ഞ് കുറേശ്ശേ മുഖം കാണിച്ചുവരുമ്പോ ഞാൻ കാണിച്ചുതരാം." അമ്മുവിന്റെ കലമ്പൽ അമ്പിളിമാമൻ കേട്ടപോലെ.

അവൾ തിരിച്ചുവന്ന് വീണ്ടും കുറിക്കാൻ തുടങ്ങി. പ്രകൃതിയുടെ വിശുദ്ധിയിലേക്ക് അവൾ ഇറങ്ങിവന്നു. പ്രകൃതിയുടെ വിശുദ്ധിയെ മനുഷ്യൻ ഇടപെട്ട് കളങ്കപ്പെടുത്തുന്നുവെന്ന് അമ്മു വിശ്വസിക്കുന്നു. ഗാന്ധിജി പറഞ്ഞതെന്താണ്? ടോൾസ്റ്റോയിയോ? പ്രകൃതിയിലേക്ക് മടങ്ങാനും പ്രകൃതിക്കിണങ്ങി ജീവിക്കാനുമല്ലേ അവർ നമ്മെ പഠിപ്പിച്ചത്? ആംഗലേയ കവി വില്യം വേർഡ്സ് വർത്ത് പറഞ്ഞ കാര്യവും അവൾ കുറിച്ചുവച്ചു. പ്രകൃതിയുമായി ഹൃദയസംവാദം നടത്തിയിരുന്ന കവിയാണ് വേർഡ്സ്വർത്ത്. പ്രകൃതിയുമായുള്ള ഹൃദയസംവാദത്തിലൂടെ ആത്മസാക്ഷാൽക്കാരം നേടിയതായി അദ്ദേഹം പറയുന്നു.

പ്രകൃതി ഒരു പരിശുദ്ധക്ഷേത്രമാണ് എന്ന് അമ്മു കരുതുന്നു. ജീവിക്കാനാവശ്യമായ എല്ലാം തന്ന് നമുക്ക് അഭയം നല്കുന്ന പരിശുദ്ധക്ഷേത്രമാണ് പ്രകൃതി. പ്രകൃതിയെ കളങ്കപ്പെടുത്താൻ അനുവദിക്കരുത്. ഇന്നത്തെ രീതിയിൽ ഭൂമിയെ ചൂഷണം ചെയ്യാൻ തുടങ്ങിയാൽ വായു വിഷമയമാകും. ഭൂമി

വാസയോഗ്യമല്ലാതാകും.

ഭൂമിയുടെ പത്തിൽ ഏഴുഭാഗവും കടലിനടിയിലല്ലേ? തള്ളേണ്ട മാലിന്യങ്ങളെല്ലാം അവിടേക്ക് തള്ളിയാൽ രക്ഷപ്പെട്ടു എന്നു ചിന്തിച്ച് എല്ലാ അഴുക്കും അങ്ങോട്ട് തള്ളിവിടുകയല്ലേ? കടലിലെ ജീവികൾക്കും അവകാശപ്പെട്ടതാണീ ഭൂമി.

'മാലിന്യം മൂലം കടലമ്മയുടെ മുഖത്തെ ശാന്തമായ നീലിമ മാഞ്ഞുതുടങ്ങിയോ?' അമ്മു വിതുമ്പി.

കടൽപ്പുറത്തിരിക്കുമ്പോൾ കടലമ്മയുടെ മുഖത്ത് ചിലപ്പോഴൊക്കെ നിരാശയുടെ ചാരനിറം അവൾ കണ്ടിരുന്നു.

കടൽവെള്ളത്തിന് പഴയ നീലനിറമില്ല. തെളിമ തീരെയില്ല. സൂചിമൊട്ടിന്റെ വലിപ്പം മുതൽ റൊട്ടിക്കഷണത്തിന്റെ വലിപ്പം വരെയുള്ള എണ്ണക്കട്ടകൾ കടലിലെങ്ങും. തീരങ്ങളും തുറമുഖങ്ങളും പ്ലാസ്റ്റിക് കൊണ്ടുനിറയുന്നു. പഴയ സാധനങ്ങൾ വലിച്ചെറിയുന്നു. ആണവമാലിന്യങ്ങൾ ഉരുക്കുപെട്ടികൾക്കുള്ളിൽ വച്ച് കടലിന്റെ ഉള്ളിൽ തള്ളുന്നു. ഇത്തരം വാർത്തകൾ അമ്മുവിന്റെ ശ്രദ്ധയിൽ പെട്ടിട്ടുണ്ട്. ഇത്തരം വാർത്തകൾ അവൾ ശേഖരിച്ചും വച്ചിട്ടുണ്ട്.

'കടൽ മലിനീകരിക്കപ്പെടുമ്പോൾ എന്തൊക്കെ സംഭവിക്കും?' അമ്മു തന്റേതായ പ്രവചനങ്ങൾ കുറിക്കാൻ ശ്രമിച്ചു.

കടൽമീനുകൾ തീരംവിട്ട് ഉൾക്കടലിലേക്ക് പോകും. അങ്ങനെ വന്നാൽ കടലിനെ ആശ്രയിച്ചു ജീവിക്കുന്ന കടലിന്റെ മക്കൾ ദുരിതത്തിലാകും. കടൽജീവികൾ അപകടത്തിലാകും. അവർ ചത്തൊടുങ്ങും. ജീവിക്കാനുള്ള അവരുടെ അവകാശം നഷ്ടപ്പെടും.

സാർവ്വദേശീയ വിഭവക്കലവറയാണ് സമുദ്രങ്ങൾ എല്ലാം തന്നെ. അതിനെ നശിപ്പിച്ചുകൂടാ. ജീവന്റെ തൊട്ടിലാണ് കടൽ. മനുഷ്യന്റെ ഭാവിയെക്കുറിച്ച് ചിന്തയുള്ളവരെല്ലാം കടലിനെ സംരക്ഷിക്കാനിറങ്ങണം. ലോകത്തുള്ള എല്ലാവരും അങ്ങനെ ചെയ്താൽ കടലിന്റെ വിശുദ്ധി നമുക്ക് സംരക്ഷിക്കാനാകും. അമ്മുവിന്റെ ചിന്തകൾ ഡയറിയുടെ താളുകൾ ഏറ്റുവാങ്ങി കൊണ്ടിരുന്നു.

അവളുടെ ചിന്തയിൽ മറ്റൊരു ചോദ്യം ഉയർന്നുവന്നു.

'ഞാൻ എന്തുകൊണ്ടാണ് കടലമ്മയെ സ്നേഹിക്കുന്നത്?' അവളുടെ മനസ്സ് ഉത്തരം തേടി അലഞ്ഞു. ചിന്തയിൽ വന്നതെല്ലാം അവൾ കുറിക്കാൻ തുടങ്ങി.

'കടലമ്മയുടെ അഴകും ആകാശത്തിന്റെ പ്രസരിപ്പും കണ്ട് ഞാൻ എന്റെ മനസ്സിനെ പറക്കാൻ വിടുന്നു. കടലമ്മ എനിക്ക് സമ്മാനിച്ച നിറക്കൂട്ട് കൊണ്ട് എന്റെ സ്വപ്നങ്ങൾ വർണ്ണാഭമാകുന്നു. തീരത്ത് കാത്തിരിക്കുന്ന എന്നരികിലേക്ക് എത്തുന്ന തിരമാലകളിൽ കടലമ്മയുടെ സ്നേഹം ഞാൻ മണക്കുന്നു. അടങ്ങിയിരിക്കാത്ത എന്റെ മനസ്സിനെ കടലമ്മയ്ക്കിഷ്ടമാണ്. ചിന്തിക്കാൻ എനിക്കിഷ്ടമുള്ള കാര്യങ്ങളെ ചിന്തകളിലേക്ക് തള്ളിവിടാൻ പ്രേരിപ്പിക്കുന്ന സമർത്ഥമായ ഒരു ശക്തി കടലമ്മയ്ക്കുണ്ടെന്ന് ഞാൻ വിശ്വസിക്കുന്നു. എനിക്കു മാത്രമല്ല എല്ലാവരിലും കടലമ്മ അത്തരം ഒരു സ്വാധീനം ഉളവാക്കുന്നില്ലേ?'

തിരമാലകൾ അവളുടെ പാദങ്ങളിൽ ഉമ്മ വയ്ക്കുന്നതായി അവൾക്ക് തോന്നി.

'മനുഷ്യജീവിതവും കടൽപോലെയല്ലേ? കാറും കോളും തിരമാലകളും വേലിയേറ്റവും വേലിയിറക്കവും കൊടുങ്കാറ്റും ജീവിതത്തിനുമുണ്ട്. ശാന്തിയും അശാന്തിയും നിർവ്വികാരതയും നിറക്കൂട്ടുകളും ചാരുതയും ഒക്കെയുണ്ട്. എന്നാൽ അഗാധതയിൽ വിലപ്പെട്ട പവിഴവുമുണ്ട്. അവിടെ പ്രതീക്ഷയുണ്ട്. കടലമ്മ എനിക്ക് എന്നും കരുത്താണ്. കടലമ്മയുടെ ഭംഗി എനിക്കു വേണം. ഉഗ്രത എനിക്കു വേണം. കടലമ്മയെപ്പോലെ സ്വതന്ത്രയാകണമെനിക്ക്. അത്താഴത്തിനുള്ള നേരമെത്തുന്നു. അമ്മയെ സഹായിക്കണം. ആഹാരമെടുത്തുവയ്ക്കണം.' അവൾ എഴുന്നേറ്റുപോയി.

അമ്മു ഡയറി ആരേയും കാണിച്ചിട്ടില്ല. ഡയറി രഹസ്യമായി സൂക്ഷിച്ചുവയ്ക്കുമായിരുന്നു. അജീബിനും കണ്ടുപിടിക്കാൻ കഴിയാത്ത വിധമാണ് സൂക്ഷിച്ചിരുന്നത്. ഒരു ദിവസം വീട്ടിലെ കുസൃതിച്ചെക്കൻ അത് കണ്ടുപിടിച്ചു. അവനത് മറിച്ചുനോക്കി. എഴുത്തുകളും ചിത്രങ്ങളും. ചിത്രങ്ങളാണ് അവനിഷ്ടപ്പെട്ടത്. അമ്മു കാണാതെ അവനാ ഡയറിയുംകൊണ്ട് അജീബിന്റെ അടുത്തേക്ക് പാഞ്ഞു. അജീബ് അത് രാത്രി ഏറെ നേര

മിരുന്ന് വായിച്ചു.

"നീ ഉറങ്ങുന്നില്ലേ? ഇന്നെന്താ ഇത്ര വായന?"

ടീച്ചറമ്മ അവനടുത്തേക്ക് വന്നു. അവൻ ഡയറി ഉമ്മയെ കാണിച്ചു. ടീച്ചറമ്മ ഡയറി ഒന്നു മറിച്ചു നോക്കിക്കൊണ്ട് അവനടുത്ത് ഇരുന്നു.

"എന്തെല്ലാം കാര്യങ്ങളാണ് അവൾ എഴുതിയിരിക്കുന്നത്? എത്രയെത്ര ചോദ്യങ്ങൾ? ചിത്രങ്ങളും വരച്ചിട്ടുണ്ടല്ലോ?" ഉമ്മ പറഞ്ഞു.

അവൻ ഉമ്മയുടെ കൈയിൽനിന്നും ഡയറി വാങ്ങി അതിൽ എഴുതി.

"അമ്മുവിന്റെ കടൽച്ചിന്തകൾ"

ഉമ്മയ്ക്ക് തലക്കെട്ട് ഇഷ്ടപ്പെട്ടു.

"അമ്മു അറിയണ്ട. ഞാനിത് നാളെ ഹെഡ്മിസ്ട്രസിനെ കാണിക്കാം." ഉമ്മ പറഞ്ഞു.

"എന്തിനാ?"

"അമ്മുവിന്റെ ചോദ്യങ്ങൾക്ക് ഉത്തരം ലഭിക്കണ്ടേ? അമ്മു നിങ്ങൾക്കെല്ലാവർക്കും വേണ്ടിയാണ് എഴുതിയിരിക്കുന്നത്?" ഉമ്മ പറഞ്ഞു.

"ഉമ്മയ്ക്ക് പറഞ്ഞുകൊടുത്തുകൂടെ?" അവൻ ചോദിച്ചു.

"അമ്മുവിന്റെ എല്ലാ ചോദ്യങ്ങൾക്കും എനിക്ക് ഉത്തരം പറയാൻ കഴിഞ്ഞെന്നുവരില്ല. നമുക്ക് കടൽവിഷയങ്ങളിൽ വിദഗ്ദ്ധരായവരെ ക്ഷണിച്ചുകൊണ്ടുവരാം." ഉമ്മയുടെ വാക്കുകൾ കേട്ടപ്പോൾ അജീബിന് ഒരു ആശയം തോന്നി.

"ഉമ്മ നമുക്ക് ഏതെങ്കിലും ക്ലബ്ബിന്റെ പ്രവർത്തനമായി സംഘടിപ്പിക്കാം. എന്താ?" അവൻ പറഞ്ഞു. ഉമ്മ തലയാട്ടി.

"ഉമ്മാ നമ്മൾ വരച്ച വിഭവഭൂപടത്തിൽ കടൽ ഉണ്ടല്ലോ. അതുകൊണ്ട് നേച്ചർക്ലബ്ബിന്റെ പ്രവർത്തനമായിട്ടെടുത്താലോ. അതിന്റെ പ്രവർത്തനം ഒന്ന് ഉഷാറാക്കാം."

"നമുക്ക് നോക്കാം" ഉമ്മ പറഞ്ഞു.

അന്നു രാത്രി അജീബിന് ഉറക്കം വന്നില്ല. എങ്ങനെ ഇതു സംഘടിപ്പിക്കും എന്നതിനെക്കുറിച്ചായിരുന്നു ആലോചന. ഒരു ക്ലാസുകൊണ്ട് തീരില്ല. ഒന്നിലധികം ക്ലാസുകൾ വേണ്ടിവരും.

അപ്പോൾ ഒന്നിലധികം പേർ ക്ലാസുകൾ എടുക്കാൻ വേണം. പ്രവർത്തനത്തിന് എന്തു പേരിടും? അമ്മുവിന്റെ കടൽച്ചിന്തകൾ എന്ന പേരിട്ടാലോ? വേണ്ട. അതവൾ സമ്മതിക്കില്ല? കടൽച്ചിന്തകൾ എന്നായാലോ? കടൽ ഒരു അത്ഭുതലോകം എന്നാകാം. അതുമല്ലെങ്കിൽ എന്താകാം? കടലും മനുഷ്യനും എന്നായാലോ? ചിന്തയ്ക്ക് തീപിടിച്ച് അജീബ് എഴുന്നേറ്റിരുന്നു.

"എടാ കുഞ്ഞേ നമുക്ക് പിന്നീട് ആലോചിക്കാം. ഇപ്പോൾ കിടന്നുറങ്ങ്. ചെറുക്കന്റെ ഓരോ കാര്യമേ?" ഉമ്മയുടെ വാക്കുകൾ കേട്ടപ്പോൾ അവന് ചിരിവന്നു.

'ശരിയാണ്. ഇപ്പോഴെ ഇതൊക്കെ ആലോചിച്ച് തലപുണ്ണാക്കണ്ട.' അവൻ ചിന്തിച്ചു.

എല്ലാവരുമായി ആലോചിച്ച് തീരുമാനിക്കാം എന്നുറച്ചുകൊണ്ട് അജീബ് ശാന്തമായി ഉറങ്ങാൻ കിടന്നു.

അനിയൻ ചെയ്ത പണി അറിയാത്ത അമ്മു അപ്പോൾ സുഖമായി കിടന്നുറങ്ങുകയായിരുന്നു, അന്നത്തെ പതിവ് സ്വപ്നങ്ങളും കണ്ട്.

അവസാനം അങ്ങനെയൊരു തീരുമാനത്തിലെത്തി. സ്കൂൾ നേച്ചർ ക്ലബ്ബിന്റെ ആഭിമുഖ്യത്തിൽ പരിപാടികൾ സംഘടിപ്പിക്കുക. സ്കൂൾ പാർലമെന്റ് കൂടിയാണ് തീരുമാനമെടുത്തത്. തീരുമാനം സ്റ്റാഫ് കൗൺസിലും പി റ്റി എയും അംഗീകരിച്ചു.

അമ്മുവിന്റെ ഡയറി ടീച്ചറമ്മ ഹെഡ്മിസ്ട്രസിനെ തൊട്ടടുത്ത ദിവസംതന്നെ കാണിച്ചിരുന്നു. ഹെഡ്മിസ്ട്രസ് മാത്രമല്ല മറ്റ് അദ്ധ്യാപകരും കണ്ടിരുന്നു. സ്കൂളിലെ രാജശേഖരൻമാഷ് അമ്മുവിന്റെ ഡയറി വീട്ടിൽ കൊണ്ടുപോയി വായിച്ചു. അടുത്ത ദിവസം അദ്ദേഹം അമ്മുവിനെ ക്ലാസിൽ വന്ന് അഭിനന്ദിച്ചു. മാഷ് ഹൈസ്കൂൾ അദ്ധ്യാപകനാണ്. അവധിക്കാലത്ത് നാട്ടിൽ കുട്ടികളുടെ സഹവാസ ക്യാമ്പുകൾ സംഘടിപ്പിക്കുന്നതിന് നേതൃത്വം നല്കുന്ന അദ്ധ്യാപകനാണ്. കുട്ടികൾക്കുവേണ്ടി ഓടിനടക്കുന്ന അദ്ധ്യാപകൻ. കുട്ടികളോടൊത്ത് പാടാനും ആടാനും മാഷിന് ഇഷ്ടമാണ്.

മാഷിന്റെ അഭിനന്ദനം കേട്ടപ്പോൾ ആദ്യം അമ്മുവിന് ഒന്നും മനസ്സിലായില്ല. മാഷിന്റെ കൈയിൽ ഡയറി എങ്ങനെ വന്നു? അതായിരുന്നു അവളുടെ ചിന്ത.

"അമ്മു ഡയറി പിടിക്കൂ. വളരെ നന്നായിട്ടുണ്ട്. അമ്മുവിന്റെ ചോദ്യങ്ങൾ സ്കൂളിന്റെ ചോദ്യങ്ങളായി നമുക്ക് എടുക്കാം. എല്ലാത്തിനും നമുക്ക് ഉത്തരങ്ങൾ കണ്ടെത്താം." മാഷ് ചിരിച്ചുകൊണ്ട് പറഞ്ഞു.

അമ്മുവിന്റെ ഡയറി കാണാൻ കൂട്ടുകാർ ഒത്തുകൂടി. അജീബ് ഒരു നിർദ്ദേശം വച്ചു. "എല്ലാവരുംകൂടി പിടികൂടി ഡയറി ഇല്ലാതാക്കണ്ട. ആദ്യം ഒരു ബഞ്ച് നോക്കുക. പിന്നെ അടുത്ത ബഞ്ച്. അങ്ങനെ എല്ലാവരും കാണുക." അജീബ് ചിരിച്ചുകൊണ്ട് അമ്മുവിന്റെ അടുത്ത് വന്നു. അവൾ ചിരിച്ചില്ല.

"നീയെന്റെ ഡയറി കട്ടെടുത്തു. അതു ശരിയായില്ല." അമ്മു പറഞ്ഞു.

"പോ കൊച്ചേ പിണങ്ങല്ലേ. നിന്റെ ഡയറി കിട്ടിയതുകൊണ്ടല്ലേ ഇപ്പോൾ നമുക്ക് ഇതൊക്കെ ചെയ്യാൻ പറ്റുന്നത്." അജീബിന്റെ വാക്കുകൾ കേട്ടിട്ടും അവളുടെ പിണക്കം തീർന്നില്ല.

"എനിക്കറിയണം. എങ്ങനെയെടുത്തുവെന്ന്?" അമ്മുവിന്റെ ചോദ്യം കേട്ട് അജീബ് നടന്ന സംഭവമെല്ലാം പറഞ്ഞു. അവൾക്ക് ബോദ്ധ്യമായെന്നു തോന്നുന്നു. അവൾ ചെറുതായൊന്നു ചിരിച്ചു.

റുക്സാനയും ക്ലാസ്‌ലീഡറും വന്ന് അമ്മുവിനെ കെട്ടിപ്പിടിച്ചു. ക്ലാസിലും സ്കൂളിലുമൊക്കെ അമ്മുവിന്റെ കടൽച്ചിന്തകളെക്കുറിച്ചായിരുന്നു അന്നത്തെ ദിവസം ചർച്ച. രാജശേഖരൻ മാഷ് തന്റെ ക്ലാസുകളിലെല്ലാം അമ്മുവിന്റെ ചോദ്യങ്ങളെക്കുറിച്ചു പറഞ്ഞു. അമ്മുവിന്റെ ഡയറിക്കുറിപ്പുകളെക്കുറിച്ച് വിളമ്പി.

അമ്മുവിന്റെ ഡയറി അദ്ധ്യാപകർക്കും ചില തിരിച്ചറിവുകൾ നല്കി. പ്രാദേശികവിഭവങ്ങളെ എങ്ങനെ കുട്ടികളുടെ അറിവും കഴിവും സാമൂഹ്യബോധവും വളർത്തുന്നതിന് പ്രയോജനപ്പെടുത്താം? ടീച്ചറമ്മയും രാജശേഖരൻമാഷുമാണ് അത്തരമൊരു ചർച്ചയ്ക്ക് പ്രാധാന്യം നല്കിയത്. കടൽ സ്കൂളിന് ലഭിച്ച അമൂല്യവിഭവമാണ്. ആ അമൂല്യവിഭവത്തെ പ്രയോജനപ്പെടുത്താൻ സ്കൂൾ ഒന്നടങ്കം തീരുമാനിക്കുകയായിരുന്നു.

രാജശേഖരൻമാഷിനായിരുന്നു സ്കൂൾ നേച്ചർ ക്ലബ്ബിന്റെ

ചുമതല. എല്ലാ ക്ലബ്ബ് പ്രവർത്തനങ്ങളിലും അദ്ദേഹം കുട്ടികളോടൊപ്പം കൂടും. നേച്ചർക്ലബ്ബ് വിളിച്ചു ചേർത്തു. പ്രവർത്തനങ്ങളെക്കുറിച്ചുള്ള അഭിപ്രായം അദ്ദേഹം കുട്ടികളോട് ചോദിച്ചു.

അജീബും അമ്മുവും ക്ലബ്ബ് അംഗങ്ങളാണ്. ടീച്ചറമ്മയും മറ്റു ചില അദ്ധ്യാപകരും യോഗത്തിൽ പങ്കെടുത്തു. മാഷ് നേച്ചർക്ലബ്ബ് സെക്രട്ടറി സൂരജിനെ അദ്ധ്യക്ഷസ്ഥാനത്തേക്ക് വിളിച്ചു. സൂരജ് ഒൻപതാം ക്ലാസ് വിദ്യാർത്ഥിയാണ്.

അദ്ധ്യക്ഷൻ രാജശേഖരൻ മാഷിനെ സംസാരിക്കാൻ ക്ഷണിച്ചു.

"അമ്മുവിന്റെ ഡയറി നിങ്ങൾ കണ്ടുകാണുമല്ലോ. അമ്മു കടലിനെക്കുറിച്ച് അറിയാൻ ആഗ്രഹിച്ച കാര്യങ്ങൾ ഞാൻ മനസ്സിലാക്കിയിട്ടുണ്ട്. അക്കാര്യം നിങ്ങളെ അറിയിക്കാം." രാജശേഖരൻ മാഷ് കൈയിലിരുന്ന കുറിപ്പ് നോക്കി പറയാൻ തുടങ്ങി.

"കടലിന്റെ സവിശേഷതകൾ, കടലും സമുദ്രവും തമ്മിലുള്ള വ്യത്യാസം, തിരമാലകൾ, സമുദ്രത്തിന്റെ ഉൾമേഖലകൾ, കടലിന്റെ ആഴം സംബന്ധിച്ച കാര്യങ്ങൾ, സമുദ്രജീവികൾ, കടലിലെ അത്ഭുതജീവികൾ, കടലിന്റെ അടിത്തട്ടിലേക്കുള്ള യാത്രകൾ, കടലിലടിയുന്ന മാലിന്യങ്ങൾ തുടങ്ങിയ കാര്യങ്ങൾ സംബന്ധിച്ച ചോദ്യങ്ങളാണ് ഉന്നയിച്ചിട്ടുള്ളത്. ഇത് നമ്മുടെ സ്കൂളിന്റെ ചോദ്യങ്ങളാണ് എന്ന് കരുതാം." മാഷ് വിശദീകരിച്ചു.

"ഇനി നിങ്ങൾക്ക് എന്തൊക്കെ കൂട്ടിച്ചേർക്കണം. നിങ്ങൾ ചിന്തിച്ചു പറയൂ." ടീച്ചറമ്മ കൂട്ടിച്ചേർത്തു.

കുട്ടികൾ ആദ്യം ഒന്നും പ്രതികരിച്ചില്ല. അവർ അന്യോന്യം ചർച്ചയിൽ മുഴുകി. കുറച്ചു സമയം കഴിഞ്ഞപ്പോൾ കുട്ടികൾ പലരും അഭിപ്രായങ്ങൾ പറയാൻ തുടങ്ങി.

"സമുദ്രദിനം ആചരിക്കാറുണ്ടല്ലോ. അതിനെക്കുറിച്ചു വേണം" ഒരു കുട്ടി പറഞ്ഞു.

"നല്ല കാര്യം." മാഷ് കുട്ടിയെ അഭിനന്ദിച്ചു.

"കടൽ കാലാവസ്ഥയെ എങ്ങനെ നിയന്ത്രിക്കുന്നു?" മറ്റൊരു കുട്ടി പറഞ്ഞു.

"ആഗോളതാപനം വഴി മഞ്ഞുമലകൾ ഉരുകുന്നുണ്ടല്ലോ.

അപ്പോൾ സമുദ്രത്തിലെ വെള്ളം ഉയരില്ലേ? അങ്ങനെ വന്നാൽ നമ്മുടെ സ്കൂൾ മുങ്ങില്ലേ?" സ്കൂൾ ലീഡർ ഷാജിയുടേതാണ് ചോദ്യം. തെല്ല് അമ്പരപ്പോടെ കുട്ടികൾ ലീഡറെ നോക്കി. ഷാജി പത്താം ക്ലാസ് വിദ്യാർത്ഥിയാണ്.

മാഷ് തന്റെ കഷണ്ടിത്തലയിൽ കൈവച്ച് ചിരിച്ചു.

"ആഗോളതാപനം സമുദ്രത്തെ എങ്ങനെ സ്വാധീനിക്കും എന്നാക്കിയാലോ." മാഷ് ചോദിച്ചു. ലീഡർ തലകുലുക്കി.

"കടലുമായി ബന്ധപ്പെട്ട പാട്ടുകൾ വേണം." ആവശ്യം പറഞ്ഞത് സ്കൂളിന്റെ പാട്ടുകാരി സുകന്യയായിരുന്നു. എല്ലാവരും ആ ആവശ്യത്തോട് യോജിച്ചു.

"മാഷ് പാടിത്തരണം" കുട്ടികൾ ആവശ്യമുന്നയിച്ചു.

"റെഡിയാക്കാന്നേ" മാഷ് ഉറപ്പു നല്കി.

"കടൽജീവിയെക്കുറിച്ചുള്ള വീഡിയോ പ്രദർശനം വേണം." കുട്ടി വിളിച്ചുപറഞ്ഞു.

"സർ എനിക്ക് ഒരു കാര്യം പറയാനുണ്ട്." അജീബ് എഴുന്നേറ്റ് പറഞ്ഞു.

"പറഞ്ഞോളൂന്നേ. നിങ്ങൾക്ക് എന്തു കാര്യവും പറയാം." മാഷ് പറഞ്ഞു.

"നമ്മുടെ ഈ കടപ്പുറത്ത് കടലിനെ ആശ്രയിച്ച് കുറെപ്പേർ ജീവിക്കുന്നുണ്ട്."

അമ്മുവിന് അവൻ പറയാൻ പോകുന്ന കാര്യം പിടികിട്ടി.

"അവരുടെ കാര്യംകൂടി ഇതിൽ വരണം." അജീബ് പറഞ്ഞു.

"എന്താണ് കുട്ടി ഉദ്ദേശിക്കുന്നത്?" മാഷ് കൗതുകത്തോടെ ചോദിച്ചു.

"സാർ ഞാൻ പറയാം." അമ്മു എഴുന്നേറ്റു.

എല്ലാവരും അമ്മുവിനെ നോക്കി.

"എന്താ പറയൂ."

"സർ കടലമ്മയ്ക്കുണ്ടാകുന്ന എല്ലാ പ്രശ്നങ്ങളും അവരെയും ബാധിക്കുമല്ലോ. അക്കാര്യങ്ങളാ." അമ്മു പറഞ്ഞു.

"ഞാൻ പറയാൻ ഉദ്ദേശിച്ചത് അക്കാര്യംതന്നെ." അജീബ് കൂട്ടിച്ചേർത്തു.

"അജീബ് പറഞ്ഞ കാര്യം നമ്മൾ അറിയേണ്ടതുതന്നെയാ

ണ്. ഒരു കൈയടി കൊടുക്കൂ."

മാഷ് പറഞ്ഞു. കുട്ടികൾ കൈയടിച്ചു.

"നിങ്ങൾ പറഞ്ഞ എല്ലാ കാര്യങ്ങളും ഞങ്ങൾ കുറിച്ചിട്ടു. ഇനിയും നിങ്ങൾക്ക് ചോദ്യങ്ങൾ ഉണ്ടാകും. അക്കാര്യങ്ങളും പിന്നീട് കൊണ്ടുവരിക." മാഷ് പറഞ്ഞു.

മാഷും ടീച്ചർമാരും എന്തോ തമ്മിൽ പറഞ്ഞു. മാഷ് ടീച്ചറമ്മയെ ക്ഷണിച്ചു.

"കടൽവിഷയങ്ങൾ നിങ്ങൾക്ക് പകർന്നുതരാൻ പറ്റിയ വ്യക്തികളുണ്ട്. നമുക്ക് അവരുമായി ബന്ധപ്പെട്ട് വിഷയങ്ങളും ക്ലാസുകളും നിശ്ചയിക്കാം. ഇന്ന് ഇവിടെ നടന്ന കാര്യങ്ങൾ വീട്ടിൽ പറയണം. ഇക്കാര്യങ്ങൾ പറഞ്ഞുതരാൻ പറ്റുന്ന ആൾക്കാർ ഉണ്ടോ എന്ന് രക്ഷിതാക്കളോട് അന്വേഷിക്കണം. അവരുടെ പേരുവിവരങ്ങൾ കൊണ്ടുവരണം." ടീച്ചറമ്മ പറഞ്ഞവസാനിപ്പിച്ചു.

"ഇനി ഒരു കാര്യംകൂടി നിങ്ങളോട് ചോദിക്കാനുണ്ട്. ഈ പരിപാടിക്ക് ഒരു പേരു വേണ്ടേ?"

മാഷ് എല്ലാവരുടെയും മുഖത്തു നോക്കി ചിരിച്ചുകൊണ്ട് ചോദിച്ചു.

"ആർക്കെങ്കിലും പേരു പറയാമോ?"

"കടലും മനുഷ്യനും" അജീബ് ഉറക്കെപ്പറഞ്ഞു.

എല്ലാവരും അത് ശ്രദ്ധിച്ചു. കുട്ടികൾക്ക് അതങ്ങ് ബോധിച്ചെന്നു തോന്നുന്നു. എല്ലാവരും കൈയടിക്കാൻ തുടങ്ങി.

"ശരി ശരി നമുക്ക് ആ പേര് തന്നെ നല്കാം. കടലും മനുഷ്യനും. നമുക്കാ പേരുതന്നെ നല്കാം." മാഷ് ഉറക്കെപ്പറഞ്ഞു. എല്ലാവരും കൈയടിച്ച് അതംഗീകരിച്ചു. അമ്മു എഴുന്നേറ്റ് ചെന്ന് അജീബിന് കൈകൊടുത്തു.

ഭൂമിയുടെ ഗ്ലോബ് മാപ്പ് വേണ്ടത്ര കരുതണമെന്ന അഭിപ്രായവും ഉയർന്നുവന്നു. അക്കാര്യവും പരിഗണിച്ചു.

യോഗം അവസാനിച്ചതായി ക്ലബ്ബ് സെക്രട്ടറി അറിയിച്ചു. എല്ലാവരും സന്തോഷത്തോടെ ക്ലാസ് വിട്ട് പുറത്തിറങ്ങി.

കുട്ടികളുടെ അഭിപ്രായങ്ങൾ പരിഗണിച്ച് കൊണ്ടുള്ള ആസൂത്രണമാണ് പിന്നീട് പല തട്ടുകളിൽ നടന്നത്. അദ്ധ്യാപകരുടെ യോഗങ്ങൾ നടന്നു. പി റ്റി എ യോഗങ്ങൾ നടന്നു. പരിപാടിക

ളുടെ സംഘാടനത്തിന് നാട്ടിലെ പ്രധാന വ്യക്തികളെയും ക്ഷണിച്ചുകൊണ്ട് ഒരു സംഘാടക സമിതിയും തെരഞ്ഞെടുത്തു. സംഘാടകസമിതി കൺവീനറായി രാജശേഖരൻ മാഷിനെയാണ് തെരഞ്ഞെടുത്തത്. ജോയിന്റ് കൺവീനറായി ടീച്ചറമ്മയെയും തെരഞ്ഞെടുത്തു. മേൽനോട്ടത്തിന് ഹെഡ്മിസ്ട്രസും, പി റ്റി എ പ്രസിഡന്റും.

വിഷയങ്ങളും ക്ലാസ് നയിക്കുന്നവരുടെ ലിസ്റ്റും തയ്യാറായി. സമുദ്രം മഹാസമുദ്രം, ഇന്ത്യൻ മഹാസമുദ്രം, ആഴക്കടൽ പര്യ വേക്ഷണ കഥകൾ, കടൽ ഭരണഘടന എന്നിവയാണ് വിഷയ ങ്ങൾ.

നാട്ടിൽ ഇതൊരു ചർച്ചാവിഷയമായി. തീരദേശത്ത് ആദ്യ മായിട്ടാണ് കടലിനെയും മനുഷ്യനെയും ബന്ധപ്പെടുത്തി ഒരു ചർച്ച നടക്കുന്നത്. ചായപ്പീടികയിലും ചർച്ചകൾ നടന്നു.

“നമ്മുടെ പൈതങ്ങളെ സമ്മതിക്കണം. പെരുത്ത ബുദ്ധ്യാ അവർക്ക്.” വീടുകളിൽ മത്സ്യവുമായി എത്തുന്ന ഗവീറും സുബേറും വീടുവീടാന്തരം കുട്ടികളെക്കുറിച്ച് പറഞ്ഞു. സത്യ ത്തിൽ നാട്ടിൽ പാട്ടാകാൻ അവരാണ് സഹായിച്ചത്.

ഇതിനിടയിൽ റുക്സാനയുടെ അമ്മയും ഇക്കാര്യങ്ങൾ വീടു കളിൽ എത്തിച്ചു. റുക്സാനയുടെ അമ്മയ്ക്ക് ഒരു ടൂവീലർ ലഭി ച്ചു. റുക്സാനയുടെ അമ്മ ടൂവീലർ പഠിച്ചു ഡ്രൈവിങ് ലൈസൻസ് നേടി. അജീബിന്റെയും അമ്മുവിന്റെയും നാട്ടുകാ രുടെയും വീട്ടുകാരുടെയും ഇടപെടീലിന്റെ ഭാഗമായിട്ടാണ് അവർക്ക് ടൂവീലർ ലഭിച്ചത്. അതിനുശേഷം ടൂവീലറിലാണ് റുക്സാനയുടെ അമ്മ വീടുകളിൽ മത്സ്യം വില്ക്കാൻ പോകു ന്നത്. റുക്സാനയുടെ കുടുംബം സന്തോഷത്തിലാണ്. വീടിനോട് ചേർന്ന് അവർ ഒരു പീടിക തുടങ്ങി. എല്ലാവരുടെയും സഹായം അവർക്ക് ലഭിച്ചു. വീടിന് അത്യാവശ്യമുള്ള വസ്തുക്കൾ അവർ വാങ്ങിവച്ചു. വീൽച്ചെയറിൽ ഇരുന്ന് റുക്സാനയുടെ അച്ഛൻ കച്ചവടം കൊണ്ടുപോയി. വലിയ തിരക്കൊന്നുമില്ല എങ്കിലും റുക്സാനയുടെ അച്ഛന് ഒരു പുതുജീവിതം കിട്ടി. റുക്സാന യുടെ അച്ഛൻ അവിടെ വരുന്ന എല്ലാവരോടും കുട്ടികളെക്കുറിച്ചു ചില കാര്യങ്ങൾ പറയും.

“നമ്മുടെ കുട്ടികൾ എത്ര നല്ലവരാ.” അതിനിടയിൽ അമ്മു

വിനെക്കുറിച്ചും അജീബിനെക്കുറിച്ചും പറയും. "സ്കൂളാണ് എനിക്ക് ഒരു പുതുജീവൻ തന്നത്." സ്കൂളിന് അദ്ദേഹം നന്ദി പറയും.

'കടലും മനുഷ്യനും' എന്ന വിഷയത്തെക്കുറിച്ച് നടക്കുന്ന ക്ലാസുകളെക്കുറിച്ചും റുക്സാനയുടെ വാപ്പ നാട്ടുകാരോട് പറയാൻ തുടങ്ങി.

കടൽ അവരുടെ ജീവിതമാണ്. കടലമ്മ നല്കുന്ന വിളവ് എടുക്കാൻ പോയപ്പോഴാണല്ലോ റുക്സാനയുടെ അച്ഛന് അപകടമുണ്ടായത്. അതിൽ അദ്ദേഹത്തിന് കടലമ്മയോട് ദേഷ്യമില്ല. കടലിൽ പോണോർക്ക് അവിചാരിതമായി സംഭവിക്കാവുന്ന അപകടം. റുക്സാനയുടെ അച്ഛന് ആ അപകടത്തെ തുടർന്നുണ്ടായ പ്രശ്നങ്ങളെ അതിജീവിക്കാൻ കഴിഞ്ഞത് സ്കൂളിലെ കുട്ടികളുടെ നന്മകൊണ്ടാണ്. അവരിലൂടെ നാട്ടുകാർ അദ്ദേഹത്തെ ചേർത്ത് പിടിച്ചപ്പോഴാണ്.

അമ്മുവിന്റെ ജന്മദിനത്തിന് ആശംസകൾ നേരാൻ വന്ന ടീച്ചറമ്മ അമ്മുവിന് ഒരു സവിശേഷ സമ്മാനം നല്കി. എന്താണെന്നോ? ഭൂമിയുടെ ഗ്ലോബ് മാപ്പ്.

സമുദ്രം മഹാസമുദ്രം

“ഞങ്ങളുടെ സ്വപ്നങ്ങൾക്ക് ആകാശത്തേക്കാൾ ഉയരം, കടലിനേക്കാൾ ആഴം എന്ന് വിശ്വസിക്കുകയും അതിനനുസരിച്ച് പ്രവർത്തിക്കുകയും ചെയ്യുന്ന പ്രിയപ്പെട്ട കൂട്ടുകാർക്ക് എന്റെ ബിഗ് സല്യൂട്ട്.” ഡോ. പ്രതിഭയുടെ ശബ്ദം ഹാളിൽ പ്രതിദ്ധ്വനിച്ചു. സല്യൂട്ട് നല്കി ചിരിച്ചുകൊണ്ടു നില്ക്കുന്ന ഡോ. പ്രതിഭയുടെ വാക്കുകൾ സ്വീകരിച്ചുകൊണ്ട് കുട്ടികൾ കൈയടിച്ച് അവരെ എതിരേറ്റു.

‘സമുദ്രം മഹാസമുദ്രം’ എന്ന വിഷയത്തെ അധികരിച്ച് നടക്കുന്ന ക്ലാസിന് അങ്ങനെ തുടക്കമായി. നേച്ചർ ക്ലബ്ബിലെ അംഗങ്ങളും അവരോടൊപ്പം സമുദ്രത്തെക്കുറിച്ച് കൂടുതൽ അറിയാൻ ആഗ്രഹിക്കുന്ന മറ്റു ക്ലബ്ബുകളിലെ അംഗങ്ങളും ക്ലാസിൽ സംബന്ധിക്കാനെത്തിയിരുന്നു. കുട്ടികളും അദ്ധ്യാപകരും അടങ്ങുന്ന വലിയ സദസ്സ്. നേച്ചർക്ലബ്ബ് പ്രസിഡന്റിന്റെ അദ്ധ്യക്ഷതയിലാണ് ക്ലാസ് ആരംഭിച്ചത്. ‘സമുദ്രവും മനുഷ്യനും’ എന്ന പ്രമേയത്തെ അടിസ്ഥാനമാക്കിയുള്ള സഹവാസക്യാമ്പിന്റെ ഉദ്ഘാടനം നിർവ്വഹിച്ചത് പഞ്ചായത്ത് പ്രസിഡന്റാണ്. ഹെഡ്മിസ്ട്രസ് സ്വാഗതം പറഞ്ഞു. ഡോ. പ്രതിഭയെ സദസ്സിന് പരിചയപ്പെടുത്തിയത് രാജശേഖരൻ മാഷ് ആയിരുന്നു. സമുദ്രത്തെക്കുറിച്ച് പഠിക്കുന്ന ഒരു ശാസ്ത്രജ്ഞയാണ് ഡോ. പ്രതിഭ.

"ക്ലാസിലേക്ക് കടക്കാം അല്ലേ? ഓരോ ഗ്രൂപ്പിനും നല്കിയിട്ടുള്ള ഭൂമിയുടെ ഗ്ലോബ് മാപ്പും നിരീക്ഷിക്കണം."

"തുടങ്ങാം ടീച്ചർ" കുട്ടികൾ പറഞ്ഞു.

"സമുദ്രത്തെക്കുറിച്ച് അറിയാൻ ആഗ്രഹിക്കുന്ന കാര്യങ്ങൾ ചോദ്യങ്ങളായി എഴുതിക്കൊണ്ടാണ് നിങ്ങൾ ഓരോരുത്തരും വന്നിട്ടുള്ളത് എന്ന് രാജശേഖരൻ മാഷ് എന്നോട് പറഞ്ഞിട്ടുണ്ട്. ശരിയല്ലേ?" പ്രതിഭ കുട്ടികളോട് ചോദിച്ചു.

"അതെ ടീച്ചർ" കുട്ടികൾ മറുപടി പറഞ്ഞു.

"എന്റെ ക്ലാസ് കേൾക്കുമ്പോൾ ഉണ്ടാകുന്ന സംശയങ്ങളും കുറിച്ചുവയ്ക്കണം. പൊതുഅവതരണം കഴിഞ്ഞ് നമുക്ക് ചർച്ച ചെയ്യാം. എന്താ സമ്മതമല്ലേ?"

"സമ്മതമാണ് ടീച്ചർ."

"ഇനി ഒരു കാര്യം കൂടി. എന്റെ അവതരണം നടക്കുമ്പോൾ ചില ചിത്രങ്ങളും വീഡിയോകളും ഞാൻ കാണിക്കുന്നുണ്ട്. എന്തിനായിരിക്കും?"

"കൂടുതൽ വ്യക്തത ലഭിക്കാൻ" കുട്ടികളുടെ മറുപടി കേട്ട് ടീച്ചർ ചിരിച്ചു.

"എന്റെ ക്ലാസ് മുന്നോട്ട് പോകുമ്പോൾ നിങ്ങൾ എഴുതി വന്ന ചോദ്യങ്ങൾക്ക് ഉത്തരം ലഭിച്ചുവെങ്കിൽ ആ ചോദ്യത്തിനു നേരെ ടിക്മാർക്ക് ഇടണം. അല്ലാത്തവ നമുക്ക് അവസാനം ചർച്ച ചെയ്യാം."

കുട്ടികൾ അതിനോട് യോജിച്ചു.

"എന്താണ് സമുദ്രം എന്ന പദം അർത്ഥമാക്കുന്നത്? ഭൂമിയുടെ ഉപരിതലത്തിൽ വലിയൊരു ഭാഗത്തോളം വ്യാപിച്ചുകിടക്കുന്ന ബൃഹത്തായ ജലസഞ്ചയമാണോ സമുദ്രം എന്ന പദം അർത്ഥമാക്കുന്നത്?"

"അതെ" കുട്ടികൾ ഉത്തരം പറഞ്ഞു.

"ഭൂമിയുടെ മൂന്നിൽ രണ്ടുഭാഗവും സമുദ്രജലത്താൽ ആവൃതമാണ്. ഭൂതലത്തിന്റെ 71% വരും. മൂന്നിലൊന്നു ഭാഗം മാത്രമേ കരയുള്ളൂ.

ഭൂമിയിൽ ജീവൻ ഉത്ഭവിച്ചത് സമുദ്രത്തിലാണെന്ന് നിങ്ങൾ

പഠിച്ചിട്ടുണ്ട്. ബഹിരാകാശത്തുനിന്ന് നോക്കുമ്പോൾ നീല മാർബിളായി തോന്നും. ഭൂമിയിലെ ജീവജാലങ്ങളിൽ തൊണ്ണൂറ്റൊമ്പത് ശതമാനവും വസിക്കുന്ന ഇടം.”

സ്ക്രീനിൽ സമുദ്രവും തിരമാലകളും. തിരമാലകളുടെ ഇരമ്പൽ കുട്ടികളിൽ ആവേശം ജനിപ്പിച്ചു.

“സമുദ്രം നമ്മുടെ ഹൃദയത്തെ ഉത്തേജിപ്പിക്കുന്നു. സ്വപ്നങ്ങളെ ഉണർത്തുന്നു.” ടീച്ചറുടെ വാക്കുകൾ കുട്ടികൾ ശ്രദ്ധയോടെ കേട്ടു.

“ശാസ്ത്രീയ നിരീക്ഷണത്തിൽ ഈ ഭൂമിക്ക് അതിന്റെ മൂന്നിൽ രണ്ട് ഭാഗം വരുന്ന ഒരേ ഒരു സമുദ്രമേ ഉള്ളൂ. ഒരൊറ്റ ലോകസമുദ്രം.” ടീച്ചർ അങ്ങനെ പറഞ്ഞപ്പോൾ ചിലർക്കെങ്കിലും ചില സംശയങ്ങൾ ഉണ്ടായി.

‘അഞ്ച് എന്നല്ലേ പഠിച്ചത്’ ചിലരുടെ മനസ്സിൽ ആ സംശയമാണ് ഉണ്ടായത്.

“ഭൂഖണ്ഡങ്ങൾകൊണ്ട് വേർതിരിക്കപ്പെട്ട നിലയിലാണ് ലോകസമുദ്രം. അതുകൊണ്ട് ഭൂഗോളശാസ്ത്രജ്ഞന്മാരും സമുദ്രശാസ്ത്രജ്ഞന്മാരും പഠനസൗകര്യത്തിനും സമുദ്രപാത നിർണ്ണയത്തിനും വേണ്ടി ഭൂമിശാസ്ത്രപരമായി അഞ്ച് ജലസഞ്ചയങ്ങളായി കണ്ടുകൊണ്ട് അവയ്ക്കു പേരുകൾ നല്കിയിരിക്കുന്നു. മറ്റൊരു തരത്തിൽ പറഞ്ഞാൽ അഞ്ച് മഹാസമുദ്രങ്ങൾ ചേർന്നതാണ് ലോകസമുദ്രം.”

ഡോ. പ്രതിഭയുടെ വിശദീകരണം കേട്ടപ്പോൾ സംശയങ്ങൾ മാറി കൂടുതൽ വ്യക്തത കുട്ടികൾക്ക് ലഭിച്ചു. ഇതിനൊപ്പംതന്നെ ഭൂതലത്തിന്റെ മാപ്പും സ്ക്രീനിൽ തെളിച്ചപ്പോൾ ലോകസമുദ്രം അവരുടെ ഭാവനയിൽ നിറഞ്ഞു.

“ഏതൊക്കെയാണ് ആ മഹാസമുദ്രങ്ങൾ?” ചോദ്യം കേട്ടതോടെ കുട്ടികൾ ഉത്തരങ്ങൾ വിളിച്ചു പറഞ്ഞുകൊണ്ടിരുന്നു. ചിലർ നിശ്ശബ്ദരായിരുന്നു.

“ഇന്ത്യൻ മഹാസമുദ്രം”

“പസഫിക് സമുദ്രം”

“അറ്റ്ലാന്റിക് സമുദ്രം”

"അന്റാർട്ടിക് സമുദ്രം"

"ആർട്ടിക് സമുദ്രം"

"വെരിഗുഡ്" ടീച്ചർ കുട്ടികളെ അഭിനന്ദിച്ചു.

"അന്റാർട്ടിക് സമുദ്രത്തിന് ദക്ഷിണസമുദ്രമെന്ന പേരുമുണ്ട്." ടീച്ചർ കൂട്ടിച്ചേർത്തു.

"ഓരോന്നിന്റെയും സ്ഥാനത്തെക്കുറിച്ച് നമുക്ക് ചർച്ച ചെയ്യാം. ആദ്യം നമുക്ക് ഇന്ത്യൻ സമുദ്രത്തിന്റെ സ്ഥാനം നോക്കാം."

സ്ക്രീനിൽ ഇന്ത്യൻ സമുദ്രത്തിന്റെ സ്ഥാനം തെളിഞ്ഞു.

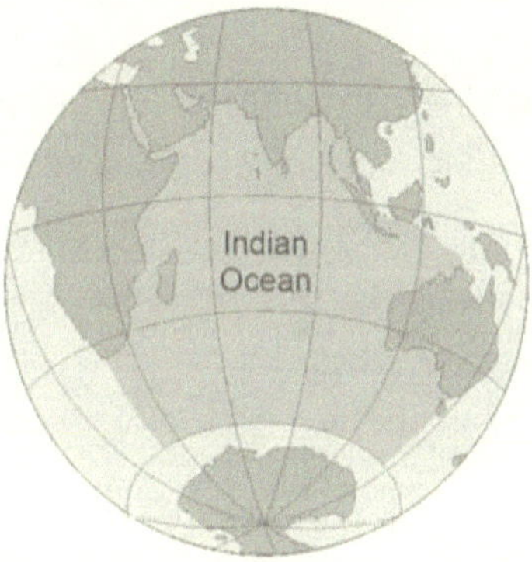

"വടക്ക് ഇന്ത്യൻ ഉപഭൂഖണ്ഡം ഉൾപ്പെടുന്ന ഏഷ്യ. തെക്ക് അന്റാർട്ടിക്ക. കിഴക്ക് ആസ്ട്രേലിയ. പടിഞ്ഞാറ് ആഫ്രിക്ക. ഇതിനിടയിലാണ് ഇന്ത്യൻ സമുദ്രം."

"ഇന്ത്യൻ സമുദ്രത്തിന്റെ സ്ഥാനവും അതിരുകളും തിരിച്ചറിഞ്ഞല്ലോ."

"തിരിച്ചറിഞ്ഞു ടീച്ചർ" കുട്ടികൾ പ്രതികരിച്ചു.

"ഇനി നമുക്ക് പസഫിക് സമുദ്രത്തിന്റെ സ്ഥാനവും അതിരുകളും നിരീക്ഷിക്കാം. പസഫിക് സമുദ്രത്തിന് ശാന്തസമുദ്രം എന്നും പേരുണ്ട്."

സ്ക്രീനിൽ പസഫിക് സമുദ്രത്തിന്റെ ഭൂപടം തെളിഞ്ഞു.

"വടക്ക് ആർട്ടിക് സമുദ്രത്തോടും തെക്ക് അന്റാർട്ടിക് സമുദ്രത്തോടും ചേർന്ന് പസഫിക് സമുദ്രം സ്ഥിതിചെയ്യുന്നു. പടി

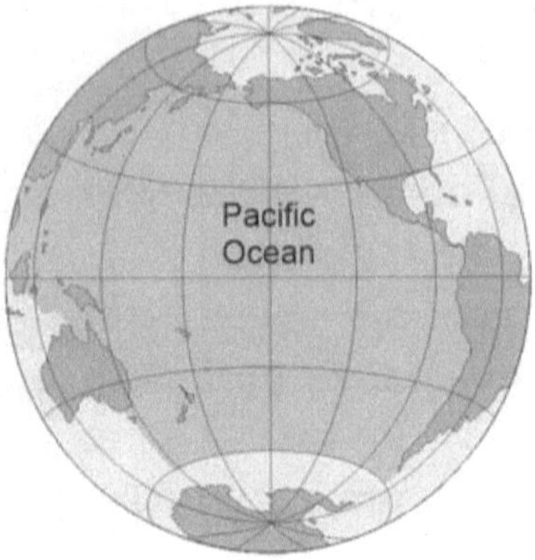

ഞ്ഞാറ് ഭാഗത്ത് രണ്ട് ഭൂഖണ്ഡങ്ങൾ. ഏഷ്യയും ആസ്ട്രേലിയയും. കിഴക്കോ? വടക്കേ അമേരിക്കയും തെക്കേ അമേരിക്കയും.

ഏറ്റവും വിസ്തൃതമായതും ആഴമുള്ളതുമായ സമുദ്രം. പസഫിക് സമുദ്രം. അതിന്റെ സ്ഥാനം നിങ്ങൾ കണ്ടല്ലോ. അതിരുകളെക്കുറിച്ച് പറയാനാകുമല്ലോ."

കുട്ടികളുടെ മനസ്സിൽ ഭൂപടം തെളിഞ്ഞുവന്നു. അതിൽ പസഫിക് സമുദ്രം. അതിന്റെ അതിരുകളായ സമുദ്രങ്ങൾ. അതിന്റെ പടിഞ്ഞാറും കിഴക്കും കിടക്കുന്ന ഭൂഖണ്ഡങ്ങൾ. പുതിയ അറിവുകൾ തേടി കുതിക്കുന്ന മനസ്സുകൾ.

സ്ക്രീനിൽ അതാ അറ്റ്ലാന്റിക് സമുദ്രത്തിന്റെ ഭൂപടം തെളിയുന്നു. മനസ്സുകൾ പസഫിക് സമുദ്രത്തിൽനിന്നും അറ്റ്ലാന്റിക് സമുദ്രത്തിലേക്ക് തെന്നിമാറി.

കിഴക്ക് യൂറോപ്പ്, ആഫ്രിക്ക എന്നീ ഭൂഖണ്ഡങ്ങൾ. പടിഞ്ഞാറ് വടക്കേ അമേരിക്ക, തെക്കേ അമേരിക്ക എന്നീ ഭൂഖണ്ഡങ്ങൾ. ഇവയ്ക്കിടയിൽ വടക്ക് ആർട്ടിക് സമുദ്രവുമായും തെക്ക് അന്റാർട്ടിക് സമുദ്രവുമായും ബന്ധപ്പെട്ട് അറ്റ്ലാന്റിക് സമുദ്രം. അറ്റ്ലാന്റിക് സമുദ്രത്തിന്റെ സ്ഥാനത്തെക്കുറിച്ചും അതിരുകളെക്കുറിച്ചും ടീച്ചർ ചോദിച്ച ചോദ്യങ്ങൾക്ക് ഉടൻ ഉത്തരങ്ങളുമായി കുട്ടികളും സജീവമായി നിലകൊണ്ടു.

"ഇനി നമുക്ക് ലോകസമുദ്രത്തിന്റെ ഉത്തരധ്രുവപ്രദേശത്തെ ജലസഞ്ചയമായ ആർട്ടിക് സമുദ്രത്തിന്റെ സ്ഥാനം നിരീക്ഷിക്കാം."

കുട്ടികളുടെ ശ്രദ്ധയെ ആകർഷിച്ചുകൊണ്ട് ടീച്ചർ ആർട്ടിക്

സമുദ്രത്തിന്റെ ഭൂപടം കാണിച്ചു.

"ഭൂമിയുടെ ഉത്തരധ്രുവപ്രദേശത്ത് കാണുന്ന സമുദ്രമാണ് ആർട്ടിക് സമുദ്രം. അഞ്ചു സമുദ്രങ്ങളിൽ വിസ്തൃതി കുറഞ്ഞ സമുദ്രം. ഏഷ്യ, യൂറോപ്പ്, വടക്കേ അമേരിക്ക എന്നീ ഭൂഖണ്ഡങ്ങളുടെ വടക്ക് ഭാഗത്തെ പ്രദേശങ്ങൾ ചുറ്റും തൊട്ടുകിടക്കുന്നു. പസഫിക്, അറ്റ്ലാന്റിക് സമുദ്രങ്ങളുമായി കൈകോർത്ത് പിടി

ച്ചിട്ടുണ്ട്."

ആർട്ടിക് സമുദ്രത്തിന്റെയും സ്ഥാനം തിരിച്ചറിഞ്ഞ കുട്ടികൾ അന്റാർട്ടിക് സമുദ്രത്തിലേക്ക് ശ്രദ്ധ തിരിച്ചു. അന്റാർട്ടിക് സമുദ്രത്തിന്റെ ഭൂപടത്തിലേക്ക് കുട്ടികൾ നോക്കിയിരുന്നു.

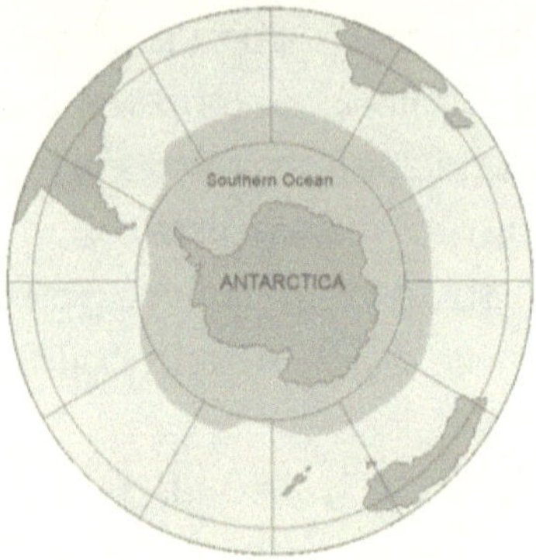

"ലോകസമുദ്രത്തിന്റെ ദക്ഷിണധ്രുവപ്രദേശത്തെ ജലസഞ്ചയമാണ് അന്റാർട്ടിക് സമുദ്രം. ദക്ഷിണ സമുദ്രമെന്നും വിളിക്കുന്നുണ്ട്. ഇന്ത്യൻ സമുദ്രം, പസഫിക് സമുദ്രം, അറ്റ്ലാന്റിക് സമുദ്രം എന്നീ മൂന്നു സമുദ്രങ്ങളെ തൊട്ടുകൊണ്ട് അന്റാർട്ടിക്കയ്ക്കു ചുറ്റും നില്ക്കുന്ന സമുദ്രമാണിത്."

അഞ്ചു സമുദ്രങ്ങളുടെ ചില സവിശേഷതകളെക്കുറിച്ച് നമുക്ക് ചർച്ച ചെയ്യാം. നിങ്ങൾക്കതറിയാൻ കൗതുകമുണ്ടെന്നെനിക്കറിയാം."

"ഞങ്ങൾക്കതറിയണം ടീച്ചർ" ടീച്ചറുടെ വാക്കുകളോട് കുട്ടികൾ സന്തോഷത്തോടെ പ്രതികരിച്ചു.

ടീച്ചർ സമുദ്രങ്ങളെക്കുറിച്ചുള്ള ചില സവിശേഷതകൾ പറയാൻ തുടങ്ങി. കുട്ടികൾ കാതോർത്തിരുന്നു.

"അഞ്ചു സമുദ്രങ്ങളിൽ ഏറ്റവും വലുതും ഏറ്റവും ആഴമേറിയതും പസഫിക് സമുദ്രമാണ്. ഏകദേശം 165.2 ദശലക്ഷം ചതുരശ്രകിലോമീറ്റർ വിസ്തീർണ്ണം ഈ സമുദ്രത്തിനുണ്ട്. ഭൂമിയിലെ ജലോപരിതല വിസ്തീർണ്ണത്തിന്റെ 46 ശതമാനം ഈ സമുദ്രം

ഉൾക്കൊള്ളുന്നു. എത്ര വിസ്തൃതമാണെന്ന് നിങ്ങൾ ആലോചിച്ചുനോക്കൂ."

ടീച്ചർ ഒന്നു നിർത്തിയിട്ട് വീണ്ടും തുടർന്നു:

"ഭൂഗോളത്തിന്റെ മൂന്നിലൊന്നു ഭാഗത്തോളം വ്യാപിച്ചുകിടക്കുന്ന സമുദ്രമാണ് പസഫിക് സമുദ്രം. ഏറ്റവും ആഴമേറിയ സമുദ്രമാണെന്ന് ഞാൻ പറഞ്ഞല്ലോ. ശരാശരി നാലായിരത്തി അഞ്ഞൂറ് മീറ്ററിലധികം ആഴം ഈ സമുദ്രത്തിനുണ്ട്. ഏറ്റവും വിസ്തൃതമായ അടിവാരമുള്ള ആ സമുദ്രത്തിൽ എല്ലാ ഭൂഖണ്ഡങ്ങളും ഇറക്കിവയ്ക്കാം."

കുട്ടികൾ വളരെ കൗതുകത്തോടെ അതുകേട്ടു.

"ഭൂമിയിലെ ഏറ്റവും ആഴമുള്ള ഇടമേതെന്ന് നിങ്ങൾ കേട്ടിട്ടുണ്ടോ? 'ചലഞ്ചർഡീപ്.' ഇത് പസഫിക് സമുദ്രത്തിലാണ്. വടക്കുപടിഞ്ഞാറൻ പസഫിക്കിൽ വടക്കൻ മരിയാന ദ്വീപുകൾക്ക് കിഴക്ക് മരിയാനട്രഞ്ച് സ്ഥിതിചെയ്യുന്നു. അതിലാണ് 'ചലഞ്ചർഡീപ്.' ഇതിന്റെ പരമാവധി ആഴം 11,034 മീറ്റർ വരുമത്രേ.

വളരെയധികം ദ്വീപുകൾ പസഫിക്കിലുണ്ട്. ഏകദേശം ഇരുപതിനായിരത്തിലധികം ദ്വീപുകൾ. അധികവും അഗ്നിപർവ്വതജന്യദ്വീപുകളും പവിഴദ്വീപുകളുമാണ്."

ടീച്ചർ അടുത്ത ഭാഗത്തേക്ക് നീങ്ങും മുമ്പ് ഒരു ചോദ്യം വന്നു.

അജീബാണ് ചോദ്യം ചോദിച്ചത്.

"ടീച്ചർ പസഫിക്കിന് ശാന്തസമുദ്രം എന്നു വിളിക്കുന്നതെന്തുകൊണ്ടാണ്?" ടീച്ചർ ചോദ്യം വന്ന ഭാഗത്തേക്ക് നോക്കി.

"പേരുമായി ബന്ധപ്പെട്ട് പല വാദങ്ങൾ ഉണ്ട്. അതിലൊന്ന് പാസിഫൈ (Pacify) എന്ന വാക്കുമായി ബന്ധപ്പെട്ടതാണ്. ഫാസിഫൈ എന്ന ഇംഗ്ലീഷ് വാക്കിനർത്ഥം എന്തെന്നറിയാമല്ലോ? 'ശാന്തമാക്കുന്ന' എന്നതാണ് അതിനർത്ഥം. അപ്പോൾ പാസിഫൈ എന്ന വാക്കിൽ നിന്നാണ് പസഫിക് എന്ന പേര് വന്നതെന്നാണ് ഒരു വാദം. ഇനിയുമുണ്ട് വാദങ്ങൾ.

നിങ്ങൾ മഗല്ലനെക്കുറിച്ച് കേട്ടിട്ടുണ്ടോ? പോർച്ചുഗീസ് സമുദ്രപര്യവേക്ഷകനും നാവികനുമായിരുന്നു അദ്ദേഹം. ഫെർഡി

നാൻഡ് മഗല്ലൻ എന്നാണ് ശരിക്കുള്ള പേര്. പോർച്ചുഗീസിൽ നിന്നും ഫിലിപ്പൈൻ വരെയുള്ള തന്റെ യാത്രയ്ക്കിടയിൽ കടൽ ക്ഷോഭിച്ചില്ല എന്ന കാര്യം അദ്ദേഹം ശ്രദ്ധിച്ചിരുന്നു. അതുകൊണ്ട് അദ്ദേഹം 'ശാന്തസമുദ്രം' എന്ന പേരു നല്കിയെന്നാണ് മറ്റൊരു വാദം. ശാന്തസമുദ്രം എന്നർത്ഥം വരുന്ന 'മാരെ പസഫിക്കം' (Mare Pacificum) എന്ന ലത്തീൻ വാക്കിൽ നിന്നാണ് അദ്ദേഹം പസഫിക് സമുദ്രം എന്ന പേര് നല്കിയതത്രേ. അറേബ്യക്കാർ പസഫിക് സമുദ്രത്തെ അലസപ്രകൃതിയുള്ള സമുദ്രമെന്നാണ് വിളിക്കുന്നത്."

"സത്യത്തിൽ പസഫിക് സമുദ്രം എപ്പോഴും ശാന്തസ്വഭാവം കാണിക്കാറുണ്ടോ?"

മുമ്പിലിരുന്നവർ ചോദ്യം ചോദിച്ച കുട്ടിയെ തിരിഞ്ഞുനോക്കി. അവരുടെ മുഖത്ത് ചെറുപുഞ്ചിരി വിടർന്നു. ശാന്തസ്വഭാവക്കാരി എന്ന് കുട്ടികൾ വിശേഷിപ്പിക്കുന്ന സൗമ്യയാണ് ചോദ്യം ചോദിച്ചത്. എട്ടാം ക്ലാസുകാരി.

"പൊതുവിൽ ശാന്തമാണെന്നേ ഉള്ളൂ. പക്ഷേ, എപ്പോഴും ശാന്തസ്വഭാവം കാണിക്കാറില്ല. സുനാമിയും കൊടുങ്കാറ്റും ചുഴലിക്കാറ്റുകളും അവിടെ രൂപപ്പെടാറുണ്ട്. സമുദ്രാടിത്തട്ടുകളെ പിടിച്ചുകുലുക്കുന്ന വമ്പൻ ഭൂചലനങ്ങളും സുനാമികളും സാധാരണമാണ്. ശാന്തനാണെങ്കിലും ചില നേരങ്ങളിൽ രൗദ്രഭാവം കാട്ടും." ടീച്ചർ പറഞ്ഞു. കുട്ടികളും അതാണ് ചിന്തിച്ചതെന്ന് അവരുടെ മുഖഭാവങ്ങളിൽനിന്നും മനസ്സിലാക്കാം. സൗമ്യയുടെ മുഖത്ത് ചിരി വിടർന്നു.

അറ്റ്ലാന്റിക് സമുദ്രത്തിന്റെ സവിശേഷതകളിലേക്ക് ചർച്ച കടന്നു.

"വിസ്തൃതിയിൽ രണ്ടാം സ്ഥാനത്ത് വരുന്ന സമുദ്രമാണ് അറ്റ്ലാന്റിക് സമുദ്രം. ഏകദേശം 106.5 ദശലക്ഷം ചതുരശ്രകിലോമീറ്റർ വിസ്തീർണ്ണം. ഭൂമിയുടെ മൊത്തം ഉപരിതലത്തിന്റെ ഇരുപതുശതമാനം വരും. ഭൂമിയിലെ മൊത്തം ജലസഞ്ചയത്തിന്റെ ഇരുപത്തിആറുശതമാനം ഉൾക്കൊള്ളുന്ന സമുദ്രം.

ആഴത്തെക്കുറിച്ചറിയണ്ടേ? ശരാശരി ആഴം 3646 മീറ്റർ. പരമാവധി ആഴം 8380 മീറ്റർ. അറ്റ്ലാന്റിക് സമുദ്രത്തിന്റെ വിസ്തൃ

തിയും ആഴവും പസഫിക് സമുദ്രവുമായി താരതമ്യം ചെയ്തു നോക്കൂ."

ടീച്ചറുടെ വാക്കുകൾ കേട്ട് കുട്ടികൾ കുറച്ചുസമയം ചിന്താമഗ്നരായി. അവരുടെ മനസ്സിൽ രണ്ടു സമുദ്രങ്ങളുടെയും താരതമ്യം നടക്കുന്നുണ്ടായിരുന്നു.

"അറ്റ്ലാന്റിക് സമുദ്രം എന്ന പേര് വന്നതെങ്ങനെയാണ്?" മിഥിൽരാജാണ് ചോദ്യമുന്നയിച്ചത്. സ്കൂൾ ഫുട്ബോൾ ക്യാപ്റ്റനാണ് മിഥിൽരാജ്. ഒമ്പതാംക്ലാസുകാരൻ.

"ഗ്രീക്ക്പുരാണത്തിലെ ചില ദേവതകളെക്കുറിച്ച് നിങ്ങൾ കേട്ടിട്ടുണ്ടാകും. ഇവരിൽ 'അറ്റ്ലസ്' എന്ന ദേവനിൽ നിന്നാണ് സമുദ്രത്തിന് ആ നാമം ലഭിച്ചത് എന്നാണ് പൊതുവിൽ കരുതപ്പെടുന്നത്."

"അറ്റ്ലാന്റിക് സമുദ്രത്തെ രണ്ടു ഭാഗങ്ങളായി തിരിച്ചിട്ടില്ലേ?" കാർത്തിക്കാണ് ആ ചോദ്യമുന്നയിച്ചത്. കാർത്തിക് സ്കൂളിലെ പാട്ടുകാരനാണ്. ധാരാളം സമ്മാനങ്ങൾ നേടിയിട്ടുണ്ട്.

"ഭൂമദ്ധ്യരേഖയെ അടിസ്ഥാനമാക്കിയാണ് അങ്ങനെ പറയുന്നത്. ഭൂമദ്ധ്യരേഖയ്ക്ക് വടക്കുള്ള ഭാഗത്തെ വടക്കേ അറ്റ്ലാന്റിക് മഹാസമുദ്രമെന്നും തെക്കുഭാഗത്തെ തെക്കെ അറ്റ്ലാന്റിക് സമുദ്രമെന്നും വിളിക്കാറുണ്ട്."

"ദ്വീപുകളുടെ സാന്നിദ്ധ്യം ഇവിടെയുമില്ലേ?" ഒരു കുട്ടി ചോദിച്ചു.

"ഉണ്ട്. അറ്റ്ലാന്റിക് സമുദ്രത്തിലും പവിഴദ്വീപുകളും അഗ്നിപർവ്വതജന്യദ്വീപുകളുമുണ്ട്."

ഇനി പറയാൻ പോകുന്ന സമുദ്രം ഇന്ത്യൻ മഹാസമുദ്രമായിരിക്കുമെന്ന് കുട്ടികൾക്കറിയാമായിരുന്നു. ഇന്ത്യൻ മഹാസമുദ്രത്തിന്റെ സവിശേഷതകളറിയാൻ കുട്ടികൾ പ്രതീക്ഷയോടെ ശ്രദ്ധിച്ചിരുന്നു.

"വിസ്തൃതിയിൽ മൂന്നാം സ്ഥാനത്ത് നില്ക്കുന്ന സമുദ്രത്തിന്റെ ചില സവിശേഷതകളാണ് ഞാനിനി പറയാൻ പോകുന്നത്. ഒരു രാജ്യത്തിന്റെ പേരുള്ള ഏക മഹാസമുദ്രം. ഏതാണാ സമുദ്രം?"

"ഇന്ത്യൻ മഹാസമുദ്രം." കുട്ടികൾ ഒന്നാകെ വിളിച്ചുപറ

ഞ്ഞു. വലിയ ആവേശത്തോടെയാണ് അവർ പേര് വിളിച്ചുപറഞ്ഞത്.

"ഭൂമിയുടെ ഉപരിതലത്തിലുള്ള ജലസഞ്ചയത്തിന്റെ ഇരുപത് ശതമാനം ഉൾക്കൊള്ളുന്ന സമുദ്രമാണ് ഇന്ത്യൻ മഹാസമുദ്രം." ടീച്ചർ സവിശേഷതകൾ പറയാൻ തുടങ്ങി.

"ഏഴ് കോടി മുപ്പത്തിനാലു ലക്ഷത്തി നാല്പതിനായിരം ചതുരശ്രകിലോമീറ്റർ വിസ്തീർണ്ണമുണ്ട്. ശരാശരി ആഴം മൂവായിരത്തി എണ്ണൂറ്റി തൊണ്ണൂറുമീറ്റർ. ഏറ്റവും ആഴം കൂടിയ ഭാഗം ജാവാ കിടങ്ങാണ്. ഇതിന്റെ ആഴം ഏഴായിരത്തി ഇരുന്നൂറ്റി അമ്പത്തെട്ട് മീറ്റർ വരും.

ദ്വീപുകളും ദ്വീപസമൂഹങ്ങളും ഇന്ത്യൻ സമുദ്രത്തിലുണ്ട്. അതിൽ ചില ദ്വീപുകളെക്കുറിച്ചും ദ്വീപസമൂഹങ്ങളെക്കുറിച്ചും അറിഞ്ഞിരിക്കുന്നത് നല്ലതാണ്. ചിലത് നിങ്ങൾക്കറിയാം."

സ്ക്രീനിൽ ഇന്ത്യൻ മഹാസമുദ്രവും ദ്വീപുകളും ദ്വീപസമൂഹങ്ങളും തെളിഞ്ഞുവന്നു.

മഡഗാസ്കർ, മൗറീഷ്യസ് ദ്വീപുകൾ, ലക്ഷദ്വീപുകൾ,

ശ്രീലങ്ക, ആന്തമാൻ നിക്കോബാർ ദ്വീപുകൾ, ഇന്ത്യൻ മഹാസമുദ്രത്തിന്റെ കിഴക്കേ അതിർത്തിയിൽ നിലകൊള്ളുന്ന ഇന്തോനേഷ്യൻ ദ്വീപസമൂഹം എന്നിവയെല്ലാം സ്ക്രീനിൽ തെളിഞ്ഞ ഭൂപടം നോക്കി കുട്ടികൾ തിരിച്ചറിഞ്ഞു. ലക്ഷദ്വീപുകളും ആന്തമാൻ നിക്കോബാർ ദ്വീപസമൂഹവും ഇന്ത്യാമഹാരാജ്യത്തിൽ ഉൾപ്പെടുന്നവയാണ്.

"മറ്റ് സമുദ്രങ്ങളിൽനിന്നും വ്യത്യസ്തമായി കാലാവസ്ഥാ മാറ്റങ്ങൾക്ക് വേഗം വിധേയമാകുന്ന സമുദ്രമാണ് ഇന്ത്യൻ മഹാസമുദ്രം. മൺസൂൺകാലത്തെക്കുറിച്ച് നിങ്ങൾക്കറിയാം. ചുഴലിക്കാറ്റും കൊടുങ്കാറ്റും സുനാമിയുമൊക്കെ എപ്പോഴും ഉണ്ടാകാറുള്ള സമുദ്രം. 2004 ൽ നടന്ന സുനാമി ദുരന്തത്തെക്കുറിച്ച് നിങ്ങൾ കേട്ടിട്ടുണ്ടാകും. 2017 ലെ ഓഖി കൊടുങ്കാറ്റിനെക്കുറിച്ചും അതുവഴി ഉണ്ടായ ദുരന്തത്തെക്കുറിച്ചും നിങ്ങൾ മനസ്സിലാക്കിയിട്ടുണ്ട്. ഇന്ത്യൻ കടൽത്തീര സംസ്ഥാനങ്ങളിലും അയൽരാജ്യങ്ങളിലും എല്ലാ വർഷവും കൊടുങ്കാറ്റിന്റെയും ചുഴലിക്കാറ്റിന്റെയും വരവുമൂലമുണ്ടാകുന്ന ദുരന്തങ്ങൾ നമ്മൾ കാണുന്നവരാണ്. അനുഭവിക്കുന്നവരാണ്. ഏറ്റവും അപകടകാരിയാണ് ഇന്ത്യൻ സമുദ്രം എന്നു പറയാം. അക്കാര്യത്തിൽ അറ്റ്ലാന്റിക് സമുദ്രമാണ് രണ്ടാമത്." ടീച്ചർ കുട്ടികളുടെ മുഖത്തേക്ക് നോക്കി. ദുരന്തങ്ങളുടെ കാര്യങ്ങൾ പറഞ്ഞപ്പോൾ കുട്ടികളുടെ മുഖങ്ങളിൽ മ്ലാനത നിഴലിച്ചുവോ?

"ഇനി അന്റാർട്ടിക് സമുദ്രത്തിന്റെ വിശേഷങ്ങളിലേക്ക് കടക്കാം." ടീച്ചറുടെ വാക്കുകൾ കേട്ടപ്പോൾ അന്റാർട്ടിക് സമുദ്രത്തിന്റെ സ്ഥാനവും അതിരുകളും കുട്ടികളുടെ മനസ്സിൽ തെളിഞ്ഞുവന്നു.

അന്റാർട്ടിക് സമുദ്രത്തിന്റെ ജലവിസ്തൃതി ഏകദേശം 20.33 ദശലക്ഷം ചതുരശ്ര കിലോമീറ്റർ ആണ്. ശരാശരി ആഴം 3701 മീറ്റർ വരും. അഞ്ച് പ്രധാന സമുദ്രങ്ങളിൽ വലിപ്പത്തിന്റെ കാര്യത്തിൽ നാലാം സ്ഥാനമാണ് ഈ സമുദ്രത്തിനുള്ളത്.

"മഞ്ഞുരുകി ലയിക്കുന്നതുമൂലം ഉപരിതലജലത്തിൽ ലവണത ഉയർന്നു കാണുന്നില്ല. എന്നാൽ നൂറ്റിയമ്പതുമീറ്റർ താഴ്ചയിലെത്തുന്നതോടെ ലവണതയിൽ ഉച്ചനില അനുഭവവേദ്യമാ

കുന്നു. അതിശൈത്യം മൂലം തണുത്ത ജലമാണ് അന്റാർട്ടിക് സമുദ്രത്തിലുള്ളത്. സമുദ്രത്തിന്റെ തെക്ക് ഭാഗങ്ങളിൽ ജലം ഉറഞ്ഞ് ഹിമപാളികളുണ്ടാകുന്നു. ഉപരിഭാഗത്ത് മഞ്ഞുപാളികളും അടിയിൽ ലവണത കൂടിയ ജലവും. ഉഷ്ണകാലത്ത് അന്റാർട്ടിക് മേഖലയിലെ ഹിമപാളികൾ ഭാഗികമായി ദ്രവീകരിക്കപ്പെടുന്നു. അതിന്റെ ഫലമായി എന്തു സംഭവിക്കും? ജലത്തിലെ താപനില കുറയും. ലവണതയും കുറയും.

ഈ സമുദ്രത്തിൽ ദ്വീപുകൾ താരതമ്യേന കുറവാണ്. അന്റാർട്ടിക് സമുദ്രത്തിൽ ഏറ്റവും ഇടുങ്ങിയ ഒരു ഭാഗമുണ്ട്. തെക്കേ അമേരിക്കയ്ക്കും അന്റാർട്ടിക്കയ്ക്കുമിടയിലാണ് ഈ ഭാഗം. 'ഡ്രേക്ക് പാസേജ്' എന്നാണ് അറിയപ്പെടുന്നത്. ഇത് അറ്റ്ലാന്റിക് സമുദ്രത്തിന്റെ തെക്കുപടിഞ്ഞാറൻ ഭാഗത്തെ പസഫിക് സമുദ്രത്തിന്റെ തെക്കു കിഴക്കൻ ഭാഗവുമായി ബന്ധിപ്പിക്കുന്നു. അവയെ അന്റാർട്ടിക് സമുദ്രത്തിലേക്കു വ്യാപിപ്പിക്കുകയും ചെയ്യുന്നു."

അന്റാർട്ടിക് സമുദ്രത്തിലെ മഞ്ഞുപാളികൾ കുട്ടികളുടെ ഭാവനയിൽ കടന്നുവന്നു. അതിലെ തണുപ്പിന്റെ കാഠിന്യം അവർക്കനുഭവപ്പെട്ടപോലെ. ചില കുട്ടികൾ തണുത്തു വിറങ്ങലിക്കുന്ന ഭാവം പ്രകടിപ്പിച്ചു.

ആർട്ടിക് സമുദ്രത്തിന്റെ സവിശേഷതകൾ പറയാൻ തുടങ്ങിയപ്പോൾ ഉത്തരാർദ്ധഗോളവും ഉത്തരധ്രുവപ്രദേശവും കുട്ടികളുടെ ചിന്തയിലേക്ക് കടന്നുവന്നു.

"ലോകസമുദ്രത്തിന്റെ ഏറ്റവും ഉത്തരഭാഗമായി നമുക്ക് ആർട്ടിക് സമുദ്രത്തെ കണക്കാക്കാം. ഭൂമിയിലെ അഞ്ച് പ്രധാന സമുദ്രങ്ങളിൽ ഏറ്റവും ചെറുതും ആഴം കുറഞ്ഞതുമായ സമുദ്രം. ഏകദേശം ഒരു വൃത്തത്തിന്റെ ആകൃതിയിൽ 14.06 ദശലക്ഷം ചതുരശ്രകിലോമീറ്റർ വിസ്തൃതിയിൽ വ്യാപിച്ചു കിടക്കുന്ന സമുദ്രം. ഇതിനു ചുറ്റുമായി യൂറോപ്പിന്റെയും ഏഷ്യയുടെയും വടക്കേ അമേരിക്കയുടെയും ചില ഭാഗങ്ങളും ഗ്രീൻലാന്റും സ്ഥിതി ചെയ്യുന്നു. റഷ്യയും നോർവെയും ഐസ്‌ലാന്റും കാനഡയും അതിന്റെ തീരത്തുണ്ട്.

ഏറ്റവും കൂടുതൽ തണുപ്പുള്ള സമുദ്രമാണ് ആർട്ടിക്

സമുദ്രം. അന്റാർട്ടിക് സമുദ്രത്തിലെ അവസ്ഥ ഇവിടെയും നില നില്ക്കുന്നു. മുഴുവൻ സമയവും മുകൾഭാഗം ഐസ്പാളികൾ കൊണ്ട് മൂടപ്പെട്ടിരിക്കുന്നു. താഴെയുള്ള ജലത്തിൽ ലവണത യിൽ വ്യത്യാസം. ആർട്ടിക് സമുദ്രത്തിന്റെ ശരാശരി ആഴം ആയി രത്തി മുപ്പത്തെട്ടു മീറ്റർ ആണ്. അയ്യായിരത്തി അഞ്ഞൂറ്റി അമ്പത് മീറ്റർ ആഴമുള്ള 'മൊല്ലായ്ഹോൾ' (Molloy hole) ആണ് ഏറ്റവും കൂടുതൽ ആഴമുള്ള ഭാഗം.

ചുഴലിക്കാറ്റുകൾ ഉടലെടുക്കാറുണ്ട്. ഉഷ്ണകാലത്ത് തുടർച്ച യായി സൂര്യനസ്തമിക്കാത്ത ദിനങ്ങൾ ഉണ്ടാകാറുണ്ട്. രണ്ടു മാസം മുതൽ ആറുമാസം വരെ നീണ്ടുനില്ക്കാം. ആഗോളതാ പനംമൂലം മഞ്ഞുപാളികൾ ഉരുകുന്ന അവസ്ഥ ഉണ്ടായിക്കൊ ണ്ടിരിക്കുന്നു.

ആർട്ടിക്, അന്റാർട്ടിക് പ്രദേശങ്ങളിൽ അർദ്ധരാത്രിയിലും സൂര്യനെ ചക്രവാളത്തിനടുത്ത് കാണാം. അതാണ് മിഡ്നൈറ്റ് സൺ (Midnight Sun) അല്ലെങ്കിൽ 'പോളാർഡേ' (Polar Day) എന്ന പ്രതിഭാസം. 'പാതിരാസൂര്യ'നെന്ന് വിളിക്കും. രണ്ടിടത്തും ഒരേ പ്രതിഭാസമാണ് നടക്കുന്നതെങ്കിലും ഒരു വ്യത്യാസമുണ്ട്. ആർട്ടിക് പ്രദേശത്ത് സൂര്യൻ ഇടത്തുനിന്നും വലത്തോട്ട് സഞ്ച രിക്കുന്നതായി തോന്നും. അന്റാർട്ടിക് പ്രദേശത്ത് വലത്തുനിന്നും ഇടത്തോട്ടും.

സൂര്യൻ അസ്തമിക്കാത്ത ദിനങ്ങൾ ഉണ്ടാകുമെങ്കിൽ സൂര്യ നുദിക്കാത്ത ദിനങ്ങളും പ്രതീക്ഷിക്കാമോ? ആർട്ടിക്, അന്റാർട്ടിക് പ്രദേശങ്ങളിൽ പോളാർഡേക്ക് എതിരായി നടക്കുന്ന പ്രകൃതി പ്രതിഭാസമാണ് 'പോളാർ നൈറ്റ്' (Polar Night) അഥവ ധ്രുവ രാത്രി. ഈ ദിവസങ്ങളിൽ ഇരുപത്തിനാല് മണിക്കൂറും സൂര്യൻ ചക്രവാളത്തിന് താഴെയായിരിക്കും. പൊന്തിവരില്ല. ആർട്ടിക് പ്രദേ ശത്ത് പോളാർഡേ ആയിരിക്കുമ്പോൾ അന്റാർട്ടിക് പ്രദേശത്ത് പോളാർ നൈറ്റായിരിക്കും. അതുപോലെ തിരിച്ചും. വേനൽക്കാ ലത്ത് പോളാർ ഡേയും ശൈത്യകാലത്ത് പോളാർ നൈറ്റും.

പോളാർ നൈറ്റ് കാലയളവിൽ കുറ്റാക്കുറ്റിരുട്ടായിരിക്കുമോ?" ടീച്ചറുടെ ചോദ്യത്തോട് കുട്ടികൾ പ്രതികരിച്ചില്ല. അവരുടെ

മുഖത്ത് ആകാംക്ഷ പൊട്ടിവിടർന്നു.

"അങ്ങനെയാകില്ല. സന്ധ്യാവെളിച്ചം അനുഭവപ്പെട്ടിട്ടില്ലേ? അരുണോദയമോ?" അത്തരം അവസ്ഥയായിരിക്കും പോളാർ നൈറ്റിൽ അനുഭവപ്പെടുന്നത്. കുറെനാൾ അങ്ങനെ ഒരവസ്ഥ യിൽ ജീവിക്കുന്ന കാര്യം ഒന്നാലോചിച്ചു നോക്കൂ." കുട്ടികളുടെ ചിന്തയിൽ സന്ധ്യാവേള കടന്നുവന്നു. ചിലരുടെ മനസ്സിൽ നേരം വെളുക്കുന്ന സമയവും കടന്നുവന്നു. വളരെ നേരിയ അളവി ലുള്ള പ്രകാശം മാത്രം. പകൽവെളിച്ചം കിട്ടാതെ തുടർച്ചയായി അഞ്ചാറുമാസം അങ്ങനെ ഒരേ അസ്ഥയിൽ കഴിഞ്ഞാലോ? എന്തായിരിക്കും അനുഭവങ്ങൾ? ഓരോരുത്തരും അതിനെക്കു റിച്ച് ചിന്തിക്കാൻ തുടങ്ങി. ആളുകൾക്ക് പുറത്തേക്കിറങ്ങണ്ടേ? ജോലി ചെയ്യാൻ പോകണ്ടേ? സ്കൂളുകളിൽ പോകണ്ടേ? കളി ക്കാൻ പറ്റുമോ? വിശപ്പ് എന്തായാലും ഉണ്ടാകും. സസ്യങ്ങൾ എങ്ങനെ ആഹാരം പാകം ചെയ്യും? ഫോട്ടോസിന്തസിസ് നട ക്കില്ലല്ലോ. മറ്റു ജീവജാലങ്ങളോ? പകൽവെളിച്ചം കിട്ടുന്നതു വരെ ആഹാരം കഴിക്കാൻ സാധനങ്ങൾ വാങ്ങി ശേഖരിക്കേ ണ്ടിവരില്ലേ? കടകൾ തുറക്കുമായിരിക്കും? അങ്ങനെ നൂറായിരം ചോദ്യങ്ങൾ അവരുടെ മനസ്സിലൂടെ കടന്നുപോയി. അതിനുള്ള ഉത്തരവും അവർ ഊഹിച്ചു.

"ഇനി നമുക്ക് അല്പം വിശ്രമമാകാം." രാജശേഖരൻ മാഷ് പറഞ്ഞു. പുറത്തേക്കിറങ്ങുമ്പോൾ ശ്രദ്ധിക്കേണ്ട കാര്യങ്ങൾ, എപ്പോൾ തിരിച്ചെത്തണം തുടങ്ങിയ കാര്യങ്ങൾ മാഷ് കുട്ടിക ളുടെ ശ്രദ്ധയിൽപ്പെടുത്തി. കുട്ടികൾ ഹാളിന് പുറത്തിറങ്ങി, ചായയും പലഹാരവും ഹാളിന് പുറത്ത് നാല് ഇടങ്ങളിലായി വച്ചിട്ടുണ്ടായിരുന്നു. കുട്ടികൾ നാല് വരികളായ് നിന്നു. ചായ പകർന്നു നല്കാൻ രക്ഷിതാക്കൾ ഉണ്ടായിരുന്നു.

ചായ കുടിക്കാൻ പ്രതിഭടീച്ചറും മറ്റ് അദ്ധ്യാപകരോടൊപ്പം കൂടി. പ്രതിഭ ടീച്ചർ വാച്ച് നോക്കി.

"ക്ലാസ് സമയബന്ധിതമായിത്തന്നെ പോകും." ടീച്ചർ വാച്ചിൽ നോക്കുന്നത് കണ്ട് മാഷ് പറഞ്ഞു.

കുട്ടികൾ സമയം പാലിച്ചു. പതിനഞ്ച് മിനിറ്റിനുള്ളിൽ എല്ലാ വരും ഹാളിനുള്ളിൽ കയറി.

"വളരെ കൃത്യനിഷ്ഠ പാലിക്കുന്നവരാണല്ലോ നിങ്ങൾ." ടീച്ചറുടെ ശബ്ദം മൈക്കിലൂടെ പുറത്തുവന്നു.

"എല്ലാവരും ലഘുഭക്ഷണം കഴിച്ചല്ലോ. സന്തോഷമാണല്ലോ." ടീച്ചർ തുടർന്നു.

"അതെ ടീച്ചർ" കുട്ടികൾ മറുപടി പറഞ്ഞു.

"ശരി നമുക്ക് തുടരാമല്ലോ."

ടീച്ചർ അത് പറഞ്ഞ ഉടൻ അമ്മു എഴുന്നേറ്റു.

"ടീച്ചർ ഒരു കാര്യം പറഞ്ഞോട്ടെ."

"പറയൂ." അമ്മുവിന്റെ അഭ്യർത്ഥന ടീച്ചർ മാനിച്ചു.

"ടീച്ചർ സമുദ്രവും കടലും ഒന്നാണോ? സമുദ്രമെന്നും കടലെന്നും മാറിമാറി പറയാറുണ്ടല്ലോ?"

"നല്ല ചോദ്യമാണ്. അതിലേക്കാണ് നമ്മളിനി കടക്കുന്നത്." ടീച്ചറുടെ വാക്കുകൾ കേട്ട് അമ്മുവിന് സന്തോഷമായി.

"കടലിനെയും സമുദ്രത്തെയും ഒരുപോലെ കണ്ട് സംസാരിക്കുന്നവരുണ്ട്. സമുദ്രവിജ്ഞാനപ്രകാരം ഇവ രണ്ടും തമ്മിൽ ചില വ്യത്യാസങ്ങൾ ഉണ്ട്."

കുട്ടികൾ പലപ്പോഴും ഇവ ഒന്നായി കണ്ട് പറയാറുണ്ട്. അതുകൊണ്ടുതന്നെ അവ തമ്മിലുള്ള വ്യത്യാസം അറിയാൻ അവർ വലിയ താല്പര്യത്തോടെയിരുന്നു.

"സമുദ്രത്തിന്റെ ഭാഗമാണ് കടൽ. കരയോട് അടുത്തുകിടക്കുന്ന സമുദ്രഭാഗത്തിന് നല്കിയിട്ടുള്ള പേരാണ് കടൽ. സമുദ്രത്തിന്റെ അരികാണ് കടൽ.

സമുദ്രവും അതിന്റെ ഭാഗമായ കടലും എടുത്താൽ വിസ്തൃതി കൂടുതൽ ഏതിനായിരിക്കും? സമുദ്രങ്ങളുടെ വിസ്തൃതി കൂടുതലാണ്. സമുദ്രത്തിന്റെ അരിക് ആയ കടലിന്റെ വിസ്തൃതി കുറവായിരിക്കും. അല്ലേ? ഏറ്റവും വിസ്തൃതിയുള്ള സമുദ്രം പസഫിക് സമുദ്രമാണെന്ന് നിങ്ങൾക്കറിയാമല്ലോ?

ഏറ്റവും വലിയ കടൽ മെഡിറ്ററേനിയൻ കടലാണ്. മദ്ധ്യധരണ്യാഴി എന്ന് നമ്മൾ വിളിക്കുന്ന ഇത് പസഫിക് സമുദ്രത്തിന്റെ ഭാഗമാണ്. അതിന്റെ വിസ്തൃതി എത്രയെന്നോ? 2.5 ദശലക്ഷം ചതുരശ്രകിലോമീറ്റർ.

മെഡിറ്ററേനിയൻ കടലിന്റെ സ്ഥാനമെവിടെയാണ്? നമുക്ക്

നോക്കാം.” സ്ക്രീനിൽ മെഡിറ്ററേനിയൻ കടലിന്റെ സ്ഥാനം തെളിഞ്ഞു.

“യൂറോപ്പ്, വടക്കേആഫ്രിക്ക, തെക്കുപടിഞ്ഞാറൻ ഏഷ്യ എന്നിവയാൽ ചുറ്റപ്പെട്ട വലിയ കടലാണ് മെഡിറ്ററേനിയൻ കടൽ. 21 വ്യത്യസ്ത ദേശങ്ങളിലേക്കും വ്യത്യസ്തങ്ങളായ ഭാഗങ്ങളിലേക്കും വ്യാപിക്കുന്നു. ഈ കടലിനോട് ചേർന്ന് കിടക്കുന്ന രാജ്യങ്ങളിൽ ചിലത് ഫ്രാൻസ്, സ്പെയിൻ, മൊണോക്കോ, മാൾട്ട, തുർക്കി, ലബനൻ, ഇസ്രായേൽ, ഈജിപ്ത്, ലിബിയ,

ടുണീഷ്യ, മൊറോക്കോ എന്നിവയാണ്. മൂവായിരത്തിലധികം ദ്വീപുകളുമുണ്ട്.

ഇനി സമുദ്രവും കടലും തമ്മിലുള്ള ആഴത്തിലെ വ്യത്യാസം നോക്കാം. ആഴം കൂടുതൽ ഏതിനായിരിക്കും? സമുദ്രത്തിനോ? കടലിനോ? നിങ്ങളുടെ ഊഹം എന്താണ്?”

“സമുദ്രത്തിനായിരിക്കും ആഴം കൂടുതൽ.” കുട്ടികൾ പറഞ്ഞു.

“ശരിയായ നിഗമനം. സമുദ്രത്തിനാണ് കടലിനേക്കാൾ ആഴം. ഏറ്റവും ആഴമുള്ള സമുദ്രമേതാണ്? നിങ്ങൾക്കറിയാം. ഏറ്റവും ആഴമുള്ള കടൽ ഏതാണെന്നോ? കരീബിയൻ കടൽ. അറ്റ്ലാന്റിക് സമുദ്രത്തിന്റെ ഭാഗമാണ് കരീബിയൻ കടൽ.

അതിന്റെ ആഴം എത്രയെന്നോ? ശരാശരി ആഴം 2200 മീറ്റർ. ഏറ്റവും ഉയർന്ന ആഴം 7686 മീറ്റർ.

ഇനി കരീബിയൻ കടലിന്റെ സ്ഥാനം എവിടെയെന്ന് നോക്കാം."

സ്ക്രീനിൽ കരീബിയൻ കടലിന്റെ ഭൂപടം തെളിഞ്ഞു വന്നു.

"കരീബിയൻ കടൽ പശ്ചിമാർദ്ധഗോളത്തിലാണ് സ്ഥിതി ചെയ്യുന്നത്. തെക്ക് ഭാഗത്ത് തെക്കെ അമേരിക്ക. പടിഞ്ഞാറ് ഭാഗത്ത് മദ്ധ്യഅമേരിക്കയും മെക്സിക്കോയും. വടക്കും കിഴക്കും ഭാഗങ്ങളിൽ ഗ്രേറ്റർ അന്റിൽസ് ദ്വീപുകൾ എന്നു വിളിക്കുന്ന ക്യൂബ, ഹിസ്പാനിയോള, ജമൈക്ക, പോർട്ടോറിക്കോ തുടങ്ങിയ

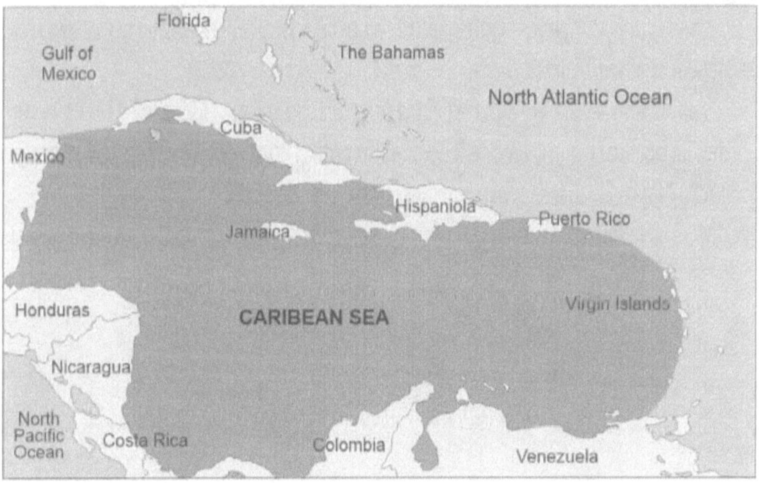

ദ്വീപുകൾ സ്ഥിതി ചെയ്യുന്നു.

ജലജീവികളുടെ കാര്യത്തിലും സമുദ്രത്തിനും അതിന്റെ ഭാഗമായ കടലിനും വ്യത്യാസമുണ്ടെന്ന് ഗവേഷകർ പറയുന്നു. സമുദ്രത്തേക്കാൾ ജൈവവൈവിദ്ധ്യസമ്പത്ത് ഉള്ളത് കടലിലാണ് എന്നാണ് സമുദ്രത്തെക്കുറിച്ച് പഠിക്കുന്ന ഗവേഷകർ കണ്ടെത്തിയിട്ടുള്ളത്.

ഭൂഗോളത്തിൽ വലിയൊരളവോളം വ്യാപിച്ചുകിടക്കുന്ന ബൃഹത്തായ ജലസഞ്ചയത്തിന്റെ അഗാധവും വിസ്തൃതവുമായ ഭാഗങ്ങളാണ് സമുദ്രം. കരയോട് ചേർന്ന് കിടക്കുന്ന വിസ്തൃതി

കുറഞ്ഞതും ആഴം കുറഞ്ഞതുമായ സമുദ്രഭാഗങ്ങളാണ് കടലുകൾ. കടലിലാണ് സമുദ്രത്തെക്കാൾ വൈവിദ്ധ്യമാർന്ന ജീവസമൂഹം കാണപ്പെടുന്നത്. ഒരു സമുദ്രത്തിന് സ്വാഭാവികമായും അനേകം കടലുകൾ ഉണ്ടാകാം.

നമ്മൾ ചർച്ച ചെയ്യുന്ന സവിശേഷതകൾ പ്രകാരം സമുദ്രത്തിന്റെ കരയോട് ചേർന്നുകിടക്കുന്ന ഭാഗമാണ് കടൽ. സമുദ്രത്തിന്റെ ഭാഗമായിട്ടല്ലാതെ കാണപ്പെടുന്ന കടലുകളുമുണ്ട്. പൂർണ്ണമായും കരയാൽ ചുറ്റപ്പെട്ടു കിടക്കുന്ന കടലുകൾ.

കാസ്പിയൻ കടൽ ഒരുദാഹരണമാണ്." ടീച്ചർ പറഞ്ഞു.

കാസ്പിയൻ കടലിന്റെ ഭൂപടം സ്ക്രീനിൽ തെളിഞ്ഞപ്പോൾ കുട്ടികൾ കൗതുകത്തോടെ അതുനോക്കി.

റഷ്യക്കും ഇറാനുമിടയിൽ കാസ്പിയൻ കടലിന്റെ സ്ഥാനം കുട്ടികൾ തിരിച്ചറിഞ്ഞു.

അരാൽകടലും (Aral Sea) ചാവുകടലും (Dead Sea) സമുദ്രത്തിന്റെ ഭാഗമല്ലെന്ന് ടീച്ചർ പറഞ്ഞു. "അവയിലെല്ലാം സമുദ്രത്തിലുള്ളപോലെ ഉപ്പുവെള്ളം തന്നെയാണ്."

"കടലിന്റെ നിർവ്വചന പ്രകാരമുള്ള സവിശേഷതകൾ

കാസ്പിയൻ കടലിലും അരാൽ കടലിലും ചാവുകടലിലും കാണുന്നില്ല. പിന്നെങ്ങനെ അവയെ കടലായി പരിഗണിക്കും?" അമ്മുവാണ് ചോദ്യമുന്നയിച്ചത്.

അമ്മുവിന്റെ ചോദ്യം എല്ലാ കുട്ടികളും സ്വാഗതം ചെയ്തെന്ന് അവരുടെ മുഖത്തുനിന്നും ടീച്ചർ വായിച്ചെടുത്തു.

“സമുദ്രവിജ്ഞാനരംഗത്ത് പ്രവർത്തിക്കുന്ന പല ശാസ്ത്രജ്ഞന്മാരും കാസ്പിയൻ കടലുപോലുള്ളവയെ വലിയ തടാകമായിട്ടാണ് കാണുന്നത്. പക്ഷേ, ഉപ്പുവെള്ളമാണ് അവ ഉൾക്കൊള്ളുന്നത്. അതുകൊണ്ട് കടലായി പരിഗണിക്കുന്നു.”

ടീച്ചറുടെ വിശദീകരണം അവർക്ക് സംതൃപ്തി നല്കിയില്ലെന്ന് തോന്നുന്നു. എങ്കിലും അവർ അത് സ്വീകരിച്ചമട്ടിലിരുന്നു.

റുക്സാന കൈ ഉയർത്തി. എന്തോ ചോദ്യം ചോദിക്കാനുണ്ട്. ടീച്ചർ റുക്സാനയോട് ചോദ്യം ചോദിക്കാൻ ആംഗ്യം കാട്ടി.

“ടീച്ചർ എത്ര കടലുകൾ ഉണ്ട്? ഏറ്റവും വലിയ കടൽ മെഡിറ്ററേനിയൻ കടൽ എന്ന് തിരിച്ചറിഞ്ഞു. ഏതാണ് ഏറ്റവും ചെറിയ കടൽ?” ചോദ്യത്തോട് ടീച്ചർ പ്രതികരിക്കാൻ തുടങ്ങി.

“മാർമറ കടൽ”

മാർമറ കടലിന്റെ ഭൂപടം സ്ക്രീനിൽ തെളിഞ്ഞു.

“രണ്ടു വൻകരകളിലായി വ്യാപിച്ചുകിടക്കുന്ന രാജ്യമാണ്

തുർക്കി. ഒരുഭാഗം യൂറോപ്പിലും ബാക്കിഭാഗം ഏഷ്യയിലും. തുർക്കിയുടെ യൂറോപ്യൻ ഭാഗങ്ങൾ ത്രേസ് എന്നും ഏഷ്യൻ ഭാഗങ്ങൾ ഏഷ്യാമൈനർ എന്നും അറിയപ്പെടുന്നു.

തുർക്കിയുടെ ഏഷ്യ-യൂറോപ്യൻ ഭൂവിഭാഗങ്ങളെ വേർതി

രിക്കുന്ന ഏതാണ്ട് പൂർണ്ണമായും കരയാൽ ചുറ്റപ്പെട്ട കടലാണ് മാർമറ കടൽ. ഏകദേശം 11350 ചതുരശ്ര കിലോമീറ്റർ വിസ്തൃതിയുള്ള കടൽ. ശരാശരി ആഴം 494 മീറ്റർ.

മാർമറ കടലിന് ഈജിയൻ കടലിനോടും (Aegeansea) കരിങ്കടലിനോടും (Black Sea) ബന്ധമുണ്ട്. ചിത്രം നിരീക്ഷിക്കുക. പ്രകൃതിദത്ത കടലിടുക്ക് (Bosphorus Stralt) വഴിയാണ് ബന്ധം. ബോസ്ഫോറസ് കടലിടുക്കുകൾ എന്നാണവയെ വിളിക്കുന്നത്.

മെഡിറ്ററേനിയൻ കടലിന്റെ ഗ്രീസിനും തുർക്കിക്കും ഇടയ്ക്കുള്ള ഭാഗമാണ് ഈജിയൻ കടൽ. കിഴക്കൻ യൂറോപ്പിനും പടിഞ്ഞാറേ ഏഷ്യക്കും ഇടയിലുള്ള കടലാണ് കരിങ്കടൽ. ഈജിയൻ കടൽ, മാർമറക്കടൽ, കരിങ്കടൽ എന്നിവ തമ്മിൽ ബന്ധപ്പെട്ടു കിടക്കുന്നത് കടലിടുക്കുകൾ വഴിയാണ്. ഈ കടലിടുക്കുകൾ പ്രകൃതിദത്ത ജലപാതകളാണ്."

"സമുദ്രങ്ങൾക്കും കടലുകൾക്കും നീലനിറമാണല്ലോ. പക്ഷേ, ഇവിടെ കരിങ്കടൽ എന്ന പേര് വന്നിരിക്കുന്നു. കറുപ്പ് നിറമാണോ അതിനുള്ളത്? അതുപോലെ മറ്റു നിറങ്ങൾ ഉള്ള കടലുകൾ ഉണ്ടോ? എന്തുകൊണ്ടാണ് അത്തരം നിറങ്ങൾ ഉണ്ടാകുന്നത്?" അജീബിന്റെ ചോദ്യം സന്ദർഭോചിതമായി എന്ന് കുട്ടികൾക്ക് തോന്നി. അവരുടെ ജിജ്ഞാസ വർദ്ധിച്ചു. ഉത്തരം കേൾക്കാൻ കാത്തിരുന്നു.

ടീച്ചർ അവരുടെ ചിന്തകൾക്കൊപ്പം നടന്നു. സ്ക്രീനിൽ കരി

ങ്കടലിന്റെ ഭൂപടം തെളിഞ്ഞു.

"കിഴക്കൻ യൂറോപ്പിനും പടിഞ്ഞാറേ ഏഷ്യക്കും ഇടയിലുള്ള കടലാണ് കരിങ്കടൽ എന്ന് നിങ്ങൾ തിരിച്ചറിഞ്ഞല്ലോ. അത് അറ്റ്ലാന്റിക് സമുദ്രത്തിന്റെ ഭാഗമാണ്. ഏകദേശം 4,65,000 ചതുരശ്രകിലോമീറ്റർ വിസ്തൃതിയുണ്ട്. ശരാശരി ആഴം 1253 മീറ്റർ. യുക്രൈൻ, റഷ്യ, ജോർജിയ, തുർക്കി, ബൾഗേറിയ, റൊമാനിയ എന്നീ രാജ്യങ്ങളുമായി അതിർത്തി പങ്കിടുന്നു.

പൊതുവിൽ കറുപ്പ് നിറത്തിൽ കാണപ്പെടുന്ന കടലാണ് കരിങ്കടൽ. കറുപ്പ് നിറത്തിന് കാരണമായിപ്പറയുന്നത് രണ്ട് കാര്യങ്ങളാണ്. അതിലൊന്ന് ഹൈഡ്രജൻ സർഫൈഡിന്റെ ഉയർന്ന അളവിലുള്ള സാന്നിദ്ധ്യമാണ്. നിങ്ങൾ ഹൈഡ്രജൻ സൾഫൈഡ് വാതകത്തെക്കുറിച്ചു കേട്ടിട്ടുണ്ടല്ലോ. ആ വാതകം വലിയ അളവിൽ ഈ സമുദ്രത്തിൽ ലയിച്ചു ചേർന്നിട്ടുണ്ട്. ഹൈഡ്രജൻ സൾഫൈഡിന്റെ ജലീയ ലായനിയുടെ നിറം കറുപ്പാണ്. ഉയർന്ന ഗാഢതയിൽ ഹൈഡ്രജൻ സൾഫൈഡ് കാണുന്നതുമൂലം കടലിൽ താഴ്ന്നുപോയ കപ്പലുകളുടെ ലോഹഭാഗങ്ങളും സസ്യജന്തുജീവജാലങ്ങളുടെ അവശിഷ്ടങ്ങളും കട്ടിയുള്ള കറുത്ത ചെളിയായി കടലിൽ ആണ്ടുകിടക്കുന്നു.

മറ്റൊരു കാരണമായി പറയുന്നത് ശൈത്യകാലത്ത് കടലിലുണ്ടാകുന്ന രൂക്ഷമായ കൊടുങ്കാറ്റാണ്. കൊടുങ്കാറ്റിൽ കടൽജലം ഇളകി മറിയുമ്പോൾ അടിത്തട്ടിലെ കറുത്ത ചെളി മുകളിലെത്തുന്നു."

കരിങ്കടലിൽനിന്നും ടീച്ചർ മഞ്ഞക്കടലിലേക്ക് കടന്നു. ഏറെ ശ്രദ്ധയോടെ കുട്ടികൾ ടീച്ചറെ പിന്തുടർന്നു.

"പസഫിക്ക് സമുദ്രത്തിലെ ഒരു കടലാണ് മഞ്ഞക്കടൽ. വടക്ക് കിഴക്കൻ ചൈനയ്ക്കും കൊറിയ മുനമ്പിനും ഇടയ്ക്കാണ് ഇതിന്റെ സ്ഥാനം."

സ്ക്രീനിൽ നിറഞ്ഞ മഞ്ഞക്കടലിന്റെ ഭൂപടം നോക്കി കുട്ടികൾ മഞ്ഞക്കടലിന്റെ സ്ഥാനം തിരിച്ചറിഞ്ഞു.

പകുതി കരയാൽ ചുറ്റപ്പെട്ട മഞ്ഞക്കടൽ. ഏകദേശം 4,66,200 ചതുരശ്രകിലോമീറ്റർ വ്യാപ്തിയുള്ള കടൽ. മഞ്ഞക്കടലിന്റെ ഭാഗമായ ബൊഹായി കടലും കുട്ടികൾ തിരിച്ചറിഞ്ഞു.

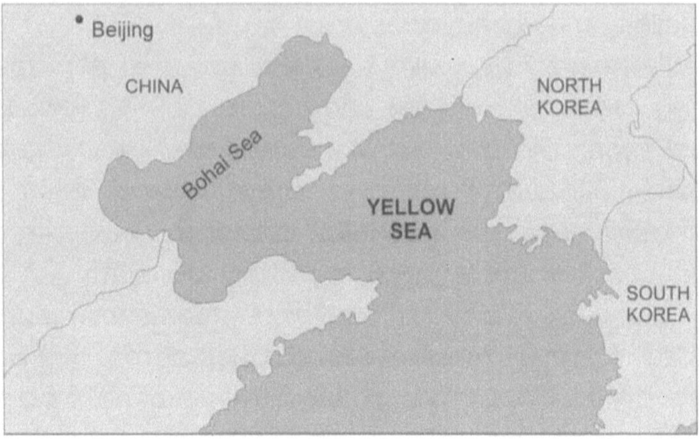

"മഞ്ഞക്കടലിന് മഞ്ഞ നിറം വരാൻ കാരണം നദികളിൽ നിന്നും ഒഴുകിയെത്തുന്ന ചെളിനിറഞ്ഞ വെള്ളം കൊണ്ടാണ്. നിങ്ങൾ മഞ്ഞനദി എന്നറിയപ്പെടുന്ന ഹുവാങ്ഹെ നദിയെക്കുറിച്ച് പഠിച്ചിട്ടുണ്ടോ?

ചൈനയിലെ ഏറ്റവും വലിയ രണ്ടാമത്തെ നദിയാണ് ഹുവാങ്ഹെ നദി. ലോകത്തിലെ ഏറ്റവും വലിയ ആറാമത്തെ നദിയാണ് ഇത്. ചെളിവെള്ളം നിറഞ്ഞ ഈ നദി പതിക്കുന്നത് മഞ്ഞക്കടലിന്റെ ഭാഗമായ ബൊഹായി കടലിലാണ്.

ഹുവാങ്ഹെ നദിയെക്കുറിച്ച് മറ്റു ചില കാര്യങ്ങളും നിങ്ങൾ കേട്ടിട്ടുണ്ടാകും. ചൈനീസ് നാഗരികതയുടെ കളിത്തൊട്ടിലാണ് ഈ മഞ്ഞനദി. എന്നാൽ ചൈനയുടെ ദുഃഖം എന്ന പേരും ഈ നദിക്കുണ്ട്. എന്തായിരിക്കും കാരണം?"

"വെള്ളപ്പൊക്കം മൂലം വളരെയേറെ ജീവഹാനിക്കും നാശനഷ്ടങ്ങൾക്കും കാരണമാകുന്നതുകൊണ്ട്." കുട്ടികൾ വിളിച്ചു പറഞ്ഞു. ശബ്ദം ഹാളിൽ മുഴങ്ങി. ടീച്ചർ കൈ ഉയർത്തി അഭിനന്ദിച്ചു.

"ഹുവാങ്ഹെ നദി മാത്രമല്ല മഞ്ഞക്കടലിന് നിറം നല്കുന്നത്. ചൈനയിലെ ചാങ് ജിയാങ്, ലിയാവോ എന്നീ നദികളിൽ നിന്നെത്തുന്ന ചെളിനിറഞ്ഞ വെള്ളവും പതിക്കുന്നത് മഞ്ഞക്കടലിലാണ്. ഏഷ്യയിലെ ഏറ്റവും നീളംകൂടിയ നദിയാണ് ചാങ് ജിയാങ്."

ഇനി ടീച്ചർ എന്താകും പറയുക? കുട്ടികളുടെ കണ്ണുകൾ തിളങ്ങി. അറിയാനുള്ള ആവേശം അവരുടെ കണ്ണുകളിൽ നിറഞ്ഞു നില്ക്കുന്നത് ടീച്ചർ കണ്ടു.

“വെളുത്ത കടലിനെക്കുറിച്ച് അറിയണ്ടേ?” അറിയണമെന്ന് കുട്ടികൾ പറഞ്ഞു.

“റഷ്യയുടെ ഭാഗങ്ങൾ ഏഷ്യയിൽ മാത്രമല്ല യൂറോപ്പിലും

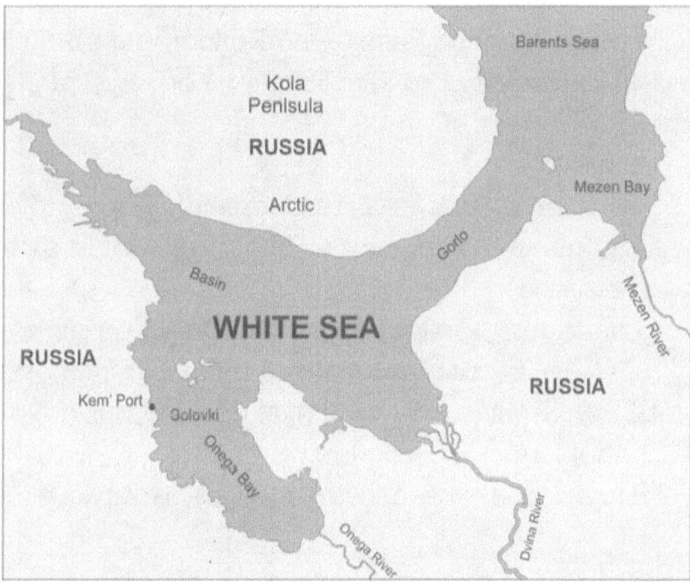

ഉണ്ടെന്ന് നിങ്ങൾക്കറിയാം. റഷ്യയുടെ വടക്ക് പടിഞ്ഞാറ് യൂറോപ്യൻ ഭാഗമായ പ്രദേശത്ത് സ്ഥിതി ചെയ്യുന്ന കടലാണ് വെളുത്തകടൽ. അധികഭാഗവും കരയാൽ ചുറ്റപ്പെട്ടു കിടക്കുന്ന റഷ്യയുടെ ഉൾപ്രദേശത്തെ കടൽ.” സ്ക്രീനിൽ തെളിഞ്ഞ വെളുത്ത കടലിന്റെ ഭൂപടം നോക്കി ടീച്ചർ പറഞ്ഞു.

“ആർട്ടിക് സമുദ്രത്തിന്റെ ഭാഗമായ ഇതിന്റെ വിസ്തൃതി 90,000 ചതുരശ്രമീറ്റർ. ശരാശരി ആഴമെത്രയെന്നോ? 60 മീറ്റർ. വെളുത്ത കടലുമായി ചേർന്ന് മറ്റൊരു കടലും ഉണ്ട്. ബാരന്റ്സ് കടൽ (Barents Sea). രണ്ടും ആർട്ടിക് സമുദ്രത്തിലെ കടലുകളാണ്.”

‘വെളുത്ത കടലിന് ആ പേര് വരാൻ കാരണമെന്തായി

രിക്കും?' കുട്ടികൾ ചിന്തിച്ചു.

"ഒരു വർഷത്തിലെ ആറേഴ്മാസം മഞ്ഞുകട്ടകളാൽ ഈ കടൽ മൂടിക്കിടക്കും. അതാണ് വെളുത്ത നിറത്തിന് കാരണം." കടലിന്റെ സവിശേഷത ചൂണ്ടിക്കാട്ടി വെളുത്ത കടൽ എന്ന പേര് വരാനിടയായ സാഹചര്യം ടീച്ചർ വ്യക്തമാക്കി.

"നിറത്തിന്റെ പേരിൽ അറിയപ്പെടുന്ന കടൽ ഇനിയുമുണ്ടോ?" ആകാംക്ഷയോടെ കുട്ടികൾ ഇരുന്നു.

"ഇന്ത്യൻ മഹാസമുദ്രത്തിലുമുണ്ട് നിറമുള്ള കടൽ." ടീച്ചർ പറയാൻ തുടങ്ങിയപ്പോൾ പിന്നിൽനിന്നും ഒരു കുട്ടി വിളിച്ചുപറഞ്ഞു.

"ചെങ്കടൽ."

"ശരിയാണ് ചെങ്കടൽ. ചെങ്കടലിനെക്കുറിച്ചും ഇന്ത്യൻ മഹാസമുദ്രത്തിലെ മറ്റ് കടലുകളെക്കുറിച്ചുമുള്ള ചർച്ചകളിലേക്ക് നമുക്ക് കടക്കാം."

ഇന്ത്യൻ സമുദ്രത്തിന്റെ ഭൂപടം സ്ക്രീനിൽ തെളിഞ്ഞു.

കുട്ടികൾ അതിന്റെ അതിരുകൾ തിരഞ്ഞു. സമുദ്രങ്ങളെക്കുറിച്ച് ആദ്യം നടന്ന ചർച്ചയിൽ ഇന്ത്യൻ സമുദ്രത്തിന്റെ അതിരുകൾ അവർ മനസ്സിലാക്കിയിരുന്നു.

"കന്യാകുമാരിയിൽ വച്ചാണ് ഇന്ത്യൻ മഹാസമുദ്രം അറ

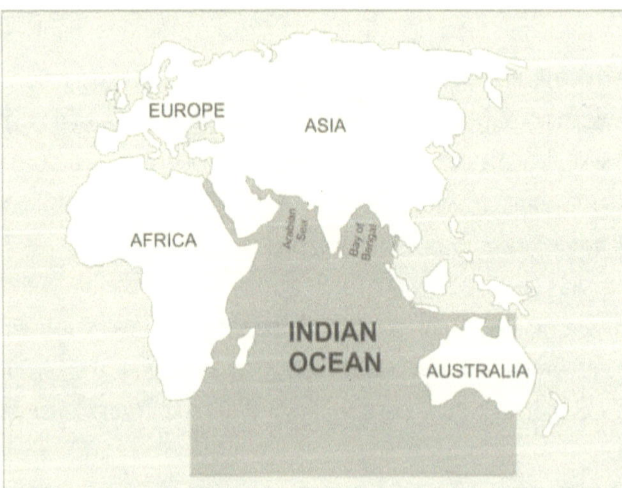

ബിക്കടൽ, ബംഗാൾ ഉൾക്കടൽ എന്നിവയായി പിരിയുന്നതെന്ന് നിങ്ങൾ പഠിച്ചിട്ടുണ്ട്. അറേബ്യൻ ഭൂപ്രദേശങ്ങളെ സ്പർശിക്കുന്നതുകൊണ്ടാണ് കടലിന് അറബിക്കടൽ (Arabian Sea) എന്ന പേരുവന്നത്. ഇന്ത്യക്കും അറേബ്യൻ ഉപദ്വീപിനും ഇടയിൽ സ്ഥിതിചെയ്യുന്ന ഇന്ത്യൻ മഹാസമുദ്രത്തിന്റെ വടക്കുപടിഞ്ഞാറൻ ഭാഗമാണ് അറബിക്കടൽ."

തുടർന്നു ടീച്ചർ അറബിക്കടലിന്റെ ഭൂപടം കാണിച്ചു. അറബിക്കടലിന്റെ അതിരുകളെ ടീച്ചർ കുട്ടികൾക്ക് പരിചയപ്പെടുത്തി.

"നോക്കൂ... അറബിക്കടലിന്റെ കിഴക്ക് ഇന്ത്യ. വടക്കോ? പാകിസ്ഥാൻ, ഇറാൻ. പടിഞ്ഞാറോ? അറേബ്യൻ രാജ്യങ്ങളും ആഫ്രിക്കൻ വൻകരയിലെ സൊമാലിയയും. തെക്ക് ഇന്ത്യൻ മഹാസമുദ്രത്തിന്റെ തുടർഭാഗങ്ങളും." ടീച്ചർ കൃത്യമായി അറബിക്കടലിന്റെ സ്ഥാനം അടയാളപ്പെടുത്തി.

അറേബ്യൻ ഭൂപ്രദേശങ്ങളുമായി സ്പർശിച്ചു കിടക്കുന്ന അറബിക്കടലിന്റെ ഭാഗമായി നിലകൊള്ളുന്ന ചില ചെറുകടലുകളെക്കുറിച്ചായിരുന്നു പിന്നീടുള്ള ചർച്ച. ഭൂപടത്തിൽ അറബിക്കടലിലെ ആ ചെറുകടലുകളുടെയും സ്ഥാനങ്ങൾ നിരീക്ഷിച്ചറിയാൻ ടീച്ചർ കുട്ടികളോട് ആവശ്യപ്പെട്ടു. കുട്ടികൾ മൂന്ന് കടലുകളെ തിരിച്ചറിഞ്ഞു. "Red Sea, Persian Gulf, Gulf of Oman."

"ചെങ്കടൽ," "പേർഷ്യൻ ഉൾക്കടൽ," "ഒമാൻ ഉൾക്കടൽ."

കുട്ടികൾ വിളിച്ചുപറഞ്ഞു.

"ഇതിൽ ചെങ്കടലിന്റെ കാര്യം പ്രത്യേകമെടുക്കാം. എന്തുകൊണ്ടായിരിക്കാം അതിന് ചെങ്കടൽ (Red Sea) എന്ന പേരുവന്നത്?"

"ചുവപ്പുനിറം കൊണ്ടായിരിക്കാം."

"അതെ ചെങ്കടലിന് ചുവപ്പുനിറം. എന്തുകൊണ്ടായിരിക്കും അതിന് ചുവപ്പുനിറം വന്നത്?"

ടീച്ചറുടെ ചോദ്യത്തിന് ആരും ഉത്തരം പറഞ്ഞില്ല. ടീച്ചർ വീണ്ടും ആ ചോദ്യം ഉന്നയിക്കാനും നിന്നില്ല.

"ടൈക്കോഡെസ്മിയം എറിത്രിയം എന്ന ഒരുതരം പായലിന്റെ സാന്നിദ്ധ്യം കൊണ്ടാണ് ചെങ്കടലിന് ചുവപ്പുനിറം കൈവരുന്നത്." ചുവപ്പുനിറത്തിലും പിങ്കുനിറത്തിലുമുള്ള പുതപ്പ് പോലെ ഇത് ജലോപരിതലത്തിൽ കാണുന്നു. മുകുളിതമായശേഷം ഇവയ്ക്ക് ജീവൻ നഷ്ടപ്പെടുകയും കടലിന് ചുവപ്പ് കലർന്ന തവിട്ടു നിറം നല്കുകയും ചെയ്യുന്നു." ടീച്ചർ പറഞ്ഞത് കുട്ടികൾ കൗതുകത്തോടെ കേട്ടു. അവരുടെ മനസ്സിൽ ചെങ്കടലിലെ തിരയിളക്കം.

"ചെങ്കടലിന്റെ സ്ഥാനം നിരീക്ഷിക്കൂ. എവിടെയാണ്? ആഫ്രിക്കക്കും സൗദിഅറേബ്യക്കും ഇടയ്ക്കുള്ള കടലാണ് ചെങ്കടൽ. വീതികുറഞ്ഞ് നീളം കൂടിയ കടൽ. ഇതിന് ഏകദേശം 45000 ചതുരശ്ര കിലോമീറ്റർ വിസ്തൃതിയുണ്ട്. ശരാശരി ആഴം 490 മീറ്റർ. നീളം ഏകദേശം 1930 കിലോമീറ്റർ.

ചെങ്കടലിനെ അറബിക്കടലുമായി ബന്ധിപ്പിക്കുന്ന ഒരു ഉൾക്കടൽ ഉണ്ട്. നിങ്ങൾ ഭൂപടത്തിൽ കണ്ടുവോ? ആദം ഉൾക്കടലാണത്. (Gulf of Aden) എവിടെയാണ് അതിന്റെ ഇടം?"

"യെമനും സൊമാലിയയ്ക്കും ഇടയിൽ." കുട്ടികൾ ഭൂപടം നിരീക്ഷിച്ച് പറഞ്ഞു.

"കടൽക്കൊള്ളക്കാരുടെ ആക്രമണം രൂക്ഷമായ ഒരു പ്രദേശമാണിത്. നിങ്ങൾ പത്രങ്ങളിൽ വായിച്ചിട്ടുണ്ടാകും."

ടീച്ചർ അത് പറഞ്ഞപ്പോൾ കുട്ടികളുടെ മനസ്സിൽ കടൽക്കൊള്ളക്കാരുടെയും കപ്പലിന്റെയും ചിത്രം തെളിഞ്ഞുവ

ന്നു. പത്രത്തിൽ വായിച്ച ചില റിപ്പോർട്ടുകൾ ചിലർ ഓർത്തെടുക്കാൻ ശ്രമിച്ചു.

"ബാബ്-എൽ-മൻഡേബ് (Bab el Mandeb) എന്ന കടലിടുക്ക് വഴിയാണ് ചെങ്കടലും ആദംകടലും തമ്മിൽ ബന്ധപ്പെട്ടു കിടക്കുന്നത്."

കുട്ടികളുടെ ചിന്തയിൽ ചെങ്കടൽ നിറയുന്നതായി ടീച്ചർക്ക് തോന്നി.

"ചെങ്കടലിന്റെ പ്രാധാന്യത്തെക്കുറിച്ച് ചില കാര്യങ്ങൾ നമുക്ക് ചർച്ച ചെയ്യാം. നിങ്ങൾ സൂയസ്കനാലിനെക്കുറിച്ച് കേട്ടിട്ടില്ലേ? അറ്റ്ലാന്റിക് സമുദ്രത്തിന്റെ ഭാഗമായ മെഡിറ്ററേനിയൻ കടലിനെയും ചെങ്കടലിനെയും തമ്മിൽ ബന്ധിപ്പിക്കുന്ന മനുഷ്യനിർമ്മിത കനാലാണ് സൂയസ്കനാൽ. ഈ കനാൽ സ്ഥിതി ചെയ്യുന്നത് എവിടെയാണ്? ഈജിപ്റ്റിൽ."

സ്ക്രീനിൽ തെളിഞ്ഞ ഭൂപടത്തിൽ സൂയസ് കനാലിന്റെ സ്ഥാനം കുട്ടികൾ തിരിച്ചറിഞ്ഞു.

"സൂയസ്കനാൽ നിർമ്മിക്കപ്പെട്ടത് എന്നാണ്?"

കുട്ടികളുടെ പ്രതികരണത്തിന് കാതോർക്കാതെ ടീച്ചർ തുടർന്നു:

"1859 ൽ ആണ് പണിയാരംഭിച്ചത്. 1869 നവംബർ 17 ന് ഈ

കനാൽ കപ്പൽ ഗതാഗതത്തിന് തുറന്നുകൊടുത്തു. അതുകൊണ്ട് ഉണ്ടായ നേട്ടമെന്തായിരുന്നു? 1869 ന് മുമ്പുവരെ ഏഷ്യയിൽ നിന്നും യൂറോപ്പിൽ പോകണമെങ്കിൽ ആഫ്രിക്കയെ പ്രദക്ഷിണം ചെയ്തു പോകണമായിരുന്നു. 1869 നു ശേഷം സൂയസ് കനാൽ വഴി എളുപ്പം യൂറോപ്പിലേക്ക് കടക്കാം. ചെങ്കടലിലൂടെ സൂയസ്കനാൽ വഴി മെഡിറ്ററേനിയൻ കടലിലേക്ക്. ഇവിടെയാണ് ചെങ്കടലിന്റെ പ്രാധാന്യം. ഇന്ത്യക്കും യൂറോപ്പിനും ഇടയിലെ കച്ചവടമാർഗ്ഗത്തിന്റെ പ്രധാന ഭാഗമായി മാറുന്നു ചെങ്കടൽ. ചെങ്കടൽ അങ്ങനെ യൂറോപ്പിൽനിന്നും ഇന്ത്യൻ സമുദ്രത്തിലേക്കും തിരിച്ചുമുള്ള പ്രവേശനമാർഗ്ഗമായി നിലകൊള്ളുന്നു."

അമ്മുവിന്റെ മനസ്സിൽ കേരളവും ആഫ്രിക്കൻ ഭൂഖണ്ഡവും ഇറ്റലിയുമൊക്കെ കടന്നുവന്നു. കേരളത്തിൽ കൊച്ചി തുറമുഖത്ത് നിന്നും പുറപ്പെടുന്ന കപ്പൽ ആഫ്രിക്കൻ വൻകര ചുറ്റി യൂറോപ്പിലേക്ക് പോകുന്നതും സൂയസ് കനാൽ വഴി പോകുന്നതും ഭാവനയിൽ കാണാൻ ശ്രമിച്ചു. അത് പൂർത്തീകരിക്കും മുമ്പ് ടീച്ചറുടെ അടുത്ത ചോദ്യം വന്നു.

"സൂയസ് കനാലിന്റെ ദൂരമെത്രയാണ്?

193.3 കിലോമീറ്റർ ദൂരം."

സൂയസിന്റെ ദൂരം തന്റെ അനുഭവത്തിലുള്ള ദൂരത്തിന്റെ മതിപ്പുകളുമായി ബന്ധപ്പെടുത്താൻ അജീബ് ശ്രമിച്ചു. വാപ്പയുടെ ഒരു കൂട്ടുകാരൻ. കോട്ടയംകാരൻ. അദ്ദേഹം വീട്ടിൽ വന്നപ്പോൾ ചർച്ചയ്ക്കിടയിൽ കൊല്ലവും കോട്ടയവും തമ്മിൽ ഏകദേശം 94 കിലോമീറ്റർ ദൂരം വരുമെന്ന് പറഞ്ഞ കാര്യം അജീബ് ഓർത്തെടുത്തു. അപ്പോൾ സൂയസ് കനാലിന് കൊല്ലത്തിനും കോട്ടയത്തിനും ഇടയിലുള്ള ദൂരത്തിന്റെ ഇരട്ടി ദൂരത്തിലധികം. അതാ അമ്മുവിന്റെ ചോദ്യം. പെട്ടെന്നു തന്നെ ടീച്ചർ പറയുന്ന കാര്യങ്ങളിലേക്ക് അജീബ് തിരിച്ചെത്തി. അജീബ് തിരിഞ്ഞു അമ്മു പറയുന്ന കാര്യം ശ്രദ്ധിച്ചു.

"ടീച്ചർ സൂയസ് കനാൽ ഇന്ത്യൻ സമുദ്രത്തെ അറ്റ്ലാന്റിക് സമുദ്രവുമായി ബന്ധിപ്പിക്കുന്നു. അതേപോലെ അറ്റ്ലാന്റിക് സമുദ്രത്തെയും പസഫിക് സമുദ്രത്തെയും തമ്മിൽ ബന്ധിപ്പി

ക്കുന്ന കനാൽ ഉണ്ടോ?"

അമ്മുവിന്റെ ചോദ്യം ടീച്ചർ സ്വാഗതം ചെയ്തു. ഏതായിരിക്കും ആ കനാൽ? കുട്ടികൾ ചിന്തിച്ചു. അതിനിടയിൽ ഒരു കുട്ടി ഉത്തരവും പറഞ്ഞു. സ്ക്രീനിൽ ഉടനെ പനാമയുടെ ഭൂപടം തെളിഞ്ഞു.

"പനാമ കനാൽ."

ഉത്തരം നല്കിയ കുട്ടിയെ ടീച്ചർ അഭിനന്ദിച്ചു.

"പനാമ കനാലിന്റെ സ്ഥാനം എവിടെയെന്ന് നോക്കാം.

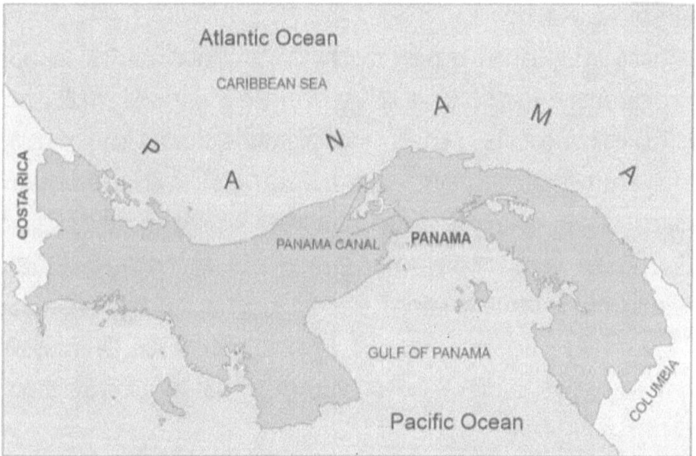

വടക്കേ അമേരിക്ക, തെക്കേ അമേരിക്ക എന്നീ രണ്ടു ഭൂഖണ്ഡങ്ങളെ തമ്മിൽ ബന്ധിപ്പിച്ചുകൊണ്ട് ഒരു കൊളുത്തിന്റെ ആകൃതിയിൽ കാണപ്പെടുന്ന രാജ്യമാണ് പനാമ. കേരളത്തിന്റെ രണ്ടിരട്ടിയിലധികം വലിപ്പം വരുന്ന ഒരു ചെറിയ രാജ്യം. ലോക ഭൂപടം നോക്കിയാൽ പനാമയുടെ കിഴക്ക് പസഫിക് സമുദ്രവും പടിഞ്ഞാറ് അറ്റ്ലാന്റിക് സമുദ്രത്തിന്റെ ഭാഗമായ കരീബിയൻ കടലും കാണാം.

രണ്ട് ഭൂഖണ്ഡങ്ങൾക്കിടയിൽ മണ്ണ്, എക്കൽ, പവിഴപ്പാറ എന്നിവ അടിഞ്ഞുണ്ടാകുന്ന തുരുത്തുകളെ 'ഇസ്ത്മസ് - Isthmus' എന്ന് വിളിക്കുന്നു. സമുദ്രസാന്നിദ്ധ്യം കൊണ്ടാണ് തുരുത്തുകൾ ഉണ്ടാകുന്നത്. ഭൂഖണ്ഡങ്ങളുടെ മുനമ്പിലും ഇസ്ത്മസ്

കാണാം. വടക്കേഅമേരിക്കയും തെക്കേഅമേരിക്കയും ചേരുന്നിടത്തെ ഇസ്ത്മസിനോട് ചേർന്ന് അതുൾക്കൊണ്ടു നില്ക്കുന്ന രാജ്യമാണ് പനാമ. രണ്ട് മഹാസമുദ്രങ്ങൾക്കിടയിലുണ്ടായിരുന്ന ഈ ഇടുങ്ങിയ തുരുത്ത് കീറി ചാലാക്കിയാലോ? തെക്കേഅമേരിക്കയുടെ തെക്കേ അറ്റത്തുള്ള ഹോൺ മുനമ്പു ചുറ്റാതെ പസഫിക് സമുദ്രത്തിലെത്താം. ദൈർഘ്യമുള്ള യാത്ര അങ്ങനെ ഒഴിവാക്കാം. ഈ ചിന്തയാണ് പനാമ കനാലിന്റെ പിറവിക്കു കാരണമായത്." ടീച്ചർ വിശദീകരിച്ചു.

ടീച്ചർ പനാമക്കനാലിന്റെ നിർമ്മാണം സംബന്ധിച്ച കാര്യങ്ങളിലേക്ക് കടന്നു.

"1880 ൽ ഫ്രഞ്ച് നേതൃത്വത്തിൽ തുരുത്ത് കീറി കനാലാക്കുന്നതിനുള്ള പണി ആരംഭിച്ചു. സൂയസ് കനാൽ നിർമ്മാണം മുന്നിൽ നിന്ന് നയിച്ച ഫ്രഞ്ചുനയതന്ത്രജ്ഞനായിരുന്ന ഫർഡിനാന്റെ ഡി ലെസപ്പിനെ പനാമ കനാൽ നിർമ്മാണത്തിന് കൊണ്ടുവന്നു. പിന്നീട് അമേരിക്ക നിർമ്മാണച്ചുമതല ഏറ്റെടുത്തു. പനാമ കനാൽകൊണ്ട് ഏറ്റവും കൂടുതൽ പ്രയോജനം ഉണ്ടാകുന്നത് അമേരിക്കയ്ക്കായിരുന്നു. അതുകൊണ്ടാണ് നിർമ്മാണപ്രവർത്തനം അവർ ഏറ്റെടുത്തത്. 80 കിലോമീറ്റർ ദൈർഘ്യമുള്ള കനാൽ 1914 ആഗസ്ത് 15 ന് സഞ്ചാരത്തിന് തുറന്നുകൊടുത്തു.

ലോകത്തിലെ തന്ത്രപ്രധാനമായ രണ്ട് മനുഷ്യനിർമ്മിത ജലപാതകളാണ് സൂയസ് കനാലും പനാമ കനാലും. സൂയസ് കനാൽ ഇന്ത്യൻ മഹാസമുദ്രത്തെയും അറ്റ്ലാന്റിക് മഹാസമുദ്രത്തെയും തമ്മിൽ ബന്ധിപ്പിക്കുന്നു. പനാമ കനാൽ അറ്റ്ലാന്റിക് മഹാസമുദ്രത്തെയും പസഫിക് മഹാസമുദ്രത്തെയും തമ്മിൽ ബന്ധിപ്പിക്കുന്നു."

"അപ്പോൾ ബോംബെയിൽനിന്നും കപ്പൽമാർഗ്ഗം അമേരിക്കയിലേക്ക് പോകാൻ ഈ രണ്ടു കനാലുകൾ വഴി എളുപ്പത്തിൽ കഴിയും. അല്ലേ ടീച്ചർ." പെട്ടെന്നുള്ള അമ്മുവിന്റെ പ്രതികരണം ചിരിപടർത്തി.

"അധികം ചുറ്റില്ലാതെ അതുവഴിപോകാം. എന്താ അമ്മു,

അമേരിക്കയിൽ പോകാൻ പ്ലാനുണ്ടോ?"

ടീച്ചർ പറഞ്ഞ കാര്യം ഏവരും ആസ്വദിച്ചു. അമ്മുവും ചിരിച്ചു.

"അമ്മു സ്വപ്നസഞ്ചാരം നടത്തും ടീച്ചർ." അജീബ് ഉറക്കെപ്പറഞ്ഞു. അമ്മുവിന് അത് രസിച്ചെങ്കിലും അവൾ തിരിഞ്ഞ് അജീബിനെ കണ്ണുരുട്ടിക്കാണിച്ചു.

"നല്ലത്. അമ്മു മാത്രമല്ല എല്ലാവരും സ്വപ്നം കാണണം." ടീച്ചർ പറഞ്ഞു.

എല്ലാവരും അതുകേട്ട് തലകുലുക്കി. അമ്മു വീണ്ടും എഴുന്നേറ്റു. അമ്മു എന്താണ് പറയാൻ പോകുന്നതെന്നറിയാൻ എല്ലാവരും ശ്രദ്ധിച്ചു. സ്വപ്നത്തെക്കുറിച്ച് പറയാനായിരിക്കും? ചിലർ ഊഹിച്ചു.

"ടീച്ചർ സൂയസ് കനാൽ നിർമ്മാണം തുടങ്ങിയത് 1859 ലാണ്. 1869 ൽ അത് തുറന്നു കൊടുത്തു. വെറും പത്തുവർഷം. പക്ഷേ, പനാമകനാൽ നിർമ്മാണം 1880 ൽ തുടങ്ങിയെങ്കിലും കനാൽ തുറന്നത് 1914 ൽ. എന്തേ ഇത്ര വൈകാൻ കാരണം?"

അമ്മു അങ്ങനെയാണ്. മറ്റുള്ളവർ ചിന്തിക്കാത്ത കാര്യം അവൾ ചിന്തിക്കും.

"എന്താകും കാരണം?"എല്ലാവരിലും ആ ചിന്ത വ്യാപിച്ചു.

പനാമകനാലിന്റെ പൂർത്തീകരണം വൈകാനിടയായ സാഹചര്യം ടീച്ചർ വിശദീകരിച്ചു.

"1880 ൽ ഫ്രഞ്ച് നേതൃത്വത്തിലാണ് പണി തുടങ്ങിയത്. നിരവധി പ്രതിസന്ധികൾ തൊഴിലാളികൾക്ക് നേരിടേണ്ടിവന്നു. കുന്നുകളായിരുന്നു ഒരു പ്രതിസന്ധി. കിലോമീറ്ററോളം നീളത്തിൽ വലിയ താഴ്ചയിൽ വെട്ടിമുറിക്കേണ്ടിവന്നു. ഇതിനാവശ്യമായ യന്ത്രസാമഗ്രികൾ ഫ്രഞ്ച് കമ്പനിയുടെ കൈകളിലുണ്ടായിരുന്നില്ല. മറ്റൊരു ഗുരുതരപ്രതിസന്ധി തൊഴിലാളികൾക്കുണ്ടായ രോഗങ്ങളായിരുന്നു. മലേറിയയും മഞ്ഞപ്പനിയുമായിരുന്നു രോഗങ്ങൾ. രോഗങ്ങൾ പിടിപെട്ടും അപകടങ്ങൾ മൂലവും ഏകദേശം 21,900 തൊഴിലാളികൾ മരിക്കാനിടയായി. അതോടെ ഫ്രഞ്ചുകാർ പിന്മാറി. പദ്ധതി പരാജയത്തിൽ കലാശിച്ചു. ഇതൊരു സ്വപ്നപദ്ധതിയായിരുന്നല്ലോ? വിട്ടുകൊടുക്കാൻ മനു

ഷ്യൻ തയ്യാറായില്ല. പണിതുടങ്ങി ഇരുപതു വർഷം പിന്നിട്ടു. എങ്ങുമെത്താതെ നിന്ന ആ ഘട്ടത്തിൽ അമേരിക്ക കനാൽ നിർമ്മാണം ഏറ്റെടുത്തു. 1900 ത്തിലാണ് അത് സംഭവിച്ചത്. തുടർന്ന് പതിനാല് വർഷംകൊണ്ട് അമേരിക്ക കനാൽ നിർമ്മാണം വിജയകരമായി പൂർത്തീകരിച്ചു. 1914 ആഗസ്ത് 15 ന് തുറന്നുകൊടുത്തു. മലേറിയയും മഞ്ഞപ്പനിയും മണ്ണൊലിപ്പും വീണ്ടും തടസ്സങ്ങളായി നിന്നിരുന്നു. പക്ഷേ, അതിനെയെല്ലാം അതിജീവിച്ചു. ഫ്രാൻസിന്റെയും അമേരിക്കയുടെയും രണ്ടു ഉദ്യമങ്ങളിലായി ഏകദേശം 27,500 തൊഴിലാളികൾക്ക് ജീവൻ നഷ്ടമായി.

സൂയസ്തോടിന്റെ നിർമ്മാണവേളയിലും പനാമ തോടിന്റെ അനുഭവം തന്നെ ഉണ്ടായതായി കാണാം. മലമ്പനിയായിരുന്നു സൂയസ്തോടിന് ഭീഷണി. അനേകം ജോലിക്കാർ മരിച്ചുവീണു. സൂയസിന്റെ കാര്യത്തിൽ സമതലഭൂമിയിലൂടെയായിരുന്നു ചാലു കീറിയത്.

സൂയസിൽ മലമ്പനി പടർന്നുപിടിച്ച കാലത്ത് ഇന്ത്യയിൽ മലമ്പനി ഗവേഷണത്തിലേർപ്പെട്ടിരുന്ന ഒരു ഡോക്ടർ ഉണ്ടായിരുന്നു. അറിയുമോ നിങ്ങൾക്ക്? അദ്ദേഹമാണ് ഡോക്ടർ റൊഡാൾഡ് റോസ്. അദ്ദേഹത്തെ സൂയസിൽ ക്ഷണിച്ചുവരുത്തി. മലമ്പനി പടർത്തുന്നത് കൊതുകുകളാണെന്ന് അദ്ദേഹം കണ്ടെത്തിയിരുന്നു. കൊതുകുകളെ നശിപ്പിക്കാനുള്ള മാർഗ്ഗങ്ങൾ അദ്ദേഹം തൊഴിലാളികൾക്കും സൂയസ് പട്ടണനിവാസികൾക്കും പറഞ്ഞുകൊടുത്തു. അതവർ സ്വീകരിച്ചു. കൊതുകുകൾ ഇല്ലാതായി. ക്രമേണ മലമ്പനിയും വിട്ടൊഴിഞ്ഞു.

പനാമ കനാലിന്റെ രണ്ടാം ഉദ്യമകാലഘട്ടത്തിലും ഡോക്ടർമാരുടെ സേവനം തൊഴിലാളികൾക്ക് ലഭിച്ചു.

മഞ്ഞജ്വരം പരത്തുന്ന ഇനം കൊതുകുകളെ ഡോക്ടർ വാൾട്ടർ റീഡും സുഹൃത്തായ ഡോക്ടർ ലസ്സിലായിസനും തിരിച്ചറിഞ്ഞിരുന്നു. ഡോക്ടർ വില്യം ഗോർഗാസ് മഞ്ഞജ്വരം പരത്തുന്ന കൊതുകുകളെ നശിപ്പിക്കാനുള്ള മാർഗ്ഗവും കണ്ടെത്തി തൊഴിലാളികൾക്ക് പറഞ്ഞുകൊടുത്തു. മൂവരും അമേരിക്കക്കാരാണ്.

നോക്കൂ കൂട്ടുകാരെ ഈ ഗവേഷകരുടെ സമയോചിതമായ

കണ്ടെത്തലുകളും സേവനവും ഇല്ലായിരുന്നെങ്കിലോ? സൂയസ് കനാൽ, പനാമ കനാൽ എന്ന രണ്ടു മഹാസംരംഭങ്ങളും നിർത്തി വയ്ക്കേണ്ടി വരുമായിരുന്നു. പ്രതിസന്ധികളെ നേരിടാൻ മനുഷ്യന് ശാസ്ത്രം തുണയാകുന്ന കാഴ്ചയാണ് ഇവിടെ നമ്മൾ കാണുന്നത്." ടീച്ചർ പറഞ്ഞ മനുഷ്യന്റെ അതിജീവനകഥ കുട്ടികൾക്ക് നന്നേ ഇഷ്ടപ്പെട്ടു. കുട്ടികളുടെ ചിന്തകളിൽ ആ രണ്ടു മഹാസംരംഭങ്ങളും നിറഞ്ഞു നിന്നു. മാനവപുരോഗതിക്കു വേണ്ടി എത്ര എത്ര തൊഴിലാളികളാണ് മരിച്ചുവീണത്. പണിയായുധങ്ങളുമായി കനാൽപണിയിൽ ഉത്സാഹത്തോടെ ഏർപ്പെട്ടിരിക്കുന്ന തൊഴിലാളികളുടെയും മഞ്ഞജ്വരവും മലേറിയയും വന്ന് പിടഞ്ഞുവീഴുന്ന തൊഴിലാളികളുടെയും രൂപങ്ങൾ അവരുടെ ചിന്തകളിൽ കടന്നുവന്നു. മനുഷ്യന്റെ ഇച്ഛാശക്തിക്കു മുന്നിൽ പ്രതിസന്ധികൾ വീണുടഞ്ഞു. നേട്ടങ്ങൾ കൈവരിച്ച് ലോകം മുന്നോട്ട്.

"സൂയസ് കനാലും പനാമ കനാലും. ഇവയിൽ മികവ് കൂടുതൽ ഏതിനാണ്?" ചോദ്യം ചോദിച്ചത് അജീബാണ്. അമ്മു തിരിഞ്ഞ് അഭിനന്ദനമറിയിക്കാൻ ചിരിച്ചുകൊണ്ട് മുഷ്ടി ചുരുട്ടി തള്ളവിരൽ ഉയർത്തിക്കാട്ടി. അജീബിന് സന്തോഷമായി.

"നല്ല ചോദ്യം" ടീച്ചർ പറഞ്ഞു. എന്നിട്ട് ടീച്ചർ ചില ചോദ്യങ്ങൾ അങ്ങോട്ട് ചോദിക്കാൻ തുടങ്ങി.

"ഈ രണ്ടു കനാലുകൾ എടുത്താൽ ജ്യേഷ്ഠൻ ആരാണ്?"

"സൂയസ്" കുട്ടികൾ വിളിച്ചുപറഞ്ഞു.

"സൂയസിന് പനാമയെക്കാൾ എത്രവയസ്സ് മൂപ്പുണ്ട്?"

"ഏകദേശം നാല്പത്തഞ്ചുവയസ്സ്." കനാലുകൾ യാത്രയ്ക്ക് തുറന്നുകൊടുത്ത വർഷങ്ങളുടെ വ്യത്യാസം കണ്ടുപിടിച്ച് അമ്മു ഉത്തരം പറഞ്ഞു.

"നീളമാർക്കാ കൂടുതൽ?"

"സൂയസിന്." കുട്ടികൾ പറഞ്ഞു.

"സൂയസിന് നീളം കൂടുതലുള്ളതുകൊണ്ട് അതിനായിരിക്കും മികവ് കൂടുതൽ എന്ന് കരുതുന്നുണ്ടോ?"

കുട്ടികൾ പ്രതികരിച്ചില്ല. 'പൊതുവിൽ ചിന്തിക്കുമ്പോൾ സൂയസിനായിരിക്കും അല്ലേ? പനാമയ്ക്ക് നീളം കുറവല്ലേ?

സൂയസ് കനാലിന്റെ പകുതി പോലുമില്ല.' കുട്ടികൾ മനസ്സിൽ പറഞ്ഞു.

"വ്യത്യസ്തമായ സാങ്കേതികവിദ്യ കൊണ്ട് പ്രവർത്തിക്കുന്ന കനാലാണ് പനാമ കനാൽ. ലോകത്തെ ഒരു എഞ്ചിനീയറിങ് അത്ഭുതമാണ് പനാമ കനാൽ. ഇക്കാരണത്താൽ മഹത്ത്വം കൂടുതൽ പനാമ കനാലിനാണ്." ടീച്ചർ പറഞ്ഞു.

"എന്തായിരിക്കും ആ എഞ്ചിനീയറിങ് അത്ഭുതം?" അതറിയാൻ കുട്ടികൾക്ക് താല്പര്യം വർദ്ധിച്ചു. പല ചിന്തകൾ മനസ്സിലൂടെ കടന്നുവരാൻ തുടങ്ങി.

"എന്താണെന്ന് നിങ്ങൾക്കറിയണം അല്ലേ? മനസ്സിലാക്കാൻ അല്പം പ്രയാസം ഉണ്ടാകും. എങ്കിലും നമുക്കത് ചർച്ച ചെയ്യാം."

കുട്ടികൾ കണ്ണുകളും കാതുകളും കൂർപ്പിച്ചു.

"സൂയസ് കനാൽ ഏതൊക്കെ സമുദ്രങ്ങളെയാണ് ബന്ധിപ്പിക്കുന്നത്?"

"ഇന്ത്യൻ മഹാസമുദ്രത്തെയും അറ്റ്ലാന്റിക് സമുദ്രത്തെയും തമ്മിൽ ബന്ധിപ്പിക്കുന്നു." കുട്ടികൾ വിളിച്ചുപറഞ്ഞു.

"അതെ. ഇന്ത്യൻമഹാസമുദ്രത്തിന്റെ ഭാഗമായ അറബിക്കടലിനെയും അറ്റ്ലാന്റിക് സമുദ്രത്തിന്റെ ഭാഗമായ മെഡിറ്ററേനിയൻ കടലിനെയും തമ്മിൽ ബന്ധിപ്പിക്കുന്ന ജലപാത."

"സൂയസ്കനാലിന്റെ ജലനിരപ്പിന്റെ പ്രത്യേകത എന്താണ്? ഇരുഭാഗത്തുമുള്ള കടലുകളിലെ ജലനിരപ്പും സൂയസ്കനാലിലെ ജലനിരപ്പും ഒരുപോലെയാണോ?"

കുട്ടികളുടെ മനസ്സിൽ സൂയസ്കനാലും അതിന്റെ രണ്ട് അഗ്രത്തുമുള്ള അറബിക്കടലും മെഡിറ്ററേനിയൻ കടലും തെളിഞ്ഞുവന്നു. എന്തായിരിക്കും സൂയസ്കനാലിലെ ജലനിരപ്പിന്റെ പ്രത്യേകത? ഒരേപോലെ ആയിരിക്കുമോ? അതോ വ്യത്യസ്തങ്ങളായിരിക്കുമോ?

"അറബിക്കടലിലെയും മെഡിറ്ററേനിയൻ കടലിലെയും സൂയസ് കനാലിലെയും ജലനിരപ്പുകൾ ഒരുപോലെയാണ്." ടീച്ചർ കുട്ടികളുടെ പ്രതികരണം ശ്രദ്ധിച്ചു. ഉടൻതന്നെ അടുത്ത ചോദ്യവും ഉന്നയിച്ചു.

"അതുകൊണ്ടുള്ള പ്രയോജനം എന്താണ്? കപ്പലുകൾക്ക് സുഗമമായി കനാലിൽ കയറാനും കനാലിലൂടെ സഞ്ചരിച്ച് മുന്നോട്ടുപോയി മറുഭാഗത്തെ കടലിൽ പ്രയാസമില്ലാതെ ഇറങ്ങാനും കഴിയും. അല്ലേ?"

കുട്ടികൾ തലകുലുക്കി ചർച്ചയിൽ മുഴുകിയിരുന്നു.

"ഇനി നമുക്ക് പനാമ കനാലിന്റെ കാര്യമെടുക്കാം. സൂയസ് കനാലിന്റെ ജലനിരപ്പിനുള്ള പ്രത്യേകത പനാമ കനാലിനില്ല."

ടീച്ചർ അത് പറഞ്ഞപ്പോൾ കുട്ടികൾ രണ്ടു സാദ്ധ്യതകളെക്കുറിച്ച് ചിന്തിച്ചു. പനാമ കനാലിലെ ജലനിരപ്പ് രണ്ടു ഭാഗങ്ങളിലുമുള്ള സമുദ്രങ്ങളുടെ ജലനിരപ്പിനെക്കാൾ ഉയർന്നതാകാം? അല്ലെങ്കിൽ താഴ്ന്നതാകാം? അതിലേതായിരിക്കും?

"നിങ്ങൾ എങ്ങനെ ചിന്തിക്കുന്നു?" ടീച്ചറുടെ ചോദ്യം കേട്ട് ചിലർ 'ഉയർന്നത്' എന്നും മറ്റുചിലർ 'താഴ്ന്നത്' എന്നും പറഞ്ഞു. ഭൂരിപക്ഷം പേരും മിണ്ടാതിരുന്നു.

"പനാമകനാൽ അറ്റ്ലാന്റിക് സമുദ്രത്തെയും പസഫിക് സമുദ്രത്തെയും തമ്മിൽ ബന്ധിപ്പിക്കുന്ന ജലപാതയാണ് എന്ന് നിങ്ങൾക്കറിയാമല്ലോ. മഹാസമുദ്രങ്ങളോട് ചേർന്ന് കിടക്കുന്ന ഭാഗങ്ങളിലൊഴികെ കനാലിന്റെ മദ്ധ്യഭാഗത്തിലെ ജലനിരപ്പ് 26 മീറ്ററോളം ഉയരത്തിലാണ്.

സൂയസ്കനാലിലും പനാമകനാലിലും ജലനിരപ്പിന്റെ വ്യത്യാസത്തിനു കാരണമെന്തായിരിക്കും?"

കുട്ടികൾ ചിന്തിക്കാൻ തുടങ്ങി.

"സൂയസ് കനാലിലെ ജലനിരപ്പും സമുദ്രങ്ങളുടെ ജലനിരപ്പും ഒരേപോലെ വരാൻ എന്തായിരിക്കും കാരണം? പനാമകനാലിൽ ജലനിരപ്പ് സമുദ്രങ്ങളിലെ ജലനിരപ്പിനേക്കാൾ ഉയർന്നിരിക്കാൻ കാരണമെന്താകും? ഇക്കാര്യങ്ങൾ നിങ്ങൾ ചിന്തിക്കുന്നുണ്ടാകാം." ടീച്ചർ ഇക്കാര്യം സൂചിപ്പിച്ചപ്പോൾ കുട്ടികൾ ചിരിച്ചുകൊണ്ട് "അതെ"യെന്ന് മറുപടി നല്കി.

"സൂയസ് കനാൽ നിർമ്മിച്ചിട്ടുള്ളത് സമതലഭൂമിയിലാണ്. അതായത് സമുദ്രനിരപ്പിലുള്ള ഭൂമി കീറിയാണ് തോട് നിർമ്മിച്ചിട്ടുള്ളത്. എന്നാൽ പനാമതോട് നിർമ്മിച്ചിട്ടുള്ളത് സമുദ്രനിരപ്പിൽ നിന്നു ഉയർന്ന തലത്തിലുള്ള പ്രദേശങ്ങളും കുന്നുകളും

കീറിയാണ്.

പർവ്വതഭാഗത്താണ് പനാമ കനാൽ സ്ഥിതിചെയ്യുന്നത്. അതുകൊണ്ടുതന്നെ സമുദ്രനിരപ്പിൽനിന്നും കനാലിലെ ജലവിതാനം ഉയർന്നു നില്ക്കുന്നു." കുട്ടികൾ സൂയസ് കനാലിലെയും പനാമ കനാലിലെയും ജലനിരപ്പുകൾ മനസ്സിൽ കണ്ടു. ചിലർ അത് വെറുതെ വരയ്ക്കാൻ നോക്കി.

"ഇരുവശത്തുമുള്ള സമുദ്രങ്ങളുടെ ജലനിരപ്പിനേക്കാൾ ഉയർന്ന ജലനിരപ്പ് പനാമകനാലിൽ ഉള്ളതുകൊണ്ട് കപ്പൽയാത്ര സുഗമമല്ല. അപകടം നിറഞ്ഞതാണ് എന്ന് മനസ്സിലായല്ലോ.

പനാമ തോടിലേക്ക് ഇരുവശങ്ങളിലും ഉള്ള സമുദ്രങ്ങളിൽ നിന്നും വരുന്ന കപ്പലുകളെ കനാലിലെ ജലനിരപ്പോളം ഉയർത്തേണ്ടിവരുന്നു. കനാലിലെ ഉയർന്ന ജലനിരപ്പിലൂടെ സഞ്ചരിച്ച് മറുവശത്തെത്തുന്ന കപ്പലുകളെ കനാലിലെ ഉയർന്ന ജലനിരപ്പിൽ നിന്നും സമുദ്രത്തിലെ താഴ്ന്ന ജലനിരപ്പിലേക്ക് താഴ്ത്തേണ്ടി വരുന്നു.

സമുദ്രത്തിലൂടെ കനാലിന്റെ ഒരുവശത്തെത്തുന്ന കപ്പലിനെ എങ്ങനെ ഉയർന്ന ജലവിതാനമുള്ള കനാലിലേക്ക് ഉയർത്തും? കനാലിലെ ഉയർന്ന ജലനിരപ്പിലൂടെ സഞ്ചരിച്ച് മുന്നോട്ട് പോകുന്ന കപ്പലിനെ മറുഭാഗത്ത് താഴ്ന്നു നില്ക്കുന്ന ജലനിരപ്പിലുള്ള സമുദ്രത്തിലേക്ക് എങ്ങനെ താഴ്ത്തി ഇറക്കിവിടും? ഇക്കാര്യങ്ങളാണ് പനാമകനാലിൽ നേരിട്ട സാങ്കേതികപ്രശ്നങ്ങൾ."

ഈ പ്രശ്നം എങ്ങനെയാകും പരിഹരിക്കപ്പെട്ടിട്ടുണ്ടാകുക? കപ്പൽ ഉയർത്തുന്നതിനും താഴ്ത്തുന്നതിനും എന്തു മാർഗ്ഗമാകും പ്രയോജനപ്പെടുത്തിയിട്ടുണ്ടാകുക? ക്രെയിനുകളാണോ ഉപയോഗിക്കുന്നുണ്ടാകുക? ഇങ്ങനെ നിരവധി ചോദ്യങ്ങൾ കുട്ടികളുടെ ചിന്തകളിൽ കടന്നുവന്നു. ടീച്ചറുടെ വിശദീകരണത്തിന് അവർ കാതോർത്തു.

"സമുദ്രത്തിലെ ജലനിരപ്പിൽനിന്നും ഉയർന്ന ജലനിരപ്പിലേക്ക് കപ്പലുകൾ ഉയർത്തുക. ഉയർന്ന ജലനിരപ്പിൽനിന്നും സമുദ്രത്തിലെ ജലനിരപ്പിലേക്ക് താഴ്ത്തിക്കൊണ്ടുവരിക. ഇതിനു

വേണ്ടി ലോകത്ത് ഇന്നേവരെ നടപ്പിലാക്കിയിട്ടുള്ള എഞ്ചിനീയറിങ് പദ്ധതികളിൽ ഏറ്റവും വലുതും പ്രയാസമുള്ളതുമായ പദ്ധതിയാണ് പനാമ കനാലിൽ നടപ്പിലാക്കിയത്. പനാമകനാൽ ഒരു എഞ്ചിനീയറിങ് അത്ഭുതം എന്ന് പറയാൻ കാരണമതാണ്."

ആ എഞ്ചിനീയറിങ് അത്ഭുതം എന്താണ്? കുട്ടികൾക്ക് അതറിയാൻ താല്പര്യം വർദ്ധിച്ചു. ചിലർക്ക് ഇരിക്കപ്പൊറുതിയില്ലാതെയായി. അവർ ചാടി എണീറ്റു.

"ടീച്ചർ അക്കാര്യം ഞങ്ങൾക്കറിയാൻ ആഗ്രഹമുണ്ട്." അവർ പറഞ്ഞു.

"പനാമകനാലിലെ എഞ്ചിനീയറിങ് അത്ഭുതത്തിലെ എല്ലാ കാര്യങ്ങളും വിശദീകരിക്കാനാവില്ല. അത് നിങ്ങൾക്ക് അത്രത്തോളം മനസ്സിലാകില്ല. ഭാവിയിൽ സമുദ്രസംബന്ധിയായ എഞ്ചിനീയറിങ് മേഖല തെരഞ്ഞെടുക്കുന്നവർക്ക് അതിനെക്കുറിച്ച് കൂടുതൽ കാര്യങ്ങൾ പഠിക്കാം. ഇപ്പോൾ ഞാൻ കഴിയുന്നത്ര ലഘുവായി അക്കാര്യങ്ങൾ പറഞ്ഞുതരാം."

ടീച്ചറുടെ മറുപടി കേട്ടപ്പോൾ എല്ലാവർക്കും സന്തോഷമായി. സത്യത്തിൽ പനാമകനാലിനെക്കുറിച്ച് ഇത്രത്തോളം അറിയാൻ കുട്ടികൾക്ക് താല്പര്യമുണ്ടാകുമെന്ന് ടീച്ചർ കരുതിയിരുന്നില്ല.

"പനാമ കനാലിന്റെ നിർമ്മാണത്തിന്റെ ഭാഗമായി ഒരു വലിയ തടാകവും നിർമ്മിച്ചിട്ടുണ്ട്. ലോകത്തിലെ ഏറ്റവും വലിയ മനുഷ്യനിർമ്മിത തടാകമാണത്. തടാകത്തിന്റെ പേര് ഗാട്ടൺ തടാകം. മദ്ധ്യപനാമയിലെ ചാഗ്രസ് നദിക്കു കുറുകെ നിർമ്മിച്ച ഗട്ടൺ ഡാമിനോട് ചേർന്നാണ് 460 ചതുരശ്രകിലോമീറ്റർ വിസ്തൃതിയുള്ള ഈ തടാകം. 1907 നും 1913 നുമിടയ്ക്കാണ് തടാകം നിർമ്മിച്ചത്. പനാമകനാലിന്റെ വലിയഭാഗവും ഈ തടാകമാണ്." ടീച്ചർ പറഞ്ഞ കാര്യങ്ങളെ കുട്ടികൾ മനസ്സിൽ കാണാൻ ശ്രമിച്ചു. ഒഴുകിവരുന്ന ചഗ്രസ് നദി, അതിനു കുറുകെ കെട്ടിയിട്ടുള്ള ഡാം, വിസ്തൃതമായ ഗട്ടൺ തടാകം ഇതെല്ലാം കുട്ടികൾ ഭാവനയിൽ കണ്ടു.

"ജലപ്രവാഹം പ്രയോജനപ്പെടുത്തിയാണ് കപ്പൽ ഉയർത്തുകയും താഴ്ത്തുകയും ചെയ്യുന്നത്. ജലപ്രവാഹം നിയന്ത്രിച്ചു

നിർത്തിക്കൊണ്ടാണ് ഇത് സാദ്ധ്യമാക്കുന്നത്. ജലപ്രവാഹനിയന്ത്രണത്തിനുള്ള സംവിധാനങ്ങളെ 'ളൊക്കു' (Lock) കൾ എന്ന് വിളിക്കും. ഈ ളൊക്കുകളിൽ ജലം നിറയ്ക്കുന്നതിനും നീക്കം ചെയ്യുന്നതിനും സഹായകരമായ രീതിയിൽ നിർമ്മിച്ചിട്ടുള്ള അറകളുണ്ട്."

അറകളുടെ ഒരു രൂപരേഖ ടീച്ചർ സ്ക്രീനിൽ കാണിച്ചു.

"അറകളിൽ വെള്ളം കയറ്റുന്നതിന് ചീപ്പുകൾ ഉണ്ട്. ജലം പമ്പ് ചെയ്യുന്നതിനും വലിച്ചെടുക്കുന്നതിനുമുള്ള സംവിധാനമാണ് ചീപ്പുകൾ. വാൽവുകൾ ഉപയോഗിച്ച് ചീപ്പുകളിലൂടെയുള്ള ജലപ്രവാഹം നിയന്ത്രിക്കുന്നു. നമ്മുടെ വീടുകളിൽ പൈപ്പുകളിലൂടെയുള്ള ജലപ്രവാഹം നിയന്ത്രിക്കാൻ വാൽവ് ഉപയോഗിക്കുന്ന കാര്യം നിങ്ങൾക്കറിയാമല്ലോ. അറകൾക്ക് രണ്ടു പാളികളുള്ള വാതിലുകൾ ഉണ്ട്. ഇത് അടയ്ക്കുകയും തുറക്കുകയും ചെയ്തും ജലപ്രവാഹം നിയന്ത്രിക്കാം.

അറകളും വാതിലുകളും ചീപ്പുകളും വാൽവുകളുമൊക്കെ വലിയ സംവിധാനങ്ങളാണ്. അറയ്ക്കുള്ളിൽ കപ്പൽ കയറ്റണം.

അപ്പോൾ അറയ്ക്ക് കപ്പലിനേക്കാൾ വിസ്തൃതി വേണമല്ലോ. ഒരറയ്ക്ക് ഏകദേശം 34 മീറ്റർ വീതിയും 366 മീറ്റർ നീളവും 13 മീറ്റർ ആഴവുമുണ്ടാകും.

അറയ്ക്കുള്ളിൽ കിടക്കാൻ പാകത്തിലുള്ള കപ്പലിനുമാത്രമേ പനാമ കനാൽവഴി സഞ്ചരിക്കാൻ കഴിയുകയുള്ളു. അത്തരം കപ്പലുകൾക്ക് 'പനാമാക്സ്' എന്നാണ് വിളിക്കുന്നത്. അതായത് കനാലിലെ ചേമ്പറിന്റെ നീളം, വീതി, ആഴം എന്നിവ കണക്കിലെടുത്ത് ഭാരം, നീളം, ഉള്ളളവ്, ഉയരം എന്നിവ കൃത്യതപ്പെടുത്തി നിർമ്മിച്ചിട്ടുള്ള കപ്പലുകൾ.

പനാമകനാലിൽ ഇരുഭാഗങ്ങളിലും 'ളൊക്കു'കൾ വേണമല്ലോ. എത്ര പാതകൾ ഉണ്ടെന്നും പ്രധാനമായും എത്ര 'ളൊക്കു'കൾ ഉണ്ടെന്നും അവയുടെ സ്ഥാനങ്ങൾ എവിടെയൊക്കെയാണെന്നും പരിശോധിക്കാം."

കുട്ടികളുടെ മനസ്സിൽ അറകളുടെ രൂപരേഖ തെളിഞ്ഞുനിന്നു.

"രണ്ടു പാതകളാണ് പനാമകനാലിനുള്ളത്. വിപരീതദിശകളിലാണ് കപ്പൽ നീങ്ങുന്നത്. മൂന്ന് പ്രധാന ളൊക്കുകളുമുണ്ട്. അവ ഏതൊക്കെയാണെന്ന് നോക്കാം. ഹാറ്റൂൺ, പെഡ്രോ മിഗ്വൽ, മിറാഫ്ളോർസ് എന്നീ പേരുകളിൽ അറിയപ്പെടുന്ന മൂന്ന് ളൊക്കുകൾ."

'ഇവയിൽ പസഫിക് സമുദ്രവുമായി ബന്ധപ്പെട്ടു കിടക്കുന്ന കനാൽഭാഗത്ത് ഏതൊക്കെ ളൊക്കുകൾ കാണുന്നു? അറ്റ്ലാന്റിക് സമുദ്രത്തോട് ചേർന്ന കനാൽ ഭാഗത്ത് ഏതൊക്കെ ളൊക്കുകൾ കാണുന്നു?' കുട്ടികളുടെ ചിന്ത അതിലേക്ക് നീങ്ങി.

"പസഫിക് സമുദ്രത്തോട് ചേരുന്ന കനാൽഭാഗത്ത് രണ്ട് ളൊക്കുകൾ ഉണ്ട്. രണ്ട് ജോടി അറകൾ ഉള്ള മിറാഫ്ളോർസ്, ഒരു ജോടി അറകളുള്ള പെഡ്രോമിഗ്വലുമാണവ. അതായത് മിറാഫ്ഫോർസ് എന്ന ളൊക്കിൽ ഒരു പാതയിൽ രണ്ടെണ്ണം. മറുവശത്ത് രണ്ടാമത്തെ പാതയിൽ രണ്ടെണ്ണം. അപ്പോൾ നാല് അറകൾ. രണ്ടു ജോടി അറകൾ ഉണ്ടെന്ന് പറഞ്ഞത് അപ്രകാരമാണ്. അപ്പോൾ പെഡ്രോമിഗ്വലിൽ ഇരുപാതകളിലും ഓരോന്നുവീതം അതായത് ഒരു ജോടി. ഈ രണ്ടു ളൊക്കുകളും തമ്മിൽ ഒന്നരകിലോമീറ്റർ അകലമേയുള്ളൂ.

അപ്പോൾ അറ്റ്ലാന്റിക് സമുദ്രത്തോട് ചേരുന്ന കനാൽ ഭാഗത്ത് കാണുന്നത് ഏതു ളൊക്കായിരിക്കും?"

"ഹാറ്റൂൺ" കുട്ടികൾ ഉറക്കെ പറഞ്ഞു.

"ഹാറ്റൂണിൽ എത്ര ജോടി അറകളുണ്ടാകും? നിങ്ങളുടെ ഊഹമെന്താണ്?"

കുട്ടികൾ ഊഹത്തിലേർപ്പെട്ടു. അടുത്തിരിക്കുന്നവർ തമ്മിൽ ചെവിയിൽ തങ്ങളുടെ ഊഹം പങ്കുവയ്ക്കാൻ ശ്രമിച്ചു.

"മൂന്ന് ജോടി അറകൾ." അജീബ് ഉറക്കെ വിളിച്ചുപറഞ്ഞു.

"ശരിയാണ്. എന്തുകൊണ്ടാണ് കുട്ടി അങ്ങനെയൊരു ഊഹത്തിൽ ഏർപ്പെട്ടത്?" ടീച്ചർ അജീബിനോട് ചോദിച്ചു.

"പസഫിക് സമുദ്രത്തോട് ചേരുന്ന കനാൽ ഭാഗത്ത് ആകെ മൂന്ന് ജോടി അറകളുണ്ടല്ലോ. അപ്പോൾ മറുവശത്തും മൂന്ന് ജോടി ഉണ്ടാകണമല്ലോ."

ടീച്ചർ അജീബിനെ അഭിനന്ദിച്ചു.

“കനാലിലെ ജലനിരപ്പിനെ മൂന്ന് തലത്തിൽ നമുക്ക് കാണേണ്ടതുണ്ട്. താഴ്ന്ന തലം, കുറച്ചുകൂടി ഉയർന്നതലം, ഏറ്റവും ഉയർന്ന തലം. ഏറ്റവും ഉയർന്നതലം എന്നത് സമുദ്രനിരപ്പിൽ നിന്നും 26 മീറ്റർ ആണ്.

അറ്റ്ലാന്റിക് സമുദ്രത്തിൽനിന്നും കനാൽ വഴി പസഫിക് സമുദ്രത്തിലേക്ക് പോകുവാനെത്തുന്ന ഒരു കപ്പലിനെക്കുറിച്ചു ചിന്തിക്കൂ.” ടീച്ചറുടെ വാക്കുകൾ കേട്ടയുടൻ കുട്ടികളുടെ ചിന്തയിൽ അത്തരമൊരു ചിത്രം തെളിഞ്ഞുവന്നു.

അറകളുടെ രൂപരേഖ സ്കീനിൽ വീണ്ടും തെളിഞ്ഞുവന്നു.

“കനാൽമുഖത്തെത്തുന്ന കപ്പൽ കുറച്ചു സമയം അവിടെ നിർത്തിയിടുന്നു. അറ്റ്ലാന്റിക് സമുദ്രത്തിനോടുചേരുന്ന കനാൽഭാഗത്തുള്ള ലൊക്കായ ഹാറ്റൂണിലെ മൂന്നറകളിലും വച്ച് കപ്പൽ ക്രമേണ ഉയർത്തും. പ്രവേശനകവാടത്തിലെ അറയിൽ സമുദ്രനിരപ്പിലെ ജലവിതാനമാണ്. കപ്പൽ അറയിലേക്ക് കയറ്റുന്നു. അറകൾക്ക് കൂറ്റൻ ഗേറ്റുകൾ ഉണ്ട്. അവ അടയ്ക്കുന്നു. അതായത് അറയിൽ കയറിയ കപ്പലിനെ ലൊക്ക് ചെയ്യുന്നു. ഇനി എന്താകും ചെയ്യുക?

അറയിലേക്ക് വെള്ളം കയറ്റാൻ ചീപ്പുകൾ ഉണ്ട്. വെള്ളം കയറ്റാനുള്ള ചാലുകളാണ് ചീപ്പുകൾ. ചീപ്പുകളിൽ വാൽവുകളുമുണ്ട്. വാൽവുകൾ തുറന്നും അടച്ചും ചീപ്പുകളിലൂടെയുള്ള ജലപ്രവാഹം നിയന്ത്രിക്കാം. കപ്പൽ ലൊക്ക് ചെയ്തശേഷം ചീപ്പ് തുറന്നു. അറയിലേക്ക് ജലം പമ്പുചെയ്യുന്നു. എട്ട് മിനിറ്റുകൊണ്ട് അറയിൽ വെള്ളം നിറയും. അതോടെ കപ്പൽ ഉയർത്തപ്പെടുന്നു. ഗേറ്റുകൾ തുറന്ന് കപ്പലിനെ മുന്നോട്ട് ആനയിക്കുന്നു. അടുത്ത ഘട്ടത്തിൽ കപ്പലിനെ മറ്റൊരു അറയിൽ കടത്തി ലൊക്ക് ചെയ്ത് പിന്നെയും ഉയർത്തുന്നു. വീണ്ടും മുന്നോട്ട് ആനയിക്കുന്നു. മൂന്നാമത്തെ അറയിൽവച്ച് 26 മീറ്റർ വരെ കപ്പൽ ഉയരുന്നു. ഇങ്ങനെ ക്രമമായിട്ടാണ് കപ്പൽ ഉയർത്തുന്നത്. അതുകഴിഞ്ഞാൽ കനാൽ യാത്രയാണ്.”

യൂടൂബു വീഡിയോയും ടീച്ചർ പ്രദർശിപ്പിച്ചു.

ടീച്ചറുടെ അവതരണത്തിനൊപ്പം കുട്ടികളുടെ ചിന്തയും നട

ന്നു. കനാലിലെ ജലവിതാനത്തിലൂടെ കനാലിന്റെ പസഫിക് സമുദ്രമുഖത്തേക്ക് നീങ്ങുന്ന കപ്പൽ. അതിനെ കുട്ടികൾ ഭാവനയിൽ കണ്ടു.

"പസഫിക് സമുദ്രമുഖത്തേക്ക് നീങ്ങുന്ന കപ്പൽ അവിടെ എത്താറാകുമ്പോൾ ഒരറ മാത്രമുള്ള പെഡ്രോമിഗ്വൽ ളൊക്കിനടുത്ത് നിർത്തിയിടുന്നു. ഇനി കപ്പലിനെ ക്രമമായി താഴ്ത്തിക്കൊണ്ടുവരണം. അറയ്ക്കുള്ളിലെ ജലം ചീപ്പുകൾ ഉപയോഗിച്ച് പിൻവലിച്ചാണ് കപ്പൽ താഴ്ത്തുന്നത്. പെഡ്രോമിഗ്വൽ കഴിഞ്ഞ് മിറാഫ് ളോർസിലെ രണ്ടറകളിലും വച്ച് കപ്പലിനെ ക്രമമായി താഴ്ത്തി പസഫിക് സമുദ്രത്തിലേക്കിറക്കുന്നു. എട്ട് മുതൽ പത്തുമണിക്കൂർ വരെ സമയം വേണ്ടിവരും. കപ്പലിന് കനാലിന്റെ ഒരു ഭാഗത്തു നിന്നും മറുഭാഗത്ത് എത്തിച്ചേരാൻ.

കപ്പൽ അതാ പസഫിക് സമുദ്രത്തിലിറങ്ങിക്കഴിഞ്ഞു." ടീച്ചർ അത് പറഞ്ഞപ്പോൾ കുട്ടികൾ കൈയടിച്ച് ആഹ്ലാദം പ്രകടിപ്പിച്ചു.

"ഒന്നിലധികം കപ്പലുകൾ ഇങ്ങനെ ഒന്നിനു പിറകെ ഒന്ന് എന്ന രീതിയിൽ സഞ്ചരിക്കും. പക്ഷേ, ഒരു സമയം ഒരു കപ്പലിനെ മാത്രമേ അറയിൽ കയറ്റി ളൊക്ക് ചെയ്ത് ഉയർത്താനോ താഴ്ത്താനോ കഴിയുകയുള്ളൂ.

പസഫിക് സമുദ്രത്തിൽ നിന്ന് അറ്റ്ലാന്റിക് സമുദ്രത്തിലേക്ക് പോകുന്ന കപ്പൽ കനാലിലെ രണ്ടാമത്തെ പാതയിലൂടെ ഇതേ പ്രക്രിയകളിലൂടെ കടന്നുപോകുന്നുണ്ട്. അങ്ങോട്ടുമിങ്ങോട്ടും വിപരീതദിശകളിൽ കപ്പലുകൾ കനാലിലൂടെ നീങ്ങുന്നു. പസഫിക് സമുദ്രത്തിൽനിന്നും കനാലിലൂടെ അറ്റ്ലാന്റിക് സമുദ്രത്തിലേക്ക് പോകുന്ന കപ്പലുകൾ വടക്ക്പടിഞ്ഞാറ് ദിശയിലും അറ്റ്ലാന്റിക് സമുദ്രത്തിൽനിന്നും പസഫിക്കിലേക്ക് പോകുന്നത് തെക്ക്കിഴക്ക് ദിശയിലുമാണ് സഞ്ചരിക്കുന്നത്."

അമ്മു കൈ ഉയർത്തി. എന്തോ ചോദ്യം ചോദിക്കാനുണ്ട്.

"1914 നു ശേഷം പനാമകനാലിൽ എന്തെങ്കിലും നവീകരണ പ്രവർത്തനങ്ങൾ നടത്തിയിട്ടുണ്ടോ?"

അമ്മുവിന്റെ ചോദ്യത്തോട് ടീച്ചർ പ്രതികരിക്കാൻ തുടങ്ങി.

"ധാരാളം നവീകരണങ്ങൾ നടന്നിട്ടുണ്ട്. ഇപ്പോൾ 'ന്യൂ പനാമ' എന്നാണ് അറിയപ്പെടുന്നത്. ഇപ്പോൾ മൂന്ന് പാതകൾ ഉണ്ട്. ഒരുവർഷം ശരാശരി എത്ര കപ്പലുകളാകും പനാമ കനാൽ വഴി സഞ്ചരിക്കുന്നത്? നിങ്ങളുടെ ഊഹമെന്താണ്?" കുട്ടികളുടെ മനസ്സിൽ പല ഊഹങ്ങൾ കടന്നുവന്നു. പക്ഷേ, ആരും അവരുടെ ഊഹം വിളിച്ചു പറഞ്ഞില്ല.

"ഏകദേശം 15,000 കപ്പലുകൾ" ടീച്ചർ പറഞ്ഞു.

"എന്റെ ഊഹം പതിനായിരമായിരുന്നു." അജീബ് വിളിച്ചു പറഞ്ഞു. അതുകേട്ട് എല്ലാവരും ഒന്ന് ചിരിച്ചു.

"ഓരോ ദിശയിലും എത്ര ഘട്ടങ്ങളിലൂടെ കപ്പലിന് കടന്നു പോകേണ്ടി വരും?" ടീച്ചർ ചോദിച്ചു.

"ആറ് ഘട്ടങ്ങൾ." കുട്ടികൾ വിളിച്ചുപറഞ്ഞു.

"കപ്പൽ കനാലിലെ ജലനിരപ്പിലേക്ക് ഉയർത്തുന്നതിന് എത്ര ഘട്ടങ്ങൾ? താഴ്ത്തി സമുദ്രജലനിരപ്പിൽ കൊണ്ടുവരുന്നതിന് എത്ര ഘട്ടങ്ങൾ?"

"കപ്പലിനെ കനാലിലെ ജലനിരപ്പിലേക്ക് ഉയർത്തുന്നതിന് മൂന്ന് ഘട്ടങ്ങൾ. താഴ്ത്തി സമുദ്രജലനിരപ്പിൽ കൊണ്ടുവരുന്നതിന് മൂന്നു ഘട്ടങ്ങൾ. അങ്ങനെ ആറ് ഘട്ടങ്ങൾ." ടീച്ചറുടെ ചോദ്യത്തിന് ഉത്തരം പറഞ്ഞത് പീറ്ററായിരുന്നു. പീറ്റർ സ്കൂൾ വോളിബോൾ ടീമിന്റെ ക്യാപ്റ്റനാണ്.

"പനാമ കനാൽ ലോകത്തിലെ എഞ്ചിനീയറിങ് അത്ഭുതമാണ് എന്നതിനോടുള്ള നിങ്ങളുടെ ഇപ്പോഴുള്ള പ്രതികരണം എന്താണ്?"

"അതിനോട് പൂർണ്ണമായും യോജിക്കുന്നു ടീച്ചർ." ടീച്ചറിന്റെ ചോദ്യത്തോട് പ്രതികരിച്ചത് അമ്മുവായിരുന്നു. എല്ലാ കുട്ടികൾക്കും അതേ അഭിപ്രായമായിരുന്നു.

"പനാമ കനാലിലൂടെ യാത്ര ചെയ്യാൻ നിങ്ങൾ ആഗ്രഹിക്കുന്നുണ്ടോ?"

"ഉണ്ട്." എല്ലാ കുട്ടികളും കൈ ഉയർത്തിക്കൊണ്ട് പറഞ്ഞു.

"അതൊരു വലിയ സ്വപ്നമായി നിലനില്ക്കട്ടെ. ഭാവിയിൽ നിങ്ങൾക്ക് എല്ലാവർക്കും അതിനുള്ള സന്ദർഭം ലഭിക്കട്ടെ എന്ന്

ഞാൻ ആശംസിക്കുന്നു." ടീച്ചർ അത് പറഞ്ഞപ്പോൾ അമ്മു ഉറക്കെ വിളിച്ചുപറഞ്ഞു.

"ടീച്ചർ... സൂയസ് കനാലിലൂടെയും യാത്ര ചെയ്യണം."

"അമ്മു പറഞ്ഞപോലെ സൂയസ്കനാലിലൂടെയും യാത്ര ചെയ്യണം. കൊച്ചിയിൽ നിന്നോ ബോംബെയിൽ നിന്നോ പുറപ്പെട്ട സൂയസ് കനാലിലൂടെ അറ്റ്ലാന്റിക് സമുദ്രത്തിലെത്തി അവിടെ നിന്ന് പനാമ കനാലിലൂടെ അമേരിക്കയിലെ സാൻഫ്രാൻസിസ്ക്കോയിലേക്ക് ഒരു യാത്ര നിങ്ങൾ സ്വപ്നം കാണുക. അങ്ങനെയൊരു കപ്പൽയാത്ര ഭാവനയിൽ കണ്ട് ഒരു യാത്രാവിവരണം തയ്യാറാക്കിക്കൂടേ?"

കുട്ടികൾ ടീച്ചറുടെ അഭിപ്രായത്തോട് യോജിച്ചുകൊണ്ട് പ്രതികരിക്കാൻ തുടങ്ങി.

"കപ്പലിന്റെ ചിത്രങ്ങളും വീഡിയോകളും മാത്രമേ ഞങ്ങൾ കണ്ടിട്ടുള്ളൂ. കപ്പലിൽ കയറിയുള്ള നേരനുഭവം ഞങ്ങൾക്കില്ല." സ്കൂൾ ലീഡർ ഷാജി പറഞ്ഞു.

"കപ്പലിനുള്ളിൽ കയറിയുള്ള ഒരനുഭവം ഞങ്ങൾക്ക് ലഭിച്ചിരുന്നുവെങ്കിൽ എന്നാശിക്കുന്നു." അജീബിന്റെ അഭിപ്രായം കേട്ട അമ്മു എഴുന്നേറ്റു.

"അത്തരമൊരനുഭവം ലഭിച്ചാൽ കപ്പൽ യാത്രാവിവരണം നന്നായി തയ്യാറാക്കാമായിരുന്നു."

ചർച്ചയിൽ ഇടപെടാൻ രാജശേഖരൻ മാഷ് എഴുന്നേറ്റു.

"കൂട്ടുകാരെ നിങ്ങൾ പറഞ്ഞ കാര്യങ്ങളോട് ഞങ്ങൾ അദ്ധ്യാപകരും യോജിക്കുന്നു. കപ്പലിനുള്ളിൽ കയറാൻ നിങ്ങൾക്ക് അവസരമുണ്ടാക്കാം. കപ്പൽ കാണാം. അതിനുള്ളിൽ കയറാം. യാത്ര നടക്കില്ല. പഠനയാത്രയുടെ ഭാഗമായി നമുക്ക് അതിനെക്കുറിച്ച് ചിന്തിക്കാം. നിങ്ങൾ കപ്പൽയാത്ര സ്വപ്നം കണ്ടോളൂ. എല്ലാവർക്കും സന്തോഷമായല്ലോ."

കുട്ടികൾ അതുകേട്ട് കൈയടിച്ചു. അദ്ധ്യാപകരും കുട്ടികളുടെ സന്തോഷത്തിൽ പങ്കുചേർന്നു.

"സമയം ഒരുമണി കഴിഞ്ഞിരിക്കുന്നു. വിശപ്പ് മറന്നോ കൂട്ടുകാരെ."

രാജശേഖരൻ മാഷിന്റെ വാക്കുകൾ കുട്ടികളുടെ കാതുകളിലെത്തി.

“ഞങ്ങൾക്ക് വിശപ്പായില്ല.” കുട്ടികൾ ഉറക്കെ വിളിച്ചുപറഞ്ഞു.

“നമുക്ക് ഒരു സമയക്രമം ഉണ്ടല്ലോ. അതു പാലിക്കപ്പെടണ്ടേ? എന്തായാലും നമുക്ക് ഉച്ചഭക്ഷണത്തിന് പിരിയാം. എന്താ? ഉച്ചഭക്ഷണം കഴിഞ്ഞ് കൃത്യം രണ്ടു മണിക്ക് എത്തണം.”

മാഷിന്റെ നിർദ്ദേശങ്ങൾ കേട്ട കുട്ടികൾ ധൃതിവയ്ക്കാതെ പുറത്തേക്കിറങ്ങി. നാലിടങ്ങളിലായി ഉച്ചഭക്ഷണം ക്രമീകരിച്ചിരുന്നു. രക്ഷിതാക്കളാണ് അതിന് നേതൃത്വം നല്കിയത്. ചില കുട്ടികൾ ശൗചാലയത്തിലേക്ക് പോയി. മറ്റുള്ളവർ കൈകൾ കഴുകി ഭക്ഷണം ഏറ്റുവാങ്ങാൻ നാലിടങ്ങളിലായി നിരനിരയായി നിന്നു. ഓരോരുത്തരും പാത്രങ്ങൾ എടുത്ത് ചോറിനും കറികൾക്കും വേണ്ടി മുന്നോട്ട് നീങ്ങി. ചോറും പരിപ്പുകറിയും പപ്പടവും മീൻകറിയും തോരനും അവിയലും പിന്നെ മോരു കാച്ചിയതും. കുടിക്കാൻ വെള്ളം പ്രത്യേകം വച്ചിട്ടുണ്ട്. വേണ്ടത്ര ഗ്ലാസുകളും കരുതിയിട്ടുണ്ട്.

കുട്ടികൾ ആഹാരവുമായി പല സ്ഥലങ്ങളിൽ സ്ഥാനം പിടിച്ചു. ചിലർ ഹാളിനുള്ളിൽ കയറി ഇരുന്നു. ചിലർ മരത്തണൽ തേടിപ്പോയി. അവിടെ മരത്തിനു ചുറ്റും കെട്ടിയ ഇരിപ്പിടങ്ങളിൽ കയറി. ചിലർ കെട്ടിടത്തിന്റെ വരാന്തയിൽ ഇരുന്നു.

ആഹാരം പാഴാക്കിക്കളയരുതല്ലോ. അതുകൊണ്ട് ആവശ്യത്തിനുള്ള ഭക്ഷണം മാത്രമേ കുട്ടികൾ വാങ്ങിയുള്ളൂ. വേണമെങ്കിൽ രണ്ടാമതു വീണ്ടും വാങ്ങാമല്ലോ.

ഡോ. പ്രതിഭയും അദ്ധ്യാപകരും കുട്ടികളോടൊപ്പം വരിയുടെ അവസാനം നിലയുറപ്പിച്ചു. അവരും ഭക്ഷണം കഴിക്കാൻ കുട്ടികൾക്കൊപ്പം കൂടി.

തമാശ പറഞ്ഞും ചിരിച്ചും കുട്ടികൾ ആഹാരം കഴിച്ചു. ചിലർ രണ്ടാമതും ഭക്ഷണം വാങ്ങാൻ പോയി.

ഭക്ഷണം കഴിച്ച ശേഷം കുട്ടികൾ കൈകൾ കഴുകുന്നതിന് പൈപ്പുകൾ ക്രമീകരിച്ചിട്ടുള്ള ഇടത്തേക്ക് പോയി. വേസ്റ്റ് ബിന്നിൽ എച്ചിലുകൾ നിക്ഷേപിച്ചു. വരിയായിനിന്നു തന്നെ

പാത്രങ്ങളും കൈകളും വായും അവർ വൃത്തിയാക്കി. പാത്രങ്ങൾ തിരിച്ച് വയ്ക്കേണ്ട ഇടത്ത് തന്നെ കൊണ്ടുചെന്ന് വച്ചു. കുട്ടികൾ ചെയ്യുന്ന ഇത്തരം പ്രവർത്തനങ്ങളെ സന്തോഷത്തോടെ നിരീക്ഷിക്കാനും പ്രശംസിക്കാനും പ്രതിഭടീച്ചർ മറന്നില്ല.

കാക്കകൾ അന്നും പ്രതീക്ഷയോടെ വേസ്റ്റ്ബിന്നുകൾക്കടുത്ത് മരങ്ങളിൽ കുട്ടികളെയും കാത്തിരുന്നു. പക്ഷേ, അന്നും അവർ നിരാശരായി. ഇക്കാര്യമറിയാമായിരുന്ന കുട്ടികളുടെ ശ്യാമളച്ചേച്ചി ഒരു പ്രത്യേക പാത്രത്തിൽ കാക്കകൾക്കു വേണ്ടി ഭക്ഷണം നീക്കിവച്ചു. എന്നത്തെയും പോലെ. ശ്യാമളചേച്ചിയാണ് കുട്ടികൾക്കുവേണ്ടി സ്കൂളിൽ ഭക്ഷണമൊരുക്കുന്നത്.

ഭക്ഷണം കഴിച്ചശേഷം പ്രതിഭ ടീച്ചർ അദ്ധ്യാപകരോടൊപ്പം കുട്ടികളുടെ പ്രദർശന വസ്തുക്കൾ കാണാൻ നീങ്ങി. അജീബും അമ്മുവും ക്ലബ്ബ് സെക്രട്ടറിയും കൂടെക്കൂടി. കടപ്പുറത്തുനിന്നും ശേഖരിച്ച വസ്തുക്കളാണ് അവിടെ പ്രദർശിപ്പിച്ചിരുന്നത്. കടലിനെക്കുറിച്ച് കുട്ടികൾ എഴുതിയ ചെറുകവിതകളും കഥകളും ചിത്രങ്ങളുമൊക്കെ പോസ്റ്ററുകളാക്കി അവിടെ പ്രദർശിപ്പിച്ചിരുന്നു. എന്തൊക്കെയായിരിക്കും പ്രതിഭ ടീച്ചർക്ക് അവിടെ കാണാൻ കഴിഞ്ഞത്? വായിക്കാൻ കഴിഞ്ഞത്?

ഉച്ചഭക്ഷണം കഴിഞ്ഞ് കുട്ടികൾ കൂട്ടംകൂടാൻ തുടങ്ങി. ചിലർ പ്രദർശനകേന്ദ്രത്തിലേക്ക് നീങ്ങി. രാവിലെ പങ്കുവച്ച അറിവുകൾ അവരിൽ പലരും വീണ്ടും ചർച്ച ചെയ്യാൻ ശ്രമിച്ചു. മഹാസമുദ്രങ്ങളും കടലും കനാലുകളും കപ്പൽയാത്രയുമൊക്കെ അവരുടെ സംഭാഷണങ്ങളിൽ നിറഞ്ഞുനിന്നു. സ്കൂൾ പരിസരത്തെ മരങ്ങളിൽ വിശ്രമിക്കാൻ ചേക്കേറിയ പക്ഷികളും അവരുടെ സംഭാഷണങ്ങൾ കൗതുകത്തോടെ കേൾക്കുന്നുണ്ടായിരുന്നു. എങ്ങും സന്തോഷം തിരതല്ലി. സമയം പോയത് അവർ അറിഞ്ഞില്ല. അപ്പോൾ അതാ രാജശേഖരൻ മാഷിന്റെ ശബ്ദം മൈക്കിലൂടെ കേൾക്കുന്നു.

"കൂട്ടുകാരേ." കുട്ടികൾ എന്തോ എന്ന് ഉറക്കെ വിളിച്ചു പറഞ്ഞു. എല്ലാവരും ക്ലാസിലേക്ക് കടന്നിരിക്കുക. അടുത്ത സെഷൻ ആരംഭിക്കാൻ സമയമാകുന്നു." കൂട്ടുകാരുടെ തോളിൽ

കൈകളിട്ടു ചിരിച്ചു രസിച്ചു കുട്ടികൾ ക്ലാസിലേക്ക് കടന്നു. പ്രതിഭ ടീച്ചറും മാഷും ടീച്ചറമ്മയും മറ്റദ്ധ്യാപകരും ചേർന്ന് കുട്ടികളെ ഇരിപ്പിടങ്ങളിലേക്ക് നയിച്ചു. കുട്ടികൾ ഇരിപ്പിടങ്ങളിൽ ഇരുന്നു. രാജശേഖരൻ മാഷ് പ്രതിഭ ടീച്ചറെ ക്ലാസ് നയിക്കാൻ ക്ഷണിച്ചു.

"ഗുഡ് ആഫ്റ്റർനൂൺ ടീച്ചർ." കുട്ടികൾ എഴുന്നേറ്റ് ടീച്ചർക്ക് ആശംസകൾ അർപ്പിച്ചു. ടീച്ചർ തിരിച്ചും ആശംസകളേകി.

ഇന്ത്യൻ മഹാസമുദ്രം

"ഇന്ത്യൻ മഹാസമുദ്രമാണ് നമുക്ക് ചർച്ച ചെയ്യേണ്ട വിഷയം. എന്തുകൊണ്ടാണ് അത് പ്രത്യേകമെടുത്ത് ചർച്ച ചെയ്യുന്നത്?" പ്രതിഭ ടീച്ചർ വിഷയത്തിലേക്ക് കടക്കുന്നതിനുള്ള ചില ആമുഖചോദ്യങ്ങളിലേക്ക് കടന്നു.

"നമ്മുടെ ഇന്ത്യയോട് ചേർന്നു നില്ക്കുന്ന മഹാസമുദ്രമായതുകൊണ്ട്." കുട്ടികൾ പറഞ്ഞു.

"ശരിയാണ്. ഒരു രാജ്യത്തിന്റെ പേരു നല്കിയിട്ടുള്ള ഏക മഹാസമുദ്രം. നമ്മുടെ രാജ്യത്തെ ചുറ്റും തഴുകി നില്ക്കുന്ന സമുദ്രം. ഇന്ത്യൻ മഹാസമുദ്രത്തെക്കുറിച്ച് ചില കാര്യങ്ങൾ ആദ്യഘട്ടത്തിൽ നമ്മൾ ചർച്ച ചെയ്തിട്ടുണ്ട്. എന്തൊക്കെ കാര്യങ്ങളാണ് ചർച്ച ചെയ്തത്?"

ടീച്ചറുടെ ചോദ്യത്തോട് കുട്ടികൾ പ്രതികരിക്കാൻ തുടങ്ങി.

"അതിരുകളെക്കുറിച്ച് ചർച്ച ചെയ്തു." കുട്ടികൾ പറഞ്ഞു.

"ഇന്ത്യൻ മഹാസമുദ്രത്തിന്റെ അതിരുകൾ ഏതൊക്കെയാണ്? ഗ്ലോബ് മാപ്പ് നിരീക്ഷിച്ചുപറയാം."

"വടക്ക്ഏഷ്യ."

"തെക്ക് അന്റാർട്ടിക്ക."

"പടിഞ്ഞാറ്?"

"ആഫ്രിക്ക"

"കിഴക്കോ?"

"ആസ്ട്രേലിയ"

ടീച്ചറുടെ ചോദ്യങ്ങൾക്കനുസരിച്ച് കുട്ടികൾ അതിരുകൾ തിരിച്ചറിഞ്ഞു പറഞ്ഞു.

"പിന്നെ എന്താണ് ചർച്ച ചെയ്തത്?"

"വിസ്തൃതി"

"എത്രയാണ് വിസ്തൃതി?"

"70.56 ദശലക്ഷം ചതുരശ്രകിലോമീറ്റർ."

"വിസ്തൃതിയിൽ എത്രാമത്തെ സ്ഥാനമാണ് ഇന്ത്യൻ മഹാസമുദ്രത്തിനുള്ളത്?"

"മൂന്നാം സ്ഥാനം."

"ഭൂമിയുടെ ജലോപരിതല വിസ്തീർണ്ണത്തിന്റെ എത്ര ശതമാനമാണ് ഇന്ത്യൻ മഹാസമുദ്രം ഉൾക്കൊള്ളുന്നത്?"

"ഏകദേശം ഇരുപത് ശതമാനം."

"ശരാശരി ആഴമെത്രയാണ്?"

"3960 മീറ്റർ."

"ഇന്ത്യൻ മഹാസമുദ്രത്തിലെ ഏറ്റവും ആഴമുള്ള ഗർത്തമേതാണ്?"

"ജാവ."

"ശരിയാണ്. ഏകദേശം 7258 മീറ്റർ ആഴമുള്ള ജാവഗർത്തമാണ് ഇന്ത്യൻ മഹാസമുദ്രത്തിലെ ഏറ്റവും ആഴമുള്ള ഗർത്തം." ടീച്ചറുടെ ചോദ്യങ്ങൾക്ക് കുട്ടികൾ കൃത്യമായ ഉത്തരങ്ങൾ നല്കിക്കൊണ്ടിരുന്നു.

"പിന്നെ എന്തെങ്കിലും ചർച്ച ചെയ്തോ?"

"ചെങ്കടൽ" കുട്ടികൾ വിളിച്ചുപറഞ്ഞു.

"പിന്നെ സൂയസ് കനാൽ." അമ്മു വിളിച്ചു പറഞ്ഞു.

കുട്ടികളുടെ പ്രതികരണങ്ങൾ കേട്ട ടീച്ചർ കുട്ടികളെ അഭിനന്ദിച്ചു.

"പ്രാചീനകാലത്ത് ഇന്ത്യൻ സമുദ്രം മറ്റൊരു പേരിലാണ് അറിയപ്പെട്ടിരുന്നത്. എന്തായിരുന്നു അത്."

ടീച്ചറുടെ ചോദ്യത്തോട് കുട്ടികൾ പ്രതികരിച്ചില്ല.

"രത്നാകര എന്നായിരുന്നു പ്രാചീനകാലത്തെ പേര്." ടീച്ചർ പറഞ്ഞു.

"ഇനി നമുക്ക് മറ്റു ചില കാര്യങ്ങളിലേക്ക് കടക്കാം. ഇന്ത്യൻ മഹാസമുദ്രം, പസഫിക് സമുദ്രം, അറ്റ്ലാന്റിക് സമുദ്രം എന്നീ സമുദ്രങ്ങളെപ്പോലെ തുറന്ന സമുദ്രമല്ല. എന്താ കാരണം?" അമ്മു കൈ ഉയർത്തി. ടീച്ചർ പ്രതികരിക്കാൻ അമ്മുവിന് അവസരം നല്കി.

"ഇന്ത്യൻ മഹാസമുദ്രത്തിന്റെ വടക്കുഭാഗം കരയാണ്."

"ശരിയാണ്. ഇന്ത്യൻ മഹാസമുദ്രത്തിന്റെ വടക്കുഭാഗം രാജ്യങ്ങളാൽ ചുറ്റപ്പെട്ടിരിക്കുന്നു."

ഉത്തരം ശരിയാണെന്ന് കേട്ടപ്പോൾ അമ്മുവിന് സന്തോഷമായി. അവളുടെ മുഖത്ത് അത് ദൃശ്യമായിരുന്നു.

"കന്യാകുമാരി ഭാഗത്തുവച്ച് ഇന്ത്യൻ മഹാസമുദ്രം അറബിക്കടൽ, ബംഗാൾ ഉൾക്കടൽ എന്നിവയായി പിരിയുന്നു എന്ന കാര്യം ഞാൻ ആദ്യഘട്ടത്തിൽ സൂചിപ്പിച്ചിരുന്നു. ഇതിൽ ആദ്യം അറബിക്കടലിനെക്കുറിച്ച് കൂടുതലായി ചില കാര്യങ്ങൾ ചർച്ച ചെയ്യാം." ടീച്ചർ പറഞ്ഞു.

ടീച്ചർ സ്ക്രീനിൽ അറബിക്കടലിന്റെ ഭൂപടം പ്രദർശിപ്പിച്ചു.

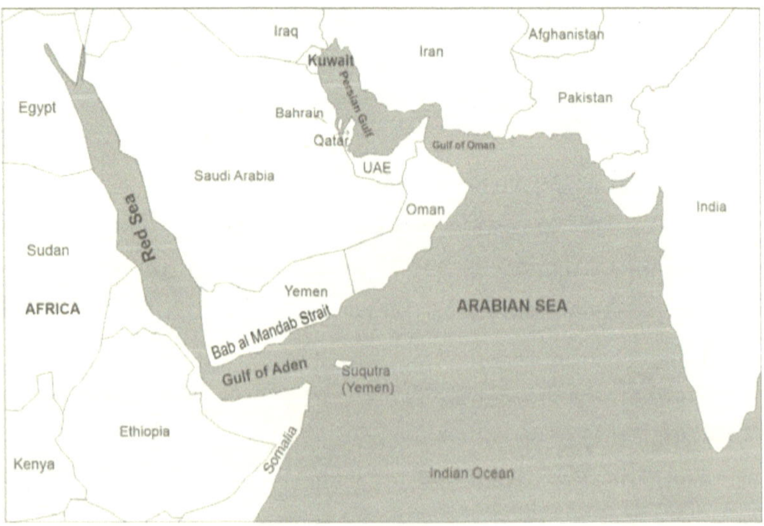

അതിൽ കുട്ടികളുടെ ശ്രദ്ധ കേന്ദ്രീകരിപ്പിച്ച് ചർച്ചയിലേക്ക് കടന്നു.

"ഇന്ത്യൻ മഹാസമുദ്രത്തിന്റെ വടക്ക് പടിഞ്ഞാറൻ ഭാഗമാണ് അറബിക്കടൽ. അറബിക്കടലിന്റെ അതിരുകൾ ഏതൊക്കെയാണ്?"

കുട്ടികൾ ഭൂപടം നോക്കി അതിരുകൾ തിരിച്ചറിയാൻ ശ്രമിച്ചു.

"കിഴക്ക് ഭാഗത്ത് ഏത് രാജ്യമാണ്?"

"ഇന്ത്യ."

"പടിഞ്ഞാറോ?"

"ആഫ്രിക്കൻ ഭൂഖണ്ഡം."

"ആഫ്രിക്കൻ ഭൂഖണ്ഡത്തിലെ ഏതു രാജ്യം?"

"സൊമാലിയ"

"ഒ.കെ. വടക്കുഭാഗത്ത് ഏതുരാജ്യം?"

"വടക്കുഭാഗത്ത് പാകിസ്ഥാൻ. തെക്കുഭാഗത്ത് മാലിദ്വീപുകൾ."

"വടക്കുപടിഞ്ഞാറ് ഭാഗത്തോ?"

"ഇറാൻ, യു എ ഇ അഥവാ ഐക്യ അറബ് എമിറേറ്റുകൾ, ഒമാൻ. പിന്നെയുമുണ്ട് യമൻ."

ഭൂപടം നോക്കി അതിരുകൾ തിരിച്ചറിഞ്ഞ് രാജ്യങ്ങളുടെ പേരുകൾ കുട്ടികൾ വിളിച്ചുപറഞ്ഞുകൊണ്ടിരുന്നു. ടീച്ചർ അവരെ പ്രോത്സാഹിപ്പിച്ചു.

"അറബിക്കടലിന് ആ പേര് കൈവന്നത് എന്തുകൊണ്ടാണ്?" ടീച്ചറുടെ ചോദ്യത്തിന് കുട്ടികൾ ആദ്യം ഒന്നും പ്രതികരിച്ചില്ല.

"അറേബ്യൻ നാടുകളെ തൊടുന്നതുകൊണ്ടാണോ?" കൂട്ടത്തിൽ ഒരാൾ വിളിച്ചുപറഞ്ഞു.

"ശരിയാണ്. അറേബ്യൻ നാടുകളെ സ്പർശിക്കുന്നതുകൊണ്ടാണ് അറബിക്കടലിന് ആ പേര് കൈവന്നത്." ടീച്ചർ പറഞ്ഞു.

"ഇനി അറബിക്കടലിന്റെ വിസ്തൃതിയും ശരാശരി ആഴവും എത്രയെന്നു നോക്കാം. അറബിക്കടലിന്റെ വിസ്തൃതി 3.862 ദശലക്ഷം ചതുരശ്രകിലോമീറ്ററാണ്. ശരാശരി ആഴം 2734 മീറ്റർ. പരമാവധി ആഴം 4652 മീറ്ററാണ്.

ഭൂപടം ഒന്നുകൂടി ശ്രദ്ധിച്ചേ. അറബിക്കടലിന് രണ്ട് ശാഖകൾ കാണുന്നില്ലേ? ആ ശാഖകൾ അറബിക്കടലിന്റെ ഭാഗമായ ചെറുകടലുകളാണ്. അവ ഏതൊക്കെയെന്നു നോക്കാം. ഒരു ശാഖ ചെങ്കടലും ആദം കടലും ഉൾപ്പെടുന്ന ശാഖ. യമനും ആഫ്രിക്കയുടെ കൊമ്പിലുള്ള വടക്കൻ സൊമാലിയയ്ക്കും ഇടയിൽ കാണുന്ന അറബിക്കടലിന്റെ ഭാഗമാണ് ആദം ഉൾക്കടൽ. ആദം കടലിനെയും ചെങ്കടലിനെയും ബന്ധിപ്പിക്കുന്ന ഒരു കടലിടുക്ക് ഉണ്ട്. അതാണ് ബാബ്-അൽ മാൺഡെബ് (Bab al Mandab Strait). ആദംകടലും (Gulf of Aden) ചെങ്കടലും (Red Sea) അവയെ തമ്മിൽ ബന്ധിപ്പിക്കുന്ന ബാബ്-അൽ മാൺഡെബും ചേർന്നതാണ് ഒരു ശാഖ.

ചെങ്കടൽ ഉൾപ്പെടുന്ന ഈ ശാഖയിൽ തീരം പങ്കിടുന്ന രാജ്യങ്ങൾ ഏതൊക്കെയാണ്?

സൗദിഅറേബ്യ, യമൻ, ഈജിപ്റ്റ്, സുഡാൻ, എറിട്രിയ, ഡിജിബൂട്ടി, വടക്കൻ സൊമാലിയ." ചെങ്കടലിന്റെ ഭൂപടം പ്രദർശിപ്പിച്ച് ടീച്ചർ വിശദീകരിച്ചു.

"ഇനി നമുക്ക് അറബിക്കടലിന്റെ രണ്ടാമത്തെ ശാഖ ഏതെന്ന് നോക്കാം." ടീച്ചർ രണ്ടാമത്തെ ശാഖയുടെ ഭൂപടം പ്രദർശിപ്പിച്ചുകൊണ്ട് വിശദീകരിക്കാൻ തുടങ്ങി.

"അറബിക്കടലിന്റെ ഭാഗമായ രണ്ടു ചെറുകടലുകൾ ഈ ശാഖയിലുണ്ട്. പേർഷ്യൻ ഉൾക്കടലും (Persian Gulf) ഒമാൻ ഉൾക്കടലും (Gulf of Oman). അറബിക്കടലിൽ നിന്ന് പേർഷ്യൻ ഗൾഫിലേക്ക് നയിക്കുന്ന നീളമേറിയ ഉൾക്കടലാണ് ഒമാൻ ഉൾക്കടൽ. പേർഷ്യൻ ഗൾഫിനെയും ഒമാൻ ഉൾക്കടലിനെയും ബന്ധിപ്പിക്കുന്നത് ഹോർമൂസ് (Strait of Hormuz) കടലിടുക്കാണ്. ഒമാൻ ഉൾക്കടലും പേർഷ്യൻ ഗൽവും അവയെ തമ്മിൽ ബന്ധിപ്പിക്കുന്ന ഹോർമൂസ് കടലിടുക്കും ചേർന്നതാണ് അറബിക്കടലിന്റെ രണ്ടാമത്തെ ശാഖ.

ഒമാൻ ഉൾക്കടലിന്റെ തീരങ്ങൾ പങ്കിടുന്ന രാജ്യങ്ങൾ ഏതൊക്കെയാണ്?"

"ഒമാൻ, യു എ ഇ, ഇറാൻ, പാകിസ്ഥാൻ." സ്ക്രീനിൽ കണ്ട

ഭൂപടം നോക്കി കുട്ടികൾ പറഞ്ഞു.

"ഇനി പേർഷ്യൻ ഗൾഫുമായി തീരത്തുള്ള രാജ്യങ്ങൾ നോക്കി കണ്ടുപിടിക്കൂ." കുട്ടികൾ ശ്രമമാരംഭിച്ചു.

"ഇറാൻ, ഇറാഖ്, യു എ ഇ, ഖത്തർ, കുവൈറ്റ്, ബഹറിൻ." കുട്ടികൾ വിളിച്ചുപറഞ്ഞു.

"ബഹറിൻ ഒരു ദ്വീപുരാജ്യമാണ്. യു എ ഇ. - ഐക്യഅറബ് എമിറേറ്റുകൾ. അബുദാബി, ദുബായ്, ഷാർജ, അജ്മാൻ, ഉമ്മുൽഖയ്വാൻ, റഅസ്, അൽഖൈമ, അൽഫുജറ എന്നീ പ്രദേശങ്ങൾ ചേരുന്നതാണ് ഐക്യഅറബ് എമിറേറ്റുകൾ അല്ലെങ്കിൽ യു എ ഇ. നിങ്ങൾ കേട്ടിട്ടുള്ള സ്ഥലങ്ങളാണ് അല്ലേ?" ടീച്ചർ ചോദിച്ചു.

"ദുബായ്, ഷാർജ, അബുദാബി എന്നീ പ്രദേശങ്ങളെക്കുറിച്ച് കേട്ടിട്ടുണ്ട്. ഞങ്ങടെ നാട്ടുകാരും വീട്ടുകാരുമൊക്കെ അവിടെ തൊഴിലെടുക്കുന്നുണ്ട്." അജീബ് പറഞ്ഞു.

"നമ്മുടെ പല സ്വന്തക്കാരും ബന്ധുക്കളും ഗൾഫ് രാജ്യങ്ങളിൽ ജോലി ചെയ്യുന്നുണ്ട്. എണ്ണകൊണ്ട് സമ്പന്നമായ രാഷ്ട്രങ്ങളെയാണ് നമ്മൾ പേർഷ്യൻ ഗൾഫ് രാജ്യങ്ങൾ എന്ന് പൊതുവിൽ വിളിക്കുന്നത്. പേർഷ്യൻ ഉൾക്കടലിന്റെ തീരപ്രദേശത്തുള്ള ഒമാൻ, സൗദിഅറേബ്യ, ഐക്യ അറബ് എമിറേറ്റുകൾ, കുവൈറ്റ്, ഖത്തർ, ബഹറിൻ എന്നീ രാജ്യങ്ങളാണ് ഗൾഫ് രാജ്യങ്ങൾ."

ടീച്ചർ പറഞ്ഞ കാര്യങ്ങളെ കുട്ടികൾ വളരെ കൗതുകത്തോടെയാണ് കേട്ടുകൊണ്ടിരുന്നത്. ഗൾഫ് രാജ്യങ്ങളിൽ തൊഴിലെടുക്കുന്നവരുടെ കുടുംബങ്ങളിൽനിന്നും വരുന്ന കുട്ടികൾ അവരുടെ കൂട്ടത്തിലുണ്ടായിരുന്നു. അതുകൊണ്ടുതന്നെ അറബിക്കടലിന്റെ ശാഖയിൽപ്പെടുന്ന പേർഷ്യൻ ഉൾക്കടലും ഗൾഫ് രാജ്യങ്ങളും അവരുടെ ചിന്തയിൽ നിറഞ്ഞുനിന്നു.

മനു കൈ ഉയർത്തി. ടീച്ചർ മനുവിനെ പ്രതികരിക്കാൻ പ്രോത്സാഹിപ്പിച്ചു.

"ടീച്ചർ എന്റെ അച്ഛൻ ബഹറിനിലാണ്. ബഹറിൻ പേർഷ്യൻ ഉൾക്കടലിലെ ഒരു ചെറു ദ്വീപുരാജ്യമാണെന്ന് ഇപ്പോഴാണ് എനിക്ക് മനസ്സിലായത്." മനു പറഞ്ഞു. മണ്ണു കുഴച്ച് രൂപങ്ങളു

ണ്ടാക്കാൻ മിടുക്ക് കാണിക്കുന്ന കുട്ടിയാണ് മനു. എട്ടാം ക്ലാസിൽ പഠിക്കുന്ന മനുവിനെ കൂട്ടുകാരും അദ്ധ്യാപകരും ശില്പി എന്നാണ് വിളിക്കുന്നത്.

“ഏകദേശം 2.51 ലക്ഷം ചതുരശ്രകിലോമീറ്റർ വിസ്തൃതിയാണ് പേർഷ്യൻ ഉൾക്കടലിന് ഉള്ളത്. ശരാശരി ആഴം 50 മീറ്റർ. പരമാവധി ആഴം 90 മീറ്ററുമാണ്. ഏകദേശം 990 കിലോമീറ്റർ നീളമുണ്ട്. ഏറ്റവും കൂടിയ വീതി 340 കിലോമീറ്റർ. ഹോർമൂസ് കടലിടുക്കിലെത്തുമ്പോൾ വീതി 55 കിലോമീറ്റർ ആയി കുറയുന്നു” ടീച്ചർ കൂട്ടിച്ചേർത്തു.

“എന്താണ് പേർഷ്യൻ ഉൾക്കടലിന്റെ പ്രാധാന്യം?” ടീച്ചർ ചോദിച്ചു. ടീച്ചർ ഉത്തരത്തിനായി അല്പം കാത്തുനിന്നു. സെലീന പതുക്കെ കൈ ഉയർത്തി. ടീച്ചർ കുട്ടിയെ പ്രോത്സാഹിപ്പിച്ചു.

“ഗൾഫുരാജ്യങ്ങളിൽ നിന്നുമുള്ള എണ്ണക്കപ്പലുകൾ പേർഷ്യൻ ഉൾക്കടലിലൂടെ ഹോർമൂസ് കടലിടുക്ക് കടന്ന് ഒമാൻ ഉൾക്കടലിൽ എത്തുന്നു. അവിടെനിന്ന് അറബിക്കടലിലൂടെ മറ്റു രാജ്യങ്ങളിലേക്ക് പോകുന്നു. അതുപോലെ സാധനസാമഗ്രികളുമായി തിരിച്ചും.”

“കുട്ടിയുടെ പേരെന്താണ്?” ടീച്ചർ ചോദിച്ചു.

“സെലീന.”

“സെലീന പറഞ്ഞ കാര്യം ശരിയാണ്. ഗൾഫുരാജ്യങ്ങളിൽ നിന്നുള്ള സമുദ്രഗതാഗതം പ്രധാനമായും പേർഷ്യൻ ഉൾക്കടൽ വഴിയാണ്. ഹോർമൂസ് കടലിടുക്കിലൂടെ ഒമാൻ ഉൾക്കടലിൽ പ്രവേശിച്ച് അറബിക്കടലിലേക്കും ഇന്ത്യൻ മഹാസമുദ്രത്തിലേക്കും സമുദ്രഗതാഗതം നീളുന്നു. ആദം കടലിലൂടെ ചെങ്കടലിൽ പ്രവേശിച്ച് സൂയസ് കനാലിലൂടെ അറ്റ്ലാന്റിക് സമുദ്രത്തിലേക്കും സമുദ്രഗതാഗതം നടക്കുന്നു.” ടീച്ചർ വിശദീകരിച്ചു.

സെലീനയുടെ ഇഷ്ടകല ഒപ്പനയും കഥാപ്രസംഗവുമാണ്. ഏഴാം ക്ലാസുകാരിയായ സെലീനയെ കൂട്ടുകാർ വിളിക്കുന്നത് കഥാകാരി എന്നാണ്.

“പേർഷ്യൻ ഉൾക്കടലിനെ അറേബ്യൻ കടലുമായി ബന്ധിപ്പിക്കുന്ന ഒമാൻ ഉൾക്കടലിന് ഒരു സവിശേഷതയുണ്ട്. അത്

എന്താണെന്നറിയണ്ടേ?" ടീച്ചർ ചോദിച്ചു.

"അറിയണം." കുട്ടികൾ ആകാംക്ഷയോടെ പറഞ്ഞു.

"സമുദ്രജലജീവികൾക്ക് ജീവൻ നിലനിർത്തണമെങ്കിൽ ജലത്തിൽ ഒരു നിശ്ചിത അളവിൽ ഓക്സിജൻ ഉണ്ടാകണം. ഇതില്ലെങ്കിൽ എന്തു സംഭവിക്കും?"

"അവയ്ക്ക് ജീവിക്കാനാകില്ല." ടീച്ചറുടെ ചോദ്യത്തോട് കുട്ടികൾ പ്രതികരിച്ചു.

"ഇത്തരമൊരവസ്ഥ ഒമാൻ ഉൾക്കടലിൽ നില്ക്കുന്നുണ്ട് എന്ന് ശാസ്ത്രകാരന്മാർ പറയുന്നു. ഒമാൻ ഉൾക്കടലിന്റെ ശരാശരി ആഴം 3400 മീറ്റർ. വിസ്തൃതി ഏകദേശം 1.81 ലക്ഷം ചതുരശ്ര കിലോമീറ്റർ ആണ്. ഇതിൽ ഏകദേശം 1.65 ലക്ഷം ചതുരശ്രകിലോമീറ്റർ ഭാഗത്ത് ഓക്സിജന്റെ അളവ് തീരെ കുറവാണെന്ന് കണ്ടെത്തിയിരിക്കുന്നു. ഓക്സിജന്റെ അളവ് തീരെ കുറഞ്ഞ സമുദ്രഭാഗങ്ങളെ 'ഡെഡ്സോൺ' (Dead Zone) എന്നു വിളിക്കും. ഇവ ജീവികളുടെ ആവാസകേന്ദ്രങ്ങളല്ല. ചില ജലാശയങ്ങളിൽ ഇത്തരം ഡെഡ്സോണുകൾ കാണുന്നുണ്ട്. ലോകത്തിലെ ഏറ്റവും വലിയ ഡെഡ്സോൺ അറബിക്കടലിലാണ്. അറബിക്കടലിന്റെ ഭാഗമായ ഒമാൻ ഉൾക്കടലിലാണ്."

വളരെ കൗതുകത്തോടെയാണ് കുട്ടികൾ അത് കേട്ടത്. അതുകൊണ്ടുതന്നെ ചിലർ പ്രതികരണത്തിനൊരുങ്ങി.

"അപ്പോൾ ഒമാൻ ഉൾക്കടലിൽ ജീവജാലങ്ങൾ കാണില്ലേ?" ചിലർ ചോദിച്ചു.

"2018 ൽ നടന്ന പഠനങ്ങൾ തെളിയിക്കുന്നത് ഒമാൻ ഉൾക്കടലിലെ ഡെഡ്സോണിൽ കടൽജീവികൾ ഇല്ലയെന്നാണ്" ടീച്ചർ വിശദീകരിച്ചു.

"കടലിലും ജലാശയങ്ങളിലും ഡെഡ്സോണുകൾ ഉണ്ടാകുന്നതിനുള്ള കാരണമെന്താണ്?" അമ്മു ചോദിച്ചു.

"ഇതുമായി ബന്ധപ്പെട്ട കൂടുതൽ പഠനങ്ങൾ നടന്നുകൊണ്ടിരിക്കുന്നു. പല കാരണങ്ങൾ ശാസ്ത്രകാരന്മാർ ചൂണ്ടിക്കാട്ടുന്നുണ്ട്. മനുഷ്യൻ നടത്തുന്ന മലിനീകരണപ്രവർത്തനങ്ങൾ കാരണമാകുന്നുണ്ട്. കരയിൽ മനുഷ്യൻ നടത്തുന്ന കൃത്രിമവ

ളപ്രയോഗം, ഓടയിലൂടെ ഒഴുകുന്ന മലിനജലം ഇവയെല്ലാം ജലാശയങ്ങളിലും കടലിലും എത്തിച്ചേരുന്നുണ്ട്. ഇത്തരം പ്രവർത്തനങ്ങൾ ജലത്തിലെ ഓക്സിജനെ ക്ഷയിപ്പിക്കുന്നു. കാലാവസ്ഥാവ്യതിയാനവും കാരണമാകുന്നുണ്ട്."

"അപ്പോൾ എല്ലാ ജലാശയങ്ങളിലും ഡെഡ്സോൺ ഭീഷണി നിലനില്ക്കുന്നുണ്ട്. അല്ലേ?" അമ്മു ചോദിച്ചു.

"അതെ. മലിനീകരണപ്രവർത്തനങ്ങൾ ഏറുംതോറും ഡെഡ്സോൺ ഭീഷണി വർദ്ധിക്കും." ടീച്ചർ പറഞ്ഞു.

"ടീച്ചർ ഒമാൻ ഉൾക്കടൽ കൂടാതെ മറ്റ് ഏതൊക്കെ കടലുകളിൽ ഡെഡ്സോണുകൾ ഉണ്ട്?"

അനന്യയുടേതാണ് ചോദ്യം. പത്താംക്ലാസിലാണ് അനന്യ പഠിക്കുന്നത്. തികഞ്ഞ ആത്മവിശ്വാസത്തോടെ ഇംഗ്ലീഷ് പ്രഭാഷണം നടത്താൻ സമർത്ഥയാണ് അനന്യ.

"ലോകത്തിലെ ഏറ്റവും വലിയ ഡെഡ്സോൺ ഒമാൻ ഉൾക്കടലാണ്. ഡെഡ് സോണിന്റെ വലിപ്പത്തിൽ രണ്ടാമത് മെക്സിക്കൻ ഉൾക്കടലാണ്. കരിങ്കടലിലും ഡെഡ്സോൺ ഉണ്ട്. പക്ഷേ, വിസ്തൃതി കുറവാണ്. പലയിടങ്ങളിലും സമുദ്രവിജ്ഞാനികൾ ഡെഡ്സോൺ കണ്ടെത്തിയിട്ടുണ്ട്. അന്വേഷണം തുടരുകയാണ്."

കുട്ടികൾക്കായി കടലറിവിന്റെ ലോകം ടീച്ചർ തുറന്നിടുകയായിരുന്നു. അറിവിന്റെ ലോകം കൗതുകത്തോടെ കുട്ടികൾ നോക്കിക്കണ്ടു.

"കച്ച് ഉൾക്കടൽ അറബിക്കടലിന്റെ ഭാഗമാണല്ലോ? അതിനെക്കുറിച്ച് അറിയാൻ ആഗ്രഹമുണ്ട്." അമ്മു തന്റെ ആഗ്രഹം ഉന്നയിച്ചു.

"ഞാനതിലേക്കാണ് വരുന്നത്? അറബിക്കടലിന് ഇറാൻ, പാകിസ്ഥാൻ എന്നീ രാജ്യങ്ങളിൽ തീരങ്ങളുണ്ട്. ഇന്ത്യയിലേക്ക് വരുമ്പോൾ ഇന്ത്യയുടെ പടിഞ്ഞാറ് ഭാഗത്താണല്ലോ അറബിക്കടലിന്റെ തീരങ്ങൾ.

ഇന്ത്യയുടെ ഗുജറാത്ത് സംസ്ഥാനത്തിന്റെ പടിഞ്ഞാറ് ഭാഗത്ത് കച്ച്, കത്തിയവാർ ഉപദ്വീപുകളെ തമ്മിൽ വിഭജിക്കുന്ന ഉൾക്കടലാണ് കച്ച് ഉൾക്കടൽ (Gulf of Kutch)."

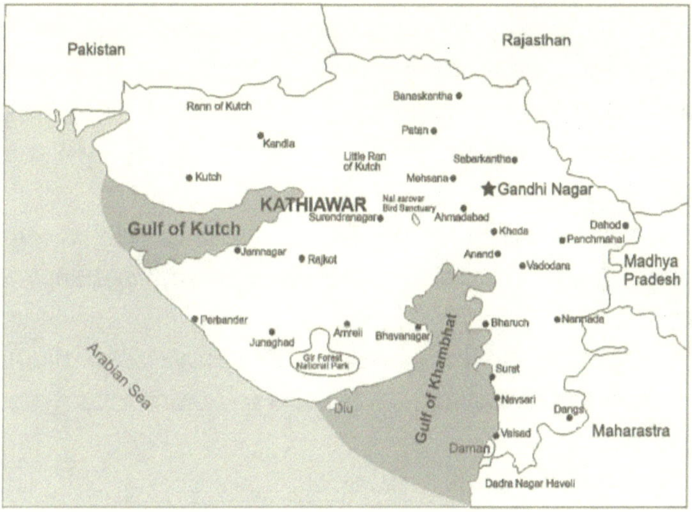

കച്ച് ഉൾക്കടലിന്റെ മാപ്പ് സ്ക്രീനിൽ തെളിഞ്ഞപ്പോൾ കുട്ടികൾ ആകാംക്ഷയോടെ അതിൽ നോക്കി.

“അറബിക്കടലിന്റെ ഭാഗമാണ് കച്ച് ഉൾക്കടൽ. ഗുജറാത്തിലെ പ്രധാന തുറമുഖമായ കാണ്ട്ല ഈ ഉൾക്കടലിന്റെ തീരത്താണ്.”

“കച്ച് ഉൾക്കടലിന്റെ ആഴം എത്ര വരും?” അജീബ് ചോദിച്ചു.

“ആഴം ഏകദേശം 123 മീറ്റർ വരും. 170 കിലോമീറ്റർ നീളമുണ്ട്. തുടക്കഭാഗത്ത് ഏകദേശം 70 കിലോമീറ്റർ വീതിവരും. ഉള്ളിലേക്ക് പോകുന്തോറും വീതി കുറഞ്ഞുവരുന്നു. മാപ്പ് നോക്കൂ.” ടീച്ചർ വിശദാംശങ്ങൾ നല്കി.

“ഗുജറാത്ത് സംസ്ഥാനത്തിൽ മറ്റൊരു ഉൾക്കടലും കാണുന്നുണ്ടല്ലോ ടീച്ചറേ?”

ആമിനയുടെ ചോദ്യം കേട്ട് കുട്ടികളുടെ കണ്ണുകൾ സ്ക്രീനിൽ പരതി നടന്നു.

“ശരിയാണ്. ഇന്ത്യയുടെ പടിഞ്ഞാറേ തീരത്ത് ഗുജറാത്ത് സംസ്ഥാനത്തിൽ അറബിക്കടലിന്റെ ഭാഗമായി മറ്റൊരു ഉൾക്ക

ടൽ കൂടിയുണ്ട്. അതാണ് ഖംഭാത് ഉൾക്കടൽ (Gulf of Khambhat). മുമ്പ് കാംബേ ഉൾക്കടൽ എന്നാണ് ഇത് അറിയപ്പെട്ടിരുന്നത്. കത്തിയവാർ ഉപദ്വീപിനെയും കിഴക്കുഭാഗത്തെ ഗുജറാത്തിന്റെ മറ്റു ഭാഗങ്ങളെയും തമ്മിൽ വേർതിരിക്കുന്നു.

ഇതിന്റെ ആകൃതി ശ്രദ്ധിക്കൂ. എന്തിന്റെ ആകൃതിയാണ് അതിനുള്ളത്?"

കുട്ടികൾ സ്ക്രീനിൽ തെളിഞ്ഞ ചിത്രം നോക്കി ആകൃതിയെക്കുറിച്ച് ചിന്തിക്കാൻ തുടങ്ങി. പലരും പല രൂപങ്ങൾ പറഞ്ഞു.

"വീട്ടിൽ അല്ലെങ്കിൽ ലാബിൽ ഒരു ദ്രാവകം മറ്റൊന്നിലേക്ക് പകരാൻ ഉപയോഗിക്കുന്ന ഏതെങ്കിലും ഉപകരണത്തിന്റെ ആകൃതിയുണ്ടോ?"

"ഫണലിന്റെ രൂപം." അമ്മു വിളിച്ചു പറഞ്ഞു.

"ശരിയാണ്. വാൽഭാഗം മുകളിലും വായ്ഭാഗം താഴെയും വരത്തക്കവിധം വച്ചിരിക്കുന്ന ഒരു നാളി അല്ലെങ്കിൽ ഫണലിന്റെ രൂപം."

"കത്തിയവാർ എന്ന പ്രദേശം കച്ച് ഉൾക്കടലിനും ഖംഭാത് ഉൾക്കടലിനും ഇടയ്ക്കുള്ള പ്രദേശമാണോ?" അജീബ് ചോദിച്ചു.

"അതെ, മാപ്പിൽ അത് കൃത്യമായി കാണാം. കച്ച് ഉൾക്കടലിനും ഖംഭാത് ഉൾക്കടലിനും ഇടയിൽ ഏതാണ്ട് ചതുരാകൃതിയിൽ കാണുന്ന പ്രദേശം. ഉപദ്വീപിയ പ്രദേശം. അതാണ് കത്തിയവാർ. കത്തിയവാഡ് എന്നും വിളിക്കും."

"കത്തിയവാറിന് നമ്മുടെ രാഷ്ട്രപിതാവുമായി ബന്ധമുണ്ടല്ലോ ടീച്ചർ" അമ്മുവിന്റെ ചിന്ത മഹാത്മാഗാന്ധിയിലേക്ക് പോയി.

"കത്തിയവാഡിലെ പോർബന്തറിലാണ് മഹാത്മാഗാന്ധി ജനിച്ചത്. അത് നിങ്ങൾക്കറിയാമല്ലോ."

ടീച്ചറുടെ വാക്കുകൾ കേട്ടപ്പോൾ കുട്ടികളുടെ മനസ്സ് ഗാന്ധിജിക്കൊപ്പം ചേർന്നു. ഗാന്ധിജിയുടെ രൂപം അവരുടെ മനസ്സിൽ നിറഞ്ഞുവന്നു.

"ഗാന്ധിജിയുടെ കുട്ടിക്കാലത്ത് പോർബന്തറിലെ അറബി

ക്കടൽ തീരത്ത് ഓടിക്കളിച്ചു നടന്നിട്ടുണ്ടാകും. അല്ലേ?" അമ്മു ചിരിച്ചുകൊണ്ട് ചോദിച്ചു. അതുകേട്ട് എല്ലാവരും ചിരിച്ചു.

"ഗുജറാത്തിലെ പോർബന്തർ ജില്ലയുടെ തലസ്ഥാനമാണ് പോർബന്തർ. അത് സമുദ്രതീരത്താണ് സ്ഥിതിചെയ്യുന്നത്. മഹാത്മാഗാന്ധിജിയുടെ ജന്മനാട് എന്ന നിലയിൽ പ്രശസ്തമാണ് ഈ നാട്. അവിടെ പോർബന്തർ തുറമുഖമുണ്ട്." ടീച്ചർ കൂട്ടിച്ചേർത്തു.

"ഖംഭാത് ഉൾക്കടലിൽ ചില നദികൾ ഒഴുകിച്ചേരുന്നുണ്ടല്ലോ. ഏതൊക്കെയാണ്?" ഒരു കുട്ടി ചോദിച്ചു.

"നർമ്മദ, തപ്തി, മഹി, സബർമതി എന്നീ നദികൾ ഖംഭാത് ഉൾക്കടലിൽ ഒഴുകിയെത്തുന്നുണ്ട്."

"ഖംഭാത് ഉൾക്കടലിന്റെ ശരാശരി ആഴം എത്രയാണ്?"

"ഏകദേശം 36 മീറ്റർ വരുമെന്നാണ് കണക്ക്. ഏകദേശം 170 കിലോമീറ്റർ നീളമുണ്ട്. വടക്ക് അതായത് വാൽഭാഗത്ത് 20 മീറ്റർ വീതിയുണ്ട്. തെക്കോട്ട് വരുന്തോറും അതായത് വായ്ഭാഗത്തേക്ക് വരുംതോറും വീതികൂടുന്നു. തെക്ക് ഭാഗത്ത് അതായത് വായ്ഭാഗത്ത് എത്തുമ്പോൾ ഏകദേശം 70 കിലോമീറ്റർ വീതിവരും." ടീച്ചർ മാപ്പ് ചൂണ്ടി കുട്ടികൾക്ക് കൂടുതൽ വിശദാംശങ്ങൾ നല്കി.

"അറബിക്കടലിന്റെ ഭാഗമായി ഇന്ത്യൻ പ്രദേശത്തുള്ള രണ്ട് ഉൾക്കടലുകളാണ് കച്ച് ഉൾക്കടലും ഖംഭാത് ഉൾക്കടലും. നിത്യേനയുള്ള വേലിയേറ്റങ്ങൾക്ക് പ്രസിദ്ധമാണ് ഈ രണ്ട് ഉൾക്കടലുകളും." ടീച്ചർ തുടർന്നു.

"കച്ച് ഉൾക്കടലിൽ ഏതെങ്കിലും നദി പതിക്കുന്നുണ്ടോ?"

"ഉണ്ട്. റുക്മാവതിനദി."

"രണ്ട് ഉൾക്കടലിലെയും ജലവിസ്തൃതി താരതമ്യം ചെയ്യാമോ?"

"കച്ച് ഉൾക്കടലിന്റെ വിസ്തൃതി ഏകദേശം 7300 ചതുരശ്ര കിലോമീറ്റർ ആണ്. ഖംഭാത് ഉൾക്കടലിന്റെ വിസ്തൃതി ഏകദേശം 3120 ചതുരശ്രകിലോമീറ്ററും. വിസ്തൃതി കൂടുതൽ ഏതിനാണെന്ന് മനസ്സിലായല്ലോ?"

ഗുജറാത്ത് സംസ്ഥാനവുമായി തീരം പങ്കിടുന്ന രണ്ടു ഉൾക്കടലുകളുടെയും മറ്റു ചില സവിശേഷതകൾ കുട്ടികളുടെ ശ്രദ്ധയിൽ കൊണ്ടുവരാൻ ടീച്ചർ ശ്രമിച്ചു.

"വളരെ ഉയർന്ന വേലിയേറ്റങ്ങൾക്ക് പ്രശസ്തമാണ് ഖംഭാത് ഉൾക്കടൽ. കച്ച് ഉൾക്കടലിലും ശക്തിയേറിയ വേലിയേറ്റങ്ങൾ ഉണ്ടാകുന്നുണ്ട്. എന്താണ് വേലിയേറ്റം? നിങ്ങൾക്കറിയാമല്ലോ? പറയാമോ?" ടീച്ചറുടെ ചോദ്യം കേട്ട് കുട്ടികൾ പ്രതികരിക്കാൻ തുടങ്ങി.

"ചന്ദ്രന്റെയും സൂര്യന്റെയും ഗുരുത്വാകർഷണഫലമായുണ്ടാകുന്ന പ്രതിഭാസമാണ് വേലിയേറ്റം. അതിന്റെ ഫലമായി സമുദ്രജലം ഉയരും."

"കരഭാഗത്തേക്ക് ഉയർന്നുവരും. പിന്നെ സാവധാനം തിരിച്ചിറങ്ങും. അതാണ് വേലിയിറക്കം."

കുട്ടികൾ അവരുടെ നിരീക്ഷണങ്ങൾ പറഞ്ഞുകൊണ്ടിരുന്നു.

"വേലിയേറ്റത്തിനുള്ള കാരണങ്ങൾ എന്തൊക്കെയാണ്?" ടീച്ചർ ചോദിച്ചു.

"ചന്ദ്രന്റെ ഭൂമിക്കു ചുറ്റുമുള്ള കറക്കം." അമ്മു പറഞ്ഞു.

"പിന്നെ?"

"ഭൂമിക്കു ചുറ്റുമുള്ള സൂര്യന്റെയും ചന്ദ്രന്റെ സ്ഥാനത്തിലുണ്ടാകുന്ന മാറ്റങ്ങൾ കാരണമാകാം."

"ശരിയാണ്. പിന്നെ?"

"സമുദ്രങ്ങളുടെ സ്ഥാനത്തിന് ഒരു ക്രമമില്ലല്ലോ?"

"ഭൂമിയുടെ ഭ്രമണം മൂലം ദ്രവാവസ്ഥയിലുള്ള സമുദ്രജലത്തിനുണ്ടാകുന്ന വീർപ്പുമുട്ടൽ."

"നിങ്ങൾ പറഞ്ഞതൊക്കെ ശരിയായ നിരീക്ഷണങ്ങളാണ്."

"ദിവസം എത്ര തവണ വേലിയേറ്റമുണ്ടാകും?"

"രണ്ടുതവണ."

"ഏറ്റവും ശക്തിയേറിയ വേലിയേറ്റങ്ങൾ ഉണ്ടാകുന്നത് എപ്പോഴാണ്?"

"അമാവാസി, പൗർണ്ണമി ദിനങ്ങളിൽ."

"ഗുഡ്." ടീച്ചർ കുട്ടികളെ പ്രോത്സാഹിപ്പിച്ചു.

"രണ്ട് വേലിയേറ്റങ്ങൾക്കിടയിലെ ഇടവേള എത്രയെന്നോ?"

"12 മണിക്കൂർ"

"കുറച്ചുകൂടി കൃത്യമായി പറഞ്ഞാൽ?"

"12 മണിക്കൂർ 25 മിനിറ്റ്"

"അമാവാസി, പൗർണ്ണമി ദിനങ്ങളിലുണ്ടാകുന്ന ശക്തിയേറിയ വേലിയേറ്റങ്ങളെ എന്താണ് വിളിക്കുന്നത്?"

"സ്പ്രിങ് റ്റൈഡ്"

"അപ്പോൾ നീപ്പ് റൈഡോ?"

"ഏറ്റവും ശക്തി കുറഞ്ഞ വേലിയേറ്റം"

അമ്മു കൈ ഉയർത്തി. ടീച്ചർ അതു ശ്രദ്ധിച്ചു.

"എന്താ പറയൂ?"

"ഹരിതവേലിയേറ്റം എന്താണ്?"

"നല്ല ചോദ്യം. നമുക്ക് അതും ചർച്ച ചെയ്യാം" ടീച്ചർ പറഞ്ഞു.

"സമുദ്രത്തിനടിത്തട്ടിൽ ധാരാളം സൂക്ഷ്മസസ്യങ്ങൾ ഉണ്ടെന്ന് നിങ്ങൾക്കറിയാമല്ലോ. അവ പെരുകുന്നതുകൊണ്ടും സമുദ്രജലമുയരും. അതാണ് ഹരിതവേലിയേറ്റം. സൂക്ഷ്മസസ്യങ്ങളായ ആൽഗകൾക്ക് നിറവ്യത്യാസമുണ്ട്. ഇതനുസരിച്ച് ചുവപ്പ്, വെള്ള, മഞ്ഞ വേലിയേറ്റങ്ങളുണ്ടാകുന്നു. ഇതിന്റെ ഫലമായി മത്സ്യങ്ങൾ ചത്തുപൊങ്ങാറുണ്ട്. അതിന് കടൽക്കറ എന്നും വിളിക്കാറുണ്ട്." ടീച്ചറുടെ വിശദീകരണം കുട്ടികൾ കൗതുകത്തോടെ കേട്ടിരുന്നു.

"വേലിയേറ്റങ്ങൾ കൊണ്ട് എന്തെങ്കിലും ഗുണങ്ങളുണ്ടോ?"

"ഉണ്ട്. കടൽത്തീരങ്ങൾ വൃത്തിയാകും." അമ്മു ഉറക്കെപ്പറഞ്ഞു.

"ശരിയാണ് കടൽത്തീരങ്ങൾ ശുചിയാക്കുന്നതിന് സഹായിക്കുന്നു. പിന്നെ?"

കുട്ടികൾ ആലോചിക്കാൻ തുടങ്ങി. അമ്മുവിന്റെ മനസ്സിൽ പനാമക്കനാലിൽ കപ്പൽ ഉയർത്തുന്ന രംഗം കടന്നുവന്നു. കടൽജലം ഉയരുമ്പോൾ കപ്പലുയരുമല്ലോ. അവൾ ചിന്തിച്ചു.

"ടീച്ചർ കപ്പലുയർത്താം." അമ്മു ചിരിച്ചുകൊണ്ടു പറഞ്ഞു.

"അമ്മു പറഞ്ഞതിനെ നമുക്ക് മറ്റൊരു രീതിയിൽ കാണാം. ആഴം കുറഞ്ഞ തുറമുഖങ്ങളിൽ സമുദ്രജലമുയരുമ്പോൾ വലിയ കപ്പലുകൾ അടുപ്പിക്കാൻ കഴിയും. വേലിയേറ്റം കൊണ്ടുള്ള ഒരു പ്രയോജനമാണ്. ഖംഭാത് ഉൾക്കടലിലെ തുറമുഖങ്ങളിൽ ഈ സാദ്ധ്യത പ്രയോജനപ്പെടുത്തുന്നുണ്ട്.

ഇനി എന്തൊക്കെയുണ്ട് പ്രയോജനങ്ങൾ?"

കുട്ടികൾ ചിന്തിച്ചിരുന്നു. ഉത്തരം കിട്ടാത്തതുകൊണ്ട് ടീച്ചർ തുടർന്നു:

"ഉപ്പളങ്ങളിൽ കടൽജലം നിറയുന്നതിന് വഴിയൊരുങ്ങുന്നു. ഉപ്പ് നേടിയെടുക്കാൻ വേലിയേറ്റം പ്രയോജനപ്പെടുത്താം."

"വേലിയേറ്റവേളയിൽ കടൽജലം വേഗത്തിൽ ശക്തിയോടെ കരയിലേക്ക് ഉയരും. ശക്തിയോടെയായിരിക്കും തിരിച്ചിറങ്ങുന്നതും. വേലിയേറ്റമുണ്ടാകുമ്പോൾ സമുദ്രജലത്തിന്റെ ഈ പ്രവാഹശക്തി ഉപയോഗിച്ച് ഊർജ്ജോല്പാദനം സാദ്ധ്യമാണോ?"

കുട്ടികളുടെ ചിന്തയിൽ ഡാമുകളുടെ പ്രവർത്തനം കടന്നുവന്നു. ഡാമിലെ ജലം ഒഴുകിവരുന്ന ശക്തിയിൽ ടർബൈനുകൾ കറക്കി വൈദ്യുതോർജ്ജം ഉല്പാദിക്കുന്ന കാര്യം അവർ ഓർമ്മിച്ചെടുത്തു.

"സമുദ്രജലത്തിന്റെ പ്രവാഹശക്തി ഉപയോഗിച്ച് വൈദ്യുതി ഉല്പാദിപ്പിക്കാം." അജീബ് പറഞ്ഞു.

"ഗുഡ്" ടീച്ചർ അജീബിനെ പ്രോത്സാഹിപ്പിച്ചു.

"എങ്ങനെ?"

"ടർബൈൻ കറക്കണം."

"കാന്തത്തിനുള്ളിൽ കമ്പിച്ചുരുൾ കറങ്ങുമ്പോൾ വൈദ്യുതി ഉല്പാദിപ്പിക്കപ്പെടും എന്നു നിങ്ങൾ പഠിച്ചിട്ടുണ്ട്. സൈക്കിളിലെ ഡൈനാമയുടെ പ്രവർത്തനം നിങ്ങൾ നിരീക്ഷിച്ചിട്ടുണ്ട്. ടർബൈനിന്റെ പ്രവർത്തനം ഇതിന് സമാനമാണ്." ടീച്ചർ വിശദീകരിച്ചു.

"അപ്പോൾ ഡാം നിർമ്മിക്കണ്ടേ?" അമ്മു ചോദിച്ചു.

"വേണം. വളരെ ഉയർന്ന ശക്തിയേറിയ വേലിയേറ്റങ്ങൾ ഉണ്ടാകുന്ന കടലിൽ തീരത്തിനടുത്ത് ഡാം നിർമ്മിക്കേണ്ടിവരും."

"അത് സാദ്ധ്യമാണോ?"

"ചെലവേറിയതാണെങ്കിലും സാദ്ധ്യമാണ്."

"അപ്പോൾ വേലിയേറ്റം പ്രയോജനപ്പെടുത്തി വൈദ്യുതി ഉല്പാദിപ്പിക്കാം അല്ലേ?" അമ്മു ചോദിച്ചു.

"വളരെ ഉയർന്ന വേലിയേറ്റം ഉണ്ടാകുന്നിടത്ത് സാദ്ധ്യമാണ്." ടീച്ചർ പറഞ്ഞു.

"ഖംഭാത് ഉൾക്കടലിൽ ഉയർന്ന വേലിയേറ്റം ഉണ്ടാകുന്നുണ്ടല്ലോ. അപ്പോൾ സാദ്ധ്യതയുണ്ടല്ലോ."

"ഖംഭാതിൽ മാത്രമല്ല കച്ച് ഉൾക്കടലിലും സാദ്ധ്യമാണ്. അറബിക്കടലിലെ ഊർജ്ജോല്പാദനക്ഷമതയുള്ള വേലിയേറ്റങ്ങൾ ഉണ്ടാകുന്ന രണ്ടിടങ്ങളാണ് ഖംഭാത് ഉൾക്കടലും കച്ച് ഉൾക്കടലും."

"ടൈഡൽ എനർജിക്കുവേണ്ടി നിർമ്മിക്കുന്ന ഡാമും കരയിൽ ജലവൈദ്യുതപദ്ധതിക്കുവേണ്ടി നിർമ്മിക്കുന്ന ഡാമും തമ്മിലുള്ള വ്യത്യാസങ്ങളെന്താണ്?

"നല്ല ചോദ്യം. ജലവൈദ്യുതപദ്ധതി പ്രവർത്തിക്കുന്നപോലെ തന്നെയാണ് ടൈഡൽ എനർജിഡാമുകളും പ്രവർത്തിക്കുന്നത്. ശക്തിയേറിയ വേലിയേറ്റമുണ്ടാകുന്ന ചെറുഉൾക്കടലിന്റെ അഴിമുഖ അടിത്തറയിലാണ് ഡാം നിർമ്മിക്കേണ്ടിവരുന്നത്. പക്ഷേ, ഡാമിന്റെ ഭിത്തിക്ക് വലിയ ഉയരം കാണില്ല. വലിയ വേലിയേറ്റമുണ്ടാകുമ്പോൾ പൊന്തുന്ന ജലനിരപ്പിൽനിന്നും അല്പം ഉയരത്തിലാകും അതിന്റെ മുകൾഭാഗം. ഡാമിന്റെ ഉള്ളിൽ കരഭാഗത്തോട് അടുപ്പമുള്ള കടൽഭാഗമാണ് റിസർവ്വോയർ. ഡാമിന്റെ അടിഭാഗത്ത് വെള്ളം കയറാനും ഇറങ്ങാനും ചീപ്പുകൾ അല്ലെങ്കിൽ ചാലുകൾ ഉണ്ടാകും. ഈ ചാലുകൾക്ക് തുറക്കുകയും അടയ്ക്കുകയും ചെയ്യാവുന്ന വാതിലുകൾ ഉണ്ടാകും. ഈ ചാലുകളിൽ ടർബൈനുകൾ സ്ഥാപിക്കാം. ടർബൈനുകളെ ജനറേറ്ററുകളുമായി ഘടിപ്പിക്കും."

ടീച്ചർ ഇക്കാര്യങ്ങൾ വിശദീകരിച്ചപ്പോൾ അജീബ് എഴുന്നേറ്റു.

"അപ്പോൾ ശക്തിയേറിയ വേലിയേറ്റം നടക്കുമ്പോൾ ചാലുകളിലൂടെയുള്ള ജലപ്രവാഹത്തിന്റെ ശക്തിയാൽ ടർബൈനുകൾ

കറങ്ങും. ജലം റിസർവ്വോയറിലെ പരിധിയിലെത്തുമ്പോൾ ചാലു കളിലെ വാതിലുകൾ അടയ്ക്കും. അങ്ങനെയല്ലേ ടീച്ചർ."

"ശരിയായ നിരീക്ഷണം." ടീച്ചറുടെ മറുപടി കേട്ടപ്പോൾ അമ്മു തിരിഞ്ഞ് തള്ളവിരൽ ഉയർത്തി അഭിനന്ദിച്ചു.

"അജീബ് പറഞ്ഞത് എല്ലാവർക്കും മനസ്സിലായത്രേ. ഇനി ചാലുകളിലെ വാതിലുകൾ തുറക്കുന്നത് എപ്പോഴായിരിക്കും?"

"വേലിയിറക്കം നടക്കുമ്പോൾ" അമ്മു പറഞ്ഞു.

"വെള്ളം ചാനലുകളിലൂടെ തിരിച്ചിറങ്ങുമ്പോഴും ശക്തമായ പ്രവാഹമുണ്ടാകില്ലേ?"

"ഉണ്ടാകും" കുട്ടികൾ പറഞ്ഞു.

"അപ്പോഴും ടർബൈനുകൾ കറങ്ങും. വൈദ്യുതിയുടെ ഉല്പാദനം നടക്കും." ടീച്ചർ പറഞ്ഞു.

"വേലിയേറ്റവേളയിൽ ജലം ഡാമിനുള്ളിലേക്ക് പ്രവഹിക്കു മ്പോഴും വേലിയിറക്കനേരം വെള്ളം തിരിച്ചിറങ്ങുമ്പോഴും തിരി യുന്ന തരത്തിലുള്ള ടർബൈനുകളാകും വേണ്ടിവരിക. അല്ലേ ടീച്ചർ?" ഷാജി ചോദിച്ചു.

"അതെ. ഉപയോഗിക്കുന്ന ടർബൈനുകൾക്ക് അത്തരം സവി ശേഷതകൾ ഉണ്ടാകേണ്ടതുണ്ട്." ടീച്ചർ പറഞ്ഞു.

"ഡാം നിർമ്മാണം ചെലവേറിയതാണല്ലോ. അപ്പോൾ മറ്റു മാർഗ്ഗങ്ങൾ അവലംബിക്കുന്നുണ്ടോ?"

"ഉണ്ട്. കാറ്റിൽനിന്നും വൈദ്യുതി ഉല്പാദിപ്പിക്കാൻ എന്ത് സംവിധാനമാണ് നിലവിലുള്ളത്?"

"കാറ്റാടിമില്ല്"

"ശരിയാണ്. കാറ്റാടിമില്ല് അല്ലെങ്കിൽ വിൻഡ്മില്ല് ഉപയോ ഗിക്കുന്നു. ഇതിന് സമാനമായി ടൈഡ്മില്ലുകൾ ഉപയോഗിക്കു ന്നു. കാറ്റാടിമില്ലുകൾ നിങ്ങൾ കണ്ടിരിക്കും. അതിലുള്ളതു പോലെ ടർബൈനുകൾ ടൈഡ്മില്ലുകളിലുമുണ്ട്. വേലിയേറ്റമു ണ്ടാകുന്ന ഉൾക്കടലുകളിൽ അവ സ്ഥാപിക്കുന്നു. ടൈഡ് ഉണ്ടാ കുമ്പോൾ സൃഷ്ടിക്കപ്പെടുന്ന ജലപ്രവാഹത്താൽ ടർബൈനു കൾ കറങ്ങും. പ്രവാഹശക്തി ഏതിനാണ് കൂടുതൽ. കാറ്റിനോ? വെള്ളത്തിനോ?"

കുട്ടികൾ തെല്ലൊന്നു മൗനത്തിലായി. ചിലർ കാറ്റിനെന്നു പറഞ്ഞു. ചിലർ ജലപ്രവാഹത്തിനെന്നു പറഞ്ഞു.

“സാന്ദ്രത കൂടുതൽ ഏതിനാണ്?”

“ജലത്തിന്.”

“അപ്പോൾ ഏതിനായിരിക്കും?”

“ജലപ്രവാഹത്തിന്” കുട്ടികൾ ഒരുമിച്ച് പറഞ്ഞു.

“കാറ്റിൽനിന്നും ജലപ്രവാഹത്തിൽ നിന്നുമൊക്കെ നമ്മൾ ഊർജ്ജം ഉല്പാദിപ്പിക്കുന്നുണ്ട്. പ്രകൃതിദത്ത ഊർജ്ജസ്രോതസ്സുകളാണവ. ഈ വിഭാഗത്തിൽപ്പെടുന്ന ഊർജ്ജത്തെ പുതുക്കപ്പെടുന്ന ഊർജ്ജം അല്ലെങ്കിൽ റിന്യൂവെബിൾ എനർജി എന്നു വിളിക്കുന്നു. ഇക്കാര്യം നിങ്ങൾക്കറിയാം.”

“ടൈഡൽ എനർജി പ്രകൃതിദത്തമാണ്. പുതുക്കപ്പെടാവുന്നതാണ്. അല്ലേ ടീച്ചർ?”

“ശരിയാണ്. ടൈഡൽ എനർജി ഉല്പാദനം അതിന്റെ ശൈശവാവസ്ഥയിലാണ്. അതിനുള്ള കൂടുതൽ സാങ്കേതികവിദ്യകൾ വികസിപ്പിച്ചുകൊണ്ടിരിക്കുന്നു. ഭാവിയിൽ നമുക്ക് ഏറ്റവും വിശ്വസിക്കാവുന്ന ഒരു ഊർജ്ജസ്രോതസ്സായി അത് മാറിയേക്കാം. ഖംഭാത് ഉൾക്കടലിൽ ഡാം നിർമ്മിക്കുന്നതിനുള്ള ശ്രമം നടക്കുന്നുണ്ട്. ജലപ്രവാഹത്താൽ പ്രവർത്തിക്കുന്ന ടൈഡൽമില്ലുകളുടെ സാദ്ധ്യതകളാണ് ഇപ്പോൾ അവിടെ പരീക്ഷിച്ചുകൊണ്ടിരിക്കുന്നത്.”

“ഏതൊക്കെ രാജ്യങ്ങളാണ് ഈ രംഗത്ത് കടന്നുവന്നിട്ടുള്ളത്?”

“വലിയ വേലിയേറ്റങ്ങളുണ്ടാകുന്ന ഉൾക്കടലുകൾ ഉള്ള രാജ്യങ്ങൾ ഈ രംഗത്ത് കടന്നുവരുന്നുണ്ട്. സൗത്ത്കൊറിയ, യു കെ, ഫ്രാൻസ്, റഷ്യ, ചൈന, നെതർലാന്റ്, കാനഡ തുടങ്ങിയ രാജ്യങ്ങളിൽ ടൈഡൽ ഊർജ്ജോല്പാദനം നടക്കുന്നുണ്ട്. സൗത്ത് കൊറിയയാണ് ഇക്കാര്യത്തിൽ മുന്നിൽ നില്ക്കുന്നത്. ഇതുമായി ബന്ധപ്പെട്ട് ഗവേഷണങ്ങൾ നടന്നുകൊണ്ടിരിക്കുകയാണ്.”

“ഇന്ത്യയിലെ സ്ഥിതി എന്താണ്?”

"ഇന്ത്യ ടൈഡ് എനർജി പരീക്ഷണഘട്ടത്തിലാണ്. പുതിയതും പുതുക്കാവുന്നതുമായ ഊർജ്ജത്തെക്കുറിച്ച് അന്വേഷിക്കുന്ന മന്ത്രാലയം ഇന്ത്യയുടെ ടൈഡൽ ഊർജ്ജത്തിന്റെ ലഭ്യതയെക്കുറിച്ച് പഠിച്ചിട്ടുണ്ട്. അതുപ്രകാരം ഏകദേശം 7000 മെഗാവാട്ട് വൈദ്യുതി ഖംഭാത് ഉൾക്കടലിൽനിന്നും 1200 മെഗാവാട്ട് കച്ച് ഉൾക്കടലിൽനിന്നും, 100 മെഗാവാട്ട് പശ്ചിമ ബംഗാളിൽ ഗംഗയുടെ ഡെൽറ്റാ പ്രദേശമായ സുന്ദർബൻസിൽനിന്നും ഉല്പാദിപ്പിക്കാൻ കഴിയുമെന്നാണ് കണക്കുകൂട്ടൽ."

"ടൈഡൽ എനർജിയുമായി ബന്ധപ്പെട്ട കൂടുതൽ കാര്യങ്ങൾ നിങ്ങൾ അന്വേഷിച്ചറിയുക. അറബിക്കടലിലേക്ക് തിരിച്ചുവരാം. എന്താ?"

കുട്ടികൾ സമ്മതം മൂളി. ടീച്ചർ അറബിക്കടൽ തഴുകുന്ന മറ്റു സംസ്ഥാനങ്ങളിലേക്ക് കടന്നു. "ഇന്ത്യയുടെ പടിഞ്ഞാറ് ഭാഗത്ത് ഏതൊക്കെ സംസ്ഥാനങ്ങളാണ് അറബിക്കടലിന്റെ തീരം പങ്കുവയ്ക്കുന്നത്?"

സ്ക്രീനിൽ തെളിഞ്ഞ ഇന്ത്യൻ ഭൂപടം നോക്കിയിരുന്ന കുട്ടികൾ ഉത്തരം പറയാൻ തുടങ്ങി.

"മഹാരാഷ്ട്ര, ഗോവ, കർണ്ണാടക, കേരളം."

"നിങ്ങൾ ലക്ഷദ്വീപ് നിരീക്ഷിച്ചോ? കേന്ദ്രഭരണപ്രദേശമാണ്. ലക്ഷദ്വീപിന്റെ സ്ഥാനം ബന്ധപ്പെടുത്തി അറബിക്കടലിന്റെ ഭാഗമായി നിലകൊള്ളുന്ന ഒരു കടലുണ്ട്. അതാണ് ലക്ഷദ്വീപ് കടൽ. മുമ്പ് ഇതിനെ ലക്കഡീപ് കടലെന്നു വിളിച്ചിരുന്നു."

"അങ്ങനെയും ഒരു കടലുണ്ടോ?" കുട്ടികളുടെ മനസ്സിൽ അങ്ങനെയൊരു ചിന്ത കടന്നുപോയി.

"നമുക്കിതിന്റെ അതിരുകളെക്കുറിച്ച് ചർച്ച ചെയ്യാം."

കുട്ടികൾ കൗതുകത്തോടെ കേട്ടിരുന്നു. അവർ ശ്രദ്ധയോടെ സ്ക്രീനിൽ തെളിഞ്ഞ ലക്ഷദ്വീപ് കടലിന്റെ ഭൂപടം നിരീക്ഷിച്ചിരുന്നു.

"കർണ്ണാടകയുടെ തെക്ക് പടിഞ്ഞാറ് പ്രദേശം, കേരളത്തിന്റെ പടിഞ്ഞാറ് പ്രദേശം, ലക്ഷദ്വീപ്, മാലിദ്വീപുകൾ, ശ്രീലങ്ക, തമിഴ്നാടിന്റെ തെക്ക്ഭാഗത്ത് സ്ഥിതിചെയ്യുന്ന മാന്നാർ ഉൾക്കടൽ

എന്നിവയാണ് ലക്ഷദ്വീപ് കടലിന്റെ അതിരുകൾ. ലക്ഷദ്വീപ് കടൽ മാന്നാർ ഉൾക്കടലുമായി ചേർന്നുകിടക്കുന്നു.”

ടീച്ചർ ഭൂപടത്തിൽ ചൂണ്ടിക്കാണിച്ച പ്രദേശങ്ങളിലൂടെ കുട്ടികളുടെ കണ്ണുകൾ ഓടിനടന്നു. അവരുടെ മനസ്സിൽ ചില സംശയങ്ങൾ ഉയർന്നുവന്നു. അതവർ പ്രകടിപ്പിക്കാൻ ശ്രമിച്ചു.

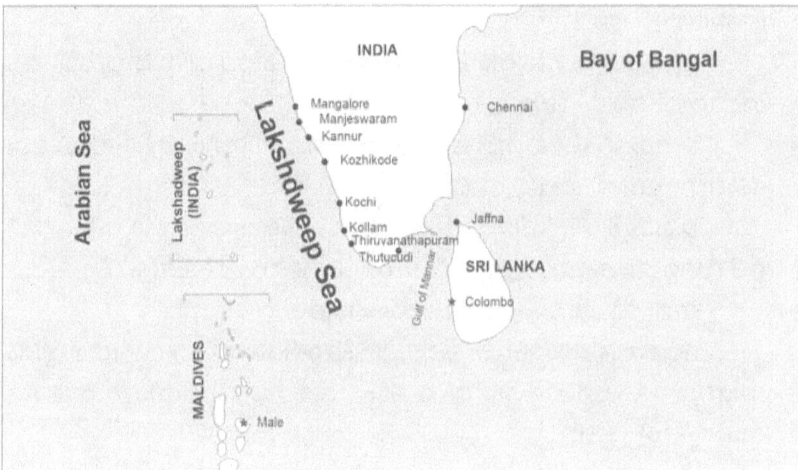

“അപ്പോൾ കേരളത്തിന്റെ പടിഞ്ഞാറ് ലക്ഷദ്വീപ് കടലാണോ അറബിക്കടലാണോ?”

“രണ്ടും ശരിയാണ്. കേരളത്തിന്റെ പടിഞ്ഞാറെ അതിര് അറബിക്കടൽ തന്നെയാണ്. ഭൂവിജ്ഞാനീയരും സമുദ്രവിജ്ഞാനീയരും നേരത്തെ സൂചിപ്പിച്ച അതിരുകൾ പങ്കിടുന്ന പ്രദേശത്ത് നിലകൊള്ളുന്ന അറബിക്കടലിന്റെ ഭാഗത്തിന് ലക്ഷദ്വീപ് കടൽ എന്നു വിളിക്കുന്നു. അങ്ങനെ നോക്കുമ്പോൾ അറബിക്കടലിന്റെ ഭാഗമായ ലക്ഷദ്വീപ് കടലാണ് കേരളത്തിന്റെ പടിഞ്ഞാറ് ഭാഗത്തെ തഴുകുന്നത്.

ഇനി ലക്ഷദ്വീപ് കടലുമായി ബന്ധപ്പെട്ടു നില്ക്കുന്ന പ്രധാന പ്രദേശങ്ങളെക്കുറിച്ച് ചർച്ചചെയ്യാം മാപ്പ് നോക്കുക.

കർണ്ണാടകയുടെ പടിഞ്ഞാറു സ്ഥിതിചെയ്യുന്ന മാംഗ്ലൂർ,

കേരളത്തിലെ മഞ്ചേശ്വരം, കണ്ണൂർ, കോഴിക്കോട്, പൊന്നാനി, കൊച്ചി, കൊല്ലം, തിരുവനന്തപുരം, തമിഴ്നാട്ടിലെ കന്യാകുമാരി തെക്കേ മുനമ്പ്, തൂത്തുക്കുടി, ശ്രീലങ്കയിലെ കൊളംബോ, മാലിദ്വീപ്, ലക്ഷദ്വീപ് തുടങ്ങിയവയാണ് ലക്ഷദ്വീപു കടലുമായി ബന്ധപ്പെട്ടു കിടക്കുന്ന പ്രധാന പ്രദേശങ്ങൾ."

"ലക്ഷദ്വീപു കടലിന്റെ ജലവിസ്തൃതി എത്രയാണ്? ആഴമോ?" അമ്മു ചോദിച്ചു.

"ഏകദേശം 7,86,000 ചതുരശ്രകിലോമീറ്റർ വിസ്തൃതിയുണ്ട്. ശരാശരി ആഴം 1929 മീറ്റർ."

"ലക്ഷദ്വീപ് കേരളത്തിന്റെ തീരത്തുനിന്നും എത്ര അകലെയാണ് സ്ഥിതി ചെയ്യുന്നത്?"

"കൊച്ചിയിൽനിന്നും ഏകദേശം 200 മുതൽ 400 കിലോമീറ്റർ വരെ അകലെയുള്ള ദ്വീപസമൂഹമാണ് ലക്ഷദ്വീപ്."

"നമുക്ക് അവിടെ സന്ദർശിക്കാൻ പറ്റുമോ?"

"സന്ദർശിക്കാമല്ലോ. കൊച്ചി, കോഴിക്കോട് തുറമുഖങ്ങളിൽ നിന്നും കപ്പൽമാർഗ്ഗം പോകാം. കൊച്ചിയിൽനിന്ന് വിമാന സർവ്വീസും ഉണ്ട്."

"ലക്ഷദ്വീപിനെക്കുറിച്ച് കൂടുതൽ അറിയാനെന്താണ് മാർഗ്ഗം?"

"ഗൂഗിൾ സെർച്ച് ചെയ്ത് കാര്യങ്ങൾ മനസ്സിലാക്കാം." അജീബ് പറഞ്ഞു.

"ശരിയാണ്. നിങ്ങൾക്ക് കൂടുതൽ കാര്യങ്ങൾ മനസ്സിലാക്കാൻ ആഗ്രഹമുണ്ടാകും. അതിൽ കേന്ദ്രീകരിക്കാൻ സമയം അനുവദിക്കുന്നില്ല. എന്നാലും ചില കാര്യങ്ങൾ പറയാം."

"ശരി ടീച്ചർ."

"ഇന്ത്യൻ കേന്ദ്രഭരണപ്രദേശങ്ങളിൽ ഏറ്റവും ചെറുതാണ് ലക്ഷദ്വീപ്. കേരളത്തിന് പടിഞ്ഞാറ് മാലിദ്വീപുകൾക്ക് വടക്ക് ആയി സ്ഥിതിചെയ്യുന്നു. ഇതിന്റെ തലസ്ഥാനം കവരത്തി. എല്ലാ ദ്വീപുകളിലും ജനവാസമില്ല. 36 ദ്വീപുകളിൽ 11 ഇടത്ത് മാത്രം ജനവാസമുള്ളൂ. 2011 ലെ ജനസംഖ്യാ കണക്കുപ്രകാരം 64,473 പേരാണ് ഇവിടെ വസിക്കുന്നത്. ലക്ഷദ്വീപിന്റെ സൗന്ദര്യം തേടിയുള്ള കപ്പൽയാത്ര ജീവിതത്തിൽ എപ്പോഴെങ്കിലും നിങ്ങൾക്ക്

സാദ്ധ്യമായിത്തീരട്ടെ. തല്ക്കാലം ലക്ഷദ്വീപ് ചിന്തകൾ ഇവിടെ നിർത്താം. കൂടുതൽ കാര്യങ്ങൾ നിങ്ങൾ അന്വേഷിച്ച് കണ്ടെത്തൂ."

"മാന്നാർ ഉൾക്കടലിനെക്കുറിച്ചു പറഞ്ഞല്ലോ. അത് അറബിക്കടലിന്റെ ഭാഗമാണോ?"

"നമുക്ക് അതിലേക്ക് കടക്കാം." ടീച്ചർ പറഞ്ഞു.

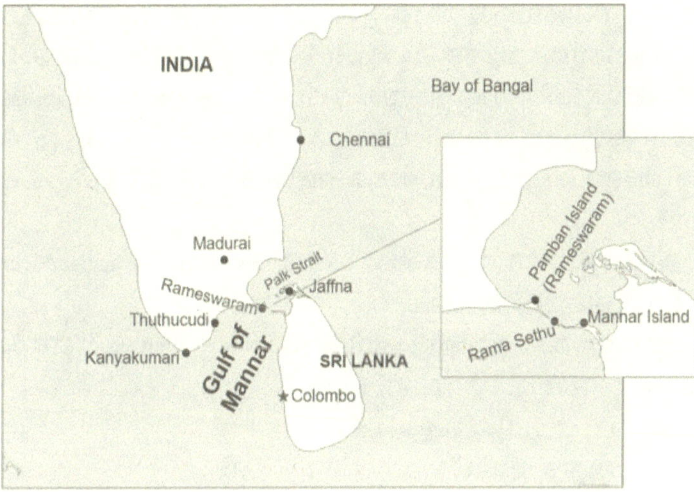

മാന്നാർ ഉൾക്കടലിനെക്കുറിച്ചുള്ള ചർച്ചയിലേക്ക് ക്ലാസ് നീങ്ങി.

സ്ക്രീനിൽ മന്നാർ ഉൾക്കടലിന്റെ ഭൂപടം ദൃശ്യമായി. കുട്ടികൾ അതിലേക്ക് ശ്രദ്ധിച്ചു.

"മാന്നാർ ഉൾക്കടലിന്റെ സ്ഥാനം എവിടെയാണ്? ഭൂപടം നോക്കി പറയാമോ?" ടീച്ചർ ചോദിച്ചു.

"ഇന്ത്യയ്ക്കും ശ്രീലങ്കയ്ക്കും ഇടയിൽ" കുട്ടികൾ പറഞ്ഞു.

"ദിക്ക് അടിസ്ഥാനത്തിൽ പറഞ്ഞാൽ?"

"ഇന്ത്യയുടെ തെക്ക്കിഴക്കുഭാഗത്തിനും ശ്രീലങ്കയുടെ പടിഞ്ഞാറ് ഭാഗത്തിനും ഇടയിൽ സ്ഥിതിചെയ്യുന്നു."

"ശരിയാണ്. ഇന്ത്യക്കും ശ്രീലങ്കയ്ക്കും ഇടയിലുള്ള ഒരു

കടലിടുക്കാണ് മാന്നാർ ഉൾക്കടൽ. ഗൾഫ് ഓഫ് മാന്നാർ എന്നും വിളിക്കും. ഇന്ത്യയിലെ ഏറ്റവും വലിയ കടലിടുക്കാണിത്."

"ലക്ഷദ്വീപ് കടലുമായി ബന്ധപ്പെട്ടു കിടക്കുന്നു. അല്ലേ ടീച്ചർ."

"അതെ. ലക്ഷദ്വീപ് കടലിന്റെ ഭാഗമാണ് ഈ ഉൾക്കടൽ. ഇനി ഇതിന്റെ വിസ്തൃതിയും ആഴവും എത്രയെന്നു നോക്കാം. മാന്നാർ ഉൾക്കടലിന്റെ വിസ്തൃതി 10,500 ചതുരശ്രകിലോമീറ്റർ."

"വിസ്തൃതി വളരെ കുറവാണ് അല്ലേ?" അമ്മു ചോദിച്ചു.

"വിസ്തൃതി താരതമ്യേന കുറവാണ്. ഏകദേശം 160 കിലോമീറ്റർ നീളവും 136-275 കിലോമീറ്റർ വീതിയും ഉണ്ട്. ആഴം 1335 മീറ്റർ ആണ്. ഏറ്റവും കുറഞ്ഞ ആഴം 5.8 മീറ്റർ." ടീച്ചർ പറഞ്ഞു.

കുട്ടികൾ മാന്നാർ ഉൾക്കടലിന്റെ ഭൂപടം നോക്കി ചില ചോദ്യങ്ങൾ ചോദിക്കാൻ തുടങ്ങി.

"രാമേശ്വരം ഭാഗത്ത് ചെറിയ ചെറിയ ദ്വീപുകൾ കണക്ക് കാണുന്നുണ്ടല്ലോ? എന്താണ് അവ?"

"അവ ചെറുദ്വീപുകളാണ്."

"അവയുടെ പേര്?"

"പാമ്പൻദ്വീപ്, രാമസേതു, മാന്നാർദ്വീപ്. പാമ്പൻദ്വീപിന് രാമേശ്വരം എന്നും വിളിക്കും. രാമസേതുവിനെ ആദംപാലം എന്നും വിളിക്കും. പാമ്പൻ ദ്വീപിനും മാന്നാർ ദ്വീപിനും ഇടയിലാണ് രാമസേതു. രാമസേതുവിനെ ഒരു ദ്വീപായി കണക്കാക്കുന്നില്ല.

തമിഴ്നാട്ടിലെ തെക്ക്കിഴക്കൻ തീരത്തോട് അടുത്താണ് രാമേശ്വരം എന്നു വിളിക്കുന്ന പാമ്പൻദ്വീപ്. തമിഴ്നാട്ടിലെ രാമനാഥപുരം ജില്ലയിൽപ്പെടുന്ന പ്രദേശമാണിത്. രാമേശ്വരം നമുക്ക് പ്രിയപ്പെട്ട ഒരാളുടെ ജന്മദേശമാണ്. ആരാണത്?"

"ഡോ. അബ്ദുൾകലാം."

"ഗുഡ്, രാമേശ്വരം കടൽത്തീരത്തിരുന്ന് ആകാശത്തുകൂടി പോകുന്ന വിമാനങ്ങൾ നോക്കി ആകാശസ്വപ്നങ്ങൾ നെയ്ത അബ്ദുൾകലാം, നമ്മളെ വലിയ സ്വപ്നങ്ങൾ കാണാൻ പഠിപ്പി

ച്ചു. ബഹിരാകാശ ഗവേഷകനും ഇന്ത്യയുടെ പ്രസിഡന്റുമായിരുന്ന ഡോ. അബ്ദുൾകലാം 1931 ഒക്ടോബർ 15 ന് രാമേശ്വരത്താണ് ജനിച്ചത്."

"പാമ്പൻപാലത്തെക്കുറിച്ച് കേട്ടിട്ടുണ്ട്. അതിനെക്കുറിച്ച്?" കുട്ടികൾ ചോദിച്ചു.

"രാമനാഥപുരത്തെയും രാമേശ്വരത്തെയും തമ്മിൽ ബന്ധിപ്പിക്കുന്ന പാലമാണ് പാമ്പൻപാലം." ടീച്ചർ പറഞ്ഞു.

"രാമസേതുവിനും മാന്നാർദ്വീപിനും പാമ്പൻദ്വീപുമായി ബന്ധമുണ്ടോ? അവിടെ ജനവാസമുണ്ടോ?"

"സീതയെ മോചിപ്പിക്കാൻ വേണ്ടി ലങ്കയിലെത്താൻ ശ്രീരാമൻ അദ്ദേഹത്തിന്റെ വാനരപ്പടയുമായി ചേർന്ന് പണിത പാലമാണ് രാമസേതുവെന്നാണ് ഐതിഹ്യം. യഥാർത്ഥത്തിൽ ആഴം കുറഞ്ഞ കടൽഭാഗമാണത്. ചുണ്ണാമ്പുകല്ലുകളുടെ കൂട്ടമാണ് അവിടുള്ളത്. ഏകദേശം മൂന്ന് കിലോമീറ്റർ വിസ്തൃതിയുള്ള പ്രദേശം.

ഇനി മാന്നാർദ്വീപിന്റെ കാര്യമെടുക്കാം. ശ്രീലങ്കയുടെ മാന്നാർ ജില്ലയുടെ ഭാഗമാണ് മാന്നാർദ്വീപ്. ഏകദേശം 125 ചതുരശ്രകിലോമീറ്റർ വിസ്തൃതിയുള്ള പ്രദേശമാണിത്. മാന്നാർദ്വീപ് ശ്രീലങ്കയുടെ വടക്ക് പടിഞ്ഞാറ് ഭാഗത്ത് സ്ഥിതിചെയ്യുന്നു. മാന്നാർ ദ്വീപിനും രാമേശ്വരം അല്ലെങ്കിൽ പാമ്പൻദ്വീപിനും ഇടയിലാണ് രാമസേതു. രാമേശ്വരം ടൗണിൽനിന്നും ഏകദേശം 20 കിലോമീറ്റർ സഞ്ചരിച്ചാൽ ധനുഷ്കോടി എന്ന പ്രദേശത്ത് എത്തും. അവിടെ നിന്ന് നോക്കിയാൽ രാമസേതു കാണാം. ധനുഷ്കോടി 1964 വരെ ഒരു തുറമുഖ നഗരമായിരുന്നു. ഇപ്പോൾ ആ നഗരം ഉപേക്ഷിക്കപ്പെട്ടിരിക്കുന്നു."

"ധനുഷ്കോടി ഉപേക്ഷിക്കാൻ കാരണമെന്താണ് ടീച്ചർ?"

"1964 ൽ ഉണ്ടായ ചുഴലിക്കാറ്റിലും സുനാമിയിലും പെട്ട് പട്ടണം തകർന്നടിഞ്ഞു. അനേകായിരം പേർ മരിച്ചു. ഇന്നും ഒരു ചരിത്രസ്മാരകമായി അന്നത്തെ പട്ടണാവശിഷ്ടങ്ങൾ നിലനിർത്തിയിട്ടുണ്ട്. ഇപ്പോൾ അവിടെ ജനവാസമില്ല. സഞ്ചാരികൾ അവിടെ എത്താറുണ്ട്."

കുട്ടികൾ ധനുഷ്കോടിയുടെ അവസ്ഥ കൗതുകത്തോടെയാണ് കേട്ടത്. എങ്കിലും മനസ്സിലൊരു ദുഃഖം മൊട്ടിട്ടു. അതവരുടെ മുഖത്ത് പ്രകടമായി.

"1914 മുതൽ 1964 വരെ കേരളത്തിൽനിന്നും ഇന്തോ-സിലോൺ എക്സ്പ്രസ് ട്രെയിനിൽ ഒറ്റ ടിക്കറ്റിൽ ആളുകൾ ശ്രീലങ്കയിലേക്ക് യാത്രചെയ്യുമായിരുന്നു. അതെങ്ങനെയെന്നു നോക്കാം?

കൊല്ലത്തുനിന്നും കോട്ടയത്തുനിന്നും കോയമ്പത്തൂരിൽനിന്നും ഇന്തോ-സിലോൺ ട്രെയിൻ മാർഗ്ഗം ധനുഷ്കോടിയിലെത്താമായിരുന്നു. ധനുഷ്കോടി അന്നൊരു തുറമുഖനഗമായിരുന്നു. ധനുഷ്കോടിയിൽനിന്നും 24 കിലോമീറ്റർ കടൽമാർഗ്ഗം സഞ്ചരിച്ചാൽ ശ്രീലങ്കയുടെ പടിഞ്ഞാറുള്ള മാന്നാർ എന്ന സ്ഥലത്തെത്തുമായിരുന്നു. ബോട്ടുമാർഗ്ഗമോ ജംഗാർ വഴിയോ ആയിരുന്നു അന്നത്തെ കടൽ യാത്ര. തലൈമാന്നാറിൽനിന്നും ശ്രീലങ്കയുടെ മറ്റു ഭാഗങ്ങളിലേക്ക് പോകാം. വാണിജ്യപരമായ ആവശ്യങ്ങൾക്കും തൊഴിലിനും വേണ്ടിയായിരുന്നു അന്നത്തെ യാത്രകളൊക്കെ. 1964 ൽ ചുഴലിക്കാറ്റിൽ ധനുഷ്കോടി തകർന്നതോടെ അങ്ങനെയൊരു യാത്രാസൗകര്യം ഇല്ലാതായി. ആയിരക്കണക്കിന് ആളുകൾ ഇന്ത്യയിൽനിന്നും ശ്രീലങ്കയിലേക്കും ശ്രീലങ്കയിൽനിന്നു തിരിച്ചും ഇന്തോ-സിലോൺ എക്സ്പ്രസ് വഴി യാത്ര ചെയ്യുമായിരുന്നു."

"ധനുഷ്കോടി മുനമ്പിൽ വച്ചാണ് ഇന്ത്യൻമഹാസമുദ്രവും അതിന്റെ ഭാഗമായ ബംഗാൾ ഉൾക്കടലും തമ്മിൽ ചേരുന്നത്. ഇന്ത്യൻ മഹാസമുദ്രത്തിന് ആൺകടലെന്നും ബംഗാൾ ഉൾക്കടലിന് പെൺകടലെന്നും രാമേശ്വരത്തുള്ളവർ വിളിക്കുന്നു." ടീച്ചർ കൂട്ടിച്ചേർത്തു. കുട്ടികൾ കൗതുകത്തോടെ അത് കേട്ടിരുന്നു.

"മാന്നാർ ദ്വീപിൽനിന്നും ശ്രീലങ്കയിലേക്ക് കടക്കാൻ പാലമുണ്ടോ?"

"കല്ല് അടുക്കി പടുത്ത പാതയുണ്ട്. പിന്നെ ജലപാതയുമുണ്ട്.

"ധനുഷ്കോടിയിൽ രണ്ടു കടലുകൾ ചേരുന്നുണ്ട്. ഒന്ന് അറബിക്കടലിന്റെ ഭാഗമായ ലക്ഷദ്വീപ് കടലിനോട് ചേർന്ന് കിടക്കുന്ന മാന്നാർ ഉൾക്കടൽ. മാന്നാർ ഉൾക്കടലിനോട് ചേർന്ന് തമിഴ്നാടിനും ശ്രീലങ്കയുടെ വടക്കൻ പ്രവിശ്യയിലെ ജാഫ്ന ജില്ലയ്ക്കുമിടയിൽ ഒരു കടലിടുക്ക് കാണുന്നില്ലേ? അതാണ് പാക് കടലിടുക്ക് (Palk Strait). പാക് ഉൾക്കടലെന്നും വിളിക്കും."

സ്ക്രീനിൽ കാണുന്ന മാന്നാർ ഉൾക്കടലിന്റെ ഭൂപടത്തിൽ കുട്ടികൾ പാക് കടലിടുക്ക് തിരഞ്ഞു. തമിഴ്നാടിനും ശ്രീലങ്കയ്ക്കുമിടയിൽ രാമസേതുവിന് വടക്ക് പാക് കടലിടുക്കിന്റെ സ്ഥാനം അവർ കണ്ടെത്തി.

"ബംഗാൾ ഉൾക്കടലിന്റെ തെക്ക് പടിഞ്ഞാറ് ഭാഗത്തുള്ള ഉൾക്കടലാണ് പാക് ഉൾക്കടൽ. അത് ഇന്ത്യ ശ്രീലങ്ക രാജ്യങ്ങളെ തമ്മിൽ വേർതിരിക്കുന്നു. മാന്നാർ ഉൾക്കടലിനും ബംഗാൾ ഉൾക്കടലിനും ഇടയിലുള്ള കടലിടുക്കാണ് പാക് കടലിടുക്ക്. മാന്നാർ ഉൾക്കടലിനും പാക് കടലിടുക്കിനും കുറുകെയാണ് രാമസേതു."

"പാക് കടലിടുക്ക് എന്നു കേൾക്കുമ്പോൾ പാകിസ്ഥാനിലെ കടലിടുക്ക് എന്നാ ആദ്യം വിചാരിക്കുക." അമ്മു പറഞ്ഞു.

"പാക് എന്നത് പാകിസ്ഥാനുമായി ബന്ധപ്പെട്ടതല്ല. ബ്രിട്ടീഷ് ഭരണകാലത്ത് മദ്രാസ് പ്രസിഡൻസിലെ ഗവർണ്ണർ ആയിരുന്ന റോബർട്ട് പാക്കിന്റെ കാലത്താണ് ഈ കടലിടുക്കിന് പാക് കടലിടുക്ക് എന്ന പേര് വന്നത്." ടീച്ചർ വിശദീകരിച്ചു.

"ഏകദേശം 15,000 ചതുരശ്ര കിലോമീറ്റർ വിസ്തൃതിയുണ്ട് ഈ കടലിടുക്കിന്. ഏകദേശം 137 കിലോമീറ്റർ നീളവും 60 മുതൽ 137 കിലോമീറ്റർ വരെ വീതിയുമുണ്ട്. പരമാവധി ആഴം 13 കിലോമീറ്റർ. തമിഴ്നാട്ടിലെ പ്രധാന നദിയായ വൈഗൈ നദി ചെന്നു ചേരുന്നത് പാക് കടലിടുക്കിലാണ്. വടക്ക് ഭാഗത്ത് കാവേരിനദിയും വന്നുചേരുന്നുണ്ട്."

"തമിഴ്നാടിന്റെ ഏതൊക്കെ ജില്ലകൾ പാക് ഉൾക്കടലുമായി തീരം പങ്കിടുന്നുണ്ട്."

"അഞ്ച് ജില്ലകൾ. രാമനാഥപുരം, പുതുക്കോട്ട, തഞ്ചാവൂർ, തിരുവാരൂർ, നാഗപട്ടണം. ദക്ഷിണേന്ത്യയിലെ ഏറ്റവും വലിയ

മത്സ്യബന്ധന മേഖലയാണിത്. ഏകദേശം 320 ഇനം ആൾഗകളും 580 ഇനം മത്സ്യങ്ങളും ഈ ഉൾക്കടലിലുണ്ട്. ഇതു കാണിക്കുന്നത് ഇവിടത്തെ ആവാസ വ്യവസ്ഥ വളരെ സമൃദ്ധമാണെന്നാണ്. സവിശേഷതകളാർന്ന പവിഴപ്പുറ്റുകളുമുണ്ട്.

തമിഴ്നാടിന് കിഴക്കും പടിഞ്ഞാറും തീരപ്രദേശമുണ്ട്. കിഴക്കും പടിഞ്ഞാറും തീരപ്രദേശങ്ങളുള്ള ഇന്ത്യയിലെ ഏക സംസ്ഥാനം തമിഴ്നാട് ആണ്."

"കന്യാകുമാരിയാണ് കിഴക്ക് തീരപ്രദേശമുള്ള ജില്ല അല്ലേ?"

"അതെ."

"ടീച്ചർ, പാക്ക് ഉൾക്കടലിന് മൂന്ന് വാതിലുകൾ ഉണ്ട്. അല്ലേ? വലിയ വിസ്തൃതമായ വാതിൽ വടക്കുഭാഗത്ത്. അതിലൂടെ ബംഗാൾ ഉൾക്കടലുമായി ബന്ധം സ്ഥാപിക്കുന്നു. തെക്ക് രണ്ട് ചെറിയ വാതിലുകൾ. രാമസേതു വഴിയുള്ള വാതിലും പാമ്പൻപാലം വഴിയുള്ള വാതിലും. അവയിലൂടെ മാന്നാർ ഉൾക്കടലുമായി ബന്ധം സ്ഥാപിക്കുന്നു." അമ്മു ചിരിച്ചുകൊണ്ട് തന്റെ നിരീക്ഷണം വെളിപ്പെടുത്തി.

അമ്മു പറഞ്ഞത് എല്ലാവരും ശ്രദ്ധിച്ചു. അവർ പാക് കടലിടുക്കിൽ അമ്മു പറഞ്ഞ പ്രത്യേകതകൾ നോക്കി.

"അമ്മു പറഞ്ഞത് ശരിയാണ് ടീച്ചർ." അജീബ് ചൂണ്ടിക്കാട്ടി.

"അതെ." ടീച്ചർ പറഞ്ഞു.

"ടീച്ചർ, ഒരു കാര്യം കൂടി. രാമേശ്വരത്തിന് ഒരു ഭാഗ്യമുണ്ട്. രണ്ട് ഉൾക്കടലുകളെ തഴുകാനുള്ള ഭാഗ്യം; വടക്ക് പടിഞ്ഞാറ് പാക്ക് ഉൾക്കടൽ തഴുകുന്നു. തെക്ക് കിഴക്ക് മാന്നാർ ഉൾക്കടലും." അമ്മുവിന്റെ നിരീക്ഷണം എല്ലാവരെയും അത്ഭുതപ്പെടുത്തി. ടീച്ചർ ചിരിച്ചുകൊണ്ട് കൈ ഉയർത്തി അമ്മുവിന്റെ നിരീക്ഷണം ശരിവെച്ചു.

പെട്ടെന്നാണ് ടീച്ചർ കുട്ടികളുടെ ശ്രദ്ധ ജൈവവൈവിദ്ധ്യമണ്ഡല കരുതലിലേക്ക് (Biosphere Reserve) തിരിച്ചുവിട്ടത്. "പ്രകൃതിസംരക്ഷണത്തിന് ആഗോളതലത്തിൽ ഇടപെടുന്ന സംഘടനയാണ് നടനാണ് ഐക്യരാഷ്ട്ര വിദ്യാഭ്യാസ ശാസ്ത്ര സാംസ്കാരിക സംഘടന (യുനെസ്കോ). മനുഷ്യനും പ്രകൃതിയും തമ്മിൽ സുസ്ഥിരബന്ധം സ്ഥാപിക്കുന്ന ഇടങ്ങളെ

കണ്ടെത്തി സംരക്ഷിക്കുന്നതിന് യുനെസ്കോ 1971 ൽ ഒരു പദ്ധതി ആരംഭിച്ചിരുന്നു. ഈ പദ്ധതിക്കു നല്കിയ പേരാണ് 'മനുഷ്യനും ജൈവവൈവിദ്ധ്യമണ്ഡലവും'- Man and Biosphere എന്ന പദ്ധതി. ഈ പദ്ധതി പ്രാവർത്തികമാക്കുന്ന ഇടങ്ങളാണ് ജൈവ വൈവിദ്ധ്യമണ്ഡലകരുതൽ." ടീച്ചർ ബയോസ്ഫിയർ കരുതലിനെക്കുറിച്ച് പറയാൻ തുടങ്ങി.

"ബയോസ്ഫിയർ കരുതൽ പ്രദേശങ്ങൾ നിയമപരമായി സംരക്ഷിച്ചിട്ടുള്ള പ്രദേശങ്ങളാണ്. അതൊരു ഭൗമപ്രദേശമാകാം. സമുദ്രഭാഗമാകാം. തീരപ്രദേശമാകാം. ജൈവപരിപാലനപ്രവർത്തനങ്ങൾക്ക് ഉയർന്ന പ്രാധാന്യം നല്കിക്കൊണ്ട് ജൈവ വൈവിദ്ധ്യം സംരക്ഷിക്കുക, അവിടെയുള്ള ഭൂഭാഗങ്ങളിലെ വൈവിദ്ധ്യം സംരക്ഷിക്കുക, ഇങ്ങനെ സംരക്ഷിക്കപ്പെടുന്ന പ്രദേശത്തിന്റെ വികസനപ്രവർത്തനങ്ങൾ നടത്താൻ പ്രാപ്തിയുള്ള ഒരു മാനേജ്മെന്റ് സംവിധാനം കൊണ്ടുവരിക ഇതെല്ലാം യുനെസ്കോയുടെ മാൻ ആന്റ് ബയോസ്ഫിയർ പദ്ധതിയുടെ ഭാഗമായ ബയോസ്ഫിയർ കരുതലിൽ ഉൾപ്പെടുന്ന കാര്യങ്ങളാണ്. ഇത്തരം പ്രദേശങ്ങൾ യുനെസ്കോ അംഗീകാരമുള്ള അന്താരാഷ്ട്ര ജൈവമണ്ഡലങ്ങളാണ്. സുസ്ഥിരവികസന പഠനയിടങ്ങളായിട്ടാണ് ഇവ പരിഗണിക്കപ്പെടുന്നത്."

"കൊള്ളാമല്ലോ." അജീബ് പെട്ടെന്ന് പ്രതികരിച്ചു. എല്ലാവരും ചിരിച്ചു. അജീബ് കണ്ണുരുട്ടി. ശബ്ദം കൂടിപ്പോയോ എന്ന് ശങ്കിച്ചു.

"ഇന്ത്യയിൽ ഇത്തരം യുനെസ്കോ അംഗീകാരമുള്ള അന്താരാഷ്ട്ര ജൈവമണ്ഡല കരുതലുകൾ ഉണ്ടോ?" കുട്ടികൾ ചോദിച്ചു.

"ഇന്ത്യയിലെ ആദ്യ യുനെസ്കോ അംഗീകാരമുള്ള അന്താരാഷ്ട്ര ജൈവമണ്ഡലകരുതലാണ് നീലഗിരി ബയോസ്ഫിയർ. 1986 ലാണ് അത് തുടങ്ങിയത്. രണ്ടാമത് തുടങ്ങിയതാണ് 'ഗൾഫ് ഓഫ് മാന്നാർ.' 2001 ലാണ് ഗൾഫ് ഓഫ് മാന്നാർ എന്നറിയപ്പെടുന്ന അന്താരാഷ്ട്ര ജൈവമണ്ഡലകരുതൽ നിലവിൽ വന്നത്. ഇന്ത്യയിൽ ആകെ യുനെസ്കോ അംഗീകാരമുള്ള ആറ് അന്താ

രാഷ്ട്ര ജൈവമണ്ഡലങ്ങളുണ്ട്."

"ലോകത്ത് എത്ര എണ്ണമുണ്ടാകും ടീച്ചർ?" അമ്മു ചോദിച്ചു.

"ഏകദേശം 714 യുനെസ്കോ അംഗീകൃത അന്താരാഷ്ട്ര ജൈവമണ്ഡല കരുതലുകൾ ഉണ്ട്, 129 രാജ്യങ്ങളിലായി." ടീച്ചർ പറഞ്ഞു.

"മാന്നാർ ഉൾക്കടൽ ഇങ്ങനെയൊരു ഇടമായി തെരഞ്ഞെടുക്കാനുള്ള കാരണങ്ങൾ എന്തൊക്കെയാണ്?"

ക്ലാസിൽ പൊതുവിൽ ചോദ്യങ്ങളൊന്നും ചോദിക്കാതെ ടീച്ചറെ മാത്രം ശ്രദ്ധിക്കുന്ന പ്രകൃതക്കാരിയായ നിഷയുടെ ചോദ്യം എല്ലാവരിലും കൗതുകമുണർത്തി. നിഷയും ധൈര്യത്തോടെ ചോദ്യങ്ങൾ ചോദിക്കാൻ തുടങ്ങിയിരിക്കുന്നു.

"നല്ല ചോദ്യമാണ്. നമുക്കതിലേക്ക് കടക്കാം." ഞാൻ ചോദിച്ച ചോദ്യത്തെക്കുറിച്ചുള്ള ടീച്ചറുടെ നല്ല വാക്കുകൾ കേട്ടപ്പോൾ നിഷയ്ക്ക് വലിയ സന്തോഷമായി. അതവളുടെ മുഖത്ത് കാണാമായിരുന്നു.

"അത്യപൂർവ്വമായ ജൈവവൈവിദ്ധ്യംകൊണ്ട് ഏഷ്യയിലെ ഏറ്റവും സമ്പന്നമായ ഇടമാണ് മാന്നാർ ഉൾക്കടൽ. ശ്രീലങ്കയുമായി അതിർത്തി പങ്കിടുന്ന ഇന്ത്യൻ ദേശീയോദ്യാനം. ഏകദേശം 3600 ലധികം ജീവിവർഗ്ഗങ്ങൾ ഈ മേഖലയിൽ കാണുന്നു." ടീച്ചർ പറയുന്ന കാര്യങ്ങൾ കുട്ടികൾ കൗതുകത്തോടെ കേട്ടു.

"21 ചെറുദ്വീപുകളും പവിഴപ്പുറ്റുകളുമായി ചേർന്നു കിടക്കുന്ന ഒന്നാണ് മാന്നാർ ഉൾക്കടൽ. മറൈൻ ദേശീയോദ്യാനം. ഈ 21 ചെറുദ്വീപുകളിൽ കടൽക്കാഴ്ചയുടെ അതിശയങ്ങൾ ഒളിച്ചു നില്ക്കുന്നു. തൂത്തുക്കുടിക്കും ധനുഷ്കോടിക്കുമിടയിൽ തീരത്തുനിന്നും 60 കിലോമീറ്റർ അകലത്തിൽവരെ വ്യാപിച്ചു കിടക്കുന്ന തെക്കുകിഴക്കൻ ഏഷ്യയിലെ ആദ്യത്തെ മറൈൻ ബയോസ്ഫിയർ കരുതൽ."

"നമുക്കവിടെ പോകാൻ പറ്റുമോ?" അമ്മു ആകാംക്ഷയോടെ ചോദിച്ചു.

"പറ്റുമല്ലോ. പഠനത്തിനും ആനന്ദകരമായ കാഴ്ചാനുഭവങ്ങൾക്കും സഞ്ചാരികൾ അവിടെ എത്തുന്നുണ്ട്. ഒക്ടോബർ മുതൽ മാർച്ചു വരെ സന്ദർശിക്കാം. ഗ്ലാസ്ബോട്ടിലൂടെ യാത്ര

ചെയ്യാം. ബോട്ടിനടിയിലെ ഗ്ലാസിലൂടെ കടൽക്കാഴ്ചകൾ കാണാം. എന്നാൽ ദ്വീപുകൾ സന്ദർശിക്കാൻ അനുവാദമില്ല."

"ഞങ്ങൾക്കവിടെ പോകണം." അമ്മു അജീബിനെ നോക്കി പറഞ്ഞു. രണ്ടുപേരും ടീച്ചറമ്മയെ നോക്കി ചിരിച്ചു. ടീച്ചറമ്മയുടെ തലയാട്ടിയുള്ള ചിരിയിൽനിന്നും അവർക്ക് മറുപടി ലഭിച്ചു.

"സ്കൂളിൽനിന്നും പഠനയാത്ര പോകാമല്ലോ." ടീച്ചർ പറഞ്ഞു.

നിഷ കൈ ഉയർത്തി. എന്തോ ചോദിക്കാനുണ്ട്. എല്ലാവരും നിഷയെ നോക്കി.

"ടീച്ചർ മാന്നാർ ഉൾക്കടലിൽ ഈ ചെറുദ്വീപുകൾ എങ്ങനെ വന്നു?"

"നല്ല ചോദ്യം." നിഷയ്ക്ക് ടീച്ചറുടെ പ്രശംസ വീണ്ടും ലഭിച്ചു.

"കടലിനുള്ളിൽ അമിത ജലപ്രവാഹമുണ്ടല്ലോ. പവിഴപ്പുറ്റുകളുമുണ്ട്. ഈ അമിതജലപ്രവാഹത്തിന്റെ ഫലമായി പവിഴപ്പുറ്റുകളിൽ മണൽ കയറും. അങ്ങനെ രൂപപ്പെടുന്ന തിട്ടകളാണ് ഈ ചെറുദ്വീപുകൾ എന്നാണ് ശാസ്ത്രകാരന്മാർ പറയുന്നത്."

അമ്മുവിന്റെ ഭാവന വിടർന്നു. മാന്നാർ ഉൾക്കടലും പവിഴപ്പുറ്റുകളും കടലിനുള്ളിലെ അമിതജലപ്രവാഹവും അവളുടെ ചിന്തയിൽ കടന്നുവന്നു. പവിഴപ്പുറ്റുകളിൽ മണൽ കയറുന്നതും മണൽത്തിട്ടകൾ രൂപംകൊള്ളുന്നതും അവ ചെറുദ്വീപുകളായി മാറുന്നതും അവൾ ഭാവനയിൽ കണ്ടു. കണ്ടതെല്ലാം അമ്മുവിന്റെ നോട്ടുബുക്കിൽ ചെറുചിത്രങ്ങളായി തെളിയാൻ തുടങ്ങി.

അവൾ ആ ചിത്രങ്ങൾ നോക്കി അവയോട് മൗനമായിട്ടുരിയാടാൻ തുടങ്ങും നേരം ടീച്ചറുടെ ശബ്ദം മുഴങ്ങി.

"വരൂ.. ഇനി നമുക്ക് ബംഗാൾ ഉൾക്കടലിന്റെ തീരങ്ങളിലേക്ക് പോകാം.

ഇനി നടക്കാൻ പോകുന്ന അവതരണം ബംഗാൾ ഉൾക്കടലിനെക്കുറിച്ചാണ്."

ഇന്ത്യൻ ഉപഭൂഖണ്ഡം അമ്മുവിന്റെ മനസ്സിൽ തെളിഞ്ഞുവന്നു. കന്യാകുമാരി മുനമ്പും അവർ കണ്ടു. ഇന്ത്യൻ മഹാസ

മുദ്രത്തിന്റെ ഭാഗമായ അറബിക്കടലിലെ തിരമാലകളുടെ ശബ്ദം അവൾ കേട്ടു. അവളുടെ മനക്കണ്ണുകൾ ഇന്ത്യയുടെ കിഴക്കുഭാഗത്തേക്ക് നീങ്ങി. അവിടെ ബംഗാൾ ഉൾക്കടലിന്റെ തീരങ്ങളിലേക്ക് പരതിനടക്കവെ ടീച്ചറുടെ ശബ്ദം അവൾ കേട്ടു.

"എല്ലാവരും ഇനി സ്ക്രീനിലേക്ക് ശ്രദ്ധിച്ചാട്ടേ."

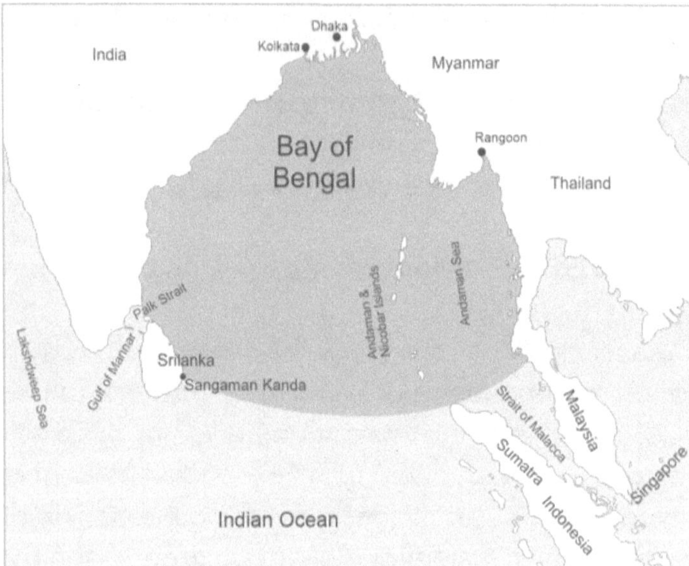

ചിന്തകൾക്ക് താല്ക്കാലികവിരാമം കൊടുത്തു അമ്മു സ്ക്രീനിലേക്ക് നോക്കിയിരുന്നു.

എന്തൊക്കെയാകും ടീച്ചർ പറയുക? ജിജ്ഞാസയോടെ എല്ലാവരും ടീച്ചറെ കാതോർത്തു.

"ഇന്ത്യൻ മഹാസമുദ്രത്തിന്റെ വടക്ക് കിഴക്ക് ഭാഗമാണ് നിങ്ങൾ കാണുന്നത്. അതാണ് ബംഗാൾ ഉൾക്കടൽ. ലോകത്തിലെ ഏറ്റവും വലിയ ഉൾക്കടൽ."

ക്ലാസ് കുറച്ചു നിമിഷങ്ങൾ നിശ്ശബ്ദമായി.

ബംഗാൾ ഉൾക്കടലിന്റെ ഇരമ്പൽ കുട്ടികൾക്ക് അനുഭവപ്പെ

ട്ടുവോ? എന്തോ ചില കാര്യങ്ങൾ ബംഗാൾ ഉൾക്കടലിന് അവരോട് മന്ത്രിക്കാനുണ്ട്. എന്തൊക്കെയായിരിക്കാം അടക്കം പറച്ചിലിലൂടെ കൈമാറിയിട്ടുണ്ടാകുക?

"ഇന്ത്യൻ ഉപഭൂഖണ്ഡത്തിന്റെ കിഴക്ക് ഭാഗത്ത് സ്ഥിതിചെയ്യുന്ന ബംഗാൾ ഉൾക്കടലിന്റെ അതിരുകൾ ഏതൊക്കെയാണ്? ബംഗാൾ ഉൾക്കടലിന്റെ പടിഞ്ഞാറും വടക്കുപടിഞ്ഞാറും ഏതു രാജ്യമാണ്?" ടീച്ചർ ചോദിച്ചു.

"ബംഗാൾ ഉൾക്കടലിന്റെ പടിഞ്ഞാറും വടക്കുപടിഞ്ഞാറും ഇന്ത്യ ചുറ്റപ്പെട്ടു കിടക്കുന്നു. അജീബ് വിളിച്ചുപറഞ്ഞു.

"ശരിയാണോ?" ടീച്ചറുടെ ചോദ്യം കേട്ട് സ്ക്രീനിൽ തെളിഞ്ഞ ഭൂപടത്തിന്റെ ദിക്കുകൾ പരിശോധിച്ചു കുട്ടികൾ ബോദ്ധ്യം വരുത്താൻ തുടങ്ങി. അവർ അജീബ് പറഞ്ഞതിനോട് യോജിച്ചു.

"മാപ്പ് നോക്കിയേ. എന്ത് ആകൃതിയാണ് ബംഗാൾ ഉൾക്കടലിനുള്ളത്?"

"ത്രികോണാകൃതി." കുട്ടികൾ വിളിച്ചു പറഞ്ഞു.

"ഇനി വടക്കുനോക്കിയേ? ഏതു രാജ്യമാണ് തീരം പങ്കിടുന്നത്?"

കുട്ടികൾ ശ്രദ്ധയോടെ ഭൂപടം നിരീക്ഷിച്ച് ഉത്തരം കണ്ടെത്തി.

"ബംഗ്ലാദേശ്."

ടീച്ചറുടെ അടുത്ത ചോദ്യം എന്തായിരിക്കുമെന്ന് ചിലരെങ്കിലും ഊഹിച്ചു. അവർക്ക് ഊഹം തെറ്റിയില്ല.

"കിഴക്കേഅതിരിൽ ഏത് രാജ്യമാണ്?"

സ്ക്രീനിൽ കുട്ടികൾ കണ്ണോടിച്ചു. നിമിഷങ്ങൾക്കകം അത് കണ്ടെത്തി. അമ്മു ഉത്തരം പറയാൻ കൈപൊക്കി. ടീച്ചർ അനുവാദം നല്കി.

"മ്യാൻമർ"

"അതെ. മ്യാൻമർ തന്നെ. ബർമ്മ എന്ന പേരിലാണ് മുമ്പ് മ്യാൻമർ അറിയപ്പെട്ടിരുന്നത്." ടീച്ചർ പറഞ്ഞു.

"ബംഗാൾ ഉൾക്കടലിന്റെ കിഴക്ക് ഭാഗത്ത് ഇന്ത്യയുടെ ഭാഗമായ ആന്തമാൻ നിക്കോബാർ ദ്വീപുകളുണ്ട്. നിങ്ങൾ

സ്ക്രീനിലെ ഭൂപടത്തിലേക്ക് നോക്കൂ. തായ്‌ലന്റ് എന്ന രാജ്യത്തിന് പടിഞ്ഞാറ്, മ്യാൻമറിന്റെ തെക്ക് ഭാഗത്ത് കാണുന്ന ദ്വീപ സമൂഹം. അതാണ് ആന്തമാൻ നിക്കോബാർ ദ്വീപുകൾ. ഈ ദ്വീപുകൾ സ്ഥിതി ചെയ്യുന്നത് ബംഗാൾ ഉൾക്കടലിലാണ്." ടീച്ചർ കൂട്ടിച്ചേർത്തു.

അമ്മുവിന്റെ മനസ്സിൽ ചില ഓർമ്മകൾ ഓടിയെത്തി. അവൾ കണ്ട ഒരു സിനിമയായിരുന്നു അത്. ആന്തമാൻ ദ്വീപിലെ ഒരു ജയിൽ രംഗം. ഓർമ്മയിൽനിന്നും സിനിമയുടെ പേര് അവൾ ചികഞ്ഞെടുത്തു. *കാലാപാനി.* അതുതന്നെ. സ്വാതന്ത്ര്യസമരത്തിൽ പങ്കെടുത്ത ദേശസ്നേഹികളെ നാടുകടത്തി പാർപ്പിച്ചിരുന്ന സെല്ലുലാർ ജയിലിലെ കഥ. അവൾക്ക് ചില ചോദ്യങ്ങൾ ചോദിക്കണമെന്നു തോന്നി.

"ടീച്ചർ ആന്തമാൻ നിക്കോബാർ ദ്വീപുകളെക്കുറിച്ചു ഒന്നു പറഞ്ഞുതരുമോ?" അവൾ ചോദിച്ചു.

"പറയാമല്ലോ." സ്ക്രീനിൽ ആന്തമാൻ നിക്കോബാർ ദ്വീപുകളുടെ ഭൂപടം ടീച്ചർ കാണിച്ചു."

"ചെന്നൈയിൽനിന്നും ഏകദേശം 1200 കിലോമീറ്റർ അകലെയാണ് ആന്തമാൻ നിക്കോബാർ ദ്വീപുകൾ. കേന്ദ്രഭരണപ്രദേശമാണ്. കേന്ദ്രസർക്കാർ നേരിട്ടാണ് ഭരണം നടത്തുന്നത്. ഇന്ത്യയുടെ മുഖ്യമായ കരയെക്കാൾ കൂടുതൽ സാമീപ്യമുള്ളത് മ്യാൻമറിനോടാണ്." ടീച്ചർ വിശദീകരിക്കാൻ തുടങ്ങി.

"ടീച്ചർ അവിടുത്തെ ജനങ്ങൾ?" അമ്മുവിന്റെ ജിജ്ഞാസ കൂടി.

"ഇവിടത്തെ ജനങ്ങളിൽ പലരും സ്വാതന്ത്ര്യസമരത്തിൽ പങ്കെടുത്തതുമായി ബന്ധപ്പെട്ട് നാട് കടത്തപ്പെട്ട് തടവുകാരായി എത്തിപ്പെട്ടവരാണ്. പോർട്ട്ബ്ളയർ തലസ്ഥാനമാണ്. അവിടെ ഒരു തടവറയുണ്ട്. അവിടത്തെ ശിക്ഷ കഴിഞ്ഞ് പലരും ദ്വീപുകളിൽ താമസമാക്കി."

"*കാലാപാനി* സിനിമ ഈ കഥ പറയുന്നുണ്ട്." അമ്മു പറഞ്ഞു.

"*കാലാപാനി* സിനിമ കണ്ടിട്ടുണ്ട്. അല്ലേ?"

“അതെ” കുട്ടികൾ പറഞ്ഞു.

“തടവുകാരായെത്തിയവർ മാത്രമല്ല ഇന്ത്യയിൽനിന്നും നിരവധി കുടുംബങ്ങൾ അവിടെ കുടിയേറിയിട്ടുണ്ട്.” ടീച്ചർ കൂട്ടിച്ചേർത്തു.

“ഇന്ത്യയിൽനിന്നും മറ്റും ആളുകൾ അവിടെ എത്തുംമുമ്പ് അവിടെ ജനങ്ങളില്ലായിരുന്നോ?” ഷീജ ചോദിച്ചു.

“അവിടെ ആദിവാസികൾ ഉണ്ട്.” അമ്മു വിളിച്ചു പറഞ്ഞു.

“ശരിയാണ്. ആദിവാസികളായിരുന്നു അവിടുണ്ടായിരുന്നത്. ഇപ്പോഴും അവരുണ്ട്. എണ്ണത്തിൽ വളരെ കുറവ്. ആന്തമാനീസുകൾ, ഓംഗികൾ, ജാരവകൾ, സെന്റിലിനീസുകൾ തുടങ്ങിയവരും നിക്കോബാർ ദ്വീപുകളിൽ വസിക്കുന്ന നിക്കോബാറികളും ഷോംബേനുകളും ആദിവാസികളുടെ കൂട്ടത്തിൽപ്പെടുന്നു. ഇവരിൽ പല വിഭാഗത്തെയും ലോകത്തിന്റെ മുഖ്യധാരയിൽ എത്തിക്കാൻ കഴിഞ്ഞിട്ടുണ്ടെങ്കിലും ജാരവകളും സെന്റിലിനീസുകളും ഇന്നും ശിലായുഗവാസികളാണ്. അവർ പ്രത്യേകം ദ്വീപുകളിലാണ് വസിക്കുന്നത്. അവർ വസിക്കുന്ന ദ്വീപുകളിൽ ആർക്കും കടന്നുചെല്ലാൻ കഴിയില്ല.”

ടീച്ചർ പറഞ്ഞ കാര്യങ്ങൾ കുട്ടികൾ കൗതുകത്തോടെ കേട്ടിരുന്നു.

ഇപ്പോഴും ശിലായുഗവാസികളുണ്ടെന്നോ! അമ്മു ചിന്തിച്ചു.

“ആദിവാസികളെ ഒഴിച്ചാൽ ഇവിടെ താമസിക്കുന്നവർ ഇന്ത്യയിലെ വിവിധ ദേശങ്ങളിൽനിന്നും കുടിയേറിയവരാണ്. ഇന്ത്യയുടെ ഒരു ചെറിയ പതിപ്പാണ് ദ്വീപുകൾ. ഹിന്ദുവും മുസ്ലീമും ക്രിസ്ത്യനും സിഖുകാരും ഒരുമയോടെ കഴിയുന്ന ഇടം. ബംഗാളിയും മലയാളിയും തമിഴരുമൊക്കെ സ്നേഹത്തോടെ കഴിയുന്ന സ്ഥലമാണത്.

ഇന്ത്യയുടെ സ്വാതന്ത്ര്യസമരചരിത്രം മായാതെ കിടക്കുന്ന ഇടമായതുകൊണ്ട് ചരിത്രാന്വേഷികൾക്ക് പ്രിയപ്പെട്ടതാകുന്നു. ശിലായുഗവാസികൾ ഇന്നും ഇവിടെ ജീവിക്കുന്നതുകൊണ്ട് നരവംശശാസ്ത്രജ്ഞന്മാർക്കും പ്രിയപ്പെട്ട ഇടമായി ദ്വീപുകൾ നില്ക്കുന്നു. വിനോദസഞ്ചാരികൾ ധാരാളമെത്തുന്ന സ്ഥലമാണ്

ആന്തമാൻ നിക്കോബാർ ദ്വീപുകൾ. ദ്വീപുകളെക്കുറിച്ചുള്ള കൂടുതൽ കാര്യങ്ങൾ നിങ്ങൾ അന്വേഷിച്ചു കണ്ടെത്തുക." ടീച്ചർ ആന്തമാൻ ദ്വീപുകളെക്കുറിച്ചുള്ള ചർച്ച അവസാനിപ്പിച്ച് വീണ്ടും ബംഗാൾ ഉൾക്കടലിന്റെ വിശേഷങ്ങളിലേക്ക് കുട്ടികളെ കൂട്ടിക്കൊണ്ടുപോയി.

"ഇനി നമുക്ക് ബംഗാൾ ഉൾക്കടലിന്റെ മറ്റ് അതിരുകൾ നോക്കാം. തെക്ക്പടിഞ്ഞാറെ അതിര് ശ്രീലങ്കയുടെ കിഴക്കൻ പ്രവിശ്യയിലെ സംഗമൻകണ്ടയാണ്." ടീച്ചർ തുടർന്നു.

സ്ക്രീനിൽ കാണുന്ന മാപ്പ് നിരീക്ഷിച്ച് കുട്ടികൾ ബംഗാൾ ഉൾക്കടലിന്റെ തെക്ക് പടിഞ്ഞാറെ അതിര് തിരിച്ചറിഞ്ഞു.

"അപ്പോൾ തെക്ക് കിഴക്കൻ അതിരേതാണ് ടീച്ചർ." ആമിന ചോദിച്ചു.

"പറയാം. നിങ്ങൾ ബംഗാൾ ഉൾക്കടലിന്റെ മാപ്പിൽ ശ്രദ്ധിക്കൂ. സുമാത്ര എന്ന ദ്വീപുകണ്ടോ? സുമാത്ര ഏതു രാജ്യത്തിന്റെ ഭാഗമാണ്?"

"ഇന്തോനേഷ്യ" കൂട്ടത്തിൽ ആരോ വിളിച്ചുപറഞ്ഞു.

"ശരിയാണ്. ലോകത്തിലെ ഏറ്റവും വലിയ ദ്വീപുരാജ്യമാണ് ഇന്തോനേഷ്യ. ഏകദേശം പതിനേഴായിരം ദ്വീപുകൾ. ഇന്ത്യൻ മഹാസമുദ്രത്തിനും പസഫിക് സമുദ്രത്തിനും ഇടയിലുള്ള ദ്വീപുരാജ്യം. അതിലെ പ്രധാനപ്പെട്ട ദ്വീപുകൾ ഏതൊക്കെ എന്നറിയുമോ?"

"സുമാത്ര, ജാവ"

"ഇനിയുമുണ്ട്. ബോർണിയോ, പപ്പുവ, സുലേവസി, ബാലി തുടങ്ങിയവയാണ് പ്രധാന ദ്വീപുകൾ. ഇക്കൂട്ടത്തിൽ ജാവയുടെ പടിഞ്ഞാറ് മലേഷ്യൻ ദ്വീപിന്റെ തെക്ക് കാണുന്ന സുമാത്രയാണ് ഇന്തോനേഷ്യയിലെ ഏറ്റവും വലിയ ദ്വീപ്."

സുമാത്ര ദ്വീപ് കുട്ടികൾ തിരിച്ചറിഞ്ഞു. അമ്മു മനസ്സിൽ ഒരു വര വരച്ചു. ശ്രീലങ്കയുടെ കിഴക്കൻ പ്രവിശ്യയിലെ സംഗമൻകണ്ടയിൽനിന്നും സുമാത്രയിലേക്ക് ഒരു സാങ്കല്പികരേഖ.

അപ്പോൾ ബംഗാൾ ഉൾക്കടലിന്റെ തെക്ക് കിഴക്കൻ അതിര് സുമാത്രയുടെ വടക്കേഅറ്റമായിരിക്കാം." അവൾ ഊഹിച്ചു.

അവളുടെ ഊഹം ശരിയായിരുന്നു.

"സുമാത്ര ദ്വീപിന്റെ വടക്കേ അഗ്രഭാഗമാണ് ബംഗാൾ ഉൾക്കടലിന്റെ തെക്കുകിഴക്കൻ അതിര്." ടീച്ചർ പറഞ്ഞു. അമ്മുവിന് സന്തോഷമായി.

അമ്മു ഭൂപടത്തിൽ സൂക്ഷിച്ചുനോക്കി. അതിൽ അവൾ ആന്തമാൻ കടൽ (Andaman Sea) എന്ന് രേഖപ്പെടുത്തിയിരിക്കുന്നതു കണ്ടു. അവൾക്ക് ജിജ്ഞാസയായി. ആന്തമാൻ കടൽ ബംഗാൾ ഉൾക്കടലിന്റെ ഭാഗമായിരിക്കുമോ? എന്തായാലും ടീച്ചറോട് ചോദിച്ചു കളയാം. അവൾ ചോദ്യവുമായി എഴുന്നേറ്റു.

"ടീച്ചർ അതിൽ ആന്തമാൻ കടൽ കാണുന്നുണ്ടല്ലോ."

"ബംഗാൾ ഉൾക്കടലിന്റെ കിഴക്ക് ഭാഗത്തോട് ചേർന്ന് കിടക്കുന്ന ആന്തമാൻ കടൽ ഇന്ത്യൻ മഹാസമുദ്രത്തിന്റെ ഭാഗം തന്നെയാണ്. ബംഗാൾ ഉൾക്കടലിന്റെ ചില സവിശേഷതകൾ ചർച്ച ചെയ്തിട്ട് അതിലേക്ക് വരാം."

അമ്മു ചോദ്യമുന്നയിച്ചപ്പോഴാണ് മറ്റുള്ളവരും ആന്തമാൻ കടൽ ശ്രദ്ധിച്ചത്. ടീച്ചറുടെ വിശദീകരണം കേട്ട് കുട്ടികൾ ബംഗാൾ ഉൾക്കടലിന്റെ മറ്റു സവിശേഷതകൾ മനസ്സിലാക്കാൻ ടീച്ചറെ നോക്കിയിരുന്നു.

"ബ്രിട്ടീഷ് ഇന്ത്യയുടെ ചരിത്രപ്രധാനമായ ബംഗാൾ പ്രവിശ്യയിലേക്കും അതുവഴി ഇന്ത്യയിലേക്കുമുള്ള പ്രവേശനകവാടം ബംഗാൾ ഉൾക്കടലിലെ കല്ക്കത്താ തുറമുഖമായിരുന്നു. ബംഗാൾ ഉൾക്കടലിന്റെ വിസ്തൃതി അറിയണ്ടേ? 2.172 ദശലക്ഷം ചതുരശ്രകിലോമീറ്റർ. ശരാശരി ആഴമെത്രയെന്നോ? 2,600 മീറ്റർ. ഏറ്റവും ഉയർന്ന ആഴം 4,694 മീറ്റർ."

ടീച്ചർ പറയുന്ന കാര്യങ്ങൾ കുട്ടികൾ നോട്ടു കുറിക്കുന്നുണ്ടായിരുന്നു. കുട്ടികൾക്ക് നോട്ടു കുറിക്കാൻ സമയം കിട്ടും വിധമായിരുന്നു ടീച്ചറുടെ അവതരണങ്ങൾ.

"ബംഗാൾ ഉൾക്കടലിന്റെ തീരം പങ്കിടുന്ന രാജ്യങ്ങൾ ഏതൊക്കെയാണ്?"

"ഇന്ത്യ, ശ്രീലങ്ക, ബംഗ്ലാദേശ്"

"പിന്നെ"

"മ്യാൻമർ, ഇന്തോനേഷ്യ"

കുട്ടികൾ കൃത്യതയോടെ പ്രതികരിച്ചു. ടീച്ചർക്ക് സന്തോഷമായി.

"സുമാത്ര, ജാവ ദ്വീപുകളുടെ തെക്ക് പടിഞ്ഞാറ് തീരത്ത് നിന്നും 300 കിലോമീറ്റർ അകലെയാണ് ഇന്ത്യൻ മഹാസമുദ്രത്തിലെ അടിത്തട്ടിലെ ഏറ്റവും ആഴത്തിലുള്ള കിടങ്ങ്. ജാവ കിടങ്ങ് (Java Trench) എന്നും സുന്ദകിടങ്ങ് (Sunda Trench) എന്നും വിളിക്കും. ഏകദേശം 3200 കിലോമീറ്റർ നീളവും 7,290 മീറ്റർ ആഴവുമുണ്ട്. ഇത് ബംഗാൾ ഉൾക്കടലിലെ നിക്കോബാർ ദ്വീപുകൾക്കടുത്തുവരെ എത്തുന്നുണ്ട്. ഭൂകമ്പസജീവമാണ് ഈ കിടങ്ങ്. ഭൂകമ്പത്തെത്തുടർന്ന് ബംഗാൾ ഉൾക്കടലിലൂടെയുള്ള സുനാമിയുടെ വരവ് 2004 ൽ നമ്മൾ നേരിട്ടനുഭവിച്ചിട്ടുണ്ട്."

"ഇനിയും സുനാമി വരുമോ?" അമ്മു തെല്ലൊരു ഭയത്തോടെ ചോദിച്ചു.

"പ്രകൃതിദുരന്തങ്ങൾ എപ്പോഴും ഉണ്ടാകാമല്ലോ. നമ്മൾക്ക് സുരക്ഷ ഉറപ്പാക്കാൻ ദുരന്തനിവാരണകേന്ദ്രങ്ങൾ കരുതലോടെ എപ്പോഴുമിരിക്കണം. നമ്മൾക്കും ജാഗ്രത വേണം." ടീച്ചർ കുട്ടികളെ ആശ്വസിപ്പിച്ചുകൊണ്ടുപറഞ്ഞു.

"ലോകത്ത് ഏറ്റവും മാരകമായ ഉഷ്ണമേഖലചക്രവാതങ്ങൾ (Tropical cyclones) ഉണ്ടാകുന്ന ഉൾക്കടലാണ് ബംഗാൾ ഉൾക്കടൽ എന്നാണ് കാലാവസ്ഥാപഠനം നടത്തുന്ന ശാസ്ത്രജ്ഞന്മാർ പറയുന്നത്. എഴുത്തുകാരനും കാലാവസ്ഥാപഠനം നടത്തുന്ന ശാസ്ത്രജ്ഞനുമായ ബോബ് ബെൻസന്റെ നിരീക്ഷണത്തിൽ ബംഗാൾ ഉൾക്കടലിന്റെ വടക്ക് കിഴക്ക് ഭാഗം ലോകത്ത് മറ്റൊരിടത്തും കാണാത്ത തരത്തിലുള്ള കൊടുംവിപത്തുകൾക്ക് ഇടവരുത്തുന്ന കടൽക്ഷോഭങ്ങൾക്കും അന്തരീക്ഷപ്രക്രിയകൾക്കും വശംവദമാകുന്ന ഭാഗമാണ്."

ടീച്ചർ ബംഗാൾ ഉൾക്കടലിന്റെ രൗദ്രഭാവങ്ങൾ വിശദീകരിക്കാൻ തുടങ്ങി. കുട്ടികൾ ആകാംക്ഷാഭരിതരായി.

"ഇന്ത്യയുടെ കിഴക്കൻ സംസ്ഥാനങ്ങളിലും വടക്കുള്ള സംസ്ഥാനങ്ങളിലും ബംഗാൾ ഉൾക്കടലിൽ രൂപംകൊള്ളുന്ന

ചുഴലിക്കാറ്റുകൾ വൻനാശം വിതയ്ക്കാറുണ്ട്. ബംഗാൾ ഉൾക്കടലിന്റെ രൗദ്രഭാവം നമ്മളും കാണാറില്ലേ?" ടീച്ചറുടെ ചോദ്യം കുട്ടികളിൽ ചില പ്രതികരണങ്ങൾ ഉളവാക്കി.

"ടീച്ചർ കേട്ടിട്ടുണ്ട്. അനുഭവിച്ചിട്ടുണ്ട്. ബംഗാൾ ഉൾക്കടലിൽ ന്യൂനമർദ്ദം. അത് ഇന്ത്യൻ തീരത്തേക്ക് അടുക്കുന്നു. കാലവർഷം ശക്തമാകും. ശക്തമായ മഴ, കാറ്റ്" അമ്മുവാണ് പ്രതികരിച്ചത്.

അമ്മുവിന്റെ പ്രതികരണം കേട്ട് മറ്റ് കുട്ടികളും പ്രതികരിക്കാൻ തുടങ്ങി.

"തീവ്രമഴയ്ക്കും അതിതീവ്രമഴയ്ക്കും സാദ്ധ്യത, ചില ജില്ലകളിൽ ഗ്രീൻ അലർട്ട്, ചില ജില്ലകളിൽ യെല്ലോ അലർട്ട്, ഓറഞ്ച് അലർട്ട്, റെഡ് അലർട്ട് എന്നൊക്കെ കേട്ടിട്ടുണ്ട് ടീച്ചർ." അജീബ് പറഞ്ഞു.

"ടീച്ചർ, അതിശക്തമായ മഴയും തീവ്രമഴയുമൊക്കെ ഉണ്ടാകുമ്പോൾ മണ്ണിടിച്ചിലും ഉരുൾപൊട്ടലുമൊക്കെ ഉണ്ടാകും. എത്ര ജീവനുകളാണ് നമുക്ക് നഷ്ടപ്പെട്ടിട്ടുള്ളത്. എത്രപേർക്കാണ് കിടപ്പാടം നഷ്ടപ്പെട്ടത്. കന്നുകാലികളും മറ്റു ജീവികളും ഒക്കെ മരിച്ചുപോയിട്ടുണ്ട്." അമ്മു സങ്കടത്തോടെ പറഞ്ഞു. ക്ലാസ് കുറച്ചു സമയം മൗനം പൂണ്ടു.

"നിങ്ങൾക്ക് മൺസൂൺ എന്നാൽ എന്താണെന്നറിയാമല്ലോ."

"മഴ" അജീബ് വിളിച്ചുപറഞ്ഞു.

"മൺസൂൺ എന്ന് കേൾക്കുമ്പോൾ മഴ ഉത്സവമാണ് നമ്മുടെ മനസ്സിലെത്തുക."

"ടീച്ചറേ മൺസൂൺ എന്നത് മഴയാണോ?" അമ്മു ചോദിച്ചു.

"ഗതി മാറി വരുന്ന കാറ്റാണ് മൺസൂൺ."

"എന്തുകൊണ്ടാണ് ഗതി മാറുന്നത്?"

"താപത്തിലുള്ള ഏറ്റക്കുറച്ചിൽ മൂലം വായുവിന്റെ മർദ്ദത്തിൽ വ്യത്യാസം വരും. മർദ്ദം കുറഞ്ഞ മേഖലകളും മർദ്ദം കൂടിയ മേഖലകളുമുണ്ടാകും. അപ്പോൾ വായു എന്തുചെയ്യും?

മർദ്ദം കൂടിയ മേഖലയിൽനിന്നും മർദ്ദം കുറഞ്ഞ മേഖലയിലേക്ക് വായു പായും. വായുവിന്റെ മർദ്ദംകുറഞ്ഞ മേഖലകളാണ് ന്യൂനമർദ്ദമേഖലകൾ. ഋതുക്കൾ മാറിവരുന്നതനുസരിച്ച് ന്യൂന

മർദ്ദമേഖലകൾ ഉണ്ടാകുകയും ഇത്തരം അന്തരീക്ഷപ്രതിഭാസ ങ്ങൾ നടക്കുകയും ചെയ്യും."

"മൺസൂണിന് മഴയുമായി എന്തു ബന്ധം?"

"സമുദ്രത്തിലെ ഗതിമാറിവരുന്ന ഇത്തരം മൺസൂൺ കാറ്റു കൾ നീരാവിയുമായിട്ടാണ് വരവ്. നീരാവി തണുത്ത് മഴമേഘ ങ്ങളായി മാറും. മൺസൂൺ കാറ്റുകൾ അങ്ങനെ മഴ പെയ്യിക്കും. ഇന്ത്യ ഉൾപ്പെടെയുള്ള തെക്കുഏഷ്യൻമേഖലയെ സ്വാധീനി ക്കുന്ന കാലാവസ്ഥാ പ്രതിഭാസമാണ് മൺസൂൺ. നമ്മളുടേത് മൺസൂൺ ക്ലൈമറ്റാണ്."

"മൺസൂൺ ക്ലൈമറ്റ് ഒന്നു വിശദീകരിക്കാമോ?" അദിതി ചോദിച്ചു.

"വിശദീകരിക്കാമല്ലോ. ഒരു പ്രദേശത്തെ കാറ്റിന്റെ ദിശ ഋതു ക്കൾ മാറിവരുന്നതിനനുസരിച്ച് 120 ഡിഗ്രിയോ അതിൽ കൂടു തലോ തിരിയുകയാണെങ്കിൽ ആ പ്രദേശം മൺസൂൺ ക്ലൈമറ്റി ലാണ്. അങ്ങനെയൊരു പ്രതിഭാസം നടക്കുന്ന പ്രധാനമേഖല യാണ് ബംഗാൾ ഉൾക്കടലും അറബിക്കടലും ഇന്ത്യയും ഉൾപ്പെ ടുന്ന ഏഷ്യൻ മേഖലയും." ടീച്ചർ വിശദീകരിച്ചു.

"ഇന്ത്യ, ബംഗ്ലാദേശ്, മ്യാൻമർ, ഭൂട്ടാൻ, നേപ്പാൾ, ശ്രീലങ്ക, തൈവാൻ, ജപ്പാൻ രാജ്യങ്ങളിൽ മഴ ലഭിക്കാൻ ബംഗാൾ ഉൾക്ക ടലിലെ മൺസൂൺകാറ്റുകൾ പങ്കുവഹിക്കുന്നുണ്ട്. കേരളം, പശ്ചി മഘട്ടം, കൊങ്കൺ, ഗോവ തുടങ്ങിയ പ്രദേശങ്ങളിൽ മഴ ലഭി ക്കാൻ അറബിക്കടലിലെ മൺസൂൺ കാറ്റുകളും പങ്കുവഹിക്കു ന്നുണ്ട്.

ഇന്ത്യൻ ഭൂഖണ്ഡത്തിന്റെ മൺസൂണിന് രണ്ട് കൈവഴിക ളാണ് ഉള്ളത്. അതിലൊന്ന് ബംഗാൾ ഉൾക്കടലിൽനിന്നും ഇന്ത്യ യുടെ കിഴക്കും ബംഗാൾ മേഖലയിലും ഹിമാലയത്തിലും എത്തുന്ന വഴി. മറ്റൊന്ന് അറബിക്കടലിൽനിന്നും കേരളം കൊങ്കൻ, ഗോവ, പശ്ചിമഘട്ടം വരെ എത്തുന്ന വഴി. മൺസൂൺ എന്ന കാലാവസ്ഥാ പ്രതിഭാസം 'മൺസൂൺ ക്ലൈമറ്റിൽ' വരുന്ന രാജ്യങ്ങളുടെ സമ്പദ് ഘടനയെ സ്വാധീനിക്കുന്നുണ്ട്." ടീച്ചർ തുടർന്നു.

“മൺസൂണിനെ ധനമന്ത്രിയെന്നാണ് വിളിക്കുന്നത്. എന്തു കൊണ്ടാകാം.” ടീച്ചർ ചിരിച്ചുകൊണ്ടു ചോദിച്ചു.

കുട്ടികൾ ചിന്തയിലാണ്ടു. “അങ്ങനെ വിളിക്കാൻ എന്തായി രിക്കും കാരണം?” ഓരോരുത്തരും ഊഹിക്കാൻ തുടങ്ങി. പക്ഷേ, പറയാൻ ഒരു മടി.

ടീച്ചർ അമ്മുവിന് നേരെ വിരൽചൂണ്ടി. എന്തു പറയണമെ ന്നറിയാതെ അമ്മു ഒന്നു പതുങ്ങി. എങ്കിലും അവൾ പറയാൻ തുടങ്ങി:

“മൺസൂൺ ഉണ്ടെങ്കിലല്ലേ മഴയുള്ളൂ. മഴ ഉണ്ടെങ്കിലല്ലേ വെള്ളം കിട്ടുള്ളൂ. വെള്ളം ഉണ്ടെങ്കിലല്ലേ കൃഷി ചെയ്യാനാകൂ. മഴയുണ്ടെങ്കിൽ നല്ല വിള കിട്ടും. ഭക്ഷ്യസാധനങ്ങൾ കിട്ടും.” ഇത്രയും പറഞ്ഞ് അമ്മു പെട്ടെന്നിരുന്നു.

“ശരിയാണ്. കൃഷി നമ്മുടെ സമ്പദ്ഘടനയുടെ പ്രധാന ഘട കമാണ്. മഴ ലഭിച്ചില്ലെങ്കിൽ കൃഷി നടക്കില്ല” ടീച്ചർ പറഞ്ഞു.

“കാലവർഷം വൈകിയാലോ?”

“കൃഷിയെ ബാധിക്കും.” അജീബ് പറഞ്ഞു.

“കാലവർഷത്തിന്റെ കാഠിന്യം കൂടിയാലോ?”

“വിളകൾ നശിക്കും.” അമ്മു പറഞ്ഞു.

“ഇപ്പോൾ നിങ്ങൾക്ക് മനസ്സിലായിക്കാണും മൺസൂണിനെ ധനമന്ത്രി എന്നു വിളിക്കുന്നത് എന്തുകൊണ്ടാണെന്ന്.” ടീച്ച റുടെ വിശദീകരണം കേട്ട് കുട്ടികൾ തലയാട്ടി.

“ഇന്ത്യയിൽ ജൂൺ മുതൽ സെപ്തംബർ മാസം വരെ ലഭി ക്കുന്ന തെക്കുപടിഞ്ഞാറൻ മൺസൂണിനും ഒക്ടോബർ മുതൽ ഡിസംബർ വരെ നീണ്ടുനില്ക്കുന്ന വടക്ക് കിഴക്കൻ മൺസൂ ണിനും ബംഗാൾ ഉൾക്കടൽ വേദിയൊരുക്കുന്നു.”

“ഇടവപ്പാതിക്കും തുലാവർഷത്തിനും അല്ലേ ടീച്ചർ.” കുട്ടി കൾ പ്രതികരിച്ചു.

“ടീച്ചറേ ചില ചോദ്യങ്ങൾ കൂടിയുണ്ട്.”

“പറഞ്ഞോളൂ.”

“ബംഗാൾ ഉൾക്കടലിൽ ഇത്തരത്തിൽ ന്യൂനമർദ്ദം രൂപംകൊള്ളാൻ കാരണമെന്താണ്? എങ്ങനെയാണവ രൂപം

കൊള്ളുന്നത്?"

അമ്മു ചോദിച്ചു. അമ്മു അങ്ങനെയാണ്. ചോദ്യങ്ങൾ ചോദിക്കുന്ന കാര്യത്തിൽ ഒരു പിശുക്കും കാണിക്കില്ല.

"നമുക്ക് അതിന്റെ വിശദാംശങ്ങളിലേക്ക് കടക്കാം. വളരെ ചൂടേറിയ ഉൾക്കടലാണ് ബംഗാൾ ഉൾക്കടൽ. ഉൾക്കടലിന്റെ ഉപരിതലത്തിലെ ഉയർന്ന ഊഷ്മാവ് കാരണം ഉപരിതലത്തിലെ ഈർപ്പമുള്ള വായു ചൂടുപിടിച്ച് പെട്ടെന്ന് മുകളിലോട്ട് ഉയരുന്നു. അതിന്റെ ഫലമായി ഉപരിതലത്തിനോട് ചേർന്ന ഭാഗത്തെ വായുവിന്റെ അളവ് ആനുപാതികമായി കുറയും. മർദ്ദവും കുറയും. ചൂടുവായു മുകളിലേക്ക് ഉയരുന്നതോടെ താഴെ കുറഞ്ഞ മർദ്ദമുള്ള ഒരു ഇടം അഥവാ ന്യൂനമർദ്ദം രൂപംകൊള്ളും. ഇതു മൂലം എന്താണ് സംഭവിക്കുന്നത്?" ടീച്ചറുടെ ചോദ്യത്തോട് അജീബ് പ്രതികരിച്ചു.

"ചുറ്റുമുള്ള മർദ്ദം കൂടിയ പ്രദേശങ്ങളിൽനിന്നും വായു ന്യൂനമർദ്ദമുള്ള ഇടത്തേക്ക് പാഞ്ഞുവരുന്നു."

"ശരിയാണ്. ഇനി എന്താണ് സംഭവിക്കുന്നതെന്ന് നോക്കാം. താരതമ്യേന മർദ്ദം കൂടിയ പ്രദേശങ്ങളിൽനിന്നും ന്യൂനമർദ്ദഭാഗത്തേക്ക് എത്തുന്ന വായു കടലുമായുള്ള സമ്പർക്കംകൊണ്ട് ഈർപ്പംകൂടി വീണ്ടും ചൂടുപിടിച്ച് മുകളിലേക്ക് ഉയരും. ഇങ്ങനെ മുകളിലേക്ക് ഉയരുന്ന ഈർപ്പമുള്ള വായു പിന്നീട് തണുത്ത് മേഘങ്ങളായി മാറും. ഈ പ്രക്രിയ തുടർന്നുകൊണ്ടിരുന്നാൽ എന്താണ് സംഭവിക്കുക? തീവ്രന്യൂനമർദ്ദത്തിലേക്കും അതിതീവ്ര ന്യൂനമർദ്ദത്തിലേക്കും അവസാനം ചുഴലിക്കാറ്റിലേക്കും മാറും. ന്യൂനമർദ്ദം രൂപപ്പെട്ടതിന്റെ സമീപപ്രദേശങ്ങളിൽ ശക്തമായ കാറ്റും മഴയും ഉണ്ടാകും."

"ആഗോളതാപനവും ഇത്തരം ന്യൂനമർദ്ദമേഖലകൾ രൂപം കൊള്ളുന്നതിന് ഇടയാക്കുന്നില്ലേ?" അമ്മു ചോദിച്ചു.

"ബംഗാൾ ഉൾക്കടലിന്റെ ഉപരിതലത്തിലെ ഊഷ്മാവിനെ ആഗോളതാപനവും സ്വാധീനിക്കുന്നുണ്ട്. ബംഗാൾ ഉൾക്കടലിലെ ഉപരിതലത്തിലെ ഉയർന്ന ഊഷ്മാവ് അങ്ങേയറ്റം മാരകമായ ചക്രവാതങ്ങൾ ഉണ്ടാകുന്നതിനെ ഉത്തേജിപ്പിക്കുന്നു." ടീച്ചർ പറഞ്ഞു.

"ഏതൊക്കെ നദികളാണ് ബംഗാൾ ഉൾക്കടലിൽ പതിക്കുന്നത്?"

"ഇന്ത്യൻ നദികളായ മഹാനദി, ഗോദാവരി, കൃഷ്ണ, കാവേരി തുടങ്ങിയ നദികൾ ഉൾക്കടലിന്റെ പടിഞ്ഞാറുഭാഗത്തും ഗംഗ, ബ്രഹ്മപുത്ര തുടങ്ങിയ നദികൾ വടക്കുഭാഗത്തും പതിക്കുന്നു. ശ്രീലങ്കയിലെ യാൻനദി, മ്യാൻമറിലെ ഇറാവാടി നദി എന്നിവയും ബംഗാൾ ഉൾക്കടലിൽ പതിക്കുന്നു."

"ടീച്ചർ, ബംഗാൾ ഉൾക്കടലിലെ മത്സ്യബന്ധനത്തിന്റെ അവസ്ഥ എന്താണ്?" അമ്മു ചോദിച്ചു.

"ലോകത്തിലെ മത്സ്യബന്ധനത്തിന്റെ കണക്കെടുത്താൽ ഏകദേശം ഏഴു ശതമാനം ബംഗാൾ ഉൾക്കടലിൽ നിന്നാണ്." ടീച്ചർ പറഞ്ഞു.

"ഇനി നിങ്ങൾ മുമ്പു ചോദിച്ച ആന്തമാൻ കടലിലേക്ക് കടക്കാം."

അടുത്ത ഘട്ടത്തിലേക്കു കടക്കാനുള്ള സാഹചര്യം ഒരുങ്ങുന്നതിനുമുമ്പ് സിന്ധു ഒരു ചോദ്യവുമായി എഴുന്നേറ്റു.

"ടീച്ചർ ബംഗാൾ ഉൾക്കടലിലെ പ്രധാന തുറമുഖങ്ങൾ ഏതൊക്കെയാണ്? ചെന്നൈ, തൂത്തുക്കുടി, കല്ക്കത്ത, കൊളംബോ തുടങ്ങിയ തുറമുഖങ്ങളെക്കുറിച്ച് കേട്ടിട്ടുണ്ട്. മറ്റ് പ്രധാന തുറമുഖങ്ങൾ ഏതൊക്കെയാണ്?"

രാജശേഖരൻമാഷ് കുട്ടികളെ കൂടുതൽ ചോദ്യങ്ങൾ ചോദിക്കാൻ പ്രോത്സാഹിപ്പിക്കുന്നുണ്ടായിരുന്നു.

"ശരി. അതുംകൂടി നമുക്ക് ചർച്ചചെയ്യാം." ടീച്ചർ പറഞ്ഞു.

"ചെന്നൈ, തൂത്തുക്കുടി, പുതുശ്ശേരി, വിശാഖപട്ടണം, ധമ്റ, പാരദ്വീപ്, കൃഷ്ണപട്ടണം, കല്ക്കത്ത, പോർട്ട്ബ്ളയർ എന്നിവ ബംഗാൾ ഉൾക്കടലിലെ ഇന്ത്യയുടെ പ്രധാന തുറമുഖങ്ങളാണ്. ചിറ്റഗോങ്, മോൻഗ്ല എന്നിവ ബംഗ്ലാദേശിലെ പ്രധാന തുറമുഖങ്ങളാണ്. കൊളംബോ ശ്രീലങ്കയിലെ തുറമുഖമാണ്." ടീച്ചർ തുടർന്നു.

"അപ്പോൾ മ്യാൻമറിൽ തുറമുഖമില്ലേ?" അജീബ് ചോദിച്ചു.

"ഉണ്ട്. സിറ്റ്വെ (Sittwe) തുറമുഖവും ക്യവുക്പിയു

(Kyaukpyu) എന്നിവയാണ് മ്യാൻമറിന്റെ ബംഗാൾ ഉൾക്കടലിലെ പ്രധാന തുറമുഖങ്ങൾ."

"ഇന്ത്യൻ തുറമുഖങ്ങൾ ഏതൊക്കെ സംസ്ഥാനങ്ങളിലാണ്?" അമ്മു ചോദിച്ചു.

"ചെന്നൈ, തൂത്തുക്കുടി എന്നീ തുറമുഖങ്ങൾ തമിഴ്നാട്ടിലാണ് എന്നറിയാമല്ലോ. പുതുശ്ശേരി തുറമുഖം പുതുശ്ശേരി എന്ന സംസ്ഥാനത്തിലാണ്. കൃഷ്ണപട്ടണം, വിശാഖപട്ടണം തുറമുഖങ്ങൾ ആന്ധ്രാപ്രദേശിലാണ്. ധമ്റ, പാരദ്വീപ് തുറമുഖങ്ങൾ ഒഡിഷയിലാണ്. കല്ക്കത്ത തുറമുഖം പശ്ചിമബംഗാൾ. ഇനി പോർട്ട്ബ്ലയർ എവിടെയാണ്?"

"ആന്തമാൻ" കുട്ടികൾ പറഞ്ഞു.

"ഇനി നമുക്ക് ആന്തമാൻ കടലിലേക്ക് പോകാമല്ലോ?"

"പോകാം ടീച്ചർ" കുട്ടികൾ ഒരുമിച്ചു പറഞ്ഞു.

ആന്തമാൻ കടലിന്റെ ഭൂപടം സ്ക്രീനിൽ തെളിഞ്ഞു. കുട്ടി

കൾ അതിന്റെ അതിരുകളെക്കുറിച്ചും വിസ്തൃതിയെക്കുറിച്ചുമുള്ള ചിന്തയിൽ മുഴുകി. ടീച്ചറുടെ ചോദ്യമുയർന്നു.

ബംഗാൾ ഉൾക്കടലുമായി ചേർന്നു കിടക്കുന്നതും ഇന്ത്യൻ മഹാസമുദ്രത്തിന്റെ ഭാഗവുമായ കടലാണ് ആന്തമാൻ കടൽ എന്ന ധാരണ ചർച്ചയിലൂടെ കുട്ടികൾ നേടി.

"ബംഗാൾ ഉൾക്കടലിന്റെ ഏതു ഭാഗത്താണ് ആന്തമാൻ കടൽ സ്ഥിതിചെയ്യുന്നത്?"

"തെക്ക്കിഴക്ക്."

"മ്യാൻമറിന്റെ ഏതു ദിക്കിലാണ്?"

"തെക്ക്."

"ആന്തമാൻ കടലിന്റെ കിഴക്ക് ഏത് രാജ്യമാണ്?"

കുട്ടികൾ അല്പനേരം സ്ക്രീനിൽ തിരഞ്ഞു.

"ടീച്ചർ, അത് തായ്ലന്റ് ആണ്."

"ശരി. ആന്തമാൻ നിക്കോബാർ ദ്വീപുകളുടെ ഏത് ദിക്കിലാണ് ഈ കടൽ സ്ഥിതിചെയ്യുന്നത്?"

"കിഴക്ക്"

"സുമാത്ര ദ്വീപിന്റെ ഏത് ഭാഗത്താണ് ആന്തമാൻ കടൽ?"

"വടക്ക്"

"ഭൂപടത്തിൽ മലേഷ്യ കാണുന്നില്ലേ? അതാണ് മലേഷ്യൻ ഉപദ്വീപ്."

കുട്ടികൾ മലേഷ്യൻ ഉപദ്വീപ് ഭൂപടത്തിൽ നിരീക്ഷിച്ചു.

"ആന്തമാൻ കടൽ മലേഷ്യൻ ഉപദ്വീപിന്റെ ഏത് ദിശയിൽ വരും?"

ടീച്ചറുടെ ചോദ്യം കേട്ട് കുട്ടികൾ ദിക്ക് തിരിച്ചറിയാൻ ശ്രമം നടത്തി. ടീച്ചർ അവർക്ക് വേണ്ടത്ര സമയവും കൊടുത്തു.

"പടിഞ്ഞാറ്"

"വടക്ക്" കുട്ടികൾ ദിക്കുകൾ വിളിച്ചുപറയാൻ തുടങ്ങി.

"ശരിക്കും പടിഞ്ഞാറാണോ? വടക്കാണോ? അതോ വടക്ക് പടിഞ്ഞാറാണോ?"

"വടക്ക് പടിഞ്ഞാറ്." ഉടൻ ഉത്തരം വന്നു.

"ആന്തമാൻ ദ്വീപുകളുടെ പേരിൽ നിന്നാണോ ഈ കടലിന് ആന്തമാൻ കടൽ എന്ന പേര് വന്നത്?" നികിത ചോദിച്ചു.

"അതെ. ബർമ്മകടലെന്നാണ് മുമ്പ് അറിയപ്പെട്ടിരുന്നത്."

"മത്സ്യബന്ധനത്തിനു തീരദേശരാജ്യങ്ങൾക്കിടയിലെ ചരക്കുഗതാഗതത്തിനും ആന്തമാൻ കടൽ പ്രയോജനപ്പെടുത്തുന്നു. ഈ കടലിലെ പവിഴപ്പുറ്റുകളും ദ്വീപുകളും വിനോദസഞ്ചാര കേന്ദ്രങ്ങളാണ്. ഭൂകമ്പവും സുനാമിയും ആന്തമാൻ കടലിനെയും തീരദേശപ്രദേശ രാജ്യങ്ങളെയും ബാധിക്കാറുണ്ട്. 2004 ൽ സുമാത്ര കേന്ദ്രീകരിച്ചുണ്ടായ ഭൂകമ്പവും സുനാമിയും വലിയ നാശനഷ്ടങ്ങൾ ആന്തമാൻ കടൽത്തീരങ്ങളിലും ഉണ്ടാക്കി." ടീച്ചർ തുടർന്നു.

"ഇനി കടലിന്റെ വിസ്തൃതിയും ആഴവും അറിയണ്ടേ?"

കുട്ടികൾ തലയാട്ടി പ്രതികരിച്ചു.

"ആന്തമാൻ കടലിന്റെ ഉപരിതല വിസ്തൃതി ഏകദേശം 7,97,000 ചതുരശ്രകിലോമീറ്ററാണ്. ശരാശരി ആഴം ഏകദേശം 1096 മീറ്റർ വരും. ഏറ്റവും കൂടിയ ആഴം 4198 മീറ്ററാണ്. പരമാവധി 645 കിലോമീറ്റർ വീതിയും 1200 കിലോമീറ്റർ നീളവുമുണ്ട്." ടീച്ചർ വിശദമാക്കി.

ടീച്ചർ അടുത്ത ചോദ്യത്തിലേക്ക് കടന്നു.

"ആന്തമാൻ കടലുമായി തീരം പങ്കിടുന്ന രാജ്യങ്ങൾ ഏതൊക്കെയാണ്?"

"മ്യാൻമർ, തായ്‌ലന്റ്, സുമാത്ര"

"സുമാത്ര എന്നു പറഞ്ഞാൽ രാജ്യം ഇന്തോനേഷ്യ."

"പിന്നെ"

"മലേഷ്യൻ ഉപദ്വീപിന്റെ വടക്കുപടിഞ്ഞാറു ഭാഗം."

"ഇനിയും"

"ഇന്ത്യയുടെ ഒരു ഭാഗമുണ്ടല്ലോ."

"ആന്തമാൻ നിക്കോബാർ ദ്വീപുകൾ."

കുട്ടികൾ കൃത്യമായും ഉത്തരങ്ങൾ പറയാൻ ശ്രമിച്ചു. ടീച്ചർ അവരെ പ്രോത്സാഹിപ്പിച്ചു. ടീച്ചറമ്മയും രാജശേഖരൻമാഷും മറ്റദ്ധ്യാപകരും കുട്ടികളുടെ ചോദ്യങ്ങളിലും ഉത്തരങ്ങളിലും സംതൃപ്തരായിരുന്നു. അതവരുടെ മുഖഭാവങ്ങളിൽനിന്നും കുട്ടികളും വായിച്ചെടുത്തിരുന്നു.

"മലേഷ്യക്ക് ഭൂമിശാസ്ത്രപരമായി രണ്ട് ഭാഗങ്ങൾ ഉണ്ട്."

മലേഷ്യയുടെ രണ്ടുഭാഗങ്ങൾ ഉൾപ്പെടുന്ന ഭൂപടം തൊട്ടുകാണിച്ച് ടീച്ചർ തുടർന്നു.

"പടിഞ്ഞാറ് ഭാഗത്ത് മലേഷ്യൻ ഉപദ്വീപും കിഴക്ക് ഭാഗത്ത് കിഴക്കൻ മലേഷ്യയും. ഈ രണ്ടു ഭാഗങ്ങളെയും ഭൂമിശാസ്ത്ര പരമായി വിഭജിക്കുന്നത് പസഫിക് സമുദ്രത്തിന്റെ ഭാഗമായ തെക്കൻ ചൈനാക്കടൽ ആണ്. മലേഷ്യൻ ഉപദ്വീപ് തായ്‌ലന്റിന് തെക്കുഭാഗത്ത് സ്ഥിതിചെയ്യുന്നു. അത് സിംഗപ്പൂരുമായി അതിർത്തി പങ്കിടുന്നു. കിഴക്കൻ മലേഷ്യയോ? ഇന്തോനേഷ്യൻ ദ്വീപായ ബോർണിയോയുടെ വടക്കുഭാഗത്ത് ചേർന്ന് കിടക്കുന്നു. രണ്ടിനും ഇടയിൽ തെക്കൻ ചൈനാക്കടൽ." മലേഷ്യയെക്കുറിച്ച് കുട്ടികൾ കേട്ടിട്ടുണ്ട്. പക്ഷേ, മലേഷ്യയുടെ ഭൂമിശാസ്ത്ര പരമായ വിഭജനം കുട്ടികളിൽ കൗതുകമുണർത്തി.

"ആന്തമാൻ കടൽ അപ്പോൾ മലേഷ്യൻ ദ്വീപിന്റെ വടക്ക് പടിഞ്ഞാറ് ഭാഗവുമായിട്ടാണ് തീരം പങ്കിടുന്നത് അല്ലേ ടീച്ചർ." അജീബ് ചോദിച്ചു.

"അതെ. ഇക്കാര്യം നേരത്തെ ആന്തമാൻ കടലിന്റെ സ്ഥാനം

ചർച്ച ചെയ്തപ്പോൾ സൂചിപ്പിച്ചുവല്ലോ." ടീച്ചർ പറഞ്ഞു. അജീബ് തലയാട്ടി.

അമ്മുവിന്റെ കണ്ണുകൾ ഭൂപടത്തിന്റെ ചില ഭാഗങ്ങളിലേക്ക് കേന്ദ്രീകരിച്ചു. സുമാത്രദ്വീപിനും മലേഷ്യൻ ദ്വീപിനും ഇടയിലുള്ള വിടവിലേക്കും അതിലൂടെ തെക്കൻ ചൈനാക്കടലിലേക്കും ദൃഷ്ടിപാഞ്ഞു. അവളുടെ ചിന്തയിൽ ചില ചോദ്യങ്ങൾ ഉയർന്നു. അമ്മു കൈ ഉയർത്തി. ടീച്ചർ അത് ശ്രദ്ധിച്ചു.

"എന്താ കുട്ടി പറഞ്ഞോളൂ."

"ടീച്ചർ ഇവിടെ ഞാനൊരു പാത കണ്ടെത്തി. ആന്തമാൻ കടലിലൂടെ സുമാത്രയ്ക്കും മലേഷ്യൻ ദ്വീപിനും ഇടയിലൂടെ കിഴക്കൻ ചൈനാക്കടലിൽ എത്താം. അതായത് ഇന്ത്യൻ മഹാസമുദ്രത്തിൽനിന്നും പസഫിക് സമുദ്രത്തിലേക്ക് കടക്കാം." അമ്മുവിന്റെ നിരീക്ഷണം എല്ലാവരുടെയും ചിന്തയെ അങ്ങോട്ട് നയിച്ചു.

"ശരിയാണ്. ശരിയാണ്." കുട്ടികൾ വിളിച്ചു പറഞ്ഞു. ടീച്ചറമ്മയും രാജശേഖരൻമാഷും അമ്മുവിന്റെ നിരീക്ഷണപാടവത്തെ കൈയുയർത്തി അഭിനന്ദിച്ചു.

"അമ്മുവിന്റെ നിരീക്ഷണം കൃത്യമാണ്. അമ്മു ചൂണ്ടിക്കാട്ടിയത് ഒരു കടലിടുക്കാണ്. ഇതാണ് മലാക്ക കടലിടുക്ക് (Strait of Malacca). ഏതാണ് ഇന്ത്യൻ മഹാസമുദ്രത്തെയും പസഫിക് സമുദ്രത്തെയും തമ്മിൽ ബന്ധിപ്പിക്കുന്ന കടലിടുക്ക്? ഇതിന്റെ സ്ഥാനം ശ്രദ്ധിക്കൂ. എവിടെയാണ് ഈ കടലിടുക്ക്?"

"ഇന്തോനേഷ്യയുടെ സുമാത്ര ദ്വീപിനും മലേഷ്യൻ ഉപദ്വീപിനും ഇടയ്ക്ക്" കുട്ടികൾ പറഞ്ഞു.

"കിഴക്കൻ മേഖലയിലെ ഏറ്റവും തിരക്കുള്ള കപ്പൽപ്പാതയാണിത്. ചൈന എണ്ണ ഇറക്കുമതി ചെയ്യുന്നത് ഗൾഫ് രാജ്യങ്ങളിൽ നിന്നാണ്. അവിടെനിന്ന് എണ്ണക്കപ്പലുകൾ അറബിക്കടലിലൂടെ ശ്രീലങ്കയെ ചുറ്റി നിക്കോബാർ ദ്വീപിനടുത്തുകൂടി മലാക്ക കടലിടുക്കിലൂടെ കടന്നു ചൈനയിലെ സിങ്ഗാങ് തുറമുഖത്തെത്തുന്നു. ചൈനയുടെ ഉല്പന്നങ്ങൾ ഗൾഫ് രാജ്യങ്ങൾ, ഇന്ത്യ, ശ്രീലങ്ക ഉൾപ്പെടെയുള്ള രാജ്യങ്ങളിലേക്ക് കൊണ്ടുപോകുന്നതും ഈ കപ്പൽപ്പാത വഴിയാണ്. ലോകത്തിലെ ഏറ്റവും പ്രധാനപ്പെട്ട കടലിടുക്കുകളിൽ ഒന്നാണിത്." ടീച്ചർ വിശദീകരിച്ചു.

കുട്ടികളുടെ മനസ്സിൽ കുറെ സമയം മലാക്കാ കടലിടുക്ക്

തെളിഞ്ഞുനിന്നു. മനക്കണ്ണിലൂടെ അങ്ങോട്ടും ഇങ്ങോട്ടും പോകുന്ന കപ്പലുകളും കണ്ടു.

അമ്മു തന്റെ ചിന്തയെ ആന്തമാൻ കടലിലേക്ക് വീണ്ടും കൊണ്ടുവന്നു. അമ്മുവിന് ചില കാര്യങ്ങൾ അറിയണമെന്നുണ്ടായിരുന്നു.

“ടീച്ചർ, ആന്തമാൻ കടലിലെ പ്രധാന തുറമുഖങ്ങൾ ഏതൊക്കെയാണ്?”

“മ്യാൻമറിലെയും തായ്‌ലന്റിലെയും തുറമുഖങ്ങളാണ് ആന്തമാൻ കടൽ ഭാഗത്തുള്ളത്. തായ്‌ലന്റിലെ ഫുക്കെറ്റ് (Phuket), കൻടാങ് (Kantang) തുറമുഖങ്ങൾ, മ്യാൻമറിന്റെ ബസെൻ (Bassein), യഗൂൺ (Yangon) തുടങ്ങിയ തുറമുഖങ്ങളും ആന്തമാൻ കടലിലാണ്.

“ഇവിടെ പ്രധാന നദികൾ ഏതൊക്കെയാണ്?”

“മ്യാൻമറിലെ ഇരാവതി (Irrawaddy) നദി. ഐയർവാഡിയെന്നും വിളിക്കും. ആന്തമാനിൽ പതിക്കും മുമ്പ് മ്യാൻമറിന്റെ തെക്കുഭാഗത്ത് വിശാലമായൊരു ഡെൽറ്റ ഇരാവതി നദി നിർമ്മിക്കുന്നു. ടിബറ്റൻ പ്ലേറ്റോവിൽ നിന്നുത്ഭവിച്ച് തെക്ക്കിഴക്കൻ ചൈനയിലൂടെയും കിഴക്കൻ മ്യാൻമറിലൂടെയും ഒഴുകി മ്യാൻമറിന്റെയും തായ്‌ലന്റിന്റെയും അതിരുകളിലൂടെ വരുന്ന സാൽവീൻ (Salween) നദിയും ആന്തമാൻ കടലിൽ പതിക്കുന്നു. തെക്കുകിഴക്കൻ മ്യാൻമറിലെ താനിന്താർയി (Tanintharyi) നദിയും ആന്തമാൻ കടലിൽ പതിക്കുന്നു.” ടീച്ചർ ആന്തമാൻ കടലിൽ പതിക്കുന്ന പ്രധാന നദികളെ പരിചയപ്പെടുത്തി.

ടീച്ചർ തന്റെ അവതരണത്തിന്റെ അവസാന ഘട്ടത്തിലെത്തി. കൈകൂപ്പി ചിരിച്ചുകൊണ്ട് പറഞ്ഞു:

“കൂട്ടുകാരെ വളരെ ദീർഘമായ ക്ലാസായിരുന്നു നമ്മളുടേത്. ഞാനിവിടെ ക്ലാസ് അവസാനിപ്പിക്കുകയാണ്. ചോദ്യങ്ങൾ ചോദിച്ചുകൊണ്ടും നിരീക്ഷണങ്ങൾ നടത്തിക്കൊണ്ടും എന്നോടൊപ്പം സമുദ്രങ്ങളിലൂടെ നിങ്ങളും യാത്ര ചെയ്യുകയായിരുന്നു.

നിങ്ങളോടൊപ്പം കൂടിയപ്പോൾ എനിക്കു ലഭിച്ച അനുഭവങ്ങൾ വളരെ വലുതായിരുന്നു. എന്നെന്നും അത് ഓർമ്മയിലുണ്ടാകും. സമുദ്രങ്ങളെക്കുറിച്ചുള്ള ചില അറിവുകളാണ് ഞാൻ നിങ്ങളുമായി പങ്കുവച്ചത്. നിങ്ങൾക്ക് ഇനിയും ധാരാളം അറി

യാനുണ്ടാകും. അന്വേഷണം തുടരുക. ഇന്റർനെറ്റിന്റെയും യൂട്യൂബിന്റെയും സഹായത്തോടെ അറിവ് സമ്പന്നമാക്കുക. എല്ലാവർക്കും നന്ദി."

കുട്ടികൾ കൈയടിച്ചു. ടീച്ചറെ പിരിയുന്നതിലുള്ള വിഷമം അവരുടെ മുഖത്ത് നിഴലിച്ചു.

രാജശേഖരൻമാഷ് എഴുന്നേറ്റ് ടീച്ചർക്ക് നന്ദി പറയാൻ അമ്മുവിനെ ക്ഷണിച്ചു.

ടീച്ചറെടുത്ത ക്ലാസിലെ പ്രധാന കാര്യങ്ങൾ ഓർമ്മിപ്പിച്ചുകൊണ്ടാണ് അമ്മു നന്ദിപ്രസംഗം നടത്തിയത്. എല്ലാ സമുദ്രങ്ങളും വീണ്ടും കുട്ടികളുടെ മനസ്സിലൂടെ കടന്നുപോയി. കടലിനെക്കുറിച്ചുള്ള അറിവ് പകർന്നുതന്ന് തന്റെ ചിന്തകളെ സമ്പന്നമാക്കിയ ടീച്ചർക്ക് അമ്മു പ്രത്യേകം നന്ദി പറഞ്ഞു. 'കടലും മനുഷ്യനും' എന്ന വിഷയത്തെ ആസ്പദമാക്കി ഇത്തരത്തിലുള്ള ഒരു ക്യാമ്പ് സംഘടിപ്പിക്കാൻ നേതൃത്വം നല്കുന്ന പ്രഥമ അദ്ധ്യാപികയ്ക്കും രാജശേഖരൻമാഷിനും ടീച്ചറമ്മയ്ക്കും മറ്റ് അദ്ധ്യാപകർക്കും ക്ലാസിൽ പങ്കെടുക്കുന്ന കുട്ടികൾക്കും രക്ഷിതാക്കൾക്കുമൊക്കെ നന്ദി രേഖപ്പെടുത്തുവാൻ അമ്മു മറന്നില്ല. ഗ്ലോബ് മാപ്പ് നിരീക്ഷിക്കേണ്ടതിന്റെ ആവശ്യകതയും അമ്മു ചൂണ്ടിക്കാട്ടി.

"പ്രിയപ്പെട്ട ടീച്ചർ ഞങ്ങളുടെ സ്വപ്നങ്ങൾക്ക് ആകാശത്തേക്കാൾ ഉയരം കടലിനേക്കാൾ ആഴം" എന്നു പറഞ്ഞുകൊണ്ട് അമ്മു വാക്കുകൾ അവസാനിപ്പിക്കുമ്പോൾ കുട്ടികൾ എഴുന്നേറ്റുനിന്ന് ടീച്ചറോട് ആദരവ് പ്രകടിപ്പിച്ചുകൊണ്ട് കൈയടിച്ചു.

ക്ലാസ് അവസാനിക്കും മുമ്പ് രാജശേഖരൻ മാഷിന്റെ നിർദ്ദേശങ്ങൾ വന്നു. "ക്ലാസിൽനിന്നും നേടിയ അറിവുകളും അനുഭവങ്ങളും കുറിപ്പുകളാക്കി മാറ്റണം. വീട്ടുകാരുമായി അനുഭവങ്ങൾ പങ്കുവയ്ക്കണം."

അമ്മുവും അജീബും ചില തീരുമാനങ്ങളെടുത്തു. രണ്ടുപേരുടെയും വീട്ടുകാരെ ഒരുമിച്ചിരുത്തി വീട്ടുസഭ കൂടണം. അവിടെവച്ച് ക്ലാസിനെക്കുറിച്ചുള്ള അനുഭവങ്ങൾ രണ്ടുപേരും ചേർന്ന് അവതരിപ്പിക്കണം. കൂട്ടായി ചർച്ച ചെയ്ത് കുറിപ്പുകൾ തയ്യാറാക്കണം. തീരുമാനങ്ങൾ നടപ്പിലാക്കാനുറച്ച് അവർ ടീച്ചറമ്മയോടൊപ്പം വീട്ടിലേക്ക് നടന്നു.

സമുദ്രഘടന

“Pelagos എന്ന വാക്ക് കേട്ടിട്ടുണ്ടോ? എന്താണ് ആ വാക്കിനർത്ഥം?”

രണ്ടാം ദിവസത്തെ ക്ലാസ് തുടങ്ങുകയാണ്. സമുദ്രഘടനയെക്കുറിച്ചാണ് ക്ലാസ്. ക്ലാസ് എടുക്കാൻ എത്തിയിരിക്കുന്നത് ഡോ. ഡിക്രൂസ്. പട്ടണത്തിലെ ഒരു കോളേജിലെ പ്രൊഫസറാണ്.

സമുദ്രഘടനയിലേക്ക് കടക്കും മുമ്പ് കഴിഞ്ഞ ക്ലാസുമായി ബന്ധപ്പെട്ട അനുഭവങ്ങൾ പങ്കിടാൻ കുട്ടികൾക്ക് അദ്ദേഹം അവസരം നല്കിയിരുന്നു. അനുഭവങ്ങളും അറിവുകളും പ്രകടിപ്പിക്കാൻ കുട്ടികൾ കാണിച്ച ആവേശം അദ്ദേഹത്തെ സന്തോഷിപ്പിച്ചു. കുട്ടികളെ പ്രശംസിക്കാനും അദ്ദേഹം മറന്നില്ല. കുട്ടികളുടെ കണ്ണുകളിൽ ജിജ്ഞാസയുടെ തിളക്കം അദ്ദേഹം കണ്ടു.

‘Pelagos’ എന്ന വാക്കിന്റെ അർത്ഥം കുട്ടികൾക്ക് പറയാനായില്ല.

“മാഷേ ഈ വാക്ക് ഞങ്ങൾ ആദ്യം കേൾക്കുകയാണ്.” അമ്മു പ്രതികരിച്ചു.

“Pelagos ഒരു ഗ്രീക്കുപദമാണ്. അതിന്റെ അർത്ഥം സമുദ്രം എന്നാണ്.” മാഷ് പറഞ്ഞു.

“സമുദ്രത്തിൽ ഉപരിതലമുണ്ടല്ലോ. സമുദ്രത്തിന് അടിത്തട്ടുമുണ്ടല്ലോ.”

"ഉണ്ട്." മാഷിന്റെ ചോദ്യത്തോട് കുട്ടികൾ പ്രതികരിച്ചു.

"സമുദ്രത്തിന്റെ ഉപരിതലം മുതൽ സമുദ്രഅടിത്തട്ടുവരെ കുത്തനെയുള്ള സമുദ്രജലത്തിന് പൊതുവിൽ പെലാജിക് മേഖല- Pelagic zone എന്ന് വിളിക്കും. സമുദ്രവിജ്ഞാനപ്രകാരമാണ് ഈ പേര് നല്കിയിട്ടുള്ളത്."

പെലാജിക് സോൺ കുട്ടികളുടെ മനസ്സിൽ പതിഞ്ഞു. അവർ ചിന്തിക്കാൻ തുടങ്ങി. സമുദ്രത്തിന്റെ ഉപരിതലം മുതൽ അടിത്തട്ടുവരെ അവരുടെ ചിന്തകൾ പാഞ്ഞു. ഒത്തിരി ചോദ്യങ്ങൾ അവരുടെ മനസ്സിലൂടെ കടന്നുപോയി. എല്ലാ ഭാഗങ്ങളും ഒരേ പോലെയായിരിക്കുമോ? എന്തായിരിക്കും അവിടത്തെ പ്രത്യേകതകൾ? സൂര്യപ്രകാശം അടിത്തട്ടുവരെ എത്തുമോ? അവിടെ ഇരുളോ? വെളിച്ചമോ? അവിടെ ജീവജാലങ്ങളുണ്ടാകുമോ? കടൽസസ്യങ്ങളെക്കുറിച്ച് കേട്ടിട്ടുണ്ട്. അവ എല്ലാ ഭാഗത്തും കാണുമോ?" അങ്ങനെ പോയി അവരുടെ ചിന്തകൾ.

ചിലർ മറ്റു ചില ചിന്തകളിലേക്ക് പോയി. ആഴം കൂടുംതോറും ദ്രാവകങ്ങളുടെ മർദ്ദം കൂടുമെന്ന് പഠിച്ചിട്ടുണ്ട്. പരീക്ഷണവും നടത്തിനോക്കിയിട്ടുണ്ട്. സമുദ്രത്തിന്റെ ആഴം എത്രയോ വലുതാണ്? അപ്പോൾ മർദ്ദമോ? വലിയ മർദ്ദമായിരിക്കില്ലേ? അങ്ങനെയെങ്കിൽ അത്രയും വലിയ മർദ്ദത്തെ അതിജീവിക്കാൻ പറ്റിയ ജീവികൾ അടിത്തട്ടിലാകുമോ? ഒക്ടോപസും തിമിംഗലങ്ങളും എവിടെക്കാണും എന്നു ചിന്തിച്ചവരുമുണ്ട്. കുട്ടികളുടെ ചിന്തകൾ കരിയില കത്തുംപോലെ നിന്നു കത്തി.

ഇതിനിടയിൽ മാഷ് പറഞ്ഞ കാര്യങ്ങൾ അവർ ശ്രദ്ധിച്ചില്ല. മാഷിന് അത് ബോദ്ധ്യപ്പെട്ടു.

"എന്താ ശ്രദ്ധയെങ്ങോട്ടുപോയി?" മാഷ് ചിരിച്ചുകൊണ്ട് ചോദിച്ചു.

"സോറി മാഷേ. ഞങ്ങൾ സമുദ്രത്തിനടിയിലേക്ക് കുറച്ചു നേരം പോയി." അജീബ് പറഞ്ഞു.

"വേഗം മേലോട്ട് വന്ന് തീരത്തിരിക്കൂ." മാഷ് ചിരിച്ചുകൊണ്ടു പറഞ്ഞു. കുട്ടികൾ മാഷിന്റെ ചിരി ഏറ്റുവാങ്ങി.

"നമ്മൾ പെലാജിക് സോണിന്റെ വിശേഷങ്ങളിലേക്ക് കട

ക്കുകയാണ്. അതിന്റെ മുന്നോടിയായി കടലിനുള്ളിലെ കരയുടെ തട്ടുകളെക്കുറിച്ചു ചില കാര്യങ്ങൾ പരിശോധിക്കാം. എന്താ?"

മാഷിന്റെ അഭ്യർത്ഥന കുട്ടികൾ തലകുലുക്കി സമ്മതിച്ചു.

"നമുക്ക് കടൽത്തീരം തൊട്ടുതുടങ്ങാം."

സ്ക്രീനിൽ കടൽത്തട്ടിന്റെ ഘടന തെളിഞ്ഞുവന്നു. എല്ലാവരും അത് ശ്രദ്ധിച്ചു.

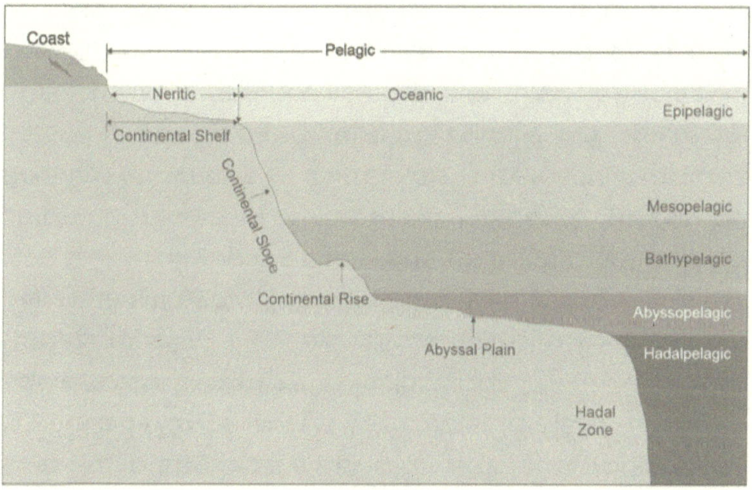

"നിങ്ങൾ തീരത്ത് കരയിൽ കടലിനെ നോക്കി ഇരിക്കുകയാണെന്ന് സങ്കല്പിക്കുക. നിങ്ങൾ ചിത്രത്തിൽ കാണുന്ന ആദ്യ ഭാഗത്തിന് സമുദ്രശാസ്ത്രം നല്കിയിട്ടുള്ള പേര് കടൽത്തീരമെന്നാണ്. കടൽക്കര എന്നും വിളിക്കാം. "coast" എന്ന് ഇംഗ്ലീഷുകാർ വിളിക്കും. ഇതൊരതിർത്തിയാണ്. കരയ്ക്കും സമുദ്രത്തിനുമിടയിലുള്ള അതിർത്തി. ഈ അതിർത്തി ഏതു രൂപത്തിലായിരിക്കും? എല്ലായിടത്തും ഒരേപോലെയാകുമോ? നമുക്ക് നോക്കാം. കടൽത്തീരം തൂക്കായ പാറക്കെട്ടുകളാകാം. കുന്നുകളാകാം. കരയിലേക്ക് കയറുന്ന, ചരിവ് വളരെ കുറഞ്ഞ മണൽപരപ്പുകളാകാം."

മാഷിന്റെ വിശദീകരണത്തോടൊപ്പം കുട്ടികൾ മനോചിത്രങ്ങൾ രൂപീകരിക്കാൻ തുടങ്ങി. അവരെന്നും പോകുന്ന കടൽക്കര

എന്തായിരിക്കും? കുന്നോ? പാറക്കെട്ടോ? അതോ മണൽപ്പരപ്പോ? മണൽപ്പരപ്പല്ലേ. അതിനടിയിൽ പാറക്കെട്ടു കാണുമോ? അങ്ങനെ പല ചിന്തകളിലൂടെ അവർ കടന്നുപോയി.

"ചിത്രം നോക്കൂ. കടൽക്കരയിൽനിന്നും താഴോട്ട്. ഏതാണ് ഭാഗം?"

"കോണ്ടിനെന്റൽ ഷെൽഫ്" കുട്ടികൾ പറഞ്ഞു.

"അതെ. Continental Shelf - ഭൂഖണ്ഡത്തട്ട്. അതാണ് കാണുന്നത്. കടൽത്തീരത്ത് നിന്ന് കടലിലേക്കുള്ള ആദ്യചരിവ്. വൻകരത്തട്ട് എന്നും ഭൂഖണ്ഡ അരിക് എന്നും വിളിക്കും. താരതമ്യേന ചരിവ് കുറഞ്ഞ ഭാഗമാണിത്. കരയിൽ നിന്നും ഏകദേശം 1600 കിലോമീറ്റർ വീതി ഉണ്ടാകും. വീതി എല്ലായിടത്തും ഒരുപോലെയാകണമെന്നില്ല. ഏകദേശം 180 മീറ്ററോളം ആഴത്തിൽ അതവസാനിക്കുന്നു. തീരക്കടൽ, പുറംകടൽ എന്നൊക്കെ വിളിക്കുന്ന പ്രദേശങ്ങൾ ഉൾപ്പെടുന്ന ഈ ഭാഗം കടലിനകത്തേക്ക് വ്യാപിച്ചുകിടക്കുന്നു." മാഷ് വിശദീകരിച്ചു.

മാഷിന്റെ വിശദീകരണത്തിൽനിന്നും സ്ക്രീനിൽ തെളിഞ്ഞുകാണുന്ന ചിത്രത്തിൽനിന്നും ഭൂഖണ്ഡത്തട്ട് കുട്ടികൾ വായിച്ചെടുത്തു. കുട്ടികളുടെ മനസ്സിൽ തീരത്തുനിന്നും മത്സ്യം പിടിക്കാൻ പോകുന്നവരുടെ ചിത്രങ്ങളും തെളിഞ്ഞുവന്നു. അമ്മുവിന്റെ മനസ്സിൽ നിറയെ മത്സ്യബന്ധനവള്ളങ്ങളും ബോട്ടുകളും.

"കരവിട്ട് അകന്നുപോകുന്നത് ഭൂഖണ്ഡത്തട്ടിലേക്കാണല്ലോ. തീരക്കടലിലൂടെ പുറംകടലിലേക്ക്."

"ഇനി നമുക്ക് ചിത്രത്തിൽ കാണുന്ന Continental slope - ഭൂഖണ്ഡച്ചരിവിലേക്ക് ശ്രദ്ധ കേന്ദ്രീകരിക്കാം. എവിടെയാണ് ഭൂഖണ്ഡച്ചരിവ് കാണുന്നത്? ഭൂഖണ്ഡത്തിട്ട അവസാനിക്കുന്നിടത്ത് കടലിലേക്ക് കുത്തനെയുള്ള ചരിവ് തുടങ്ങുന്നു. ഇത് സമുദ്രത്തിന്റെ ഏകദേശം 3000 മീറ്റർ ആഴത്തിലേക്ക് എത്തുമെന്നാണ് സമുദ്രശാസ്ത്രം വിശദമാക്കുന്നത്." കടൽക്കര, ഭൂഖണ്ഡത്തട്ട്, ഭൂഖണ്ഡച്ചെരിവ് എന്നീ വാക്കുകൾ കുട്ടികളുടെ ചുണ്ടുകളിൽ തത്തിക്കളിച്ചു.

കരയും സമുദ്രവും തമ്മിലുള്ള അതിർത്തിയുടെ ചർച്ചകൾ സമുദ്രാന്തർഭാഗങ്ങളിലെ സവിശേഷതകളിലേക്ക് കടന്നു.

"ഇനി നമ്മൾ കടൽത്തീരത്തോട് ചേർന്ന സമുദ്രത്തിന്റെ ഏറ്റവും ആഴമേറിയ ഭാഗത്തെ ഇടങ്ങളിലേക്ക് കടക്കുകയാണ്. കടലിന്റെ അടിത്തട്ടിലേക്ക്. ചിത്രം നോക്കൂ. അവിടെ നിങ്ങൾക്ക് ഭൂഖണ്ഡച്ചരിവിന്റെ അറ്റത്തുനിന്ന് ആരംഭിച്ച് ആഴമേറിയ സമുദ്രത്തിലേക്ക് വ്യാപിച്ചു കിടക്കുന്ന നേരിയ തോതിൽ ഉന്തിയ പ്രദേശം കാണാം."

"കാണുന്നുണ്ട് മാഷെ." കുട്ടികൾ പറഞ്ഞു.

"ശരി. ആ പ്രദേശമാണ് ഭൂഖണ്ഡോന്നതി - Continental Rise. ഭൂഖണ്ഡക്കയറ്റമെന്നും വിളിക്കാറുണ്ട്."

"അപ്പോൾ നമ്മൾ കടലിന്റെ അടിത്തട്ടിൽ എത്തി. അല്ലേ മാഷേ." അമ്മു ആകാംക്ഷയോടെ ചോദിച്ചു.

"അടിത്തട്ടിലാണ് നാമിപ്പോൾ. അടിത്തട്ടിലെ സവിശേഷതകൾ അറിയണ്ടേ?"

"അറിയണം" കുട്ടികൾ ഒന്നടങ്കം പറഞ്ഞു.

സ്ക്രീനിൽ മറ്റൊരു ചിത്രം തെളിഞ്ഞു.

"സമുദ്രത്തിന്റെ അടിത്തട്ടിൽ സമുദ്രാഗാധതലത്തിൽ അതാ

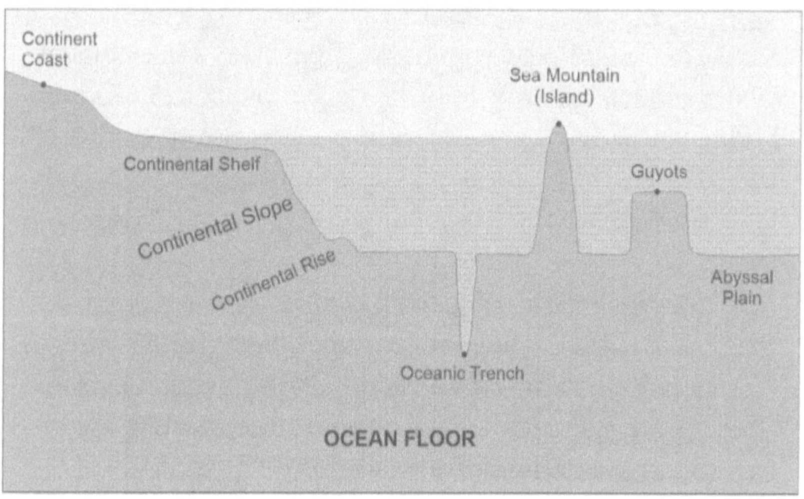

യത് Abyssal Plain -ൽ 'V' ആകൃതിയിലുള്ള കിടങ്ങുകൾ രൂപം കൊള്ളാറുണ്ട്. അവയാണ് സമുദ്രത്തിലെ കിടങ്ങുകൾ - Oceanic Trenches. കരയിലെ നദികളോട് സാമ്യമുള്ള ഇത്തരം കിടങ്ങുകൾ ഭൂഖണ്ഡച്ചരിവിലും ഉണ്ടാകാം. അവയെ കടൽക്കിടങ്ങുകൾ - Submarine canyon എന്നാണ് വിളിക്കുന്നത്.

കടൽക്കൊടുമുടികൾ - Sea Mounts കടലിനടിയിൽ ഉണ്ട്. ഇവയ്ക്ക് ഏകദേശം 50 കി.മീ. വരെ വ്യാസവും 5 കിലോമീറ്റർ വരെ ഉയരവുമുണ്ടാകാം. ചിലയിടങ്ങളിൽ ഇവ ജലനിരപ്പ് മുകളിൽ ഉയർന്നു നില്ക്കുന്നുണ്ട്. കടലിൽ കാണുന്ന പല ദ്വീപുകളും ഇക്കൂട്ടത്തിൽപ്പെടുന്നു."

"ഇവ എങ്ങനെയാകും രൂപംകൊണ്ടിട്ടുണ്ടാവുക?" ഷാജി ചോദിച്ചു.

"ജലത്തിനടിയിലെ അഗ്നിപർവ്വതങ്ങൾ തണുത്തുറഞ്ഞുണ്ടായതാണ് ഇവ എന്നാണ് ശാസ്ത്രകാരന്മാരുടെ നിഗമനം. കൂടാതെ കടൽപീഠഭൂമികളും ഉണ്ട്. ജലത്തിനടിയിലുള്ള ചില കടൽകൊടുമുടികൾക്ക് വിസ്തൃതിയുള്ള പരന്ന മുകൾഭാഗങ്ങളുണ്ട്. ഇവയാണ് കടൽപീഠഭൂമികൾ - Guyots.

കടലിനുള്ളിൽ അടിപ്പാളികൾ ഉണ്ടെന്ന് നിങ്ങൾക്കറിയാം. അവ തമ്മിൽ അകലാം. അങ്ങനെ അകലുന്നിടങ്ങളിൽ ആഴമുള്ള ഭ്രംശപ്രദേശം രൂപംകൊള്ളും. ഇതിന് ഇരുവശങ്ങളിലുമായി മലനിരകൾ ഉയർന്നുപൊങ്ങും. ഇവയിൽ ചിലത് ജലനിരപ്പിന് മുകളിൽ ഉയർന്നു നില്ക്കും. ഇവ നടുക്കടൽ മലനിര - Midocean Ridge എന്നാണ് അറിയപ്പെടുന്നത്. ഐസ്‌ലാന്റ് അത്തരത്തിൽ രൂപപ്പെട്ടതാണ്." മാഷ് തുടർന്നു.

"അതിശയിപ്പിക്കുന്ന കാര്യങ്ങളാണല്ലോ എല്ലാം." അമ്മു പറഞ്ഞു.

"നിങ്ങളെ അതിശയിപ്പിക്കാൻ ഇനിയുമുണ്ട് കടലിന്റെ അടിത്തട്ടുവിശേഷങ്ങൾ. സമുദ്രത്തിന്റെ അഗാധങ്ങളിൽ കിടങ്ങുകൾ - Trenches ഉണ്ടെന്ന് നേരത്തെ സൂചിപ്പിച്ചുവല്ലോ. കുത്തനെ വശങ്ങളുള്ള ഇടുങ്ങിയ ചാലുകളാണവ. സമുദ്രത്തിന്റെ ഏറ്റവും ആഴമേറിയ ഇടങ്ങളാണവ. നിങ്ങൾ മരിയാന ട്രഞ്ചിനെക്കുറിച്ച് കേട്ടിട്ടുണ്ടല്ലോ?"

“ഉണ്ട്. ശാന്തസമുദ്രത്തിന്റെ വിശേഷങ്ങൾ ചർച്ച ചെയ്ത വേളയിൽ ടീച്ചർ പറഞ്ഞുതന്നു.” അമ്മു പറഞ്ഞു.

അമ്മുവിന്റെ പ്രതികരണം കേട്ട് മറ്റു കുട്ടികളും കഴിഞ്ഞ ക്ലാസിലെ ചർച്ച ഓർത്തെടുത്തു.

“പടിഞ്ഞാറൻ ശാന്തസമുദ്രത്തിലെ വടക്കൻ മരിയാന ദ്വീപുകൾക്ക് സമീപത്തുള്ള മരിയാന ട്രെഞ്ചിന് 10,668 മീറ്റർ ആഴമുണ്ട്. അതിലെ ചലഞ്ചർ ഡീപ്പ് ആണ് ലോകത്തിലെ ഏറ്റവും ആഴമുള്ള സമുദ്രഭാഗം. ഇതിന്റെ പരമാവധി ആഴം 11,034 മീറ്റർ ആണ്.”

“മരിയാന ട്രെഞ്ചിന്റെ ആകൃതി നോക്കൂ.” മാഷ് ചിത്രം പ്രദർശിപ്പിച്ചുകൊണ്ടു പറഞ്ഞു.

“ചന്ദ്രക്കലയുടെ ആകൃതിയല്ലേ? ഇതിന്റെ നീളം എത്രയെന്നോ? ഏകദേശം 2550 കിലോമീറ്റർ, വീതി 69 കിലോമീറ്റർ.”

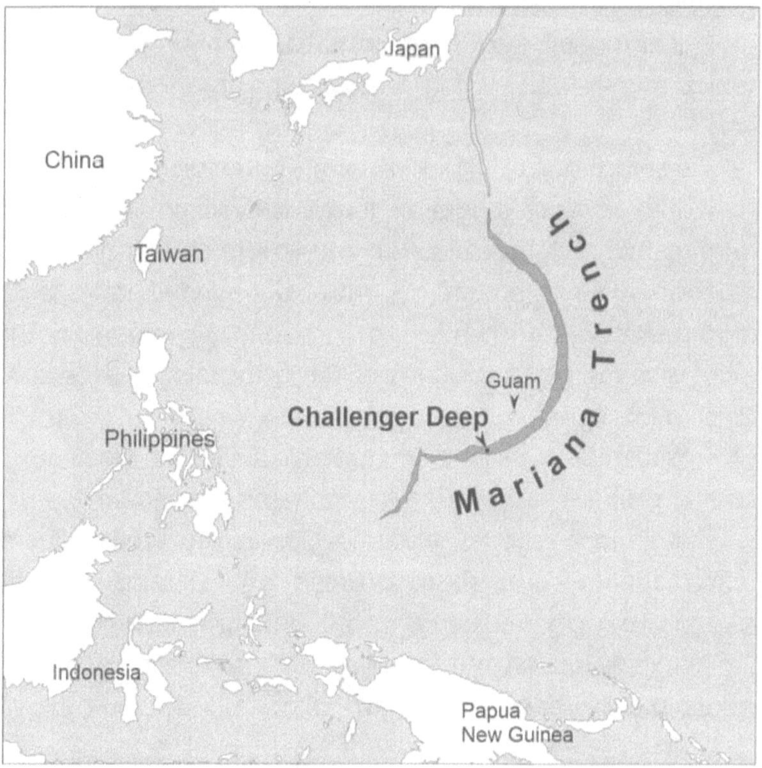

കടലും കരയും തമ്മിലുള്ള അതിർത്തിയിലൂടെയാണ് കുട്ടികൾ സമുദ്രത്തിന്റെ അടിത്തട്ടിലെത്തിയത്. ക്ലാസിൽ ചർച്ചചെയ്ത കാര്യങ്ങളും ചിത്രത്തിലൂടെ തിരിച്ചറിഞ്ഞ കാര്യങ്ങളും കോർത്തിണക്കി കുട്ടികൾ മനോചിത്രങ്ങൾ രചിച്ചുകൊണ്ടിരുന്നു. അവരുടെ അറിവുതലം വികസിച്ചുകൊണ്ടിരുന്നു. മനസ്സിൽ വരച്ച ചിത്രത്തിലൂടെ കടൽക്കരയിൽനിന്നും താഴേക്ക് അവരുടെ ചിന്തകൾ ഊളിയിട്ടിറങ്ങി. ഭൂഖണ്ഡത്തട്ടിലൂടെ പാഞ്ഞ് കുത്തനെയുള്ള ഭൂഖണ്ഡച്ചെരിവിലൂടെ താഴ്ന്ന് ഭൂഖണ്ഡോന്നതിയിലൂടെ ഒരോട്ടപ്രദക്ഷിണം. കടൽക്കിടങ്ങുകളും കടൽപീഠഭൂമികളും കടൽക്കൊടുമുടികളും ചുറ്റി സമുദ്രത്തിന്റെ ഏറ്റവും അഗാധ ഇടങ്ങളിലേക്ക്. കിടങ്ങുകളിലേക്ക്. നിമിഷനേരം കൊണ്ടാണ് അവരുടെ ചിന്ത അവിടെ എത്തിയത്. മാഷിന്റെ ശബ്ദം കേട്ടാണ് സമുദ്രത്തിലിറങ്ങിയ അവരുടെ ചിന്ത തിരിച്ച് കടൽക്കരയിലും ക്ലാസിലും വന്നെത്തിയത്.

"ശരി നമുക്ക് ഇനി പെലാജിക് മേഖലയുടെ അടിസ്ഥാനത്തിൽ സമുദ്രഘടന ചർച്ച ചെയ്യാം. എല്ലാവരും റെഡിയാണല്ലോ."

"ഞങ്ങൾ റെഡി." അജീഷ് വിളിച്ചു പറഞ്ഞു.

"സമുദ്രത്തിന്റെ ഉപരിതലം മുതൽ അടിത്തട്ടുവരെ നിറഞ്ഞുനില്ക്കുന്ന സമുദ്രജലത്തിന് പെലാജിക് സോൺ എന്ന പേരാണല്ലോ സമുദ്രശാസ്ത്രം നല്കിയിട്ടുള്ളത്. ശാസ്ത്രജ്ഞന്മാർ പെലാജിക് സോണിനെ സമുദ്രത്തിന്റെ ഉപരിതലത്തിൽ നിന്ന് താഴോട്ടുള്ള ദൂരത്തിന്റെ അടിസ്ഥാനത്തിൽ ഉപമേഖലകളായി തിരിച്ചിട്ടുണ്ട്."

സ്ക്രീനിൽ പെലാജിക്സോണിന്റെ വിവിധ തലങ്ങൾ തെളിഞ്ഞു. അവരുടെ കണ്ണുകൾ ചിത്രത്തിലൂടെ പരതിനടന്നു.

അറിവിന്റെ പുതിയ മേഖലകളിലേക്കുള്ള പടിചവിട്ടാൻ ജിജ്ഞാസയോടെ കുട്ടികൾ കാത്തിരുന്നു. ചിത്രത്തിൽ രേഖപ്പെടുത്തിയിട്ടുള്ള കാര്യങ്ങൾ അവർ പതിയെ വായിക്കാൻ ശ്രമിച്ചു. സമുദ്രത്തിലെ വ്യത്യസ്ത ആഴങ്ങളിൽ ജലത്തിന് വ്യത്യസ്ത സവിശേഷതകളാണുള്ളത് എന്ന് ചിത്രം വിശകലനം ചെയ്ത്

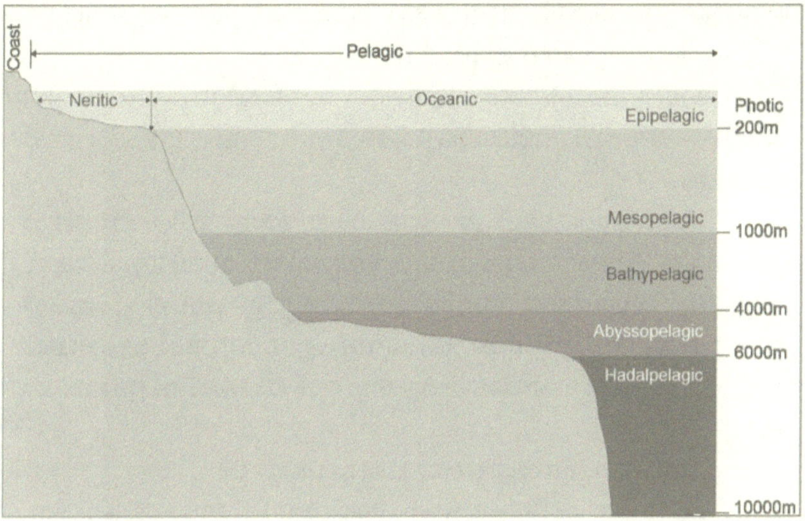

അവർ നിഗമനത്തിലെത്തി.

"പെലാജിക് സോണിന്റെ ചിത്രം നിരീക്ഷിച്ചല്ലോ. എന്താണ് നിങ്ങളുടെ ആദ്യ പ്രതികരണം."

"ആഴം കൂടുന്നതിനനുസരിച്ച് സമുദ്രജലത്തിന്റെ സവിശേഷതകൾ മാറുന്നു." കുട്ടികൾ പ്രതികരിക്കാൻ തുടങ്ങി.

"വ്യത്യസ്ത സവിശേഷതകളുള്ള പല തട്ടുകൾ."

"താഴേക്ക് പോകുംതോറും ഇരുട്ട് വ്യാപിക്കുന്നു."

"ഏറ്റവും കൂടുതൽ സൂര്യപ്രകാശം ലഭിക്കുന്നത് മുകൾത്തട്ടിലാണ്."

"സൂര്യപ്രകാശം മുകൾത്തട്ടിൽ മാത്രമാണ് ലഭിക്കുന്നത്. അതുകൊണ്ട് സമുദ്രത്തിന്റെ മുകളിൽ ചൂട് കൂടുതലായിരിക്കും."

"അടിയിലേക്ക് പോകുംതോറും താപനില കുറഞ്ഞുവരും. ഏറ്റവും അടിത്തട്ടിൽ താപനില വളരെക്കുറവായിരിക്കും."

"സൂര്യപ്രകാശം കിട്ടുന്നത് മുകൾത്തട്ടിലായതുകൊണ്ട് അവിടെയായിരിക്കും ജലസസ്യങ്ങൾ കാണുന്നത്."

അങ്ങനെ പോയി പ്രതികരണങ്ങൾ.

ചിത്രം വായിച്ച് കുട്ടികൾ നന്നായി പ്രതികരിച്ചു. അവരുടെ

ഊഹങ്ങളും കണ്ടെത്തലുകളും അവതരിപ്പിച്ചു. കുട്ടികളുടെ പ്രതികരണം മാഷിന് ഇഷ്ടപ്പെട്ടു.

"കുട്ടികളെ നിങ്ങൾ ചിത്രത്തെ നന്നായി വ്യാഖ്യാനിച്ചിരിക്കുന്നു. നന്നായി പ്രതികരിച്ചിരിക്കുന്നു." മാഷ് കുട്ടികളെ അഭിനന്ദിച്ചു.

"നിങ്ങൾ പ്രകടിപ്പിച്ചതെല്ലാം കൃത്യമായ നിരീക്ഷണങ്ങളാണ്. ആഴം കൂടുംതോറും സമുദ്രജലത്തിന്റെ സവിശേഷതകൾ മാറുന്നു. വ്യത്യസ്ത സവിശേഷതകളുള്ള പല തട്ടുകളായി പെലാജിക് സോൺ കാണപ്പെടുന്നു എന്ന് നിങ്ങൾ ചൂണ്ടിക്കാട്ടിയല്ലോ. ഏതൊക്കെയാണ് ആ തട്ടുകൾ അല്ലെങ്കിൽ ഉപമേഖലകൾ?"

ക്ലാസ് കുറച്ചുസമയം ശബ്ദമുഖരിതമായി.

"ഏറ്റവും മുകളിലെ തട്ട് എപ്പിപെലാജിക് സോൺ. അതിനു താഴെ മിസോപെലാജിക് സോൺ. മിസോപെലാജിക് സോണിനു താഴെ ബാത്തി പെലാജിക്സോൺ. അതിനുതാഴെ അബിസോപെലാജിക്സോൺ. ഏറ്റവും താഴെ കിടങ്ങ് രൂപത്തിൽ ഹഡൽ പെലാജിക് സോൺ."

കുട്ടികൾ ഒരുമിച്ചായിരുന്നു പ്രതികരിച്ചത്. അവർ ആവേശത്തോടെയാണ് പ്രതികരിച്ചത്. മാഷിന് അതിൽ സന്തോഷമേ തോന്നിയുള്ളൂ.

"ശരി നമുക്ക് Epipelagic Zone-എപ്പിപെലാജിക് സോണിന്റെ വിശേഷങ്ങളിലേക്ക് കടക്കാം. എവിടെയാണ് ഇതിന്റെ സ്ഥാനം? ഏറ്റവും മുകളിൽ കാണുന്ന തുറസ്സായ മേഖല. 'Epi' എന്ന വാക്ക് മുകൾഭാഗത്തെ സൂചിപ്പിക്കുന്നു. ഇതിന്റെ ആഴം എത്ര വരുമെന്നോ? ഉപരിതലത്തിൽനിന്നും 200 മീറ്റർ താഴെവരെയുള്ള തട്ടാണിത്. നിങ്ങൾ പറഞ്ഞതുപോലെ സൂര്യപ്രകാശം മതിയാവോളം ലഭിക്കുന്ന തട്ട്. അതുകൊണ്ട് ഇതിനെ 'Photic' എന്നും വിളിക്കും. ഫോട്ടോസിന്തസിസ് നടക്കുന്നതിന് ഏറ്റവും അനുകൂലസാഹചര്യമുള്ള ഇടം. ഫോട്ടോസിന്തസിസ് നടക്കാൻ വേണ്ടത്ര അളവിൽ സൂര്യപ്രകാശം ലഭിക്കുന്ന ഇടമാണ് "Photic Zone." അപ്പോൾ നിങ്ങൾ ചൂണ്ടിക്കാണിച്ചപോലെ ആഹാരം

സ്വയം പാകംചെയ്യാൻ കഴിവുള്ള ഉല്പാദകർ കാണുന്നത് ഈ പ്രദേശത്താണ്. സമുദ്രത്തിലെ ഉല്പാദകർ ഏതൊക്കെ സസ്യ ഇനങ്ങളാകാം."

"കടൽപ്പായൽ - Sea Weed."

"ആൽഗെ - Algae."

"പിന്നെ. ജലത്തിൽ ഒഴുകി നടക്കുന്ന തീരെ ചെറിയ സസ്യ സമൂഹമായ ഫൈറ്റോപ്ലാങ്ക്ടൺ - Phytoplankton." മാഷ് കൂട്ടി ച്ചേർത്തു.

താപനിലയെ കുറിച്ചായിരുന്നു അടുത്ത ചർച്ച.

"ഏറ്റവും ചൂടു കൂടിയ തട്ട്." അമ്മു വിളിച്ചു പറഞ്ഞു.

"ശരിയാണ്. അഞ്ചു തട്ടുകളിൽ താപനില ഏറ്റവും ഉയർന്ന പ്രദേശമാണ് എപ്പിപെലാജിക് സോൺ. ഈ തട്ടിന്റെ പ്രാധാന്യം നിങ്ങൾക്ക് ബോധ്യമായല്ലോ. മുഴുവൻ സമുദ്രഭാഗത്തിനും വേണ്ട ആഹാരനിർമ്മിതിയുടെ ഏറിയ പങ്കും ഇവിടെയാണ് നടക്കുന്ന ത്. അതുമാത്രമല്ല ഇവിടെ നടക്കുന്ന ഫോട്ടോസിന്തസിസ് പ്രക്രി യയിലൂടെയാണ് നമുക്ക് വേണ്ടുന്ന പ്രാണവായുവിന്റെ അമ്പതു ശതമാനവും അന്തരീക്ഷത്തിലെത്തുന്നത്.

വിശാലമായ സമുദ്രത്തിലെ എപ്പിപെലാജിക് സോണിൽ കാണുന്ന വിവിധ ഇനം ആൽഗെകളും മറ്റു സസ്യജാലങ്ങളും, സ്വയം ആഹാരം പാകം ചെയ്യാൻ കഴിയുന്ന ബാക്ടീരിയകളു മൊക്കെ ഫോട്ടോസിന്തസിസ് പ്രക്രിയയിൽ ഏർപ്പെടുന്നു. അപ്പോൾ പുറന്തള്ളുന്ന ഓക്സിജൻ നമ്മുടെ അന്തരീക്ഷത്തി ലെത്തുന്നു." മാഷ് ഒന്നുകൂടി വിശദീകരിക്കാൻ ശ്രമിച്ചു. അമ്മു വിന് അപ്പോൾ ഒരു ചോദ്യം മനസ്സിലുയർന്നു.

"കരയിലെ സസ്യജാലങ്ങളോടൊപ്പം സമുദ്രത്തിലെ സസ്യ ജാലങ്ങളും ഫോട്ടോസിന്തസിസ് നടത്തുന്നുണ്ടല്ലോ. കരയിലെ സസ്യജാലങ്ങളുടെ എണ്ണവും സമുദ്രത്തിലെ സസ്യജാലങ്ങളുടെ എണ്ണവും താരതമ്യം ചെയ്യുമ്പോൾ ഏറ്റവും കൂടുതൽ സസ്യ ജാലങ്ങൾ കാണുന്നത് സമുദ്രത്തിലല്ലേ? അങ്ങനെ നോക്കു മ്പോൾ ഫോട്ടോസിന്തസിസ് പ്രക്രിയ ഏറ്റവും കൂടുതൽ നട ക്കുന്നത് സമുദ്രത്തിലല്ലേ?" അമ്മു ചോദിച്ചു.

"ശരിയാണ്. ഭൂമിയുടെ നാലിൽ മൂന്നുഭാഗവും സമുദ്രമാ

ണ്. അതിന്റെ വിസ്തൃതി ഒന്നു ചിന്തിച്ചേ? എത്ര വിശാലം അല്ലേ? നമ്മുടെ ചിന്തകൾക്കപ്പുറമുള്ള അളവിൽ ചെറുസസ്യജാലം സമുദ്രത്തിലുണ്ടാകും."

"മാഷേ അപ്പോൾ അന്തരീക്ഷത്തിലെ കാർബൺഡൈഓക്സൈഡിന്റെ അളവ് നിയന്ത്രിക്കുന്നതിൽ സമുദ്രം പ്രധാന പങ്കു വഹിക്കുന്നില്ലേ?" അമ്മു ചോദിച്ചു.

അമ്മുവിന്റെ ചോദ്യങ്ങളും മാഷിന്റെ ഉത്തരങ്ങളും കുട്ടികൾ കൗതുകത്തോടെ കേട്ടുകൊണ്ടിരുന്നു.

"ശരിയായ നിരീക്ഷണമാണ്. അന്തരീക്ഷത്തിലെ കാർബൺ ഡൈഓക്സൈഡിന്റെ അളവ് നിയന്ത്രിക്കുന്നതിൽ നിർണ്ണായക പങ്കുവഹിക്കുന്നത് സമുദ്രമാണ്. സമുദ്രത്തിലെ സസ്യജാലങ്ങളാണ് ആ കൃത്യം ഏറ്റെടുക്കുന്നത്." മാഷ് പറഞ്ഞു.

"അപ്പോൾ ആഗോളതാപനം നിയന്ത്രിക്കുന്നതിൽ സമുദ്രത്തിന്റെ പങ്ക് നിർണ്ണായകം. അല്ലേ മാഷേ?"

"അതെ."

"മാഷേ ഒരു ചോദ്യം കൂടി. സമുദ്രം മലിനീകരിക്കപ്പെട്ടാൽ?" അമ്മു ചോദ്യം മുഴുമിപ്പിച്ചില്ല.

"സമുദ്രം മലിനീകരിക്കപ്പെട്ടാൽ അതിലെ സസ്യജാലം നശിക്കും. സസ്യജാലങ്ങൾ മാത്രമല്ല ജന്തുജീവജാലങ്ങളും നശിക്കും. ഭൂമിയുടെ മുഴുവൻ ജീവജാലത്തെ അത് ബാധിക്കും. അപ്പോൾ സമുദ്രം മലിനീകരിക്കപ്പെടാതെ നോക്കേണ്ടത് നമ്മുടെ കടമയാണ്."

"മാഷേ ഞങ്ങളുടെ സ്കൂൾ അത്തരത്തിൽ ചില പ്രവർത്തനങ്ങൾ ഏറ്റെടുത്തിട്ടുണ്ട്." അജീബ് വിളിച്ചുപറഞ്ഞു.

"വെരിഗുഡ്. എന്തൊക്കെയാണവ?" മാഷ് ചോദിച്ചു.

"ഞങ്ങളുടെ കടൽത്തീരത്തിലെ മാലിന്യങ്ങൾ ഞങ്ങൾ നീക്കംചെയ്തു ശുചിയാക്കുന്നുണ്ട്. ആഴ്ചയിൽ ഒരു ദിവസം വിവിധ ക്ലബ്ബുകളുടെ നേതൃത്വത്തിലാണ് നടക്കുന്നത്." ശ്യാമ പറഞ്ഞു.

"ബോധവല്ക്കരണത്തിന് ബോർഡുകൾ കടൽക്കരയിൽ സ്ഥാപിച്ചിട്ടുണ്ട്. കടലിന്റെ പ്രാധാന്യം പറഞ്ഞു മലിനപ്പെടുത്ത

രുതേ എന്നപേക്ഷിച്ചുകൊണ്ടുമുള്ള ബോർഡുകൾ" അമ്മു പറഞ്ഞു.

"വേസ്റ്റ്ബിന്നുകളും വച്ചിട്ടുണ്ട്." റഹിം പറഞ്ഞു.

"നല്ലത്. നിങ്ങൾക്ക് അഭിനന്ദനങ്ങൾ."

മാഷിന്റെ വാക്കുകൾ കേട്ട് കുട്ടികൾ ശബ്ദം ഉണ്ടാക്കാതെ കൈയടിച്ചു.

"മാഷേ മത്സ്യസമ്പത്ത് ഈ ഭാഗത്ത് കൂടുതൽ കാണുമല്ലോ. ഇവിടെ കാണുന്ന പ്രധാന സമുദ്രജീവികൾ ഏതൊക്കെയാണ്?"

"പലതരം മത്സ്യങ്ങൾ ഉൾക്കൊള്ളുന്ന ജൈവവൈവിദ്ധ്യം ഇവിടെയുണ്ട്. നമ്മൾ നിത്യേന ഉപയോഗിക്കുന്ന പല മത്സ്യങ്ങളും ഇവിടെ നിന്നാണ് ലഭിക്കുന്നത്. അതിനു പുറമെ ഡോൾഫിൻ, സ്രാവ്, ചൂര, ജെല്ലിഫിഷ്, കോറൽസ് തുടങ്ങിയവയും ഈ ഭാഗത്ത് ഉണ്ട്." മാഷ് പറഞ്ഞു.

"മാഷെ ഒരു സംശയം ചിത്രത്തിൽ നെരിറ്റിക് (Neritic), ഓഷ്യാനിക്ക് (Oceanic) എന്നിങ്ങനെ പദങ്ങൾ കാണുന്നുണ്ടല്ലോ, എന്താണവ?" അമ്മു ചോദിച്ചു.

"നെരിറ്റിക് സോൺ എന്നാൽ തീരദേശജലം ഉൾക്കൊള്ളുന്ന മേഖലയാണ്. തീരവുമായി സമ്പർക്കം പുലർത്തുന്ന സമുദ്രഭാഗം. കോണ്ടിനെന്റൽ ഷെൽഫിന്റെ മുകൾഭാഗത്തുള്ള ജലനിര അല്ലെങ്കിൽ വാട്ടർ കോളം. താരതമ്യേന സുസ്ഥിരമായ ഒരു ഇടമാണ് നെരിറ്റിക്. സമുദ്രജീവജാലങ്ങൾക്ക് എറ്റവും അനുയോജ്യമായ ഇടം. എപ്പിപെലാജിക് സോണിൽ ഇത് ഉൾപ്പെടുന്നുണ്ട്. നെരിട്ടിക് സോൺ കഴിഞ്ഞുവരുന്ന മേഖലയാണ് ഓഷ്യാനിക് സോൺ അല്ലെങ്കിൽ സമുദ്രമേഖല. സമുദ്രത്തിന്റെ ആഴമുള്ള ഭാഗങ്ങളെല്ലാം ഇതിൽ പെടുന്നു.

ഇനി അടുത്ത തലത്തേക്ക് കടക്കാം.

Epipelagic zone നു തൊട്ടുതാഴെ ഏതു ഭാഗമാണെന്ന് നിങ്ങൾ തിരിച്ചറിഞ്ഞല്ലോ." മാഷ് ചിത്രം ചൂണ്ടി തുടർന്നു.

"Mesopelagic''. കുട്ടികൾ വിളിച്ചു പറഞ്ഞു.

'Meso' എന്ന വാക്കിനർത്ഥം മിഡിൽ അല്ലെങ്കിൽ മദ്ധ്യഭാ

ഗമെന്നാണ്. മിസോപെലാജിക് സോണിന്റെ പ്രത്യേകതകൾ എന്തൊക്കെയെന്ന് നോക്കാം."

"എപ്പിപെലാജിക് സോണിന് താഴെ സമുദ്രത്തിന്റെ ഉപരിതലത്തിൽനിന്നും 200 മീറ്റർ മുതൽ 1000 മീറ്റർ വരെ ആഴത്തിൽ വരുന്ന ഭാഗമാണിത്. ഇവിടെ ലഭിക്കുന്ന പ്രകാശത്തിന്റെ അളവ് എങ്ങനെയായിരിക്കും?"

"വളരെ കുറച്ചു മാത്രം" കുട്ടികൾ പറഞ്ഞു.

"ശരിയാണ്. വളരെ കുറഞ്ഞ അളവിൽ മാത്രം എത്തും. സന്ധ്യാവെളിച്ചത്തിന്റെ പ്രതീതിയായിരിക്കും. മൂടിയ അവസ്ഥ. അതുകൊണ്ട് മിസോപെലാജിക് സോണിനെ 'Twilight Zone' എന്നും വിളിക്കും. ഇനി ഊഷ്മാവിന്റെ കാര്യമെടുത്താലോ?"

"എപ്പിപെലാജിക് സോണിനേക്കാൾ കുറവായിരിക്കും." കുട്ടികൾ പറഞ്ഞു.

"നിങ്ങളുടെ നിരീക്ഷണം ശരിയാണ്. എത്ര വരുമെന്നറിയാമോ? താപനില 20°c. അടുത്ത മേഖലയ്ക്ക് അടുത്തേക്ക് എത്തുമ്പോൾ താപനില 4°c ആയി മാറുന്നു."

"വലിയ തണുപ്പ്." ചില കുട്ടികൾ വിളിച്ചുപറഞ്ഞു.

"അതെ. നല്ല തണുപ്പ്."

ദേഹത്ത് തണുത്ത വെള്ളം വീഴുമ്പോഴുള്ള അനുഭവം കാണിക്കാൻ ചിലർ വിറച്ചു. ഇത് ക്ലാസിൽ ചിരിപടർത്തി.

"താപനിലയിലുള്ള അന്തരം പോലെ ലവണത്വം, സാന്ദ്രത തുടങ്ങിയ കാര്യങ്ങളിലും എപ്പിപെലാജിക് സോണുമായി അന്തരം ഈ ഭാഗത്തുള്ള ജലത്തിനുണ്ടാകും." മാഷ് പറഞ്ഞു.

"വേണ്ടത്ര സൂര്യപ്രകാശം എത്താത്തതുകൊണ്ട് പ്രകാശസംശ്ലേഷണം നടത്തുന്ന ജീവജാലം ഇവിടെ ഉണ്ടാകില്ലല്ലോ. അല്ലേ മാഷേ?" അമ്മു ചോദിച്ചു.

"അതെ. ഫോട്ടോസിന്തെറ്റിക് ഓർഗാനിസം ഇവിടെ ഉണ്ടാകില്ല. എന്നു പറഞ്ഞാൽ സസ്യജാലം ഇവിടെ കാണില്ല. എന്നാൽ എപ്പിപെലാജിക് സോണിൽനിന്നും ഫൈറ്റോ പ്ലാങ്ക്ടൻ - Phytoplankton വിഭാഗത്തിൽപ്പെട്ട സസ്യജാലം താഴേക്ക് എത്താം. പക്ഷേ, അവിടെ അവയ്ക്ക് നിലനില്ക്കാനാകില്ല."

"ആഴം കൂടുതലായതുകൊണ്ട് മിസോപെലാജിക് സോണിലേക്ക് വളരെ കുറച്ച് സൂര്യപ്രകാശം മാത്രമേ തുളച്ചുവരുന്നുള്ളൂ. പക്ഷേ, ഫോട്ടോസിന്തസിസ് നടക്കുന്നതുമില്ല."

"എപ്പിപെലാജിക് സോണിനെ ഫോട്ടിക്സോൺ എന്നു വിളിക്കുംപോലെ മിസോസോണിന് പേരുണ്ടോ?" അജീബ് ചോദിച്ചു.

"ഗുഡ്. ഞാൻ പറയാം. സൂര്യപ്രകാശം എത്തുന്ന സോണിന് പൊതുവിൽ Photic Zone എന്നു പറയും. ഇതിനെ രണ്ടായി തിരിച്ചിട്ടുണ്ട്. Euphotic Zone എന്നും Disphotic Zone എന്നും. ഫോട്ടോസിന്തസിസിന് ആവശ്യമുള്ളത്ര പ്രകാശം ലഭിക്കുന്ന സോണിന് Euphotic Zone എന്നു വിളിക്കും."

"ഐപ്പിപെലാജിക് സോൺ Euphotic Zone ആണ്. അപ്പോൾ മിസോപെലാജിക് സോൺ Disphotic ആണ്." അമ്മു പറഞ്ഞു.

"എന്താണ് കാരണം?" മാഷ് ചോദിച്ചു.

"ഫോട്ടോസിന്തസിസ് നടക്കുന്നതിന് വേണ്ടത്ര അളവിൽ സൂര്യപ്രകാശം കിട്ടാത്തതുകൊണ്ട്."

"ശരിയാണ്. ഒന്നുകൂടി വിശദീകരിക്കാം. മങ്ങിയ വെളിച്ചമുള്ള ഇടമാണ് Disphotic Zone മറ്റു ജീവികളെ ഭക്ഷണമാക്കുന്ന ജീവികൾക്ക് ഈ മങ്ങിയ വെളിച്ചത്തിൽ ഇരകളെ കാണാൻ സാധിക്കും. പക്ഷേ, ഫോട്ടോസിന്തസിസ് നടക്കുന്നതിനു ആവശ്യമായ സൂര്യവെളിച്ചമില്ല. അത്തരം ഇടമാണ് Disphotic Zone."

"അപ്പോൾ ഒട്ടും സൂര്യപ്രകാശം എത്താത്തിടമോ?" അദിതി ചോദിച്ചു.

"ഒട്ടും പ്രകാശം കടന്നുചെല്ലാത്ത ഇടമാണ് Aphotic Zone."

"ഇരുട്ട് നിറഞ്ഞ ഭാഗങ്ങൾ." അമ്മു കൂട്ടിച്ചേർത്തു.

"അതെ"

"അപ്പോൾ സമുദ്രത്തിന്റെ മിസോപെലാജിക് സോണിന്റെ താഴെത്തട്ടുമുതൽ ആഴത്തിലേക്കുപോകുന്ന എല്ലാ മേഖലകളും അഫോട്ടിക് സോൺ ആയിരിക്കുമല്ലോ?" അമ്മു കൂട്ടിച്ചേർത്തു.

"അതെ. സമുദ്രത്തിന്റെ മിസോപെലാജിക് സോണിന്റെ താഴെത്തട്ടിൽനിന്നു തുടങ്ങി സമുദ്രത്തിന്റെ അടിത്തട്ടുവരെ അഫോട്ടിക് സോൺ ആണ്. അഫോട്ടിക് സോണിനെ 'ഇരുണ്ട

കടൽ' എന്നും വിളിക്കും." മാഷ് പറഞ്ഞു.

"മിസോപെലാജിക് സോണിലും ജീവികൾ ഉണ്ടാകുമല്ലോ. അവയുടെ പ്രത്യേകതകൾ എന്തായിരിക്കും?"

"സന്ധ്യാവെളിച്ചം മാത്രമല്ലേ ഈ ഭാഗത്ത് കാണുള്ളു. കുറഞ്ഞ അളവിലേ ഭക്ഷണവുമുള്ളു. ഈ സാഹചര്യങ്ങളിൽ ജീവിക്കുന്നതിനുവേണ്ട അനുകൂലനങ്ങൾ ജീവികൾക്കുണ്ടാകും. ശരീരത്തിൽനിന്ന് പ്രകാശം വമിപ്പിക്കാൻ കഴിവുള്ള ജീവി (Bioluminescent organisms) കളുടെ വാസസ്ഥലമാണ് മിസോ പെലാജിക്സോൺ."

"മിന്നാമിനുങ്ങിനെപ്പോലെ"

"അതെ. ചില കടൽസസ്യങ്ങൾക്കും ബാക്ടീരിയകൾക്കും ഈ സവിശേഷതകളുണ്ട്. അതുപോലെ ഈ മേഖലയിൽ കാണുന്ന നട്ടെല്ലുള്ളവയും അല്ലാത്തവയുമായ ചെറുകടൽജീവികളും പ്രകാശം പുറപ്പെടുവിക്കുന്നുണ്ട്. ബയോലൂമിനിസെന്റായ ജെല്ലിഫിഷുകളും ഉണ്ട്. ഇത്തരം ജീവികളുടെ വാസസ്ഥലമാണിത്."

"എപ്പിപെലാജിക് സോണിലും ബയോലൂമിനിസെന്റായ ജീവികളുണ്ടോ?"

"ഉണ്ട്. ലക്ഷദ്വീപു പോലുള്ള ചില സമുദ്രതീരങ്ങളിൽ രാത്രികാലത്ത് സമുദ്രഉപരിതലം ബയോലൂമിനിസെന്റായ പ്ലാങ്ക്ടന്റെ സാന്നിദ്ധ്യത്താൽ ദീപ്തമയമാകാറുണ്ട്."

"മിസോപെലാജിക് സോണിൽ കാണുന്ന മറ്റു ജീവികൾ ഏതൊക്കെയാണ്?"

മാഷ് ചില മത്സ്യങ്ങളുടെ ചിത്രങ്ങൾ സ്ക്രീനിൽ കാണിച്ചു. കുട്ടികൾ ചിത്രങ്ങൾ നിരീക്ഷിച്ചു പേരു പറഞ്ഞു. "Sword fish, Squid fish, Cuttle fish, Blob fish, Bristlemouth fish"

"ഈ മേഖലയിൽ കാണുന്ന മത്സ്യങ്ങളാണിവ" മാഷ് പറഞ്ഞു.

"Swordfish നെ നമ്മൾ കൊമ്പൻസ്രാവ് എന്ന് വിളിക്കും. നിങ്ങൾ കണ്ടിട്ടുണ്ടോ?"

കൊമ്പൻസ്രാവിന്റെ ചിത്രം മാഷ് സ്ക്രീനിൽ ചൂണ്ടികാണിച്ചു. കുട്ടികൾ ആകാംക്ഷയോടെ കൊമ്പൻ സ്രാവിന്റെ ചിത്രം നിരീക്ഷിച്ചു.

Sword fish

Squid fish

Cuttle fish

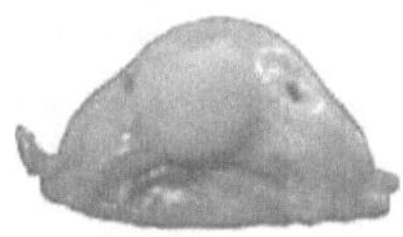

Blob fish

Bristle mouth fish

Bristle mouth

"Squid fish നീരാളിവർഗ്ഗത്തിൽപ്പെടുന്നവയാണ്."

Squid fish ന്റെ ചിത്രം കാണിച്ചുകൊണ്ട് മാഷ് തുടർന്നു.

"കൂന്തൽ അല്ലേ ഇത്" കുട്ടികൾ ചോദിച്ചു.

"അതെ. കൂന്തൽ തന്നെ. ഇവയുടെ വായുടെ ചുറ്റും എന്താണ് കാണുന്നത്?"

"നീണ്ട് തുമ്പിക്കൈപോലെ"

"അതിന് ഭുജങ്ങളെന്നു പറയും. എട്ടുകൈകളും രണ്ട് Tentacles - സ്പർശനികളും. ഇരപിടിക്കുന്നത് ടെന്റിക്കിളുകൾ കൊണ്ടാണ്. എട്ട് ഭുജങ്ങൾ ഉപയോഗിച്ച് ഇരയെ വായ്ക്കുള്ളി ലാക്കുന്നു. കൂന്തളിനെ നമ്മൾ ആഹാരമായി ഉപയോഗിക്കുന്നു."

"കൂന്തൾ ഇഷ്ടഭോജനമാണ് മാഷേ." അജീബിന്റെ വാക്കു കേട്ട് എല്ലാവരും ചിരിച്ചു.

"നട്ടെല്ലില്ലാത്ത സമുദ്രജീവി."

"അതെ."

"അതിന്റെ കണ്ണുകൾ മുഖത്തിനിരുവശത്തും"

"അതെ"

"ഇനി Cuttle fish നെക്കുറിച്ച്. കണവമീൻ എന്നാണ് നമ്മൾ വിളിക്കുന്നത്." ചിത്രം കാണിച്ചുകൊണ്ട് മാഷ് പറഞ്ഞു.

"ഇതും ഭക്ഷ്യയോഗ്യമാണല്ലോ."

"അതെ."

"കൂന്തലിനെപ്പോലെ തന്നെ. കണവയും ഞങ്ങൾ കഴിച്ചിട്ടുണ്ട്. കണവത്തോരൻ." അജീബ് വിളിച്ചുപറഞ്ഞു. കണവത്തോരന്റെ കാര്യം പറഞ്ഞപ്പോൾ ചിലർക്ക് കൊതിയൂറി.

"കൂന്തലുമായി സാമ്യമുണ്ട്. ഇതിനും എട്ടുകൈകളും രണ്ട് ടെന്റിക്കിളുമുണ്ട്. സാധാരണയായി രണ്ടര സെന്റീമീറ്റർ മുതൽ 90 സെന്റീമീറ്റർ വരെ വലിപ്പമുണ്ടാകും. ശത്രുവിൽനിന്നും രക്ഷപ്പെടാൻ ചില കൗശലം കാണിക്കാറുണ്ട്."

"എന്താണ് മാഷേ?" കുട്ടികൾ കൗതുകത്തോടെ ചോദിച്ചു.

"ശത്രുക്കൾ അടുത്തെത്തുമ്പോൾ കാണിക്കുന്ന പൊടിക്കൈ. ഇവയുടെ ശരീരം കറുത്ത മഷി പോലൊരു പദാർത്ഥം ഉല്പാദിപ്പിക്കുന്നുണ്ട്. ശത്രുക്കൾ അടുത്തെത്തുമ്പോൾ ഈ കറുത്ത മഷി വെള്ളത്തിൽ കലക്കും. അങ്ങനെ ശത്രുവിനെ ആശയക്കുഴപ്പത്തിലാക്കി രക്ഷപ്പെടും."

"കൊള്ളാല്ലോ കണവയുടെ കൗശലം." അമ്മു പറഞ്ഞു.

"ഇനി Blobfish - ബ്ലോബ്ഫിഷിനെ നോക്കൂ."

കുട്ടികൾ ചിത്രം നോക്കി അത്ഭുതപ്പെട്ടു.

"അയ്യോ പല്ലില്ലാത്ത അപ്പൂപ്പന്റെ മുഖം പോലെ."

"വലിയ മൂക്ക്. മൂക്കിനിരുവശത്തും കണ്ണുകൾ."

"മടങ്ങിയിരിക്കുന്ന ചുണ്ടുകൾ."

"കീഴ്ത്താടിപോലുള്ള ഭാഗവുമുണ്ട്."

"ചെവിയുമുണ്ടോ?"

കുട്ടികൾ ഓരോ ഭാഗങ്ങളും നിരീക്ഷിച്ച് മനുഷ്യശരീരത്തിലെ സമാനഭാഗങ്ങളോട് ചേർത്ത് വച്ച് പറയാൻ തുടങ്ങി. മാഷിന് അത് നല്ല രസകരമായി തോന്നി.

“പിങ്കുനിറത്തിലുള്ള ഒരു മാംസപിണ്ഡം. അതിന്റെ മുഖത്ത് തൂങ്ങിക്കിടക്കുന്ന മൂക്ക്. മനുഷ്യന് വളരെക്കുറച്ചു മാത്രം അറിയാവുന്ന ഒരു കടൽജീവിയാണ് ബ്ലോബ്ഫിഷ്. ചില രാജ്യങ്ങളുടെ സമീപത്തുള്ള ആഴക്കടലുകളിൽ മാത്രം കണ്ടുവരുന്നു. ഓസ്ട്രേലിയ, ടാസ്മാനിയ, ന്യൂസിലാന്റ് എന്നിവിടങ്ങളിലെ ആഴക്കടലിൽ.

ആഴക്കടലിൽ മർദ്ദം വളരെ കൂടുതലായിരിക്കുമല്ലോ. അതിനെ അതിജീവിച്ച് നീന്താൻ ഈ ഫിഷിന് കഴിയുന്നു. പാഞ്ഞ് നടന്ന് ഇരപിടിക്കാൻ കഴിയില്ല. അതുകൊണ്ട് നീന്തിപ്പോകുമ്പോൾ ചുമ്മാ വായ് തുറന്നുപിടിച്ചാണ് പുള്ളിക്കാരന്റെ യാത്ര. വായ്ക്കുള്ളിൽ തനിയേ വന്നു കയറുന്ന ചെറുജീവികളെ ശാപ്പിടും” മാഷ് തുടർന്നു.

ബ്ലോബ്ഫിഷ് കുട്ടികളുടെ മനസ്സിൽ പതിച്ചു. അമ്മു അതിന്റെ ചിത്രം നോട്ടുബുക്കിൽ വരച്ചു. അടുത്തിരിക്കുന്ന കുട്ടികൾ അതിലേക്ക് നോക്കാൻ ശ്രമിച്ചു.

“ഇത് ഭക്ഷ്യയോഗ്യമാണോ?”

“ഇക്കാര്യത്തിൽ രണ്ടഭിപ്രായം നിലനില്ക്കുന്നുണ്ട്. ഇത് ഒരു അപൂർവ്വ മത്സ്യമാണ്. ധാരാളമായി കാണുന്നുമില്ല. ആഴക്കടലിൽ മീൻ പിടിക്കുമ്പോൾ ബ്ലോബ്ഫിഷുകൾ വലയിൽ കുടുങ്ങാറുണ്ട്. ഇതുമൂലം ബ്ലോബ്മത്സ്യങ്ങൾ വംശനാശ ഭീഷണി നേരിട്ടേക്കാമെന്ന് ശാസ്ത്രജ്ഞന്മാർ ചൂണ്ടിക്കാട്ടുന്നു.”

“ബ്ലോബ്ഫിഷും ഭൂമിയിലെ ജൈവകുടുംബത്തിലെ അംഗമാണല്ലോ. അതിന് വംശനാശം സംഭവിക്കാൻ പാടില്ല.” അമ്മു അല്പം വികാരത്തോടെയാണ് അക്കാര്യം പറഞ്ഞത്.

“ശരിയാണ്. ശാസ്ത്രജ്ഞന്മാർ മുന്നറിയിപ്പ് നല്കിയിട്ടുണ്ട്.” മാഷ് അമ്മുവിന്റെ വാക്കുളോട് യോജിച്ചു.

“ബ്രിസൽ മൗത്ത് ഫിഷ് - Bristlemouth fish ആണ് മിസോപെലാജിക് സോണിൽ കാണുന്ന മറ്റൊരിനം മത്സ്യം. വളരെ ചെറിയൊരിനം മത്സ്യമാണ്. ഇരുട്ടിൽ ഈ മത്സ്യം പ്രകാശം പുറപ്പെടുവിക്കും.”

“ബയോലൂമിനിസെന്റ് ഓർഗാനിസം.” കുട്ടികൾ പറഞ്ഞു.

"അതെ" മാഷ് പറഞ്ഞു.

"ബ്രിസൽ ഫിഷിന്റെ രണ്ടു ചിത്രങ്ങൾ സ്ക്രീനിൽ ചൂണ്ടിക്കാണിച്ചുകൊണ്ട് മാഷ് വിശദീകരണം തുടർന്നു. ഒരു ചിത്രം വായ് പിളർന്ന നിലയിൽ കാണിച്ചിട്ടുള്ള ബ്രിസൽ മൗത്ത് മത്സ്യത്തിന്റെ തലയുടെ ചിത്രമായിരുന്നു. മറ്റൊന്ന് ബ്രിസൽ ഇനം മത്സ്യത്തിന്റെ പൂർണ്ണചിത്രം.

"ഏകദേശം 33 സ്പീഷിസുകളാണ് ബ്രിസൽഫിഷ് വിഭാഗത്തിൽ ഉൾപ്പെടുന്നത്. ഏകദേശം രണ്ട് ഇഞ്ച് വലുപ്പം. ഒരു വിരലിന്റെ വലുപ്പത്തെക്കാൾ ചെറുത്.

നിങ്ങൾ ചിത്രം നോക്കൂ. വായ അവയുടെ ശരീരത്തെ അപേക്ഷിച്ച് വളരെ വലുതാണ്. വളരെ വിസ്തൃതമായി ഈ ചെറുമത്സ്യത്തിന് വായ് തുറക്കാൻ കഴിയും. വായ്ക്കുള്ളിൽ നീണ്ട് കൂർത്ത പല്ലുകൾ കാണാം. കുറ്റിരോമങ്ങൾ പോലെ. ബ്രഷുകളിൽ കാണുന്ന പരുപരുത്ത രോമം കണക്ക്. അതുകൊണ്ട് ബ്രിസൽ ഫിഷ് സ്പീഷിസുകളെ ബ്രിസൽ മൗത്ത്സ് - Bristle mouths എന്ന് പൊതുവിൽ വിളിക്കുന്നു."

"ബ്രിസൽ - Bristle എന്ന വാക്കിനർത്ഥം ബ്രഷുകളിൽ കാണുന്ന പരുപരുത്ത രോമം അല്ലേൽ കുറ്റിരോമം എന്നാണല്ലോ. അത്തരത്തിൽ പല്ലുകളോടുകൂടിയ വായയുള്ള മത്സ്യങ്ങൾ എന്നല്ലേ?" രശ്മി ചോദിച്ചു.

"അതുതന്നെ."

"ശരീരത്തിന്റെ ഏതു ഭാഗത്ത് നിന്നാണ് പ്രകാശകിരണം വരുന്നത്?"രശ്മി വീണ്ടും മറ്റൊരു ചോദ്യം ചോദിച്ചു.

"കറുത്തനിറമാണ് മത്സ്യങ്ങൾക്ക്. ഇവയുടെ ശരീരത്തിന്റെ അടിഭാഗത്ത് നിരയായി ഫോട്ടോഫോർസ് - Photophores എന്നു വിളിക്കുന്ന ചെറുമുഴകളുണ്ട്. ഇതിനുള്ളിൽ സ്ഥിതിചെയ്യുന്ന ബാക്ടീരിയകളുടെ സഹായത്താലാണ് പ്രകാശം പുറപ്പെടുവിക്കുന്നത്." മാഷ് വിശദീകരിച്ചു.

മാഷിന്റെ വിശദീകരണം കേട്ടയുടൻ കുട്ടികൾ ചിത്രകാരന്മാരായി. അവർ ബ്രിസൽ മത്സ്യങ്ങളെ വരയ്ക്കാൻ ശ്രമിച്ചു. പ്രകാശം വമിക്കുന്ന മത്സ്യങ്ങൾ.

"മറ്റെന്തൊക്കെ സവിശേഷതകളാണ് ഇവയ്ക്കുള്ളത്?"

അമ്മു കൂടുതൽ കാര്യങ്ങൾ അറിയാൻ ശ്രമിച്ചു.

"ബ്രിസൽഫിഷ് മത്സ്യ സ്പീഷിസുകളിൽ മിക്കവയും രാത്രിയിൽ മിസോപെലാജിക് സോണിൽനിന്നും സമുദ്രത്തിന്റെ മുകൾത്തട്ടിലേക്ക് കൂട്ടമായ് എത്തും. രാവിലെ പ്രഭാകിരണങ്ങൾ വീണുതുടങ്ങുമ്പോൾ തിരിച്ച് താഴേക്ക് പോകും."

"ആഹാരം കിട്ടാനായിരിക്കും എപ്പിപെലാജിക് സോണിൽ എത്തുന്നത്. അല്ലേ?" ഷാജി ചോദിച്ചു.

"അതെ." മാഷ് പ്രതികരിച്ചു.

"മാഷേ ഒരു ചോദ്യം." കീർത്തിയുടേതാണ് ചോദ്യം.

"ചോദിച്ചോളൂ."

"ഇത്തരം മത്സ്യങ്ങൾ പ്രകാശം പുറപ്പെടുവിക്കുന്നത് എന്തിനായിരിക്കും?"

"രണ്ട് കാര്യങ്ങൾക്കാണ്. ഒന്ന് ഇരയെ വശീകരിക്കാൻ. മറ്റൊന്ന് ശത്രുക്കളെ കബളിപ്പിച്ചു രക്ഷപ്പെടാൻ."

"പ്രകാശം വമിപ്പിച്ച് ശത്രുക്കളെ കബളിപ്പിക്കാനാകുന്നത് എപ്രകാരമാണ്?" കീർത്തിയുടെ ചോദ്യം എല്ലാവരിലും കൗതുകം നിറച്ചു.

"പറയാം. ഓന്ത് ശത്രുക്കളെ കബളിപ്പിക്കുന്ന കാര്യം അറിയാമല്ലോ. ചുറ്റുപാടിനനുസരിച്ച് നിറം മാറ്റും. അല്ലേ?"

"ഓന്തിന്റെ നിറംമാറ്റം ശ്രദ്ധിച്ചിട്ടുണ്ട്." കുട്ടികൾ പറഞ്ഞു.

"പട്ടാളക്കാർ തൊപ്പിയിലും മറ്റും ഇലകൾ വച്ചുകെട്ടി ഇലച്ചില്ലുകളുടെ ഭാഗമാണെന്ന തോന്നൽ ശത്രുവിന് നല്കി കബളിപ്പിക്കുന്ന കാര്യം അറിയാമല്ലോ."

"ഓ. സിനിമയിൽ കണ്ടിട്ടുണ്ട്."

"മിസോപെലാജിക് സോണിൽ അരണ്ട വെളിച്ചമാണെന്ന് നിങ്ങൾക്കറിയാം."

"സന്ധ്യാസമയത്തുള്ള വെളിച്ചം."

"അതെ. ഈ നേരിയ വെളിച്ചത്തിൽ ഒന്നിനെയും പൂർണ്ണമായി കാണാൻ കഴിയില്ലല്ലോ. താഴെ നില്ക്കുന്ന ഇരപിടിയൻമാർ മുകളിലെ ചെറുമത്സ്യങ്ങളെ കാണുന്നത് നിഴൽരൂപങ്ങളായിട്ടാണ്. ഈ നിഴൽ രൂപങ്ങളെ പിടികൂടാൻ മുകളിലേക്ക് പാഞ്ഞെ

ത്താൻ താഴെ കാത്തിരിക്കുന്നുണ്ട് ഇരപിടിയന്മാർ. ഇവിടെയാണ് കബളിപ്പിക്കൽ നടക്കുന്നത്. നിഴൽരൂപം ഇല്ലാതായി ഒന്നുമില്ലെന്ന തോന്നൽ ശത്രുക്കൾക്ക് നല്കണം. അതിനെന്താ ബ്രിസൽമത്സ്യങ്ങൾ ചെയ്യുന്നത്? ചുറ്റുപാടിലുള്ള പ്രകാശത്തിന് യോജിച്ച വിധത്തിൽ തീവ്രത കൂട്ടിയും കുറച്ചും പ്രകാശകിരണങ്ങൾ പുറപ്പെടുവിക്കുന്നു. പ്രകാശകിരണങ്ങൾ വരുന്നത് അവയുടെ അടിഭാഗത്ത് നിന്നാണ്. അവിടെയാണ് ഫോട്ടോഫോറുകൾ കാണപ്പെടുന്നത്. ഇത്തരത്തിൽ ഫോട്ടോഫോറുകളിലൂടെ പ്രകാശം പുറപ്പെടുവിച്ച് നിഴൽരൂപങ്ങളില്ലാതാക്കി ശത്രുക്കളെ കബളിപ്പിക്കുന്നതിന് 'കൗണ്ടർ ഇല്ല്യൂമിനേഷൻ' - Counter illumination എന്നാണ് പറയുന്നത്." മാഷ് വിശദീകരിച്ചു.

"ബ്രിസൽ മത്സ്യങ്ങൾ സമർത്ഥരാണല്ലോ." അമ്മു വിളിച്ചു പറഞ്ഞു.

അരണ്ടവെളിച്ചം തങ്ങിനില്ക്കുന്ന മിസോപെലാജിക് സോൺ കുട്ടികൾ ഭാവനയിൽ കണ്ടു. മുകളിൽ ബ്രിസൽമത്സ്യങ്ങളുടെ നിഴൽരൂപങ്ങൾ പ്രത്യക്ഷമായി. താഴെ കൊതിപൂണ്ടു നില്ക്കുന്ന ഇരപിടിയന്മാർ. അതാ പെട്ടെന്ന് നേർത്ത വെളിച്ചത്തിന്റെ അതേ അളവിൽ നിഴൽരൂപങ്ങളുടെ അടിയിൽനിന്നും പുറത്തുവരുന്ന പ്രകാശകിരണങ്ങൾ. നിഴൽരൂപങ്ങൾ അപ്രത്യക്ഷമാകുന്നു. ഇരപിടിയന്മാർക്ക് ഒന്നും തിരിച്ചറിയാനാകുന്നില്ല. നിരാശയോടെ നില്ക്കുന്ന ഇരപിടിയന്മാർ.

"ഇനിയെന്തെങ്കിലും സവിശേഷതകളുണ്ടോ മാഷേ?"

"ഉണ്ടല്ലോ."

"സമുദ്രങ്ങളിൽ സർവ്വസാധാരണമായി കാണുന്ന മത്സ്യങ്ങളാണ് ബ്രിസൽ മത്സ്യങ്ങൾ. ഇവയിൽ 13 സ്പീഷിസുകൾ ഉൾപ്പെടുന്ന സൈക്ലോതൗൻ - Cyclothone എന്ന ഇനമുണ്ട്. ഒന്നുമുതൽ മൂന്ന് ഇഞ്ചുവരെ വലിപ്പമുണ്ട്. സൈക്ലോതൗൻ ഇനത്തിൽപ്പെടുന്ന ജീവികളാണ് നമ്മുടെ ഭൂമിയിൽ ഏറ്റവും കൂടുതൽ കാണപ്പെടുന്ന നട്ടെല്ലുള്ള ജീവിവർഗ്ഗം. മഹാകോടി വരും."

ഭൂമിയിൽ ഏറ്റവും കൂടുതൽ കാണപ്പെടുന്ന നട്ടെല്ലുള്ള ജീവി

കളാണ് 'Cyclothone' എന്ന് കേട്ടപ്പോൾ കുട്ടികളുടെ മുഖത്ത് കൗതുകം വിടർന്നു. ഇതുവരെ അവരുടെ അറിവിന്റെ പുസ്തകത്താളുകളിൽ ഇടം പിടിക്കാതിരുന്ന ജീവിവർഗ്ഗം.

"ഒരു പ്രത്യേക ഇനം ബ്രിസൽ മത്സ്യങ്ങളാണല്ലോ Cyclothone. എന്താണ് അവയ്ക്കുള്ള പ്രത്യേകതകൾ?"

മാഷ് സൈക്ലോതൗണിന്റെ ചിത്രം പ്രദർശിപ്പിച്ചു.

"ബയോലൂമിനിസെന്റ് ഓർഗാനിസം. വലിപ്പം ഒരിഞ്ചു മുതൽ മൂന്ന് ഇഞ്ചുവരെ. Cyclothone എന്ന വാക്കിന് ഗ്രീക്കിൽ Circular എന്ന അർത്ഥമാണുള്ളത്. വൃത്താകാരമായ വായ ഉള്ള ബ്രിസൽ ജനുസാണിവ. വായിൽ കുറ്റിരോമം പോലെ കൂർത്ത പല്ലുകൾ. ഇപ്പോൾ ഇവയുടെ രൂപം മനസ്സിൽ തെളിഞ്ഞല്ലോ."

"ഒകെ മാഷേ."

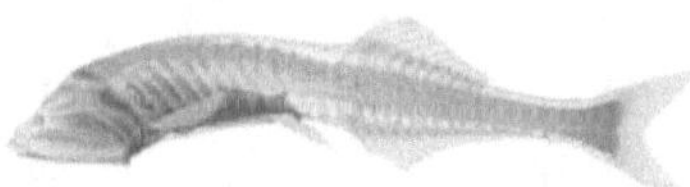
Cyclothone

"സൈക്ലോതൗണിന് മറ്റൊരു സവിശേഷത കൂടിയുണ്ട്." മാഷ് കുട്ടികളുടെ കൗതുകം വർദ്ധിപ്പിച്ചു.

"അതെന്താണ് മാഷേ?"

"പിറക്കുന്നത് പുരുഷഗുണങ്ങളോടെയാണ്. പുരുഷപ്രത്യുല്പാദന അവയവങ്ങൾ ആദ്യം പൂർണ്ണ വളർച്ചയിലെത്തും. പിന്നെ അതേ മത്സ്യത്തിൽ സ്ത്രീപ്രത്യുല്പാദന അവയവങ്ങൾ വളർച്ച പ്രാപിക്കും. ഈ അവയവങ്ങൾ സന്തതി ഉല്പാദനത്തിന് വേണ്ട കോശങ്ങളെ ഉല്പാദിപ്പിക്കുകയും അവ സംയോജിക്കുകയും ചെയ്യും."

"മണ്ണിരയെപ്പോലെ ദ്വിലിംഗജീവിയാണോ സൈക്ലോതൗൺ?"

"അതെ. ഒരു ജീവിയിൽ തന്നെ ആൺപെൺ പ്രത്യുല്പാദനാവയവങ്ങൾ ഭാഗികമായോ പൂർണ്ണമായോ വളർച്ച പ്രാപിച്ച്

അവ ഉല്പാദിപ്പിക്കുന്ന ലൈംഗികകോശങ്ങൾ തമ്മിൽ യോജിച്ച് പുതിയ സന്തതികളെ ഉല്പാദിപ്പിക്കുന്ന ജീവിയെ ഹെർമാഫ്രോഡൈറ്റ് - Hermophrodite എന്നാണ് വിളിക്കുന്നത്. ഇത്തരം അവസ്ഥയാണ് ഹെർമാഫ്രോഡിറ്റിസം - Hermaphroditism. കരയിൽ കാണുന്ന മണ്ണിര, ഒച്ച്, വിവിധതരം വിരകൾ, ചില തരം ചിത്രശലഭങ്ങൾ എന്നിവ ഇത്തരം ജീവികളാണ്." മാഷ് വിശദീകരിച്ചു.

"പുഷ്പിക്കുന്ന മിക്ക സസ്യങ്ങളിലും ഈ അവസ്ഥയാണല്ലോ ദ്വിലിംഗഅവസ്ഥ." അദിതി പ്രതികരിച്ചു.

"അതെ."

"ബയോലൂമിനിസെന്റ് ജീവികളിൽപ്പെടുന്ന ലാന്റേൺഫിഷ്, ജെല്ലിഫിഷ്, കൂന്തൽ തുടങ്ങി വൈവിദ്ധ്യമാർന്ന സമുദ്രജീവികൾ ഈ മേഖലയിലുണ്ട്." മാഷ് പറഞ്ഞു.

"ഇനിയും വ്യത്യസ്തങ്ങളായ ചില മത്സ്യങ്ങൾ മിസോപെലാജിക് മേഖലയിലുണ്ട്. അത്തരം കാര്യങ്ങൾ നിങ്ങൾ അധികവായനയിലൂടെ കണ്ടെത്തുക. നമുക്കിനി ബാത്തിപെലാജിക് സോൺ - Bathypelagic zone എന്താണെന്ന് നോക്കാം."

സ്ക്രീനിൽ നേരത്തെ കാണിച്ച സമുദ്രഘടനയുടെ ചിത്രം വീണ്ടും തെളിഞ്ഞു. ഇരുണ്ട കടലിന്റെ ഉള്ളറ തേടി മാഷിനൊപ്പം കുട്ടികളും നീങ്ങി.

"സമുദ്രോപരിതലത്തിൽനിന്നും താഴെ 1000 മീറ്റർ മുതൽ 4000 മീറ്റർ വരെ ആഴമുള്ള ഭാഗമാണ് ബാത്തിപെലാജിക് സോൺ. 'Bathy' എന്ന വാക്കിന്റെ ഗ്രീക്ക് അർത്ഥം 'Deep' അല്ലെങ്കിൽ ആഴമുള്ളത് എന്നാണ്. നിങ്ങളുടെ അനുമാനത്തിൽ ഈ സോണിന്റെ സവിശേഷതകൾ എന്തൊക്കെയായിരിക്കും?"

മാഷിന്റെ ചോദ്യത്തോട് കുട്ടികൾ പ്രതികരിക്കാൻ തുടങ്ങി.

"മാഷേ സൂര്യപ്രകാശം ഒട്ടും എത്തില്ല. ഇരുട്ട് നിറഞ്ഞ സോൺ."

"ശരിയാണ്."

"താപനില വളരെ വളരെ കുറവ്."

"ശരിയാണ്. താപനില നാല് ഡിഗ്രി സെന്റിഗ്രേഡ്."

"മർദ്ദം മിസോപെലാജിക് സോണിനേക്കാൾ കൂടുതൽ."

"അങ്ങേയറ്റം ഉയർന്ന മർദ്ദം. ഒരു സ്ക്വയർ സെന്റീമീറ്ററിൽ അനുഭവപ്പെടുന്ന മർദ്ദം ഏകദേശം 680 കിലോഗ്രാം."

"സൂര്യപ്രകാശം ഒട്ടുമില്ലാത്തതിനാൽ ഫോട്ടോസിന്തെറ്റിക് ഓർഗാനിസം ഉണ്ടാകില്ല."

"ശരിയാണ്."

"ഇരുട്ടത്ത് ജീവിക്കുന്ന സമുദ്രജീവികളുണ്ടാകുമല്ലോ. അതിനെക്കുറിച്ച്."

"ഇരുട്ടിലെ പരിതഃസ്ഥിതികളോട് പൂർണ്ണമായും ഇണങ്ങിച്ചേരാൻ കഴിവുള്ള ജീവിസമൂഹം ഇവിടെയുമുണ്ട്. ഒക്ടോപസ് എന്ന ജീവിയെക്കുറിച്ച് നിങ്ങൾ കേട്ടിരിക്കും."

"ചിത്രവും വീഡിയോയും കണ്ടിട്ടുണ്ട്. നീരാളി."

"ഒക്ടോപസ് എന്ന ജനുസ്സിൽ പെട്ട സമുദ്രജീവികൾക്ക് അഷ്ടഭുജങ്ങളുണ്ടാകും. നീരാളി എന്ന് നമ്മൾ വിളിക്കും. നട്ടെല്ലില്ലാത്ത ജീവികൾ."

മാഷ് സ്ക്രീനിൽ ചില ചിത്രങ്ങളും വീഡിയോകളും കാണിച്ചു. കുട്ടികൾക്ക് അവ നന്നേ രസിച്ചു.

ബാത്തിപെലാജിക് സോണിലെ അന്തേവാസികളായ Octopus, Angler fish, Sea cucumber, Vampire squids, Tripod fish തുടങ്ങി ഏതാനും ചില സമുദ്രജീവികളെ മാഷ് കുട്ടികളെ പരിചയപ്പെടുത്തിക്കൊടുക്കാൻ ശ്രമിച്ചു.

ആങ്ഗ്ളർ ഫിഷിന്റെ ചിത്രം സ്ക്രീനിൽ നിറഞ്ഞു. കുട്ടികൾ ചിത്രം കണ്ട് ഒന്നമ്പരന്നു.

"ക്രൂരഭാവമുള്ള മത്സ്യം."

"പേടിയാകുന്ന രൂപം."

"ഭംഗിയില്ലാത്ത മത്സ്യം."

കുട്ടികൾ പ്രതികരിച്ചു. പ്രതികരണത്തോടൊപ്പം ചിലർ മത്സ്യത്തിന്റെ ചിത്രവും വരച്ചു.

"കാഴ്ചയിൽ രൗദ്രഭാവമുള്ള മത്സ്യമാണ് Angler fish - ചൂണ്ടക്കാരൻ മത്സ്യം. Angler എന്ന വാക്കിനർത്ഥം അറിയാമോ? ചൂണ്ടക്കാരൻ എന്നർത്ഥം. ഇതിന്റെ സവിശേഷതകൾ നിരീക്ഷിക്കൂ. വായഭാഗത്തിന്റെ പ്രത്യേകത എന്താണ്?"

Angler fish

"വലിയ വായ. വായ നിറയെ കൂർത്ത പല്ലുകൾ."

"ഇതിന്റെ അടിഭാഗം നോക്കൂ. തള്ളി നില്ക്കുകയല്ലേ? അതു കൊണ്ട് ഇതിന് കൂനൻ - Humpback fish എന്നും വിളിക്കുന്നു."

"മാഷേ ഇതിനെ ചൂണ്ടക്കാരൻ എന്നു വിളിക്കുന്നതെന്തു കൊണ്ടാണ്?" അമ്മു ചോദിച്ചു.

"പറയാം. ചിത്രം നിരീക്ഷിക്കൂ. ഇതിന്റെ തലയുടെ ഭാഗത്ത് മുതുകിനോട് ഒട്ടിച്ചേർന്ന് എന്താണ് കാണുന്നത്? വാല്പോലെ നീണ്ട ഒരവയവം. അതിനെ പല ദിശയിൽ ചലിപ്പിക്കാൻ കഴിയും. അതിന്റെ അഗ്രഭാഗത്ത് ഒരു കൊഴുത്ത ഭാഗമുണ്ട്. ചെറുതാണ് ആ ഭാഗം. ഈ ഭാഗത്ത് പ്രകാശം വമിപ്പിക്കുന്ന ഫോട്ടോഫോറുണ്ട്. മിന്നാമിനുങ്ങ് പുറപ്പെടുവിക്കുന്ന പ്രകാശത്തിന് സമാനമായ പ്രകാശം ഇത് പുറപ്പെടുവിക്കും. ഈ പ്രകാശം ഇരയെ പ്രലോഭിപ്പിക്കുന്നു. ചൂണ്ടപോലുള്ള ഈ അവയവം ഇരകളെ ആകർഷിക്കുന്ന ഒരു വശീകരണസാമഗ്രിയായി പ്രവർത്തിക്കുന്നു. ഇത്തരത്തിൽ ഇര പിടിക്കുന്നതുകൊണ്ടാണ് ഈ മത്സ്യത്തെ ചൂണ്ടക്കാരൻ മത്സ്യം - Angler fish എന്ന് വിളിക്കുന്നത്."

"പ്രകാശം വമിപ്പിക്കുന്ന ഈ അവയവം ചൂണ്ടപോലെ തന്നെ. ചൂണ്ടയുടെ അഗ്രത്ത് മത്സ്യത്തെ മോഹിപ്പിക്കുന്ന സാധനം വയ്ക്കാറുണ്ടല്ലോ. ആങ്ഗ്ളർ മത്സ്യത്തെ സംബന്ധി

ച്ചിടത്തോളം അത് പ്രകാശം വമിപ്പിക്കുന്ന കൊഴുത്ത ഭാഗമാണ്. ഞാൻ പറഞ്ഞത് ശരിയല്ലേ?" അജീബ് വിശദീകരിക്കാൻ ശ്രമിച്ചു.

"കുട്ടി പറഞ്ഞത് ശരിയായ വിശദീകരണമാണ്." മാഷ് അജീബിനെ പ്രോത്സാഹിപ്പിച്ചു. അതിനുശേഷം ആങ്ഗ്ളർ മത്സ്യം ഇരപിടിക്കുന്ന രംഗം കാണിക്കുന്ന വീഡിയോ മാഷ് പ്രദർശിപ്പിച്ചു. വളരെ രസകരമായ കാഴ്ചയായിരുന്നു അത്.

"ഇവരിൽ ഏകദേശം 210 സ്പീഷിസുകളുണ്ട്. രണ്ട് മുതൽ പതിനെട്ട് സെന്റീമീറ്റർ വരെ നീളമുള്ളവരാണ് പല സ്പീഷിസുകളും. ചുരുക്കം ചില സ്പീഷിസുകൾക്ക് 100 സെന്റീമീറ്റർ വരെ നീളം കാണും. പെൺമത്സ്യങ്ങൾക്ക് ആൺമത്സ്യങ്ങളേക്കാൾ വലുപ്പമുണ്ടാകും. ഇവരിലെ മിക്ക സ്പീഷിസുകളിലും ആൺമത്സ്യത്തിന് രണ്ടിഞ്ച് വലിപ്പമേ ഉള്ളൂ. പെൺമത്സ്യത്തിന് ഏഴ് ഇഞ്ചോളം." മാഷ് തുടർന്നു.

"Big lady" അമ്മു വിളിച്ചുപറഞ്ഞു. എല്ലാവരും അതുകേട്ട് ചിരിച്ചു.

"മാഷേ അങ്ങനെയെങ്കിലും സ്ത്രീകൾക്ക് മഹത്തരമായ പദവി കിട്ടിയല്ലോ." അമ്മു കൂട്ടിച്ചേർത്തു.

"മനുഷ്യരിലും അതു മതിയായിരുന്നു." കൂട്ടച്ചിരിക്കിടെ ശിവാനി കൂട്ടിച്ചേർത്തു.

ആൺകുട്ടികളും പെൺകുട്ടികളും വീരവാദം മുഴക്കുന്ന ഭാവത്തിൽ കണ്ണുരുട്ടി.

"മാഷേ മനുഷ്യരുടെ കാര്യത്തിൽ ആണിന്റെയും പെണ്ണിന്റെയും ഉയരവും വണ്ണവും എങ്ങനെയായിക്കൊള്ളട്ടെ. പുരുഷനൊപ്പം സ്ത്രീക്കും സമൂഹത്തിൽ എല്ലാ കാര്യത്തിലും തുല്യപരിഗണന ലഭിച്ചാൽ മതി." അമ്മു അല്പം സ്വരം ഉയർത്തി പറഞ്ഞു. കൈയടിച്ചു കുട്ടികൾ അമ്മുവിന്റെ വാക്കുകളോട് പ്രതികരിച്ചു.

അടുത്ത ചിത്രം സ്ക്രീനിൽ തെളിഞ്ഞു. അതോടെ കുട്ടികൾ നിശ്ശബ്ദരായി. അവർ ചിത്രം നിരീക്ഷിച്ചു.

"Sea cucumber." കുട്ടികൾ ചിത്രത്തിൽ കണ്ട പേര് വായിച്ചു.

"സീക്യൂകംബെ തന്നെ." മാഷ് പറഞ്ഞു.

"കടൽവെള്ളരി." കുട്ടികളിൽ ഒരാൾ വിളിച്ചുപറഞ്ഞു.

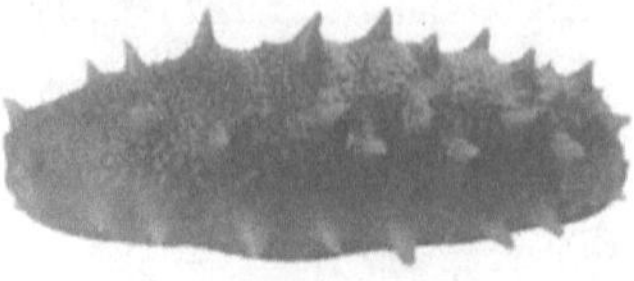

Sea cucumber

"ചിത്രത്തിൽ കാണുന്ന സമുദ്രജീവിക്ക് നമ്മൾ ഉപയോഗിക്കുന്ന ഒരു പച്ചക്കറി ഇനത്തിന്റെ ആകൃതി അല്ലേ? ഏതാണ് അത്?"

"വെള്ളരി" കുട്ടികൾ പറഞ്ഞു.

"കടൽ വെള്ളരി എന്നു വിളിക്കാം. അല്ലേ." മാഷ് പറഞ്ഞു.

"ഇതിന്റെ സവിശേഷതകൾ എന്താണ് മാഷേ?"

"നിങ്ങൾ അതിന്റെ ശരീരം നിരീക്ഷിക്കൂ. എന്താണ് സവിശേഷത?"

"നീണ്ടുരുണ്ട ശരീരം."

"ശരീരം നീണ്ടുരുണ്ടതാണ്. മൃദുവാണ്. ത്വക്കിൽ മുള്ളുപോലുള്ള ഭാഗങ്ങൾ. ത്വക്ക് തുകൽ പോലിരിക്കും. നട്ടെല്ലില്ലാത്ത ജീവിയാണ്. ത്വക്കിനടിയിൽ മൃദുലാസ്ഥി കൊണ്ടുള്ള ചട്ടക്കൂട് ഉണ്ട്. അതുകൊണ്ട് അതിന് ആന്തരിക അസ്ഥികൂടം (Endoskeleton) ഉണ്ടെന്ന് പറയാം." മാഷ് സീക്യുകംബെയുടെ സവിശേഷതകൾ പറയാൻ തുടങ്ങി.

"മാഷേ മറ്റൊരു ചിത്രം കാണുന്നുണ്ടല്ലോ. വായ്ഭാഗം."

"അതിലേക്ക് വരാം. വായഭാഗത്തിനു ചുറ്റും എന്താണ് നിങ്ങൾ നിരീക്ഷിക്കുന്നത്?"

"നാരുപോലുണ്ട്."

"നാരുപോലുള്ള തന്തുക്കൾ. സ്പർശിനി - Tentacle എന്നു വിളിക്കാം."

"ഇവ ഉപയോഗിച്ചായിരിക്കും. ആഹാരശകലങ്ങളെ തിരയുന്നത് അല്ലേ?"

"അതെ."

"ഇതിന്റെ വലുപ്പം എത്രവരും മാഷേ?"

"ഇതിലും പല സ്പീഷിസുകളുണ്ട്. അതുകൊണ്ടു തന്നെ വലുപ്പത്തിലും വ്യത്യാസങ്ങളുണ്ടാകും. മൂന്ന് മില്ലീമീറ്റർ മാത്രം വലുപ്പമുള്ളവയുണ്ട്. 10 മുതൽ 30 വരെ സെന്റീമീറ്റർ വലുപ്പമുള്ളവയുണ്ട്. 100 സെന്റീമീറ്റർ നീളമുള്ളവയുണ്ട്. ഗോളാകൃതിയുള്ളവയുണ്ട്. വിരയുടെ ആകൃതിയിലുള്ളവയുണ്ട്. ഇവയ്ക്ക് അവയുടെ ശരീരം നീട്ടാൻ കഴിയും."

"മണ്ണിര ചെയ്യുംപോലെ. അല്ലേ മാഷേ"

"അതെ."

"മാഷേ ഇത് ഭക്ഷ്യയോഗ്യമാണോ?"

"ഭക്ഷ്യയോഗ്യമാണ്."

"ഇത് മത്സ്യഇനത്തിൽ പെടുന്നവയാണോ?"

"അല്ല. സമുദ്രത്തിലെ എക്കിനോഡെം- Echinoderms എന്ന ജന്തുവിഭാഗത്തിൽപ്പെടുന്നു. മുള്ളുപോലുള്ള ഭാഗങ്ങൾ കൊണ്ട് നിറഞ്ഞ ത്വക്ക്-Spinyskin-ഉള്ള സമുദ്രജന്തുവിഭാഗമാണ് Echinoderm. നക്ഷത്രമത്സ്യം - Starfish, സീക്യുകംബെ തുടങ്ങി ഏകദേശം ഏഴായിരത്തോളം സ്പീഷിസുകൾ ഉൾപ്പെടുന്ന ജന്തുസമൂഹമാണിത്. വ്യത്യസ്ത വർണ്ണങ്ങളിൽ അവ കാണപ്പെടുന്നു." മാഷ് കുട്ടികൾക്ക് കൗതുകകരമായ ചില അറിവുകൾ കൂടി പകർന്നുനല്കി.

അടുത്തതായി സ്ക്രീനിൽ തെളിഞ്ഞത് ബാത്തിപെലാജിക് സോണിൽ കണ്ടുവരുന്ന മുക്കാലിമത്സ്യം-Tripod fish ആയിരുന്നു.

കുട്ടികൾ അതിന്റെ സവിശേഷതകൾ കുറച്ചുനേരം നിരീക്ഷിച്ചു. എന്തായിരിക്കും മാഷ് പരിചയപ്പെടുത്താൻ പോകുന്ന സവിശേഷതകൾ?

"നിങ്ങൾ കാണുന്ന മത്സ്യം Tripod fish - മുക്കാലിമത്സ്യമാണ്. ബാത്തിപ്റ്ററോയിസ് ഗ്രല്ലേറ്റർ - Bathypterois grallator എന്നു വിളിക്കുന്ന മത്സ്യം. Bathy എന്ന ഗ്രീക്ക് പദത്തിനർത്ഥം നിങ്ങൾക്കറിയാം."

"Deep"

Tripod fish

"അതെ. 'Pterois' എന്ന പദത്തിനർത്ഥം ചിറകുകൾ. 'Grallator' എന്ന പദത്തിനർത്ഥം ഊന്നുകാലുകളിൽ നടക്കുന്നത് എന്നാണ്. അപ്പോൾ 'Tripod fish' എന്നാൽ ചിറകുകളിൽ കാണുന്ന ഊന്നുകാലുകളിൽ നടക്കുന്ന ആഴക്കടൽ മത്സ്യം. അതുകൊണ്ട് ഇതിനെ സ്റ്റിൽട്ട് വാക്കർ - Stilt walker എന്നും വിളിക്കും. Stilt എന്ന വാക്കിനർത്ഥം ഊന്നുകാൽ എന്നാണ്."

"വെള്ളത്തിൽ നടക്കുമോ?"

"ഇല്ല. വെള്ളത്തിൽ നീന്തും. നടക്കുന്നത് സമുദ്രത്തിന്റെ അടിത്തട്ടിൽ."

"എന്നുവച്ചാൽ ഈ മത്സ്യം സമുദ്രത്തിന്റെ അടിത്തട്ടിലും കാണും. അല്ലേ?"

"അതെ. നമ്മൾ ചർച്ച ചെയ്ത പല മത്സ്യങ്ങളും ഇനി നമ്മൾ ചർച്ച ചെയ്യാനിരിക്കുന്ന പെലാജിക് സോണിലും കാണുന്ന മത്സ്യങ്ങളാണ്."

ഊന്നുകാലിൽ നടക്കുന്ന മത്സ്യം കുട്ടികളിൽ കൗതുകം ജനിപ്പിച്ച മറ്റൊരിനം മത്സ്യമായിരുന്നു. അവർ ചിത്രം നോക്കി ഊന്നുകാലുകളുടെ സ്ഥാനം എവിടെയാണെന്ന് തിരിച്ചറിഞ്ഞു.

"ഏകദേശം 30 സെന്റിമീറ്റർ മുതൽ 40 സെന്റിമീറ്റർ വരെ നീളമുണ്ടാകും. സമുദ്രത്തിന്റെ അഗാധതയിൽ ജീവിക്കുന്നതി

നുള്ള അനുരൂപീകരണം ഇതിന് ലഭിച്ചിട്ടുണ്ട്. ശ്വസനാവയവ ത്തിന് പിന്നിൽ നെഞ്ച് ഭാഗത്ത് ഇരുവശത്തും കാണുന്ന മൃദു വായ ചിറകുകൾ നോക്കൂ." കുട്ടികൾ മുക്കാലി മത്സ്യത്തിന്റെ നെഞ്ചുഭാഗത്ത് ഇരുവശത്തും കാണുന്ന നീണ്ട ചിറകുകൾ നോക്കി.

"ഇനി നമുക്ക് ഊന്നുകാലുകൾ നിരീക്ഷിക്കാം." മാഷ് മുക്കാലി മത്സ്യത്തിന്റെ വീഡിയോ പ്രദർശിപ്പിച്ചു.

"ഹായ് മുക്കാലിൽ നില്ക്കുന്ന മത്സ്യം." കുട്ടികൾ ആവേശ ത്തോടെ വിളിച്ചുപറഞ്ഞു. കുട്ടികൾ അത്ഭുതം കൂറുന്ന കണ്ണുക ളോടെ മുക്കാലി മത്സ്യത്തെ നിരീക്ഷിച്ചു.

"കടലിലെ അത്ഭുതജീവികൾ" അമ്മു കൂട്ടിച്ചേർത്തു.

"ഇതിന്റെ ഊന്നുകാലുകൾ കണ്ടല്ലോ. എവിടെയാണ് അവ യുടെ സ്ഥാനം."

"ഒരെണ്ണം വാൽച്ചിറകിന്റെ അടിഭാഗത്തുനിന്ന്."

"ഓകെ."

"മറ്റ് രണ്ടെണ്ണമോ?"

"ഇടുപ്പ് ഭാഗത്ത് നിന്നും"

"ഇടുപ്പിന് അടിയിൽ ഇരുവശത്തും കാണുന്ന ചിറകുകളോട് ചേർന്ന്." മാഷ് വിശദമാക്കി.

"ഇതിന്റെ നീളം എത്രവരും?" അമ്മു ചോദിച്ചു.

"ശരീരത്തെക്കാൾ മൂന്ന് മടങ്ങ് നീളം."

"30 സെന്റീമീറ്റർ നീളമുള്ള മുക്കാലി മത്സ്യത്തിന്റെ ഊന്നു കാലുകൾക്ക് 120 സെന്റീമീറ്റർ നീളംവരും അല്ലേ മാഷേ?"

"അതെ."

"ഈ കാലുകൾക്ക് മറ്റെന്തു പ്രത്യേകതയാണ് ഉള്ളത്?"

"ഊന്നി നില്ക്കുമ്പോൾ ദൃഢമായിരിക്കും. നീന്തുമ്പോഴോ? അത് അയവുള്ളതായിരിക്കും. ഈ കാലുകൾ ഉപയോഗിച്ച് നട ക്കാം. നിന്നുറങ്ങാം." കുട്ടികളുടെ ചോദ്യങ്ങൾക്ക് മാഷ് വളരെ വ്യക്തതയോടെ മറുപടി നല്കി.

"ഇതിന്റെ കണ്ണുകൾ തീരെ ചെറുതാണ്. ഇരുട്ടായതിനാൽ കാണാനും പറ്റില്ല. അപ്പോൾ ഇതും പ്രകാശം വമിപ്പിക്കുന്ന മത്സ്യ മാണോ?"

"പ്രകാശം വമിപ്പിക്കുന്ന മത്സ്യമല്ല ഇത്. ഈ മത്സ്യത്തിന്റെ നെഞ്ചുഭാഗത്ത് ഉയർന്നു നില്ക്കുന്ന ചിറകുകൾക്ക് സ്പർശന ശക്തിയുണ്ട്. ഈ ചിറകുകൾ ചുറ്റുമുള്ള വസ്തുക്കളെ തിരിച്ച റിയാൻ സഹായിക്കുന്നു. ഇവ കൈകൾ പോലെയും പ്രവർത്തി ക്കുന്നു. ഇരയാണെന്ന് തിരിച്ചറിഞ്ഞാൽ അതിനെ ഈ ചിറകു കൾ കൊണ്ട് തട്ടി മത്സ്യത്തിന്റെ വായിലേക്ക് കടത്തുന്നു."

"മറ്റ് പ്രത്യേകതകൾ?"

"ഇവയ്ക്ക് ബീജവും അണ്ഡവും ഉല്പാദിപ്പിക്കാനുള്ള കഴി വുണ്ട്."

"ഹെർമാഫ്രോർഡൈറ്റ് ആണ് അല്ലേ?"

"അതെ."

"ആഹാരയോഗ്യമാണോ?"

"പൊതുവിൽ ഭക്ഷണത്തിനായി ഉപയോഗിക്കാറില്ല. ഇനി ഒരു ഇനത്തെക്കൂടി പരിചയപ്പെട്ടിട്ട് നമുക്ക് അടുത്ത സോണി ലേക്ക് കടക്കാം."

കുട്ടികൾ സമ്മതം മൂളി. സ്ക്രീനിൽ കണവയ്ക്കു സമാന മായ മറ്റൊരു സമുദ്രജീവിയുടെ ചിത്രം തെളിഞ്ഞു.

"Vampire squid - വാമ്പൈർ സ്ക്വിഡ്." ചിത്രത്തിന് താഴെ എഴുതിയിട്ടുള്ള പേര് കുട്ടികൾ വായിച്ചു.

"മാഷേ വാമ്പൈർ എന്നാൽ രക്തം കുടിയൻ എന്നല്ലേ? ഇവർ വാമ്പൈർ ബാറ്റിനെപ്പോലെ രക്തം കുടിയന്മാരാണോ?"

Vampire squid

"അല്ല. ഇവരുടെ ഇരുണ്ട നിറവും രൂപവും കണ്ട് വിളിക്കുന്ന പേരാണത്. ഇവയുടെ ഭുജങ്ങളുടെ എണ്ണം നോക്കൂ. എത്രയാണ്?"

കുട്ടികൾ ചിത്രത്തിൽ കണ്ട വാമ്പൈർ സ്ക്വിഡിന്റെ ഭുജങ്ങൾ എണ്ണാൻ തുടങ്ങി.

"എട്ട് ഭുജങ്ങൾ." കുട്ടികൾ തിരിച്ചറിഞ്ഞു.

"നീരാളി, കണവ എന്നീ സമുദ്രജീവികൾക്കും എട്ട് ഭുജങ്ങളുണ്ട്. പക്ഷേ, ഇവയുടെ ഭുജങ്ങൾക്ക് ഒരു പ്രത്യേകതയുണ്ട്. എന്താണ് പ്രത്യേകത?"

"താറാവിന്റെ കാലിലെ വിരലുകൾ തമ്മിൽ ബന്ധിപ്പിച്ചിട്ടുള്ള ചർമ്മം പോലെ ഭുജങ്ങൾ തമ്മിൽ ബന്ധിപ്പിച്ചുകൊണ്ടുള്ള ചർമ്മമുണ്ട്."

"ശരിയാണ്. ഭുജങ്ങളെ ബന്ധിപ്പിച്ചിരിക്കുന്ന ചർമ്മത്തിന് തോല്പാദം എന്നു പറയാം."

"അപ്പോൾ തോല്പാദം നോക്കി ഇവയെ കണവയിൽ നിന്നും നീരാളിയിൽനിന്നും തിരിച്ചറിയാം. അല്ലേ മാഷേ?"

"അതെ. ഇവയുടെ കണ്ണുകൾ ശ്രദ്ധിച്ചോ? എങ്ങനെയുണ്ട്?"

"ഉരുണ്ട കണ്ണുകൾ."

"വാമ്പൈർ സ്ക്വിഡിന് എത്ര വലുപ്പം വരും?"

"ഏകദേശം 30 സെന്റീമീറ്റർ."

"ഒരടി അല്ലേ."

"അതെ."

"ഇത് ബയോലൂമിനെസെന്റ് ആണോ?"

കുട്ടികൾ ചോദ്യങ്ങൾ ചോദിച്ചു കൊണ്ടിരുന്നു.

"അതെ. ഇവയുടെ ഭുജങ്ങളുടെ അഗ്രഭാഗത്ത് ഫോട്ടോഫോറുകൾ ഉണ്ട്. അതിലൂടെ പ്രകാശം വമിക്കും."

"കൂരിരുട്ടായ ബാത്തിസോണിൽ കൈകളിൽ കുഞ്ഞുവിളക്കുകളുമായി നീന്തിപ്പോകുന്ന വാമ്പൈർ സ്ക്വിഡുകൾ. എത്ര മനോഹരമായിരിക്കും ആ കാഴ്ച."

അമ്മു ഭാവനയിൽ കണ്ട കാര്യം വിളിച്ചുപറഞ്ഞു. ഇത് കേട്ട് മാഷ് ഭുജങ്ങളിലൂടെ പ്രകാശം വമിപ്പിച്ചു നീന്തിപ്പോകുന്ന വാമ്പൈർ സ്ക്വിഡിന്റെ വീഡിയോ പ്രദർശിപ്പിച്ചു.

"സൂപ്പർ, സൂപ്പർ." കുട്ടികൾ വിളിച്ചു പറഞ്ഞു.

"ഇനിയും ധാരാളം ജീവസമൂഹം ഈ ഭാഗത്തുണ്ട്. നിങ്ങൾ അവ അന്വേഷിച്ച് കണ്ടെത്തണം."

"ഗൂഗിളിൽ തെരയാം."

"അതെ."

അന്വേഷണത്തിന്റെ തലങ്ങളെ ചൂണ്ടിക്കാണിച്ചുകൊണ്ട് മാഷ് സമുദ്രത്തിന്റെ സമുദ്രാഗാധതയിലേക്ക് നീങ്ങി.

"ഇനി അബിസൽ സോണിലേക്ക് കടക്കാം."

സ്ക്രീനിൽ വീണ്ടും സമുദ്രഘടനയുടെ ചിത്രം നിറഞ്ഞു.

"അബിസ് - Abyss എന്ന ഗ്രീക്ക് വാക്കിനർത്ഥം അഗാധമായ എന്നാണ്. Abyssal zone എന്നാൽ സമുദ്രാഗാധമേഖല. 4000 മീറ്റർ മുതൽ 6000 മീറ്റർ വരെ വരുന്ന സമുദ്രഭാഗം. സമുദ്രത്തിന്റെ 83 ശതമാനം ഉൾക്കൊള്ളുന്ന മേഖല. ഭൂമിയുടെ ഉപരിതലത്തിലെ 60 ശതമാനം ഉൾക്കൊള്ളുന്ന ഇടം. എന്തൊക്കെ സവിശേഷതകളായിരിക്കും ഈ സോണിന് ഉണ്ടാകുക?"

"ബാത്തിസോണിനുള്ള സവിശേഷതകൾ തന്നെയല്ലേ?"

"അങ്ങനെതന്നെ."

"ഇരുണ്ടകടൽ."

"കൂരിരുട്ട്."

"ഫോട്ടോസിന്തറ്റിക് ഓർഗാനിസമൊന്നുമില്ല. അതുകൊണ്ട് ഇവിടുള്ള ജീവികൾ എല്ലാം മാംസഭുക്കുകളായിരിക്കും."

"ഉയർന്ന അളവിലുള്ള മർദ്ദം."

"നാല് ഡിഗ്രി സെന്റിഗ്രേഡിലും താഴ്ന്ന താപനില."

"അന്ധരായ ജീവികൾ."

കുട്ടികൾ അവരുടെ യുക്തിക്കനുസരിച്ച് കാര്യങ്ങൾ പറഞ്ഞുകൊണ്ടിരുന്നു. മാഷ് അവരെ പ്രോത്സാഹിപ്പിച്ചുകൊണ്ടിരുന്നു.

"കൂരിരുട്ടിലും ഉന്നതമർദ്ദത്തിലും ഏറ്റവും താഴ്ന്ന താപനിലയിലും ജീവിക്കാൻ വേണ്ട അനുരൂപീകരണം വന്നിട്ടുള്ള ജീവികളാകും ഇവിടെ ഉണ്ടാകുക" അമ്മു പറഞ്ഞു. കുട്ടികൾ നിരത്തുന്ന സാദ്ധ്യതകളെല്ലാം ശരിയായിരുന്നു.

"ഇവിടെയും പ്രകാശം വമിപ്പിക്കാൻ കഴിവുള്ള ജീവികളുണ്ടാകും."

"നിങ്ങൾ അവതരിപ്പിക്കുന്ന കാര്യങ്ങളെല്ലാം അബിസൽ സോണിന്റെ പ്രത്യേകതകളാണ്. ഇവിടുള്ള ജീവസമൂഹത്തിന്റെ സവിശേഷതകളാണ്. പ്രകാശം വമിപ്പിക്കുന്ന ജീവികൾക്കൊപ്പം പ്രകാശരഹിതമേഖലയിലെ അനുരൂപീകരണമെന്ന നിലയിൽ ശരീരം സ്ഫടികം - Transparent ആയിട്ടുള്ള ജീവികളുമുണ്ട്."

"ബാത്തിസോണിൽ കാണുന്ന ജീവസമൂഹം ഇവിടെയും ഉണ്ടാവില്ലേ?"

"ഉണ്ട്. നിങ്ങൾ പരിചയപ്പെട്ട മത്സ്യങ്ങളും ജീവികളും ഇവിടെയും കാണുന്നു. അവയ്ക്കു പുറമെ വ്യത്യസ്ത സ്ക്വിഡ്സ്പീഷീസുകളും ഇവിടുണ്ട്. അതിലൊന്നിനെ പരിചയപ്പെടാം." സ്ക്രീനിൽ തെളിഞ്ഞ ചിത്രത്തിൽ കുട്ടികൾ കണ്ണുകൾ നട്ടു.

"ജൈൻറ്റ് സ്ക്വിഡ് - Giant squid" കുട്ടികൾ ചിത്രം നോക്കി പേര് വിളിച്ചുപറഞ്ഞു.

"എന്തു വലിപ്പം, ഭീമാകാരൻ." കുട്ടികൾ ഉറക്കെപ്പറഞ്ഞു.

"അസാമാന്യ വലിപ്പമുള്ള സ്ക്വിഡ്. ഭീതിജനകമായ രീതിയിലുള്ള വളർച്ച. പൂർണ്ണവളർച്ചയെത്തിയ ഇത്തരം സ്ക്വിഡുകൾ 60 അടിവരെ നീളത്തിൽ വളരാമെന്ന് ശാസ്ത്രജ്ഞന്മാർ പറയുന്നു. ജൈൻറ്റ് സ്ക്വിഡുകളിൽ പെൺവിഭാഗത്തിൽ 12 മുതൽ 13 മീറ്റർ വരെയും ആൺവിഭാഗത്തിന് 10 മീറ്റർ വരെയും

Giant squid

വലുപ്പം ഉണ്ടാകാമെന്ന് ശാസ്ത്രജ്ഞർ അനുമാനിക്കുന്നു. നമ്മുടെ ഭൂമിയിലെ ഏറ്റവും വലിയ ജീവികളിലൊന്നാണ് ജൈൻറ്റ് സ്ക്വിഡ്." മാഷ് തുടർന്നു.

"അതിശയം തന്നെ. മറ്റ് സ്ക്വിഡുകളിൽനിന്നും ഇതിനുള്ള സവിശേഷത ഇതിന്റെ വലുപ്പമാണ് അല്ലേ മാഷേ."

"അതെ. മറ്റു ചില കാര്യങ്ങൾ കൂടി ചർച്ച ചെയ്യാം. സാധാരണ സ്ക്വിഡിനെപ്പോലെ ഇതിനും ഒരു Mantle- - മേലങ്കിയുണ്ട്. അത് വളരെ വലുതാണ്. പിൻഭാഗത്ത് ചിറകുകൾ ഉണ്ട്. പിന്നെയോ? എട്ടു ഭുജങ്ങളുണ്ട്. അവയും വളരെ നീളമുള്ളവയാണ്. ഭുജങ്ങൾ കൂടാതെ വളരെയധികം നീളമുള്ള രണ്ട് സ്പർശികളുമുണ്ട്. ഏറ്റവും നീളമുള്ള സ്പർശികൾ ഉള്ള ജീവിയാണിത്. കൊക്കുരൂപത്തിലുള്ള വായ് ഉണ്ട്. വളരെ വലിയ വായ. ഗോളാകൃതിയിലുള്ള രണ്ടു കണ്ണുകൾ. ഏറ്റവും വലിയ കണ്ണുകൾ ഇവയ്ക്കാണ്. 10 ഇഞ്ച് വ്യാസമുണ്ടാകും. അതായത് നമ്മുടെ ഡിന്നർപ്ലേറ്റിന്റെ വലുപ്പം." മാഷിന്റെ വിശദീകരണം കേട്ട് കുട്ടികൾ ഭാവനയിൽ ജൈൻറ്റ് സ്ക്വിഡിനെ കണ്ടു. ചിലർ അതിനെ വരയ്ക്കാൻ ശ്രമിച്ചു.

"ഇവ ബയോലൂമിനിസെൻസിലൂടെ പ്രകാശം പുറപ്പെടുവിക്കും. മേലങ്കിയിൽ ഫോട്ടോഫോറുകൾ ഉണ്ട്. പ്രകാശത്തിന്റെ തീവ്രത കൂട്ടിയും കുറച്ചും ഇരകളെ അന്ധാളിപ്പിക്കും. സ്പർശികൾ ഉപയോഗിച്ച് ഇരകളെ പിടികൂടും. ഭുജങ്ങളിലും സ്പർശികളിലും കൂർത്ത മുനകളുള്ള കപ്പിന്റെ ആകൃതിയിലുള്ള ഭാഗങ്ങളുണ്ട്. ഇവയെ സക്കറുകൾ - Suckers എന്നു വിളിക്കും. ഇവ ഉപയോഗിച്ച് ഇരയെ വലിച്ചെടുക്കും. അവിടെവച്ച് ഉടച്ച് വായിലേക്ക് കടത്തും." ഭുജങ്ങളുടെ സ്പർശികളിലും കാണുന്ന കപ്പിന്റെ ആകൃതിയിലുള്ള സക്കറിന്റെ ചിത്രം കാണിച്ച് മാഷ് വിശദീകരിച്ചു.

"രക്തം കുടിക്കുന്ന വാവലുകൾ മനുഷ്യന്റെ ഭാവനയെ സ്വാധീനിച്ചിട്ടുണ്ടല്ലോ. പല കഥകളും അതുമായി ബന്ധപ്പെട്ട് രചിക്കപ്പെട്ടിട്ടുണ്ടല്ലോ. അങ്ങനെ എന്തെങ്കിലും?" ഷാജി ചോദിച്ചു.

"ഭീതിജനകമായ ജൈൻറ്റ് സ്ക്വിഡ് മനുഷ്യന്റെ ഭാവനയെ

സ്വാധീനിച്ചിട്ടുണ്ട്. ലോകത്ത് പല സ്ഥലങ്ങളിലും ജൈന്റ് സ്ക്വിഡ് കഥാപാത്രമായ കഥകളും നോവലുകളും രചിക്കപ്പെട്ടിട്ടുണ്ട്. സ്കാൻഡിനേവിയൻ രാജ്യങ്ങളിലെ നാടോടിക്കഥകളിലെ ക്രാക്കൻ - 'Kraken' എന്ന ഭീമാകാരനായ സ്ക്വിഡ് കല്പനാസൃഷ്ടമായ കഥാപാത്രമാണ്. പീറ്റർ ബൻബഞ്ച്ലിയുടെ *ബീസ്റ്റ് - Beast* എന്ന നോവലിൽ ജൈന്റ് സ്ക്വിഡ് കഥാപാത്രമാണ്. *ദി ബീസ്റ്റ് - The Beast* എന്ന ചലച്ചിത്രത്തിലും ജൈന്റ് സ്ക്വിഡിനെ ഒരു ഭീകരകടൽജീവിയായി അവതരിപ്പിക്കുന്നുണ്ട്. നിങ്ങൾക്കും കല്പനാസൃഷ്ടമായ കഥകൾ രചിക്കാം." മാഷ് പറഞ്ഞു.

ജൈന്റ് സ്ക്വിഡുകൾ കുട്ടികളുടെ മനസ്സിൽ നിറഞ്ഞുനിന്നു. ഭീമാകാരനായ ജൈന്റ് സ്ക്വിഡിനെ കഥാപാത്രമായി കല്പനാസൃഷ്ടി നടത്താൻ ചിലരെങ്കിലും ആഗ്രഹിച്ചു. സമുദ്രത്തിന്റെ അഗാധതയിൽനിന്നും മുകളിലോട്ട് പൊങ്ങി സമുദ്രോപരിതലത്തിലൂടെ പോകുന്ന കപ്പലിനെ ക്രാക്കൻ തന്റെ അഷ്ടഭുജങ്ങളാൽ ചുറ്റി പിടികൂടുന്ന ചിത്രം മാഷ് പ്രദർശിപ്പിച്ചു. ഒരു കലാകാരന്റെ കല്പനാസൃഷ്ടിയാണ് ചിത്രം.

കല്പനാസൃഷ്ടിയാണെങ്കിലും ചിത്രം ഭീതി ജനിപ്പിക്കുന്നതാണെന്ന് കുട്ടികൾ തിരിച്ചറിഞ്ഞു. ചിത്രം നന്നായി നിരീക്ഷിച്ചിരുന്ന അമ്മുവിന്റെ മനസ്സിലും ചില മോഹങ്ങൾ കിളിർത്തു വന്നു.

"മാഷേ ഞാൻ ജൈന്റ് സ്ക്വിഡിനെ കഥാപാത്രമാക്കി ഒരു കഥയെഴുതും." അമ്മു തന്റെ മോഹം വിളിച്ചുപറഞ്ഞു.

"നല്ലത്" മാഷ് പ്രോത്സാഹിപ്പിച്ചു.

"സംഭ്രമജനകമായ കഥയായിരിക്കുമോ?" അജീബ് ചോദിച്ചു.

അമ്മു അജീബിനെ തുറിച്ചുനോക്കി. അമ്മുവിന് മാത്രമല്ല പലർക്കും കഥയും കവിതയുമൊക്കെ രചിക്കണമെന്ന ആഗ്രഹം തോന്നി.

"കടലിന്റെ അടിത്തട്ടുവരെ എത്തുന്ന ഭാഗമാണല്ലോ സമുദ്രാഗാധമേഖല - Abyssal zone. ഭൗമജീവന്റെ ഏറ്റവും വലിയ പരിസ്ഥിതി പ്രദേശമാണിത്. ഈ സോണിന്റെ വിസ്തൃതി ഏക

ദേശം 30 കോടി ചതുരശ്ര കിലോമീറ്റർ വരുമെന്നാണ് ശാസ്ത്ര കാരന്മാരുടെ കണ്ടെത്തൽ. ഏറ്റവും മർദ്ദം കൂടിയ സോൺ. ജലത്തെ ഐസാക്കുന്ന തണുപ്പ്. കടൽ ഐസും, ഉപ്പ് ഉറഞ്ഞ ജലവും ഒക്കെ ഉണ്ടാകും. മുന്നിൽ വലിയ പല്ലുള്ള തിമിംഗലം - Sperm whales മുകൾത്തട്ടിൽനിന്നും ആഹാരം തേടി ഇവിടെ മുങ്ങിയെത്താറുണ്ട്."

"സവിശേഷമായ മറ്റ് ഏതെങ്കിലും ജീവിവർഗ്ഗം?"

"പലതരം കടൽപ്പുഴുക്കൾ ഉണ്ട്. പത്ത് കാലുകൾ ഉള്ള ജീവികളായ വലിയ കടൽഞണ്ട്, ചെമ്മീൻ തുടങ്ങിയ കവച ജന്തുവർഗ്ഗം അല്ലെങ്കിൽ പുറംതോടുള്ള ജീവികളും ഉണ്ട്. ക്രസ്റ്റേഷൻസ്- Crustaceans എന്നാണ് അവയെ വിളിക്കുന്നത്. കവചം അല്ലെങ്കിൽ പുറന്തോടുള്ളവ എന്നാണ് അതിനർത്ഥം."

"എക്സോസ്കെലിട്ടൺ - Exoskeleton ആണ് കവചം അല്ലേ?"

"അതെ."

"ഇവിടുള്ള ഞണ്ടിനെയും കൊഞ്ചിനെയുമാണോ നമ്മൾ പിടിച്ചെടുത്ത് ആഹാരമാക്കുന്നത്?"

“ഭൂഖണ്ഡത്തിട്ടയിൽ വളരുന്ന ക്രസ്റ്റേഷൻസിനെയാണ് നമ്മൾ ആഹാരമാക്കുന്നത്.”

“മാഷേ കടലിന്റെ അടിഭാഗത്ത് ഓക്സിജന്റെ അളവ് കുറവല്ലേ? അപ്പോൾ ജീവൻ എങ്ങനെ നിലനില്ക്കും?”

“നല്ല ചോദ്യമാണ്. സമുദ്രത്തിൽ ഓക്സിജന്റെ ഗാഢത കുറഞ്ഞ സോണുകൾക്ക് Oxygen minimum Zone ചുരുക്കത്തിൽ OMZ എന്ന് പറയും. അവിടുള്ള ജീവികൾക്ക് അത്തരം സാഹചര്യങ്ങളിൽ ജീവിക്കാൻ പറ്റുന്ന തരത്തിലുള്ള അനന്യമായ പോഷണോപചയാപചയം - Metabolism ഉണ്ടായിരിക്കും. അതും അനുരൂപീകരണമാണ്.” മാഷ് വിശദമാക്കി.

ഇനിയും പലതരം ജീവസമൂഹം ഇവിടുണ്ട്. നിങ്ങൾ അന്വേഷിച്ച് തിരിച്ചറിയണം എന്ന നിർദ്ദേശം നല്കിക്കൊണ്ട് സമുദ്രഘടനയിലെ ഏറ്റവും താഴെ അടിത്തട്ടും കഴിഞ്ഞുള്ള കടൽക്കിടങ്ങിന്റെ ഉള്ളറകളിലേക്ക് കുട്ടികളെ നയിച്ചു.

സമുദ്രഘടനയുടെ ചിത്രം വീണ്ടും തെളിഞ്ഞു. അതിൽ ഹഡൽ പെലാജിക് സോൺ - Hadalpelagic zone കുട്ടികളുടെ ശ്രദ്ധയിൽ വീണ്ടും വന്നു. സമുദ്രത്തിന്റെ അടിത്തട്ടിലെ കിടങ്ങുകൾ ഉൾക്കൊള്ളുന്ന ഏറ്റവും ആഴമുള്ള സോൺ ആണ് ഹഡൽ പെലാജിക് സോൺ. ഹഡൽ സോൺ - Hadal zone എന്നും പറയും.

“ഗ്രീക്ക് പുരാണത്തിൽ ഹെഡീസ് - Hades എന്ന വാക്കുണ്ട്. അതിനർത്ഥം പാതാളലോകമെന്നാണ്. ആ വാക്കിൽ നിന്നാണ് Hadal എന്ന പദം വന്നത്.”

“അപ്പോൾ ഹഡൽസോണാണ് പാതാളം. അല്ലേ?”

അതുകേട്ട എല്ലാവരും ചിരിച്ചു.

“ശരിയാണ്. പാതാളം തന്നെ.”

“സമുദ്രത്തിന്റെ ഉപരിതലത്തിൽനിന്നും താഴെ 6000 മുതൽ 10,000 മീറ്റർ ആഴത്തിലുള്ള മണ്ഡലമാണ് ഹഡൽസോൺ. ‘V’ ആകൃതിയുള്ള കിടങ്ങുകൾക്കുള്ളിലെ ലോകമാണത്. ഏറ്റവും ആഴമുള്ള സമുദ്രഭാഗങ്ങളാണവ. സമുദ്രത്തിന്റെ അടിത്തട്ടിന്റെ 0.25 ശതമാനം കിടങ്ങുകളാണ്. എല്ലാ സമുദ്രങ്ങളിലും കിടങ്ങു

കളുണ്ടാകും. ഏറ്റവും കൂടുതൽ കിടങ്ങുകൾ കാണുന്നത് പസഫിക് സമുദ്രത്തിലാണ്."

"പസഫിക് സമുദ്രത്തിലാണല്ലോ മരിയാനട്രെഞ്ച്." റുക്സാന പറഞ്ഞു.

"അതെ. വടക്കൻ മരിയാന ദ്വീപുകൾക്ക് സമീപം പസഫിക് സമുദ്രത്തിലാണ് മരിയാന ട്രെഞ്ച്. മരിയാന ട്രെഞ്ചിലെ ചലഞ്ചർ ഡീപ് ആണ് ഭൂമിയിലെ ഏറ്റവും ആഴമുള്ള സമുദ്രഭാഗം. ഇക്കാര്യം നമ്മൾ നേരത്തെ ചർച്ച ചെയ്തിട്ടുണ്ടല്ലോ."

"അബിസൽസോണിന്റെ സവിശേഷതകൾ തന്നെയായിരിക്കുമല്ലോ ഹഡൽ സോണിനുമുള്ളത്. അല്ലേ മാഷേ?"

"ഏറക്കുറെ അത്തരം സവിശേഷതകൾ തന്നെ." കുട്ടികൾ അവരുടെ അനുമാനങ്ങൾ പറയാൻ തുടങ്ങി.

"ഇരുട്ട് നിറഞ്ഞ ഇടം."

"മർദ്ദം ഏറ്റവും കൂടുതൽ."

"മർദ്ദം സമുദ്രനിരപ്പിന്റെ 110 ഇരട്ടി വരുമെന്നാണ് ശാസ്ത്രകാരന്മാർ പറയുന്നത്." മാഷ് കൂട്ടിച്ചേർത്തു.

"ഉറഞ്ഞുപോകുന്ന തണുപ്പായിരിക്കും."

"ശരിയാണ്. ഒരു ഡിഗ്രി സെന്റിഗ്രേഡിനും നാല് ഡിഗ്രി സെന്റിഗ്രേഡിനും ഇടയിലാണ് താപനില."

"ഇവിടെയും ഒരാവാസവ്യവസ്ഥ ഉണ്ടാകും." അമ്മു പറഞ്ഞു.

"ഹഡൽ സോണിലും ആവാസവ്യവസ്ഥയുണ്ട്. അതിന് ഹഡൽ ഇക്കോസിസ്റ്റം - Hadal Ecosystem എന്ന് പറയും. ഭൂമിയിൽ മറ്റൊരിടത്തും കാണാത്ത അസാധാരണമായ ആവാസവ്യവസ്ഥയാണ് ഇവിടുള്ളത്. നാന്നൂറിലധികം സ്പീഷീസുകൾ അടങ്ങുന്ന ജീവസമൂഹം ഹഡൽസോണിലുണ്ട് എന്നാണ് കരുതപ്പെടുന്നത്."

"അബിസൽ സോണിൽ കാണുന്ന പല ജീവികളും ഇവിടെയും കാണില്ലേ?"

"ഉണ്ട്. കടൽ വെള്ളരി, വാമ്പൈർ സ്ക്വിഡ്, ട്രിപോഡ് ഫിഷ്, പലതരം വിരകൾ, പലതരം സ്രാവുകൾ, പുറംതോടുള്ള ജീവികൾ അങ്ങനെ പലതരം ജീവികൾ."

“പുറത്ത് തോടുള്ള ക്രസ്റ്റേഷൻസ് ഉണ്ടാകില്ലേ?”

“ഉണ്ട്. വലിയ ഞണ്ടുകൾ, ആംഫിപൊഡ് - Amphipod, ഐസൗപൊഡ് - Isopod, കൗപ്പൊഡ് - Cope pod തുടങ്ങി പലതരം ക്രസ്റ്റേഷൻസും ഇവിടുണ്ട്.”

ആംഫിപൊഡ്, ഐസൗപൊഡ്, കൗപ്പൊഡ് തുടങ്ങിയവ എന്താണെന്ന് കുട്ടികൾ മാഷിനോട് ചോദിച്ചു. മാഷ് ചിത്രങ്ങൾ പ്രദർശിപ്പിച്ചു അവ വിശദീകരിച്ചു.

“ചിത്രങ്ങൾ നിരീക്ഷിക്കൂ. ആംഫിപൊഡ്, ഐസൗപൊഡ്, കൗപ്പൊഡ് എന്നിവ ചെറിയ കവച ജീവികളാണ്. ശുദ്ധജല ത്തിലും ഇവ ജീവിക്കുന്നുണ്ട്. അതുപോലെ ഉപ്പുവെള്ളത്തിലും. രണ്ടുതരം പാദങ്ങളോട് കൂടിയ കവചജീവിയാണ് ആംഫിപോഡ്. ചെള്ളിനെപ്പോലിരിക്കും. എട്ട് ജോടി കാലുകളിൽ മുൻഭാഗ ത്തുള്ള ആദ്യത്തെ അഞ്ചു ജോടി കാലുകൾ നടക്കാനും പിൻഭാ ഗത്തു മറ്റു ജോടിക്കാലുകൾ നീന്താനും യോജിച്ച വിധത്തിൽ മാറ്റം വന്നതാണ്. ശരീരം കുറുകെ പരത്തിയ മാതിരി ഇരിക്കും.

ഐസൗപൊഡുകൾക്ക് ഒരേപോലുള്ള ഏഴു ജോടിക്കാലു

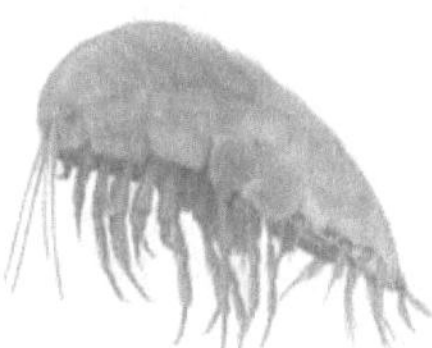
Amphipod

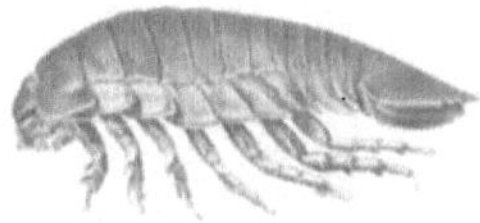
Isopod

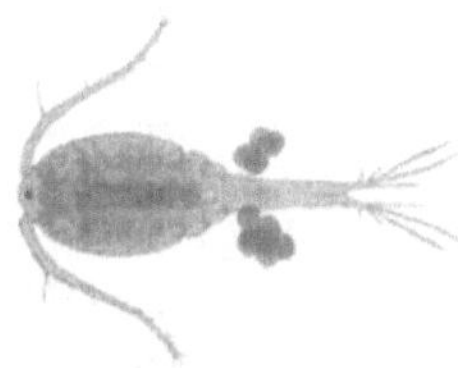
Cope pod

കൾ ഉണ്ട്. ശരീരം ഉദരഭാഗത്തേക്ക് പരത്തിയതുപോലുണ്ടാകും.

കൗപ്പൊഡുകളും തീരെ ചെറുതാണ്. പങ്കായം പോലുള്ള കാലുകൾ. വശങ്ങളിലേക്ക് പരന്ന ശരീരം. അഞ്ച് ജോടി കാലു കൾ. രണ്ടാമതും മൂന്നാമതും നാലാമതും വരുന്ന ജോടികൾ പങ്കായക്കാലുകൾ. അവ നീന്താൻ സഹായിക്കുന്നു.” മാഷിന്റെ വിശദീകരണം കുട്ടികൾ കേട്ടുകൊണ്ടിരുന്നു. ആരും ചോദ്യങ്ങൾ ചോദിക്കാൻ മുതിർന്നില്ല.

"കൗപ്പൊഡുകളെ ജൈവവൈവിദ്ധ്യസൂചകങ്ങൾ - Biodiversity indicators ആയി ജീവശാസ്ത്രകാരന്മാർ പരിഗണിക്കുന്നുണ്ട്."

"എന്താണ് അതുകൊണ്ട് അർത്ഥമാക്കുന്നത്?"

"ഒരു ആവാസ വ്യവസ്ഥയിൽ സ്പീഷിസുകളുടെ എണ്ണത്തിൽ ബാഹുല്യമുള്ള ജീവികൾ ശാസ്ത്രീയവർഗ്ഗീകരണത്തിന് അനുയോജ്യമാണ്. അതായത് ടാക്സോണൊമിക് റിച്ച്നസ്സ് - Taxonomic richness ഉള്ളവ. അത്തരം ജീവസമൂഹങ്ങളാണ് ജൈവവൈവിദ്ധ്യസൂചകങ്ങൾ. Taxonomy എന്നാൽ ജീവികളുടെ ശാസ്ത്രീയ വർഗ്ഗീകരണം. ഹഡൽസോൺ ഒരു ആവാസവ്യവസ്ഥയാണല്ലോ. ആ പ്രത്യേക ആവാസവ്യവസ്ഥയിൽ കഴിയുന്ന കൗപ്പൊഡുകളുടെ സ്പീഷിസുകളുടെ എണ്ണത്തിൽ ബാഹുല്യമുണ്ട്. ശാസ്ത്രീയവർഗ്ഗീകരണത്തിന് യോജിച്ചതാണ്." മാഷ് തുടർന്നു.

"അസാധാരണ പരിസ്ഥിതിയാണല്ലോ. ഇവിടെ നിലനില്ക്കുന്നത്. കൂരിരുട്ട്, ഉറഞ്ഞുപോകുന്ന തണുപ്പ്, അമിതമർദ്ദം, ഓക്സിജൻ ഗാഢത കുറവ്. ഈ ഒരവസ്ഥയിൽ ഇവിടെയുള്ള ജീവസമൂഹത്തിന് ശരീരശാസ്ത്രപരമായ അനുരൂപീകരണം ലഭിച്ചിട്ടുണ്ടാവണമല്ലോ. അല്ലേ?" സിന്ധു ചോദിച്ചു.

"തീർച്ചയായും. അത്തരം സാഹചര്യങ്ങളെ നേരിടാൻ പറ്റിയ അനുകൂലനങ്ങൾ തന്നെയാണ് ജീവികൾക്കുള്ളത്. ഓക്സിജൻ ഗാഢത കുറവായതുകൊണ്ട് ഇവയ്ക്ക് താഴ്ന്ന മെറ്റബോളിസമാണ് ഉള്ളത്. ജീവികളിൽ മിക്കവയും മുകൾത്തട്ടിൽനിന്നും താഴെ എത്തുന്ന അഴുകിയ ശരീരാവശിഷ്ടങ്ങളെയാണ് ആഹാരമാക്കുന്നത്. ശുചീകരണവേല ചെയ്യുന്നവർ - Scavengers എന്നാണ് അവയെ വിളിക്കുന്നത്."

ഹഡൽ മേഖലയിൽ പ്രബലമായിക്കാണുന്ന മത്സ്യത്തെ പരിചയപ്പെടുത്തുന്നതിന് ഒരു ചിത്രം മാഷ് പ്രദർശിപ്പിച്ചു. ചിത്രത്തിൽ എഴുതിയിരിക്കുന്ന പേര് അവർ വായിച്ചു.

"സ്നേൽഫിഷ്"

സ്നേൽഫിഷിന്റെ സവിശേഷതകൾ മാഷ് പറയാൻ തുട

ങ്ങി. മാഷ് വിശേഷങ്ങൾ പറയും മുമ്പ് കുട്ടികൾ വിളിച്ചുപറഞ്ഞു.

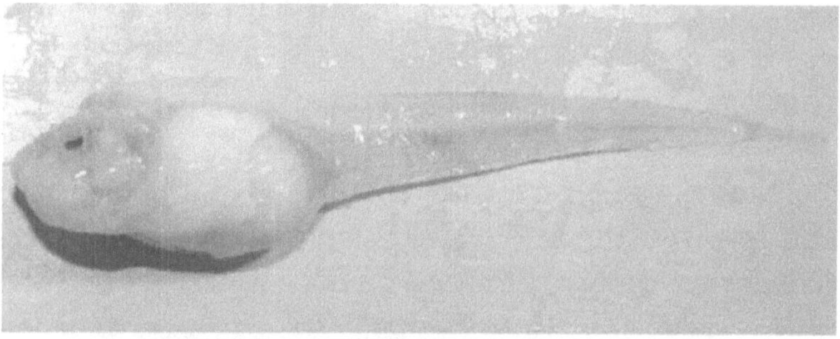

Snailfish

"മാഷേ തവളക്കുഞ്ഞുപോലുണ്ടല്ലോ."

"ശരിയാണ് നീണ്ട തവളക്കുഞ്ഞ് - Tadpole പോലുണ്ട്. 30 വർഗ്ഗങ്ങളിലായി 410 സ്പീഷിസുകൾ. വെളുപ്പിനോട് പാടല വർണ്ണം കലർന്ന നിറം. പശയുള്ള മൃദുവായ ത്വക്ക്. ശല്ക്കങ്ങളില്ല. തലയുടെ വലുപ്പം നോക്കൂ."

"വലിയ തല"

"വലിയ തലയും ചെറിയ കണ്ണുകളും. ചെറിയ ചിറകുകൾ. തലയിൽ ഗ്രഹണക്ഷമമായ ചെറുദ്വാരങ്ങൾ ഉണ്ട്. ശരീരത്തിന്റെ ആകൃതിയോ?"

"ശോഷിച്ച ശരീരം." ചിത്രം നോക്കി കുട്ടികൾ പറഞ്ഞു.

"ശരിയാണ്. വലിയ തല കഴിഞ്ഞാൽ ശരീരം ശോഷിച്ച് കൂമ്പി അഗ്രത്ത് വളരെ ചെറിയൊരു വാൽ. ത്വക്ക് സുതാര്യമല്ലെങ്കിലും പ്രകാശഭേദ്യമാണ്. അതായത് Translucent ആണ്."

"ഇതിന്റെ നീളം എത്ര വരും?" ഒരു കുട്ടി ചോദിച്ചു.

"പരമാവധി 12 ഇഞ്ചുവരെ നീളം ഉണ്ടാകും. ലോകത്ത് ഇതുവരെ റിപ്പോർട്ട് ചെയ്ത ഏറ്റവും ആഴത്തിൽ ജീവിക്കുന്ന മത്സ്യം ഏതാണെന്നോ? മരിയാന ട്രെഞ്ചിൽനിന്നും കണ്ടെത്തിയ മരിയാന സ്നേൽഫിഷ് - Mariana Snailfish അതിന്റെ ചിത്രമാണ്

നിങ്ങൾ കണ്ടത്. ഇവയുടെ സവിശേഷതകളെക്കുറിച്ചുള്ള പഠനങ്ങൾ തുടരുകയാണ്.

ഇനി ഒരു മത്സ്യത്തെ കൂടി പരിചയപ്പെടാം. ഹഡൽസോണിലെ മറ്റൊരു മത്സ്യം കസ്ക് ഈൽ - Cuskeel."

കസ്ക്ഈൽ മത്സ്യത്തിന്റെ ചിത്രം കണ്ട് കുട്ടികൾ വിളിച്ചു പറഞ്ഞു.

"പാമ്പിനെപ്പോലെ."

"അതെ. ഈൽമത്സ്യത്തെ ജലസർപ്പം എന്നും വിളിക്കുമല്ലോ. ഈൽ മത്സ്യത്തെപ്പോലിരിക്കുന്ന ഒരിനം മത്സ്യമാണ് കസ്ക്ഈൽ. ഇതിന്റെ ഉദരത്തോട് ചേർന്ന ചിറകുകൾ അധികം വികസിച്ചിട്ടില്ല. പ്രവർത്തനക്ഷമമല്ലാത്ത കണ്ണുകൾ. ഇവയ്ക്ക് ചുറ്റുപാടിലുള്ളവയെ തിരിച്ചറിയാൻ സ്നേൽമത്സ്യത്തെപ്പോലെ ഗ്രഹണക്ഷമമായ ചെറുദ്വാരങ്ങൾ - Sensory pores തലയിൽ

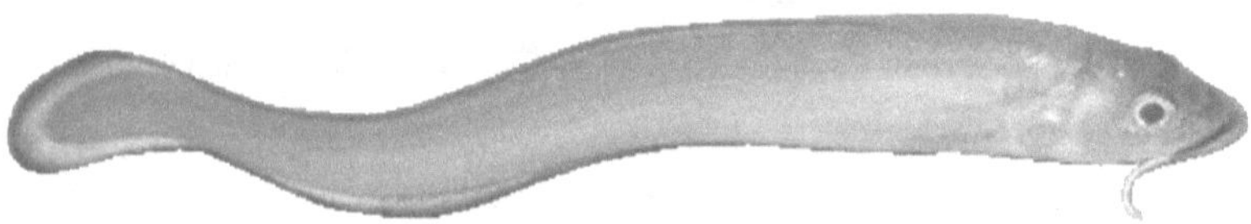

Cuskeel

ഉണ്ട്. ഇവയുടെ ത്വക്ക് സുതാര്യമല്ലെങ്കിലും പ്രകാശഭേദ്യമാണ്.

ഇനിയും വിവിധതരം ജീവികൾ ഈ ഭാഗത്തുണ്ട്. എല്ലാം നമുക്ക് ചർച്ചയ്ക്ക് എടുക്കാനാവില്ല. അന്വേഷകരാണല്ലോ നിങ്ങൾ. അന്വേഷണങ്ങളിലൂടെ കൂടുതൽ കാര്യങ്ങൾ കണ്ടെത്തുക. നമ്മൾ വളരെയധികം കാര്യങ്ങൾ ചർച്ച ചെയ്തു. എന്തൊക്കെയാണവ?"

"കരയും സമുദ്രവും തമ്മിലുള്ള അതിർത്തിയുടെ സവിശേഷതകൾ. തീരം തൊട്ട് സമുദ്രത്തിന്റെ അടിത്തട്ടുവരെ."

"പെലാജിക് സോണുകൾ."

"ഓരോ സോണിന്റെയും സവിശേഷതകൾ."

"ഓരോ സോണിലെയും ജീവജാലങ്ങളുടെ പൊതുസവിശേഷതകൾ."

"ഓരോ സോണിലെയും ഏതാനും ചില മത്സ്യങ്ങളുടെയും

ജീവികളുടെയും സവിശേഷതകൾ."

കുട്ടികൾ അവർ കടന്നുപോയ അറിവിന്റെ മേഖലകളെ മാഷിന്റെ മുന്നിൽ അവതരിപ്പിച്ചു. മാഷിന് സന്തോഷമായി. അദ്ദേഹം കുട്ടികളെ പ്രശംസിച്ചു.

"നിങ്ങൾ കടന്നുപോയ അറിവിന്റെ മേഖലകളുമായി ബന്ധപ്പെട്ട കുറിപ്പുകൾ തയ്യാറാക്കാൻ കഴിയുമല്ലോ?"

"കഴിയും." കുട്ടികൾ പറഞ്ഞു.

"വെരിഗുഡ്. ഞാൻ സന്തോഷവാനാണ്. ഇനി നമുക്ക് ക്ലാസ് അവസാനിപ്പിക്കാമല്ലോ."

"മാഷേ കുറച്ചുകാര്യം കൂടി അറിയണമെന്നുണ്ട്. ഹഡൽപര്യവേക്ഷണത്തെക്കുറിച്ചാണ് അറിയേണ്ടത്." അമ്മു പറഞ്ഞു.

"ശരി. അക്കാര്യങ്ങൾ കൂടി ചർച്ച ചെയ്യാം. നിങ്ങൾക്ക് എല്ലാവർക്കും അറിയാൻ ആഗ്രഹമില്ലേ?"

"ഉവ്വ് മാഷേ."മാഷ് ഹഡൽ പര്യവേക്ഷണത്തെക്കുറിച്ചുള്ള കഥകൾ പറയാൻ തുടങ്ങി.

ആഴക്കടൽ പര്യവേക്ഷണ കഥകൾ

"ഇനി നമുക്ക് ആഴക്കടൽ പര്യവേക്ഷണ കഥകളിലേക്ക് കടക്കാം.

ഹഡൽസോൺ. കുറ്റാകുറ്റിയിരുട്ട്. അതിഭീകരമർദ്ദം. ഉറഞ്ഞു പോകുന്ന താപനില. കിലോമീറ്ററുകളുടെ താഴ്ച. തികച്ചും ദുർഘടം പിടിച്ച അവസ്ഥ. ഇതിനെയെല്ലാം അതിജീവിച്ചുകൊണ്ടാകണമല്ലോ അവിടെ നിന്നും വിവരങ്ങൾ ശേഖരിക്കേണ്ടത്?

സമുദ്രാഗാധതയിലെ ജന്തുജീവസമൂഹത്തെക്കുറിച്ച് ഒട്ടും അറിവില്ലാത്ത കാലമുണ്ടായിരുന്നു. ചില സങ്കല്പജീവികൾ നാടോടിക്കഥകളിലും പുരാണങ്ങളിലും നിറഞ്ഞുനിന്നു. തലമുറ കൈമാറി വന്ന കഥകളിൽ അവ ജീവിച്ചു. സമുദ്രത്തിന്റെ ആഴങ്ങളിൽ ജീവികളുണ്ടാകുമോ? എന്തായിരിക്കും ആഴങ്ങളിലെ സവിശേഷതകൾ? അറിവിന്റെ വിശാലലോകം തുറന്നുവരാൻ തുടങ്ങിയതോടെ ജിജ്ഞാസ ഏറിവന്നു.

അങ്ങനെയിരിക്കെ 1899 ൽ സമുദ്രഗവേഷകർക്ക് ചില വിവരങ്ങൾ കിട്ടി. തെക്ക് പടിഞ്ഞാറ് പസഫിക് സമുദ്രത്തിലെ ടോംഗ ട്രെൻഞ്ച് - Tonga Trench ൽ ഗവേഷണം നടത്തുകയായിരുന്ന അൽബട്രോസ് - Albatross എന്ന ഗവേഷണകപ്പലിലെ ഗവേഷകർക്കാണ് ആ വിവരങ്ങൾ കിട്ടിയത്. ഏകദേശം 7632 മീറ്റർ താഴ്ചയിൽനിന്നും മാംസക്കുഴമ്പുപോലുള്ള ജീവിയെ അവർക്ക്

ലഭിച്ചു. പരിശോധനയിൽ അവ ബഹുകോശജീവികളാണെന്ന് തെളിഞ്ഞു. ശരീരമാകെ നാരുപോലുള്ള ഭാഗങ്ങളും ചെറുസുഷിരങ്ങളും ഉള്ള ജീവി. കടൽപ്പഞ്ഞി - Sponge എന്നാണ് അവയെ വിളിച്ചത്." സമുദ്രപര്യവേക്ഷണ ചരിത്രത്തിലെ ചില ഏടുകൾ മാഷ് കുട്ടികൾക്ക് പരിചയപ്പെടുത്താൻ തുടങ്ങി.

"നീണ്ടകാലത്തിനുശേഷം 1948 ൽ സ്വീഡന്റെ ആഴക്കടൽ പര്യവേക്ഷണം നടന്നപ്പോഴാണ് മറ്റുചില ജന്തുസമൂഹത്തെക്കുറിച്ച് ലോകം അറിഞ്ഞത്. ഇത്തവണ ഗവേഷണം നടന്നത് കരീബിയൻ കടലിനും അറ്റ്ലാന്റിക് സമുദ്രത്തിനും ഇടയിലുള്ള പ്യൂർട്ടോറിക്കോ ട്രെൻഞ്ച് - Puerto Rico Tench- ലായിരുന്നു. സമുദ്രനിരപ്പിൽനിന്നും ഏകദേശം 7900 മീറ്റർ താഴ്ചയിൽ നിന്നും ആംഫിപൊഡുകളെയും ഐസൗപൊഡുകളെയും ഗവേഷകർക്ക് ലഭിച്ചു."

അമ്മുവിന് ചില ചോദ്യങ്ങൾ ചോദിക്കണമെന്നുണ്ടായിരുന്നു. മാഷിന്റെ അവതരണത്തെ തടസ്സപ്പെടുത്തുന്നുണ്ട് എന്നു കരുതി പിന്നീട് ചോദിക്കാമെന്ന് തീരുമാനിച്ചു.

"ഇതേ കാലയളവിൽ അന്നത്തെ സോവിയറ്റുയൂണിയനും ആഴക്കടൽ സമുദ്രപര്യവേക്ഷണത്തിന് ശ്രമിച്ചിരുന്നു. വിറ്റ്യാ - Vityaz എന്ന ഗവേഷണകപ്പലാണ് ഉപയോഗിച്ചിരുന്നത്. ലോകത്തെ ആദ്യത്തെ പ്രമുഖമായ ആഴക്കടൽ പര്യവേക്ഷണം നടത്തിയത് സോവിയറ്റ് യൂണിയനാണ്. 1950 ലാണ് അത് നടന്നത്. ഇതേവർഷം ഡെൻമാർക്കിന്റെ ആഴക്കടൽ പര്യവേക്ഷണവും നടന്നു. Danish Galathea 2 Expedition എന്നാണ് ആ ദൗത്യം അറിയപ്പെടുന്നത്." മാഷ് അടുത്ത ചരിത്രസംഭവത്തിലേക്ക് കടന്നു. കുട്ടികൾ ആകാംക്ഷയോടെ മാഷിനെ കേട്ടുകൊണ്ടിരുന്നു.

"ഗലാത്തിയ (Galathea) എന്നത് ഗവേഷണകപ്പലിന്റെ പേരാണ്. ഡാനിഷ് എന്നത് ഡെൻമാർക്ക് എന്ന രാജ്യത്തെ സൂചിപ്പിക്കുന്നു. അപ്പോൾ 'ഗലാത്തിയ 2' എന്നതുകൊണ്ട് എന്താണ് ഉദ്ദേശിക്കുന്നത് എന്ന ചോദ്യം നിങ്ങൾ ചോദിക്കുമെന്ന് എനിക്കറിയാം. അതുകൊണ്ട് അതിന്റെ വിശദാംശങ്ങൾ കൂടി ചർച്ച

ചെയ്യാം? എന്താ?"

"ഓകെ മാഷേ" കുട്ടികൾ പ്രതികരിച്ചു.

'ഗലാത്തിയ 1' പര്യവേക്ഷണം നടന്നത് 19-ാം നൂറ്റാണ്ടിലാണ്. കൃത്യമായി പറഞ്ഞാൽ 1845 മുതൽ 1847 വരെയുള്ള കാലയളവിൽ. അന്ന് ഡെൻമാർക്കിൽ രാജഭരണമാണ്. രാജാവ് ക്രിസ്റ്റ്യൻ എട്ടാമൻ. ജീവജാലങ്ങളെക്കുറിച്ച് ചിട്ടയോടെ ശാസ്ത്രീയമായി പഠിക്കാൻ അതീവതാല്പര്യം കാണിച്ച രാജാവ്. അദ്ദേഹം ഡാനിഷ് സയൻസ് അക്കാദമിക്ക് നല്കിയ നിർദ്ദേശമനുസരിച്ചാണ് ദൗത്യം നടന്നത്. അന്നത്തെ നാവികസൈന്യം 'റോയൽ ഡാനിഷ് നേവി' എന്നാണ് അറിയപ്പെട്ടിരുന്നത്. കപ്പലുകളുടെ കൂട്ടത്തിൽ സമുദ്രത്തെക്കുറിച്ചുള്ള ശാസ്ത്രീയപഠനത്തിന് ഉപയോഗിച്ചിരുന്ന കപ്പലിന് നല്കിയിരുന്ന പേരാണ് ഗലാത്തിയ. മൂന്ന് ലക്ഷ്യങ്ങളാണ് 'ഗലാത്തിയ 1' ദൗത്യത്തിനുണ്ടായിരുന്നത്.

ഡെൻമാർക്കിന് അന്ന് ഇന്ത്യയിൽ ചില കോളനികൾ ഉണ്ടായിരുന്നു. അതിലൊന്ന് ഇന്ത്യൻ സമുദ്രത്തിലെ നിക്കോബാർ ദ്വീപുകളാണ്. ഈ ദ്വീപുകളെക്കുറിച്ച് ശാസ്ത്രീയപഠനങ്ങൾ നടത്തുക എന്നതായിരുന്നു ഒന്നാമത്തെ ലക്ഷ്യം. രണ്ടാമത്തെ ലക്ഷ്യം ഇന്ത്യയിലെ രണ്ട് ഡാനിഷ് കോളനികൾ ബ്രിട്ടീഷ് ഈസ്റ്റ് ഇന്ത്യാ കമ്പനിക്ക് കൈമാറുക എന്നതായിരുന്നു. മൂന്നാമത്തെ ലക്ഷ്യം ചൈനയുമായി വ്യാപാരബന്ധം വിപുലീകരി

Galathea-1 (1845- 47)

ക്കുക എന്നതായിരുന്നു."

"അപ്പോൾ ഗലാത്തിയ 1 ഇന്ത്യയിലേക്കുള്ള വരവായിരുന്നു അല്ലേ?"

"അതെ. തമിഴ്നാട്ടിലെ മൈലാടുതുറെ ജില്ലയിൽപ്പെട്ട തരംഗംബാടി എന്ന പട്ടണം. പണ്ടതിന്റെ പേര് ട്രാൻക്യൂബാർ - Tranquebar എന്നായിരുന്നു. അന്ന് അത് ഒരു ഡാനിഷ് കോളനിയായിരുന്നു. അതുപോലെ പശ്ചിമ ബംഗാളിലെ ഹൂഗ്ളി നദിക്കടുത്തും ഒരു ഡാനിഷ് കോളനിയുണ്ടായിരുന്നു. അന്നതിന്റെ പേര് ഫ്രെഡറിക്നാഗൂർ - Frederick Nagore എന്നായിരുന്നു. ഇന്നതിന്റെ പേര് സെറാംപൂർ - Serampore എന്നാണ്. ഈ രണ്ടു കോളനികളും ബ്രിട്ടീഷ് ഈസ്റ്റിന്ത്യാ കമ്പനിക്ക് വിട്ടുനല്കുക എന്നത് ഒരു ലക്ഷ്യമായിരുന്നല്ലോ. കോളനി കൈമാറ്റത്തിനായി ഗലാത്തിയ 1 ദൗത്യസംഘം അന്ന് മദ്രാസ്, കല്ക്കത്ത തുടങ്ങിയ പ്രദേശങ്ങളിലെത്തുകയുണ്ടായി. ഏകദേശം 200 വർഷങ്ങളോളം ഈ രണ്ടു കോളനികളും ഡെൻമാർക്ക് കൈവശം വച്ചിരുന്നു." മാഷ് ചരിത്രത്താളുകൾ കുട്ടികൾക്ക് മുന്നിൽ തുറന്നുവച്ചു.

"ഗലാത്തിയ 2 ദൗത്യം നടന്നത് 1950 ൽ ആണല്ലോ?" ആവേശത്തോടെ അമ്മു ചോദിച്ചു.

"ഗലാത്തിയ 2 ആഴക്കടൽ പര്യവേക്ഷണം തുടങ്ങിയത് 1950 ൽ ആണ്."

"അപ്പോൾ ഗലാത്തിയ 1 സമുദ്രപര്യവേക്ഷണം നടന്ന് 100 വർഷങ്ങൾക്കുശേഷം. അല്ലേ മാഷേ?"

"അതെ"

"എന്നിട്ടുമെന്താ ഗലാത്തിയ എന്ന പേരുതന്നെ ഉപയോഗിച്ചത്? പഴയ കപ്പൽ തന്നെയാണോ അത്? എന്തായിരുന്നു ലക്ഷ്യം?"

"ഗലാത്തിയ 1 പര്യവേക്ഷണം അന്നത്തെക്കാലത്ത് വലിയൊരു വിജയമായിരുന്നു. കടലിൽ മുങ്ങിത്താഴുന്ന പരമ്പരാഗത മത്സ്യബന്ധനോപാധികൾ ഉപയോഗിച്ച് ധാരാളം സസ്യജന്തുജാലങ്ങളെ അവർ ശേഖരിച്ചിരുന്നു. ദീർഘയാത്രയായിരുന്നല്ലോ അത്. പായ്ക്കപ്പലിലായിരുന്നു യാത്ര. ദക്ഷിണാഫ്രിക്ക

ചുറ്റിയാണ് അവർ ഇന്ത്യൻസമുദ്രത്തിലെത്തിയത്. കന്യാകുമാരി മുനമ്പ് ചുറ്റി സംഘം ഇന്ത്യയുടെ പശ്ചിമതീരങ്ങളിലൂടെ മദ്രാസിലും കല്ക്കത്തയിലും എത്തി. പിന്നീടവർ നിക്കോബാർ ദ്വീപ സമൂഹത്തിലെത്തി. പഠനം കഴിഞ്ഞ് ചൈനയിലേക്ക്. വലിയ പ്രതിസന്ധികൾ നേരിട്ടായിരുന്നു യാത്ര. എന്നിട്ടും അവർ തിരിച്ച് ഡെൻമാർക്കിലെത്തി.”

“ഗലാത്തിയ 1 ന്റെ വിജയം കണക്കിലെടുത്താകണം വീണ്ടും അതേ പേര് തന്നെ തെരഞ്ഞെടുത്തത്. അല്ലേ?” റുക്സാന ചോദിച്ചു.

Dr. Clanda E. Zobell

“തീർത്തും ശരിയാണ്. ഗലാത്തിയ 1 നു ശേഷം ഒരു നൂറ്റാണ്ടു കഴിഞ്ഞ് രണ്ടു ദൗത്യങ്ങൾ ഡെൻമാർക്ക് സംഘം നടത്തി. രണ്ടും അറിയപ്പെട്ടത് ഗലാത്തിയ എന്ന നാമത്തിലാണ്. 1950 ൽ ഗലാത്തിയ 2 പര്യവേക്ഷണം. ആധുനിക സംവിധാനങ്ങളോടുകൂടിയ പുതിയ ഗവേഷണക്കപ്പൽ ഉപയോഗിച്ചായിരുന്നു പര്യവേക്ഷണം. നേവിഉദ്യോഗസ്ഥർക്കൊപ്പം മറൈൻ മൈക്രോ ബയോളജിയുടെ പിതാവ് എന്നറിയപ്പെടുന്ന Dr. Clanda E. Zobell ന്റെ നേതൃത്വത്തിൽ നൂറോളം ഗവേഷകർ. സമുദ്രാഗാധതയെക്കുറിച്ചുള്ള ശാസ്ത്രീയപഠനത്തിനാണ് അവർ പുറപ്പെട്ടത്. നൂതനമത്സ്യബന്ധനോപാധികൾ, ഡെൻമാർക്കിലെ പരമ്പരാഗത മത്സ്യബന്ധന ഉപകരണങ്ങൾ, ജലത്തിൽ ആഴ്ന്നിറങ്ങി സമുദ്രത്തിന്റെ അടിത്തട്ടിൽനിന്നും സാമ്പിളുകൾ ശേഖരിക്കാനുപയോഗിക്കുന്ന ഉപകരണങ്ങളായ ബോറ്റംഗ്രാബുകൾ - Bottomgrabs, ബോക്സ്കോറർ - Boxcorer തുടങ്ങിയവയെല്ലാം അവർ കരുതിയിരുന്നു.” മാഷ് തുടർന്നു.

“വളരെ വിശദമായ പഠനങ്ങൾ നടത്തിയാണ് അവർ മുന്നേറിയത്. 1951 ൽ അവർ ആഴത്തിൽ ലോകത്ത് മൂന്നാം സ്ഥാനത്തുള്ള ഫിലിപ്പൈൻ ട്രെൻഞ്ച് - Philippine Trech ന്റെ ഭാഗത്ത് എത്തി. 10540 മീറ്റർ താഴ്ചയുള്ള ഈ ട്രെഞ്ചിനെക്കുറിച്ചുള്ള

വിവരം ലോകത്തിന് നല്കിയത് 1912 ൽ പ്ലാനറ്റ് - Planet എന്ന ജർമ്മൻകപ്പലിലെ നാവികരാണ്. 1320 കിലോമീറ്റർ നീളവും ഏകദേശം 30 കിലോമീറ്റർ വീതിയുമുള്ള ഈ ട്രെഞ്ച് സ്ഥിതിചെയ്യുന്നത് ഫിലിപ്പൈൻസിന് കിഴക്ക് ഭാഗത്താണ്.

1951 ജൂലൈമാസം. ഫിലിപ്പൈൻ ട്രെഞ്ചിന്റെ 10190 മീറ്റർ ആഴത്തിൽനിന്നും പലതരം സമുദ്രജീവജാലങ്ങളെ അവർക്ക് ശേഖരിക്കാനായി. സമുദ്രാഗാധതയെക്കുറിച്ച് അന്നേവരെയുള്ള എല്ലാ അനുമാനങ്ങളെയും അവരുടെ കണ്ടെത്തൽ തിരുത്തിക്കുറിച്ചു. ലോകത്ത് നടന്ന സമുദ്രാഗാധതയെക്കുറിച്ച് ഏറ്റവും വിശാലമായി നടന്ന പഠനങ്ങളിൽ ഒന്നായിരുന്നു ഗലാത്തിയ 2 ദൗത്യം."

കുട്ടികളുടെ മനസ്സിൽ ഫിലിപ്പൈൻസ് ദ്വീപുകളും ഗലാത്തിയ 2 ദൗത്യസംഘവും. ചിലർ അത് ചിത്രീകരിക്കാൻ ശ്രമിച്ചു. അവർ അത് പൂർത്തീകരിക്കും മുമ്പ് മാഷ് കഥയുടെ അടുത്ത പടവിലേക്ക് പ്രവേശിച്ചു.

1950 മുതൽ 1952 വരെ കാലയളവിൽ നടന്ന ഗലാത്തിയ 2 പര്യവേക്ഷണത്തിന്റെ ഫലങ്ങളിലേക്കാണ് മാഷ് കടന്നത്.

Galathea - 2 (1950-52)

"ഗലാത്തിയ 2 ദൗത്യത്തിന്റെ കണ്ടെത്തലുകൾ നിരവധി തലങ്ങളിലേക്ക് ശാസ്ത്രകാരന്മാരുടെ പ്രതീക്ഷകളെ എത്തിച്ചു. ഈ ഒരു പര്യവേക്ഷണം ഒരു കാര്യം ലോകത്തോട് വിളിച്ചുപറഞ്ഞു. ഏറ്റവും ആഴമുള്ള പെലാജിക് സോണുകളിലും ജീവനുണ്ട്. ഏറ്റവും പ്രതികൂലമായ പരിസ്ഥിതിയിലും അവയെ അതിജീവിക്കാൻ യോജിച്ച അനുകൂലനങ്ങളോടെ ജീവജാലങ്ങൾ നിലനില്ക്കുന്നു. ജലത്തിന്റെ സാന്നിദ്ധ്യമുണ്ടാകാനിടയുള്ള അന്യഗ്രഹങ്ങളിലും ജീവനുണ്ടാകും എന്ന പ്രതീക്ഷ ഗലാത്തിയ 2 ദൗത്യം ശാസ്ത്രകാരന്മാർക്ക് നല്കി."

"മാഷേ ഗലാത്തിയ 3 ദൗത്യം നടന്നിട്ടുണ്ടോ? എന്നാണ് നടന്നത്? എന്തിനു വേണ്ടിയായിരുന്നു?" അമ്മു ചോദിച്ചു.

"2006-07 കാലയളവിലാണ് ഗലാത്തിയ 3 ദൗത്യം നടന്നത്. സമുദ്രജീവജാലപഠനം മാത്രമല്ല കാലാവസ്ഥാവ്യതിയാനം, ഭൂകമ്പം, സുനാമി തുടങ്ങിയ കാര്യങ്ങളെക്കുറിച്ചു പഠിക്കുക എന്നതായിരുന്നു മുഖ്യലക്ഷ്യം. ഗവേഷണത്തിനും പര്യവേക്ഷണത്തിനും വേണ്ടി രൂപകല്പന ചെയ്തതും ആഴത്തിലേക്ക് മുങ്ങിപ്പോകുന്നതുമായ ഉപകരണങ്ങൾ ഉപയോഗിച്ചാണ് പര്യവേക്ഷണം നടത്തിയത്. ആഴത്തിൽ മുങ്ങിപ്പോകുന്ന ഇത്തരം ഉപകരണങ്ങളെ സബ്മേഴ്സിബിൾസ് - Submersibles എന്നാണ് വിളിക്കുന്നത്. സബ്മേഴ്സിബിളിനെ സമുദ്രോപരിതലത്തിൽ നില്ക്കുന്ന ഗവേഷണകപ്പലിൽനിന്നും നിയന്ത്രിക്കാനാകും. റോബോട്ടുകളെ ഉപയോഗിക്കാനാകും. മനുഷ്യനെ വഹിക്കുന്ന സബ്മേഴ്സും ഉണ്ട്."

"ഗലാത്തിയ 2, 3 ദൗത്യങ്ങൾക്കിടയിൽ സമുദ്രാഗാധത തേടി ലോകത്ത് പര്യവേക്ഷണങ്ങൾ നടന്നിട്ടില്ലേ?"

"ഉണ്ട്. അതിലേക്ക് കടക്കാം."

ഗലാത്തിയ ദൗത്യകഥകളിൽനിന്നും മറ്റൊരു കഥയിലേക്ക് അവർ കടന്നു.

"ബഹിരാകാശം കീഴടക്കാൻ മനുഷ്യൻ നടത്തിയ യാത്രകളെക്കുറിച്ച് നിങ്ങൾ പഠിച്ചിട്ടുണ്ടല്ലോ. മനുഷ്യനെയും വഹിച്ചുകൊണ്ടുള്ള ആദ്യബഹിരാകാശപേടകം എന്നായിരുന്നു പുറപ്പെ

ട്ടത്? ആ വാഹനത്തിന്റെ പേരെന്തായിരുന്നു? ആരായിരുന്നു ബഹിരാകാശത്ത് ആദ്യയാത്ര നടത്തിയത്?" ബഹിരാകാശവുമായി ബന്ധപ്പെട്ട ചില ചോദ്യങ്ങൾ മാഷ് ചോദിച്ചു. ഉത്തരം പറയാൻ എല്ലാവരും കൈപൊക്കി. ഏറ്റവും പിന്നിൽ ഇരിക്കുകയായിരുന്ന യാക്കൂബും കൈ ഉയർത്തിയിരുന്നു. യാക്കൂബ് എട്ടാം ക്ലാസുകാരനാണ്. വളരെ ശാന്തനായിരുന്ന് കാര്യങ്ങൾ കേൾക്കുകയും നോട്ടുകുറിക്കുകയും ചെയ്യുന്ന പ്രകൃതക്കാരൻ. എപ്പോഴും ക്ലാസിലെ പിൻനിരയിൽ ഇരിക്കാൻ ആഗ്രഹിക്കുന്ന കുട്ടി. യാക്കൂബിന് ഉത്തരം പറയാൻ അവസരം ലഭിച്ചു.

"1961 ഏപ്രിൽ 12 നായിരുന്നു മനുഷ്യനെ വഹിച്ചുകൊണ്ടുള്ള ആദ്യ ബഹിരാകാശപേടകം വിക്ഷേപിച്ചത്. യൂറിഗഗാറിനായിരുന്നു അതിൽ യാത്ര ചെയ്തത്. 'വോസ്റ്റോക്ക് -1' (Vostok-1) എന്നതായിരുന്നു ആ വാഹനത്തിന്റെ പേര്. അങ്ങനെ യൂറിഗഗാറിൻ ബഹിരാകാശത്ത് എത്തിയ ആദ്യമനുഷ്യനായി. ഭൂമിയെ ഭ്രമണം ചെയ്ത ആദ്യ മനുഷ്യനും അദ്ദേഹമാണ്."

"ശരിയായ ഉത്തരമാണ്." മാഷ് യാക്കൂബിനെ അഭിനന്ദിച്ചു.

"സമുദ്രത്തിന്റെ ഏറ്റവും അഗാധതയിലേക്ക് മനുഷ്യനെയും വഹിച്ചുകൊണ്ട് ആദ്യം നടന്ന വാഹനയാത്രയുടെ കഥ കേൾക്കണ്ടേ?"

"വേണം... വേണം" കുട്ടികൾ വിളിച്ചു പറഞ്ഞു.

"1960 ജനുവരി 23. അന്നാണ് മനുഷ്യനെയും വഹിച്ചുകൊണ്ട് ഒരു വാഹനം സമുദ്രത്തിന്റെ ഏറ്റവും ആഴത്തേക്ക് ആദ്യമായി യാത്ര നടത്തിയത്. എവിടെയാണെന്നറിയണ്ടേ? ലോകത്തിലെ ഏറ്റവും ആഴമുള്ള ട്രെഞ്ചായ മരിയാന ട്രെഞ്ചിലെ ഏറ്റവും ആഴംകൂടിയ ഭാഗമായ ചലഞ്ചർഡീപ്പിലേക്ക്.

രണ്ടുപേരാണ് ആ യാത്രയിൽ പങ്കെടുത്തത്. ജാക്ക്സ് പിക്കാർഡും ഡോൺ വാൽഷും."

സ്ക്രീനിൽ ജാക്ക്സ് പിക്കാർഡിന്റെയും (Jacques Piccard) ഡോൺ വാൽഷിന്റെയും (Don Walsh) ചിത്രങ്ങൾ തെളിഞ്ഞു. ലോകത്ത് ആദ്യമായി ചലഞ്ചർ ഡീപ്പ് കീഴടക്കിയ രണ്ടുപേർ. വളരെ അത്ഭുതത്തോടെ കുട്ടികൾ അവരുടെ ചിത്രങ്ങൾ നോക്കിയിരുന്നു.

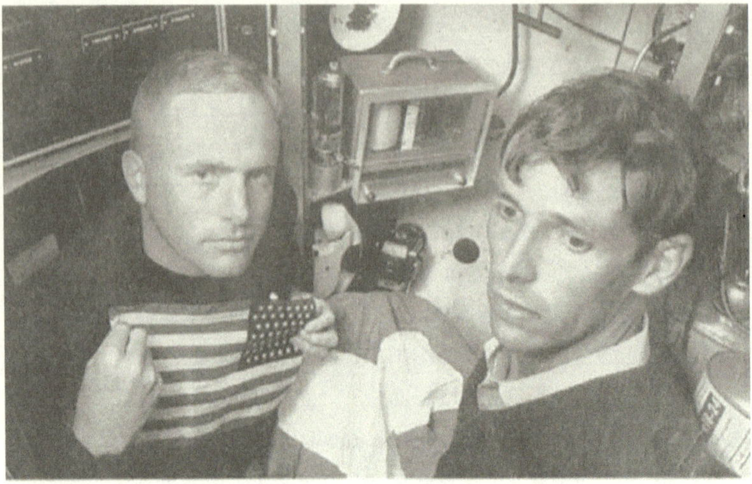

Don Walsh and Jacques Piccard

"ജാക്ക്സ് പിക്കാർഡ് സ്വിസ് സമുദ്രശാസ്ത്രജ്ഞനും എഞ്ചിനീയറുമായിരുന്നു" മാഷ് തുടർന്നു.

"സമുദ്രത്തിന്റെ ആഴങ്ങളിലേക്ക് മുങ്ങിപ്പോകുന്ന വാഹനങ്ങൾ നിർമ്മിക്കുന്ന കാര്യത്തിൽ സാങ്കേതികവൈഭവം നേടിയ വ്യക്തിയായിരുന്നു പിക്കാർഡ്. അദ്ദേഹം അമേരിക്കയുടെ വിഭവസഹായത്തോടെ 'ട്രൈസ്റ്റെ - Trieste' എന്ന വാഹനം നിർമ്മിച്ചു. 11,000 മീറ്റർ ആഴത്തിൽ വരെ മുങ്ങുന്ന വാഹനമായിരുന്നു 'ട്രൈസ്റ്റെ.' അതിഭീമമായ മർദ്ദത്തെ അതിജീവിക്കാൻ കഴിയുന്ന വാഹനം. സമുദ്രാന്തർഭാഗത്തേക്ക് മുങ്ങിപ്പോകുന്ന വാഹനങ്ങളെ ബാത്തിസ്കേഫ് - Bathyscaphe എന്നാണ് പൊതുവിൽ വിളിക്കുന്ന പേര്."

"ഡോൺവാൽഷും സ്വിസ് സമുദ്രശാസ്ത്രജ്ഞനായിരുന്നോ?"

"അല്ല. അദ്ദേഹം അമേരിക്കയുടെ നാവികസേനയിലെ ലെഫ്റ്റനന്റ് ആയിരുന്നു."

"എത്രമീറ്റർ വരെ ട്രൈസ്റ്റെ എത്തി?"

"മരിയാന ട്രെഞ്ചിന്റെ അടിത്തട്ടിൽ 10,918 മീറ്റർ വരെ എത്തി.

അതൊരു റിക്കോർഡ് നേട്ടമായിരുന്നു. മരിയാന ട്രെഞ്ചിലെ യത്രയും ആഴത്തിലും മനുഷ്യന് എത്താൻ കഴിയുമെന്ന് തെളിയിക്കുക എന്നതായിരുന്നു അവരുടെ ദൗത്യലക്ഷ്യം. അതവർ ലോകത്തിന് കാണിച്ചുകൊടുത്തു."

"അത്രയും ദൂരം മുങ്ങിയെത്താൻ എത്ര സമയം എടുത്തു മാഷേ?"

"അഞ്ച് മണിക്കൂർ. അവിടെ അവർ വാഹനത്തിനുള്ളിൽ ഇരുന്ന് 20 മിനിറ്റുകൾ ചെലവഴിച്ചു."

"ശാസ്ത്രത്തിന്റെയും സാങ്കേതികവിദ്യയുടെയും വളർച്ച എന്തൊക്കെ നേട്ടങ്ങൾ കൈവരിക്കാൻ മനുഷ്യനെ പ്രാപ്തനാക്കുന്നു. ഇതൊരു ഭാഗത്ത് നടക്കുമ്പോൾ ശാസ്ത്രത്തിന്റെയും സാങ്കേതികവിദ്യയുടെയും വെളിച്ചം എത്താത്ത ഇടങ്ങളും ലോകത്തുണ്ട്. ശാസ്ത്രം ദരിദ്രരുടെ കൈകളിൽ എത്താത്ത അവസ്ഥ." അമ്മു അങ്ങനെ പലതും ചിന്തിച്ചു.

"മനുഷ്യനില്ലാതെ ഏറ്റവും ആഴങ്ങളിലേക്കു പോയ ചില ബാത്തിസ്കേഫുകളെക്കുറിച്ച് കേൾക്കാം. 1995 മാർച്ച്, 24 ന് മരിയാന ട്രെഞ്ചിൽ ജപ്പാൻ നിർമ്മിത 'Kaiko' എന്ന വാഹനം 10911.4 മീറ്റർ വരെ എത്തി. മനുഷ്യനില്ലാതെ ഒരു ബാത്തിസ്കേഫ് എത്തിയ ഏറ്റവും വലിയ ആഴം.

2009 മേയ് 31 ന് അമേരിക്കൽ നിർമ്മിത 'നിറസ്' - Nereus ചലഞ്ചർ ഡീപ്പിൽ 10,898 മീറ്റർ വരെ എത്തി.

"മനുഷ്യനെ വഹിച്ചുകൊണ്ടുള്ള ബാത്തിസ്കേപ്പ് ദൗത്യം പിന്നീടുണ്ടായില്ലേ?" അമ്മു ചോദിച്ചു.

"2012 മാർച്ച് 26 ന് സമുദ്രത്തിൽ ആഴത്തിൽ മുങ്ങുന്ന 'ഡീപ്സീ ചലഞ്ചർ' എന്ന വാഹനത്തിൽ ജെയിംസ് കാമറൂൺ - James Cameron എന്ന കനേഡിയൻ ഫിലിം ഡയറക്ടർ ചലഞ്ചർ ഡീപ് ലക്ഷ്യമാക്കി യാത്ര നടത്തി. ചലഞ്ചർ ഡീപ്പിലേക്കുള്ള മനുഷ്യന്റെ രണ്ടാമത്തെ യാത്രയായിരുന്നു അത്. എന്നാൽ അദ്ദേഹത്തിന് ജാക്ക്സ് പിക്കാർഡും, ഡോൺ വാൽഷും സ്ഥാപിച്ച റിക്കോഡ് ഭേദിക്കാൻ കഴിഞ്ഞില്ല. ഇവർ 10,918 മീറ്റർ വരെ എത്തിയപ്പോൾ ജയിംസ് കാമറൂണിന് ഏകദേശം 10,898 മീറ്റർ വരെ മാത്രമേ എത്താനായുള്ളൂ. എന്നാലും ചലഞ്ചർ ഡീപിലേക്ക് ഒറ്റയ്ക്കുള്ള യാത്രയിൽ അദ്ദേഹത്തിനാണ് റിക്കോഡ്." മാഷ് വിശദമാക്കി.

"ഡീപ്പ് സീ ചലഞ്ചർ എന്ന മുങ്ങിത്താഴുന്ന വാഹനത്തിൽ പലതരം ഉപകരണങ്ങൾ സ്ഥാപിച്ചിരുന്നു. അടിത്തട്ടിൽനിന്നും പാറക്കഷണങ്ങളും അവശിഷ്ടങ്ങളും ജീവജാലസാമ്പിളുകളും ശേഖരിക്കാൻ കഴിയുന്ന ഉപകരണങ്ങൾ, ചുറ്റുപാടും ശക്തിയേറിയ വെളിച്ചം പരത്തുന്ന പ്രകാശസ്രോതസ്സുകൾ, വളരെ വ്യക്തതയോടെ ത്രിമാനതലത്തിൽ ചിത്രങ്ങൾ എടുക്കാൻ കഴിയുന്ന ക്യാമറകൾ, വീഡിയോ ക്യാമറകൾ എന്നിവയെല്ലാം ഘടിപ്പിച്ചിരുന്നു. ജെയിംസ് കാമറൂൺ ഒരു ഫിലിം ഡയറക്ടർ ആണല്ലോ. അപ്പോൾ നന്നായി ചിത്രീകരിക്കാൻ അദ്ദേഹത്തിനറിയാമായിരുന്നു."

ജെയിംസ് കാമറൂൺ ഒരു പരിസ്ഥിതി പ്രവർത്തകൻ കൂടിയാണ്. അദ്ദേഹത്തിന്റെ ഇതിഹാസ സയൻസ് ഫിക്ഷൻ ഫിലിമുകൾ പ്രസിദ്ധമാണ്. ചില ചലച്ചിത്രങ്ങൾ നിങ്ങൾ കണ്ടുകാണും. *Aliens, Titanic, Avatar* തുടങ്ങിയ ചിത്രങ്ങൾ."

"ഉണ്ട് മാഷേ *ടൈറ്റാനിക്കും* *അവതാറും* കണ്ടിട്ടുണ്ട്. *അവതാറിൽ* 3D സാങ്കേതികവിദ്യയാണ് ഉപയോഗിച്ചിട്ടുള്ളത്. സൂപ്പർ ഫിലിം." അജീബ് പറഞ്ഞു.

"ജെയിംസ് കാമറൂണിന്റെ യാത്രയിലൂടെ ഭൂമിയിലെ ഏറ്റവും ആഴമുള്ള സമുദ്രപ്രദേശമായ ചലഞ്ചർ ഡീപ്പിനെക്കുറിച്ച് വില യേറിയ അറിവുകളാണ് ലോകത്തിന് ലഭിച്ചത്. അദ്ദേഹം ശേഖ രിച്ചുകൊണ്ടുവന്ന സാമ്പിളുകളും പകർത്തിയ ചിത്രങ്ങളും വീഡിയോകളും ചലഞ്ചർ ഡീപ്പിലെ പരിസ്ഥിതി, ജന്തുപ്രാണി സമൂഹം എന്നിവയെക്കുറിച്ചുള്ള വിലപ്പെട്ട രേഖകളാണ്."

"ചലഞ്ചർ ഡീപ്പിൽ ദൗത്യവുമായി പിന്നീടും മനുഷ്യൻ പോയിട്ടുണ്ടോ?"

"ഉണ്ട്. സമുദ്രത്തിന്റെ അഗാധതലങ്ങളിലേക്ക് മുങ്ങിത്താ ഴുന്ന വാഹനത്തിൽ ജീവിക്കാനും ശാസ്ത്രീയഗവേഷണങ്ങളിൽ ഏർപ്പെടാനും പ്രത്യേക പരിശീലനം സിദ്ധിച്ച ഗവേഷകന് 'ഓഷ നോറ്റ് - Oceanaut' എന്നുവിളിക്കും. ബഹിരാകാശത്ത് ഗവേഷ ണത്തിന് പോകുന്നവരെ കോസ്മ്നോറ്റ് - Cosmonaut എന്നു വിളിക്കും."

"ബഹിരാകാശ യാത്രികൻ."

"അതെ."

"അപ്പോൾ ഓഷനോറ്റിന് മലയാളത്തിൽ എന്തു വിളിക്കാം?"

"സമുദ്രാന്തർഭാഗ യാത്രികൻ. അല്ലേ മാഷെ?" അങ്ങനെ വിളിക്കാമെന്ന് മാഷ് പറഞ്ഞു.

"2012 ജൂൺ 27 ന് ചൈനയുടെ ജിയലോങ് - Jiaolong എന്ന ബാത്തിസ്കേഫ് രണ്ട് ഓഷനോറ്റുകളെയും വഹിച്ചുകൊണ്ട് മരി യാന ട്രെൻഞ്ചിന്റെ 7020 മീറ്റർ വരെ എത്തി. ശാസ്ത്രീയ ഗവേ ഷണങ്ങൾക്ക് വേണ്ടിയായിരുന്നു യാത്ര.

ഏറ്റവും ഉയർന്ന കൃത്യതയോടെ സമുദ്രാടിത്തട്ടിന്റെ ഛായാ ഗ്രഹണം നടത്തുക, ഭൂമിയുടെ ഉപരിതല രൂപീകരണത്തെപ്പറ്റി പഠനം നടത്തുക, സമുദ്രത്തിന്റെ അടിത്തട്ടിന്റെ ഉപരിതല സവി ശേഷതകൾ സൂക്ഷ്മമായി പഠിക്കുക തുടങ്ങിയവയായിരുന്നു ദൗത്യത്തിന്റെ ലക്ഷ്യങ്ങൾ. ഇതിനു സഹായകരമായ എല്ലാ ഉപ കരണങ്ങളും വളരെ കൃത്യതയുള്ള സൊണാറുകളും അവർ കരുതിയിരുന്നു. ഒരു ഗവേഷണ ബാത്തിസ്കേഫ് എത്തിച്ചേർന്ന ഏറ്റവും വലിയ ആഴമായിരുന്നു ജിയലോങ് കുറിച്ചത്."

സമുദ്രത്തിന്റെ അടിത്തട്ടിലെ ഇതുവരെ കണ്ടെത്താൻ കഴി

യാത്ത പ്രത്യേകതകൾ തിരിച്ചറിയാൻ വേണ്ടി നടത്തുന്ന ഗവേഷണ പ്രവർത്തനങ്ങളെക്കുറിച്ച് അമ്മുവും കൂട്ടുകാരും വളരെ കൗതുകത്തോടെയാണ് കേട്ടുകൊണ്ടിരുന്നത്. സമുദ്രാടിത്തട്ടിലേക്ക് ആഴ്ന്നിറങ്ങുന്ന ഒരു ഗവേഷണ വാഹനത്തിൽ ഓഷനോറ്റ് ആയി ഇരിക്കുന്ന അമ്മു. അമ്മുവിന്റെ ഭാവനയുടെ ലോകം വിടർന്നു.

"വിറ്റ്യാസ് - Vityaz." മാഷുച്ചരിച്ച വാക്കുകേട്ട് അമ്മു ചിന്തയിൽ നിന്നു തിരിച്ചുവന്നു.

"വിറ്റ്യാസ് റഷ്യൻ നിർമ്മിത ബാത്തിസ്കേഫ് ആണ്. സമുദ്രത്തിന്റെ അടിത്തട്ടിലേക്ക് ആഴ്ന്നിറങ്ങാൻ കഴിയുന്ന വാഹനം. സമുദ്രത്തിന്റെ ഉപരിതലത്തിൽ സ്ഥിതിചെയ്യുന്ന കപ്പലിൽ നിന്നും നിയന്ത്രിക്കാവുന്ന വാഹനം.

"അതായത് ദൂരെനിന്നും നിയന്ത്രിക്കാവുന്ന സംവിധാനങ്ങളോട് കൂടിയ വാഹനം അല്ലേ."

"അതെ. മനുഷ്യനില്ലാതെ സ്വതന്ത്രമായി സഞ്ചരിക്കുന്ന ചെറുവാഹനം. അതിന്റെ ഗതിയെ ദൂരെനിന്നും നിയന്ത്രിക്കാനാകും."

2020 മേയ് 8 ന് മരിയാന ട്രെഞ്ചിലെ 10028 മീറ്റർ ആഴത്തിൽ വിറ്റ്യാസ് എത്തി. ചരിത്രത്തിലാദ്യമായിട്ടാണ് മനുഷ്യനില്ലാതെ ഇത്തരമൊരു വാഹനം സമുദ്രത്തിന്റെ ആഴത്തട്ടിലെത്തി ഗവേഷണപ്രവർത്തനങ്ങളിൽ ഏർപ്പെട്ടത്.

സമുദ്രാന്തർഭാഗത്തെ പഠനത്തിന് അനുയോജ്യമായ ഉപകരണങ്ങൾ, അടിത്തട്ടിലെ ഭൂപ്രകൃതി കൃത്യമായും നിരീക്ഷിക്കാനാകുന്ന സോളാറുകൾ, ജലഗതിയുടെ അളവുകൾ തിട്ടപ്പെടുത്താൻ കഴിയുന്ന ഉപകരണങ്ങൾ, ജലത്തിന്റെ ആഴവും അടിത്തട്ടിലെ ജലത്തിന്റെ സവിശേഷതകളും പഠിക്കാനുള്ള ഉപകരണങ്ങൾ, ക്യാമറകൾ, വീഡിയോ സംവിധാനങ്ങൾ, ശക്തിയേറിയ വെളിച്ചം വമിക്കുന്ന പ്രകാശസ്രോതസ്സുകൾ തുടങ്ങി ഒട്ടനവധി സംവിധാനങ്ങൾ ഉൾക്കൊള്ളുന്ന ഗവേഷണവാഹനമായിരുന്നു വിറ്റ്യാസ്." മാഷ് വിശദമാക്കി.

"മാഷേ... വനിതകളാരെങ്കിലും സമുദ്രാന്തർഭാഗത്തേക്ക്

കടന്നു ചെന്നിട്ടുണ്ടോ?" പെട്ടെന്നാണ് അങ്ങനെയൊരു ചോദ്യം ഉയർന്നുവന്നത്. അമ്മുവാണ് ചോദ്യം ഉന്നയിച്ചത്.

"ഉണ്ട്. 2020 ജൂൺ 7 ചരിത്രത്തിൽ ഇടംപിടിച്ച ദിവസം. അന്നാദ്യമായി ഒരു വനിത മരിയാന ട്രെഞ്ചിലെ ചലഞ്ചർ ഡീപ്പിന്റെ അടിത്തട്ടിലെത്തി. സമുദ്രത്തിന്റെ ഉപരിതല ത്തിൽനിന്നും 11000 മീറ്റർ താഴ്ചയിലാണ് എത്തിച്ചേർന്നത്."

"ആരാണ് ആ വനിത?" അമ്മു ആവേശത്തോടെ ചോദിച്ചു.

"ഡോ. കാത്റിൻ സള്ളിവൻ - Dr. Kathryn Sullivan സമുദ്രത്തിലും ബഹിരാകാശത്തും ചരിത്രംകുറിച്ച വനിത. മരിയാന ട്രെഞ്ചിലെ ചലഞ്ചർഡീപ് കീഴടക്കാൻ സള്ളിവനോടൊപ്പം യാത്ര ചെയ്തത് വിക്ടർ വെസ്കോവോ - Victor Vescovo."

"അവർ മരിയാന ട്രെഞ്ചിലേക്ക് യാത്ര ചെയ്ത വാഹനം?" കൃഷ്ണ ചോദിച്ചു.

Dr. Kathryn Sullivan and Victor Vescovo

"ലിമിറ്റിങ് ഫാക്ടർ - Limiting factor എന്ന പേരിൽ അറിയപ്പെട്ടിരുന്ന വാഹനത്തിലാണ് അവർ ആഴങ്ങളിലേക്ക് യാത്ര നടത്തിയത്. രണ്ടുപേർക്ക് യാത്ര ചെയ്യാവുന്ന വാഹനം. മനുഷ്യനെയും വഹിച്ചുകൊണ്ട് 11,000 മീറ്റർ വരെ മുങ്ങിയെത്താൻ കഴിയുന്ന ലോകത്തെ ആദ്യവാഹനമായിരുന്നു അത്. ഇത്തരം യാത്രകൾക്ക് വീണ്ടും വീണ്ടും ഉപയോഗിക്കാം എന്നുള്ളതാണ് ഇതിന്റെ സവിശേഷത. താഴേക്കും മുകളിലേക്കും കുത്തനെ സഞ്ചരിക്കുന്ന രീതിയിലാണ് ഇത് നിർമ്മിച്ചിട്ടുള്ളത്. മരിയാന ട്രെഞ്ചിൽ താഴാൻ നാല് മണിക്കൂർ എടുത്തു. ഒന്നരമണിക്കൂർ അടിത്തട്ടിൽ ചെലവഴിച്ചു നിരീക്ഷണം നടത്തി. നാലു മണിക്കൂറെടുത്തു സമുദ്രത്തിന്റെ ഉപരിതലത്തിലെത്താൻ."

"ആകാശത്തും ചരിത്രംകുറിച്ച വനിതയാണല്ലോ സള്ളിവൻ. അക്കാര്യങ്ങളെക്കുറിച്ച് ഒന്ന് വിശദീകരിക്കാമോ?" അജീബ് ചോദിച്ചു.

"ബഹിരാകാശത്ത് നടന്ന ആദ്യ അമേരിക്കൻ വനിതയാണ് കാത്റിൻ സള്ളിവൻ. 1984 ഒക്ടോബർ 11 നാണ് അവർ ബഹിരാകാശത്ത് നടന്നത്. അന്നവർക്ക് 32 വയസ്സ്. അതിനുശേഷം 36 വർഷം കഴിഞ്ഞ് 2020 ലാണ് അവർ മരിയാന ട്രെഞ്ചിലെത്തിയത്."

"68 വയസ്സുള്ളപ്പോൾ" അമ്മു പറഞ്ഞു.

"അതെ. 68 വയസ്സ് ഉള്ളപ്പോഴാണ് മരിയാന ട്രെഞ്ചിൽ അവർ എത്തിയത്. കാത്റിൻ സള്ളിവൻ മൂന്ന് ബഹിരാകാശഷട്ടിൽ ദൗത്യങ്ങളിൽ പങ്കെടുത്തിട്ടുണ്ട്. ഏകദേശം 532 മണിക്കൂർ ബഹിരാകാശത്ത് ചെലവഴിച്ചിട്ടുണ്ട്. ഒന്നര മണിക്കൂർ മരിയാന ട്രെഞ്ചിലെ ചലഞ്ചർ ഡീപിലും. അവർ മരിയാന ട്രെഞ്ചിലെത്തിയപ്പോൾ അന്തർദ്ദേശീയ ബഹിരാകാശനിലയത്തിലെ ബഹിരാകാശ യാത്രികർ അക്കാര്യം അറിയുന്നുണ്ടായിരുന്നു" മാഷ് കഥ തുടർന്നു.

കുട്ടികളുടെ മനസ്സിൽ രണ്ടു ചിത്രങ്ങൾ തെളിഞ്ഞു. ഇങ്ങു താഴെ പാതാളത്തിലെത്തിയ ലിമിറ്റിങ് ഫാക്ടറും അങ്ങ് മുകളിൽ ഭ്രമണം ചെയ്യുന്ന ബഹിരാകാശനിലയവും.

"തിരിച്ച് സമുദ്രനിരപ്പിലെത്തിയ കാത്റിൻ സള്ളിവൻ എന്താണ് ചെയ്തതെന്നറിയണ്ടേ? അവർ ബഹിരാകാശനിലയത്തിൽ ഭൂമിയെ വലയം വച്ചുകൊണ്ടിരുന്ന ബഹിരാകാശയാത്രികരുമായി സംസാരിച്ചു. എന്തായിരിക്കും സള്ളിവൻ പറഞ്ഞിട്ടുണ്ടാകുക?

"ബഹിരാകാശനിലയത്തിലെ എന്റെ പ്രിയപ്പെട്ട ബന്ധുക്കളെ ഇവിടെ ഇങ്ങ് ഭൂമിയിൽ ഏറ്റവും ആഴമുള്ള സമുദ്രാന്തർഭാഗത്ത് ഞങ്ങൾ എത്തി മറ്റൊരു ചരിത്രം കൂടി കുറിച്ചിരിക്കുന്നു. എന്റെ അനുഭവങ്ങൾ നിങ്ങളുമായി പങ്കുവയ്ക്കുന്നു."

ബഹിരാകാശ യാത്രികർ അങ്ങ് ഉയരെ നിലയത്തിൽ സള്ളിവന്റെ വാക്കുകേൾക്കാനായി ആകാംക്ഷയോടെ കാത്തിരിക്കുകയായിരുന്നു. അവർ കാത്റിന് അഭിവാദ്യങ്ങൾ അർപ്പിച്ചു.

"പ്രിയ സോദരി ഞങ്ങൾ നിങ്ങളെ കാതോർത്തിരിക്കുകയായിരുന്നു. ഞങ്ങൾ ആദരവോടെ താങ്കളെയും സഹയാത്രികനെയും അഭിവാദ്യം ചെയ്യുന്നു. താങ്കളുടെ ചരിത്രപരമായ വീരസാഹസിക പ്രവൃത്തിയിൽ ഞങ്ങൾ അഭിമാനം കൊള്ളുന്നു. 1984 ൽ ബഹിരാകാശത്ത് നടന്ന് ചരിത്രം കുറിച്ച ആദ്യ അമേരിക്കൻ വനിത. ഇതാ ഭൂമിയിലെ ഏറ്റവും ആഴമുള്ള തലത്തിൽ എത്തിയിരിക്കുന്നു. അഭിവാദ്യങ്ങൾ. രണ്ട് വിപരീതദിശകളിൽ രണ്ടു മിഷനുകളിൽ പങ്കെടുത്ത് ലോകത്തെ അറിയാനുള്ള താങ്കളുടെ ജീവിതകാല അഭിനിവേശം ഇന്ന് സാക്ഷാൽക്കരിക്കപ്പെട്ടിരിക്കുന്നു.

ശരിയാണ്. ഇതുവരെ ചലഞ്ചർ ഡീപ്പിൽ എട്ടുപേർ എത്തിയപ്പോൾ 550 ലധികം യാത്രികർ ബഹിരാകാശത്ത് എത്തി. പക്ഷേ, അവരിൽ ഒരാൾ മാത്രം രണ്ടിടത്തും എത്തി. അത് മറ്റാരുമല്ല. ഒരു വനിത. ഡോ. കാത്റിൻ സള്ളിവൻ."

മാഷ് ഇത് ഉറക്കെ പറഞ്ഞപ്പോൾ ഒരാൾ കൈയടിച്ചു. എല്ലാവരും അത് കൗതുകത്തോടെ ശ്രദ്ധിച്ചു. അത് അമ്മുവായിരുന്നു. തുടർന്ന് എല്ലാവരും അമ്മുവിന്റെ കൈയടി ഏറ്റുപിടിച്ചു. ക്ലാസ് ശബ്ദമുഖരിതമായി. താളം പിടിച്ചുള്ള കൈയടി.

സ്ക്രീനിൽ മറ്റൊരു ചിത്രം തെളിഞ്ഞു. ചിത്രം ചൂണ്ടി മാഷ്

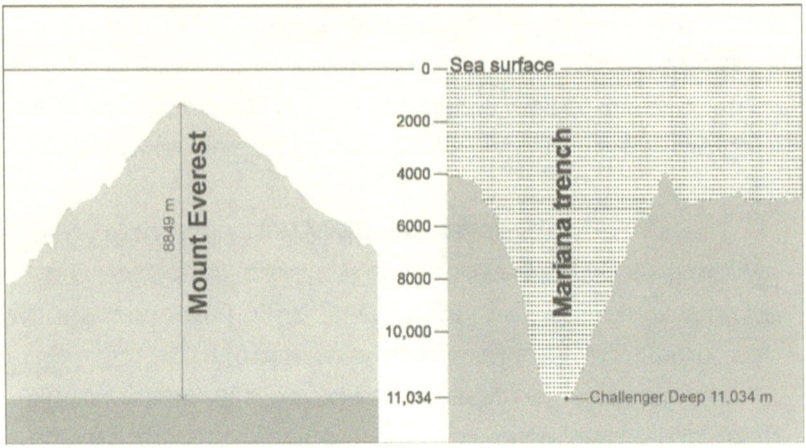

വിശദീകരിക്കാൻ തുടങ്ങി.

"ചലഞ്ചർ ഡീപ്പിനെക്കുറിച്ച് ചില ശാസ്ത്രകാരന്മാർ പറഞ്ഞകാര്യം കൂടി ഞാൻ കൂട്ടിച്ചേർക്കുകയാണ്. എവറസ്റ്റ് കൊടുമുടി ചലഞ്ചർ ഡീപ്പിൽ താഴ്ത്തിവച്ചാൽ അതിന്റെ തലപ്പ് സമുദ്രോപരിതലത്തിൽ എത്തില്ല. സമുദ്രോപരിതലത്തിൽനിന്നും ഏകദേശം 2 കിലോമീറ്റർ താഴെവരെ എത്തും. ഇനി ചലഞ്ചർ ഡീപ്പിലെ മർദ്ദമോ? തലയോട്ടി തകർക്കുന്ന മർദ്ദം. സമുദ്രനിരപ്പിലെ മർദ്ദത്തിന്റെ ആയിരം ഇരട്ടി. ലിമിറ്റിങ് ഫാക്ടർ എന്ന വാഹനത്തിന് താങ്ങേണ്ടിവന്ന മർദ്ദം എത്രയെന്നോ? 291 ജംബോജറ്റിന്റെ ഭാരത്തിനു സമാനമായ മർദ്ദം. മറ്റൊരു തരത്തിൽ പറഞ്ഞാൽ 7900 ഡബിൾഡക്കർ ബസിന്റെ ഭാരത്തിന് സമാനമായ മർദ്ദം."

കാത്‌റിൻ സള്ളിവനെക്കുറിച്ച് കൂടുതൽ അറിയാൻ അമ്മു ആഗ്രഹിച്ചു. അവൾ നോട്ട്ബുക്കിൽ കാത്‌റിൻ സള്ളിവൻ എന്ന് പലതവണ എഴുതി. അമ്മു നോട്ടുബുക്കിൽ ആവർത്തിച്ച് എഴുതുന്നത് അജീബ് ശ്രദ്ധിച്ചിരുന്നു.

അമ്മുവിന്റെ മനസ്സറിയാവുന്ന അജീബ്, മാഷിനോട് ഒരഭ്യർത്ഥന നടത്തി:

"മാഷേ കാത്‌റിൻ സള്ളിവന്റെ കുട്ടിക്കാലത്തെക്കുറിച്ച്"

ഇതു കേട്ടപ്പോൾ അമ്മു അജീബിനെ നോക്കി.

'അവനെന്റെ മനസ്സുവായിച്ചുവോ? കള്ളച്ചെറുക്കൻ.' അമ്മു മനസ്സിൽ പറഞ്ഞു.

"സ്വതന്ത്രമായി ചിന്തിക്കുകയും ചർച്ചകളിൽ പങ്കെടുക്കുകയും ചെയ്യുന്ന കുട്ടിയായിരുന്നു സള്ളിവൻ." മാഷ് ഇതുപറഞ്ഞതും കുട്ടികൾ വിളിച്ചു പറഞ്ഞു.

"നമ്മുടെ അമ്മുവിനെപ്പോലെ."

അമ്മുവിന് ആ വാക്കുകൾ കേട്ടപ്പോൾ അഭിമാനം തോന്നി. "താങ്ക്യു ഫ്രണ്ട്സ്" അമ്മു പറഞ്ഞു. മാഷ് അമ്മുവിനെ നോക്കി ചിരിച്ചു. രാജശേഖരൻമാഷും ടീച്ചറമ്മയും മറ്റദ്ധ്യാപകരും അമ്മുവിന്റെ സവിശേഷത തിരിച്ചറിയുന്നവരാണ്. അവരുടെ മുഖത്തും അമ്മുവിനുള്ള അംഗീകാരസൂചകമായ ചിരി വിടർന്നു.

"കാത്‌റിൻ സള്ളിവൻ തന്റെ കുട്ടിക്കാലത്തെക്കുറിച്ച് പറയുന്നത് ഓർക്കണ്ടേ?"

"ഒരു കൊച്ചുപെൺകുട്ടിയെക്കുറിച്ച് സാധാരണ ധരിച്ചുവരുന്ന സങ്കല്പമുണ്ടല്ലോ അതായിരുന്നില്ല ഞാൻ. എപ്പോഴും ജിജ്ഞാസയും സാഹസികതയും കൊണ്ടുനടക്കുന്ന പെൺകുട്ടിയായിരുന്നു ഞാൻ. എന്റെ താല്പര്യങ്ങൾ വിശാലവും വൈവിദ്ധ്യപൂർണ്ണവുമായിരുന്നു.

അന്ന് എന്നെക്കുറിച്ച് ഞാൻ വരച്ച ഒരു ചിത്രമുണ്ടായിരുന്നു. ഈ പ്രപഞ്ചത്തിൽ ആകൃഷ്ടമായ ഒരു വിറളിപിടിച്ച പെൺകുട്ടി. ലോകം എങ്ങനെ പ്രവർത്തിക്കുന്നു എന്നറിയാൻ വിറളി പിടിച്ച് ഓടുന്ന പെൺകുട്ടി. പര്യവേക്ഷണം അതായിരുന്നു എന്റെ ചിന്ത. അത്തരം അറിവുകൾ തേടി എല്ലായിടവും ഞാൻ തെരയുമായിരുന്നു. പത്രങ്ങൾ, മാസികകൾ, ടെലിവിഷൻ പ്രോഗ്രാമുകൾ എന്നിവ പരതുന്നതോടൊപ്പം ചോദിച്ചറിയാനും പരീക്ഷിച്ചറിയാനും ഞാൻ ശ്രമിച്ചിരുന്നു." മാഷ് തുടർന്നു.

കുട്ടികളുടെ മനസ്സിലേക്ക് സള്ളിവൻ ഒരാവേശമായി പെയ്തിറങ്ങുന്നുണ്ടായിരുന്നു. സള്ളിവൻ അവർക്ക് മുന്നിൽവന്നുനിന്ന് പറയുന്നപോലെ അവർക്ക് തോന്നി. മാഷിന്റെ അവതരണം അങ്ങനെയായിരുന്നു.

"പൊതുസ്കൂളിലാണ് ഞാൻ പഠിച്ചത്. ഭൂപടവായന എനിക്കിഷ്ടമായിരുന്നു. അതിലെ സ്ഥലങ്ങളെക്കുറിച്ച് അറിയുക അങ്ങനെ ലോകത്തെ അറിയുക. ഒരിടത്തുനിന്നും മറ്റൊരിടത്തേക്ക് യാത്ര ചെയ്യുക. പര്യവേക്ഷണം നടത്തുക. ഇതൊക്കെ ഞാൻ ചെയ്തിരുന്നു." സള്ളിവന്റെ വാക്കുകൾ മാഷ് കുട്ടികൾക്കു മുന്നിൽ തുറന്നുവിട്ടു.

"ഞാൻ ഡിഗ്രിക്ക് പഠിച്ചത് ഭൗമശാസ്ത്രമായിരുന്നു. പിന്നീട് ഭൂഗർഭശാസ്ത്രത്തിൽ ഡോക്ടറേറ്റ് നേടി. ഭൂഗർഭശാസ്ത്രജ്ഞയായി പ്രവർത്തിക്കുമ്പോഴാണ് NASA യിൽ ബഹിരാകാശയാത്രയ്ക്കുള്ള പരിശീലനത്തിന് യോഗ്യത നേടിയത്.

കുട്ടിക്കാലത്തുതന്നെ എന്നോടൊപ്പം ചേർന്ന രണ്ടു മുത്തുകളായിരുന്നു അന്വേഷണത്വരയും സാഹസികതയും. അവ രണ്ടും സമന്വയിപ്പിച്ചുകൊണ്ട് ഞാൻ ജീവിതം നയിക്കുന്നു."

കുട്ടികളിൽ ചിലർ കാത്റിൻ സള്ളിവന്റെ കുട്ടിക്കാലവും തങ്ങളുടെ കുട്ടിക്കാലവും താരതമ്യം ചെയ്യാൻ ശ്രമിച്ചു. കാത്റിന്റെ ഇച്ഛാശക്തി കുട്ടികളെ അമ്പരപ്പിച്ചു.

ഒരിക്കൽ ഒരു പത്രപ്രവർത്തകൻ അവരോട് ചോദിച്ചു.

"ഇപ്പോൾ താങ്കളുടെ കൈവശമില്ലാത്ത ഒന്ന് താങ്കൾ സ്വന്തമാക്കാൻ ആഗ്രഹിക്കുന്നുവെന്ന് കരുതുക. അതെന്താകും?"

ഉടൻ ഉത്തരം വന്നു.

"ചൊവ്വയിലേക്ക് ഒരു ടിക്കറ്റ്." സള്ളിവൻ പറഞ്ഞു. അതെ, കാതറിൻ സള്ളിവൻ ചൊവ്വയിലേക്ക് ഒരു ടിക്കറ്റും കാത്തിരിക്കുകയാണ്.

"മറ്റുള്ളവരുടെ വിശദീകരണങ്ങൾ
നിങ്ങളെ ഭരിക്കാൻ അനുവദിക്കരുത്.
നിങ്ങളുടെ വഴി നിങ്ങൾ തെളിക്കുക.
നിങ്ങളുടെ ഭാവി നിങ്ങൾ കരുപ്പിടിപ്പിക്കുക.
നിങ്ങളുടെ ഭാവി നിങ്ങൾ നിയന്ത്രിക്കുക.
നിങ്ങളുടെ വിധി നിങ്ങൾ നിർണ്ണയിക്കുക."

അതാണ് സള്ളിവന് നിങ്ങളോട് പറയാനുള്ളത്. കുട്ടികൾ വളരെ സന്തോഷത്തോടെയാണ് സള്ളിവന്റെ ആഹ്വാനം ശ്രദ്ധിച്ചത്. മാഷ് അത് പറഞ്ഞുനിർത്തുമ്പോൾ ക്ലാസ് അവസാനി

ക്കാറായി എന്ന് കുട്ടികൾക്ക് ബോദ്ധ്യപ്പെട്ടു. രാജശേഖരൻമാഷും ടീച്ചറുമൊക്കെ എഴുന്നേല്ക്കുന്നുണ്ടായിരുന്നു.

“ക്ലാസ് നമുക്കിവിടെ അവസാനിപ്പിക്കാം. നിങ്ങൾ അന്വേഷണം തുടരണം. സള്ളിവന്റെ സവിശേഷതകൾ തിരിച്ചറിയണം. വിലയിരുത്തണം. ഇനിയും നമുക്ക് കാണാം. എല്ലാവർക്കും ആശംസകൾ.” മാഷ് ക്ലാസ് അവസാനിപ്പിച്ചു.

അജീബാണ് മാഷിന് നന്ദി പറഞ്ഞത്. കുട്ടികളെയും കൊണ്ട് മാഷ് കടന്നുപോയ പടവുകൾ അജീബ് ഓർമ്മപ്പെടുത്തി. കാത്റിൻ സള്ളിവൻ എല്ലാ കുട്ടികൾക്കും ഒരു പ്രചോദനമാണെന്ന് രാജശേഖരൻമാഷ് ഓർമ്മപ്പെടുത്തി. വീട്ടിൽപോയി ചെയ്യേണ്ട കാര്യങ്ങൾ ടീച്ചറമ്മ കുട്ടികളെ ഓർമ്മപ്പെടുത്തി. സമുദ്രത്തെക്കുറിച്ച് കുട്ടികൾക്ക് ലഭിച്ച അറിവുകൾ അവരുടെ ചിന്തകൾക്കു ആഴവും പരപ്പും നല്കി.

വീട്ടിലെത്തിയ അമ്മുവിന്റെ മനസ്സിൽ കാത്റിൻ സള്ളിവൻ നിറഞ്ഞുനിന്നു. ഉറങ്ങാൻ കിടന്നപ്പോഴും അതുതന്നെ ചിന്ത. സള്ളിവന്റെ കുട്ടിക്കാലം. കണ്ടും കേട്ടും മണത്തും രുചിച്ചും സ്പർശിച്ചും വായിച്ചും ചോദ്യങ്ങൾ ചോദിച്ചും ഓടിനടക്കുന്ന വിറളിപിടിച്ച പെൺകുട്ടിയെ അവൾ ഭാവനയിൽ കണ്ടു. കാത്റിൻ സള്ളിവൻ എന്ന പെൺകുട്ടി അമ്മു തന്നെയാണെന്ന് അവൾക്ക് തോന്നി. തനിക്കും നാളെ സള്ളിവനെപ്പോലെ ബഹിരാകാശത്തും ചലഞ്ചർ ഡീപ്പിലുമെത്തുന്ന ഒരാളായി മാറണം. അവൾ ആഗ്രഹിച്ചു. അമ്മുവിന് ഉറക്കംവന്നില്ല. അവൾ തിരിഞ്ഞും മറിഞ്ഞും കിടന്നു. ആകാശത്ത് ചന്ദ്രൻ ചിരിതൂകി നില്ക്കുന്നുണ്ടായിരുന്നു.

കടൽ ഭരണഘടന

കടലും മനുഷ്യനും എന്ന വിഷയത്തെ അധികരിച്ചു നടക്കുന്ന ക്ലാസുകളുടെ അവസാനഘട്ടത്തിലേക്ക് കടക്കുകയാണ്. അതുകൊണ്ടുതന്നെ ഇന്നത്തെ ക്ലാസിന് ചില സവിശേഷതകളുണ്ട്. കുട്ടികളോടൊപ്പം രക്ഷിതാക്കളും എത്തിയിരിക്കുന്നു. മത്സ്യബന്ധനത്തിലും വിപണനത്തിലും ഏർപ്പെട്ടിട്ടുള്ള ചിലരെയും ക്ഷണിച്ചിട്ടുണ്ടായിരുന്നു. കടൽനിയമങ്ങളെക്കുറിച്ചും മത്സ്യബന്ധനമേഖലയിൽ നിലനില്ക്കുന്ന ചില പ്രശ്നങ്ങളെക്കുറിച്ചും ചർച്ച ചെയ്യുന്നുണ്ട്. ചർച്ച നയിക്കുവാൻ എത്തിയിരിക്കുന്നത് മത്സ്യത്തൊഴിലാളികളുടെ ക്ഷേമത്തിനു വേണ്ടി പ്രവർത്തിക്കുന്ന ഒരു പ്രമുഖ വ്യക്തിയാണ്. എല്ലാവരും എത്തിച്ചേർന്നിട്ടുണ്ട്.

കുട്ടികൾ മുൻനിരകളിലും രക്ഷിതാക്കളും മറ്റുള്ളവരും പിൻനിരകളിലുമാണ് ഇരുന്നത്. രാജശേഖരൻമാഷിന്റെ നേതൃത്വത്തിൽ കവിതാലാപനത്തോടെയാണ് ക്ലാസ് ആരംഭിച്ചത്. മാഷ് കുട്ടിസംഘത്തെ നേരത്തെ തയ്യാറാക്കി നിർത്തിയിരുന്നു. അമ്മു, അജീബ്, ഷാജി, റുക്സാന, സിന്ധു തുടങ്ങിയവരുടെ നീണ്ട നിര. പ്രശസ്തകവി മുല്ലനേഴി കടലിന്റെ മക്കൾക്കുവേണ്ടി രചിച്ച കവിത അവർ മികവോടെ ആലപിക്കാൻ തുടങ്ങി.

"ഏലാം ഏലേലാം ഏലാം ഏലേലാം

കടലമ്മ കനിഞ്ഞുതന്ന
കനികൊണ്ട് കഴിഞ്ഞോര്
കടലിന്റെ മക്കളിന്ന് കണ്ണീരിലല്ലോ
ഏലാം ഏലേലാം ഏലാം ഏലേലാം
കടലടിയിലെ നിധിയും തേടി
വലവീശി പോയോർക്ക് ഒടുവിലീ
കണ്ണീർമുത്ത് കൊടുത്തതാരോ
ഏലാം ഏലേലാം ഏലാം ഏലേലാം
മാനം വെളുക്കുംമുമ്പേ
മാരിക്കാറെത്തും മുമ്പേ
ചീനവല ചിറകുംവീശി
കേവഞ്ചികൾ കേറിപ്പോയി
പണ്ടത്തെ കഥയവയെല്ലാം
കണ്ടവരാണല്ലോ നമ്മൾ
ഏലാം ഏലേലാം ഏലാം ഏലേലാം
ചെമ്മീനും സ്രാവും കണവയും
നന്മീനുകളെല്ലാമെവിടെ
ചാളയുമായ് കൂരകൾ തോറും
നീളെപ്പോയോരിന്നെവിടെ
കടലായ കടലിലെ മീനുകൾ
കുടിവിട്ട് പമ്പകടന്നു
കള്ളന്മാർ മീനും കൂടി
കൊള്ളയടിക്കാൻ വന്നെന്നോ
കടലിന്റെ കനിവ് കുറഞ്ഞോ
കുടിലിന്റെ ദുഃഖമറിഞ്ഞോ
കടവും ദുരിതങ്ങളുമായി
കടലോരം മങ്ങിമാഞ്ഞോ
തെയ് തമി തിമിതോം
കടലിന്റെ മക്കളെ കണ്ണീരിലാഴ്ത്തിയ
കൊടിയ കള്ളന്മാരെ
തിരയുവാൻ, പുതിയൊരു വലവീശാൻ

നമ്മൾക്ക് സമയമായ് കൂട്ടുകാരെ..
തെയ് തമിതിമി തോം തെയ്യത്തോം
തെയ് തമി തിമിതോം."

കവിതയുടെ ഈണവും താളവും സദസ്സിനെ പിടിച്ചിരുത്തി. സദസ്സ് കൈയടിച്ചു പാട്ടിനെ സ്വീകരിച്ചു.

"നമ്മുടെ രാജ്യത്തിന് അധികാരമുള്ള സമുദ്രഭാഗത്തേക്ക് കടന്നുവന്ന് മത്സ്യബന്ധനത്തിലേർപ്പെടാൻ വിദേശകമ്പനികൾക്ക് വാതിൽ തുറന്നുകൊടുക്കാൻ തീരുമാനമെടുത്ത ഒരു കാലഘട്ടത്തിലാണ് കവിമനസ്സിൽ ഇങ്ങനെയൊരു കവിത രൂപപ്പെട്ടത്."

രാജശേഖരൻ മാഷ് ഇക്കാര്യം സൂചിപ്പിച്ച ശേഷം ക്ലാസ് എടുക്കാൻ വന്ന ഡോ. മുസ്തഫയെ സദസ്സിന് പരിചയപ്പെടുത്തി. ക്ലാസ് എടുക്കാൻ വരുന്ന എല്ലാവരെയും മാഷ് എന്നാണ് കുട്ടികൾ പൊതുവെ വിളിക്കാറുള്ളത്. അതുകൊണ്ട് മുസ്തഫ മാഷ് എന്നു പറഞ്ഞുകൊണ്ടാണ് പരിചയപ്പെടുത്തിയത്.

ക്ലാസ് തുടങ്ങുംമുമ്പ് മത്സ്യബന്ധനത്തിലും വിപണനത്തിലും ഏർപ്പെട്ടിരിക്കുന്ന വ്യക്തികളെ ആദരിക്കുന്ന ചടങ്ങാണ് അരങ്ങേറിയത്. കടലിന്റെ മക്കൾ ചെയ്യുന്ന പ്രവർത്തനങ്ങളെ അധികരിച്ച് ഹെഡ്മിസ്ട്രസ് ആമുഖപ്രഭാഷണം നടത്തി. തുടർന്ന് മുസ്തഫ മാഷിനെ ക്ഷണിച്ചു. സ്കൂൾ ലീഡർ ഷാജി ഓരോരുത്തരുടെയും പേരുവായിച്ചു. അദ്ദേഹം ഓരോരുത്തരെയും ഷോൾ പുതപ്പിച്ച് ആദരിച്ചു. സംഘാടകസമിതി വേണ്ടത്ര ഷാൾ കരുതിയിരുന്നു. മുസ്തഫ സാറിന്റെ കൈകളിൽ ഷോൾ എടുത്തു നല്കാനും കുട്ടികളെ ചുമതലപ്പെടുത്തിയിരുന്നു. അതവർ കൃത്യമായും നിർവ്വഹിച്ചു. കുട്ടികൾ ആദരസൂചകമായി കൈയടിച്ചു കൊണ്ടിരുന്നു.

"സമുദ്രവുമായി ബന്ധപ്പെട്ട നിയമങ്ങളെക്കുറിച്ച് നമുക്കാദ്യം ചർച്ചചെയ്യാം."

മുസ്തഫ സാറിന്റെ ക്ലാസ് ആരംഭിച്ചു. ഘനഗാംഭീര്യമുള്ള ശബ്ദം. ചിരിയോടുകൂടിയ അവതരണം.

"Law of Sea - സമുദ്രനിയമം. അന്തർദ്ദേശീയ നിയമങ്ങ

ളാണ് നമ്മൾ ചർച്ച ചെയ്യുന്നത്.

പായ്ക്കപ്പലുകളുടെ സഹായത്താൽ മനുഷ്യർ സമുദ്രയാത്ര ചെയ്ത് രാജ്യങ്ങളുമായി വ്യാപാരബന്ധത്തിൽ ഏർപ്പെട്ടിരുന്ന കാലത്തെക്കുറിച്ചും ചരിത്രത്തെക്കുറിച്ചുമൊക്കെ നിങ്ങൾക്കറിയാം. വിമാനമൊക്കെ കണ്ടുപിടിക്കുന്നതിന് മുമ്പുള്ള കാലം. അന്നും സമുദ്രവുമായി ബന്ധപ്പെട്ട് ചില നിയമങ്ങൾ നിലനിന്നിരുന്നു. വ്യാപാരത്തിനു വന്നവർ രാജ്യങ്ങളെ പിടിച്ചടക്കി കോളനികളാക്കി മാറ്റി ഭരിച്ചിരുന്ന കാലം. വിപ്ലവങ്ങൾ, സ്വാതന്ത്ര്യസമരങ്ങൾ, ലോകമഹായുദ്ധങ്ങൾ എല്ലാം നമ്മുടെ മുന്നിലുണ്ട്.

ലോകം വളർന്നു. ജനങ്ങളുടെ ബോധനിലവാരം ഉയർന്നു. ശാസ്ത്രസാങ്കേതിക വിദ്യ വളർന്നു. ജനാധിപത്യവാഴ്ച നിലവിൽ വന്നു. വിജ്ഞാനവിസ്ഫോടനം. മനുഷ്യൻ ബഹിരാകാശം കീഴടക്കി. ചന്ദ്രനിൽ കാലുകുത്തി. ആശയവിനിമയമേഖലയിൽ വൻകുതിച്ചുചാട്ടം ഉണ്ടായി. രാജ്യങ്ങൾ തമ്മിൽ വാണിജ്യപരമായും സാംസ്കാരികമായും വിദ്യാഭ്യാസപരമായുമുള്ള ബന്ധങ്ങൾ വളർന്നു. മാനവരാശിയുടെ മുന്നോട്ടുള്ള യാത്രയിൽ സമുദ്രങ്ങളെ സംബന്ധിച്ചുള്ള അറിവും സ്വാഭാവികമായി വളർന്നു. സമുദ്രങ്ങളുമായി ബന്ധപ്പെട്ട് രാജ്യങ്ങൾ തമ്മിൽ നിലനിന്ന തർക്കങ്ങൾക്ക് പരിഹാരം കാണാനും ശ്രമങ്ങൾ നടന്നു. ലോകം സമുദ്രനിയമങ്ങളുടെ ആവശ്യകതയെക്കുറിച്ച് ചിന്തിക്കാൻ തുടങ്ങി.”

ചുരുങ്ങിയ വാക്കുകളിൽ ലോകചരിത്രത്തിന്റെ ചില ഏടുകൾ സദസ്സിനെ ഓർമ്മപ്പെടുത്തിക്കൊണ്ടുള്ള അവതരണം.

“ലോകത്തിന്റെ പലയിടങ്ങളിലും സമുദ്രവുമായി ബന്ധപ്പെട്ട് വിവിധ വിഷയങ്ങളെ അധികരിച്ച് ധാരാളം സമ്മേളനങ്ങൾ നടന്നിട്ടുണ്ട്. മത്സ്യബന്ധനം, ജീവജാലങ്ങളുടെ സംരക്ഷണം, സമുദ്രമലിനീകരണം, രാജ്യത്തിന് അവകാശപ്പെട്ട സമുദ്രഭാഗം, തുടങ്ങി ഒട്ടേറെ വിഷയങ്ങളിൽ നടന്ന സമ്മേളനങ്ങൾ അന്താരാഷ്ട്രതലത്തിൽ പൊതുസമുദ്രനിയമം രൂപംകൊള്ളുന്നതിനുള്ള ആശയസ്രോതസ്സായി മാറി.”

കാതലായ ആശയങ്ങളിലേക്ക് കടക്കുന്നതിനുള്ള തുടക്കം അദ്ദേഹം കുറിച്ചു. മുസ്തഫ മാഷിന്റെ ക്ലാസിനൊപ്പം സദസ്സ് സഞ്ചരിക്കുന്നുണ്ടായിരുന്നു.

“സമുദ്രഇടങ്ങളുടെ അവസ്ഥ നിർണ്ണയിക്കുക, അവയുടെ ഉപയോഗവുമായി ബന്ധപ്പെട്ട് രാജ്യങ്ങൾ തമ്മിലുള്ള സഹകരണം ഉറപ്പാക്കുകയും നിയന്ത്രിക്കുകയും ചെയ്യുക തുടങ്ങിയ കാര്യങ്ങൾക്കു വേണ്ടിയുള്ള നിയമമാനദണ്ഡങ്ങൾ ഉൾക്കൊള്ളുന്നതാണ് അന്താരാഷ്ട്ര സമുദ്രനിയമം. 1958 ലും 1982 ലും സമുദ്രനിയമത്തിനായുള്ള യു എൻ ജനീവ സമ്മേളനങ്ങൾ നടന്നു. 1982 ലെ സമുദ്രനിയമത്തെക്കുറിച്ചുള്ള മൂന്നാം യു എൻ സമ്മേളനമാണ് ഏറ്റവും പുതിയ ഉടമ്പടി അംഗീകരിച്ചത്. ഈ സമ്മേളനം സമുദ്രഇടങ്ങളുടെ വർഗ്ഗീകരണം സ്ഥാപിക്കുന്നു. UNCLOS - United Nations Convention on the Law of the Sea എന്നാണ് സമ്മേളനം അറിയപ്പെടുന്നത്. 1982 ഡിസംബർ 10 ന് വിവിധ രാജ്യങ്ങൾ ഒപ്പുവെച്ച ഉടമ്പടി 1994 ലാണ് പ്രാബല്യത്തിൽ വന്നത്. 166 രാജ്യങ്ങളും യൂറോപ്യൻ യൂണിയനും ഈ ഉടമ്പടി അംഗീകരിച്ചിട്ടുണ്ട്. UNCLOS ന്റെ ഏറ്റവും പുതിയ സമുദ്രനിയമങ്ങളുടെ പൊതുതത്ത്വങ്ങളെക്കുറിച്ച് നമുക്ക് ചർച്ച ചെയ്യാം.”

അന്തർദ്ദേശീയ സമുദ്രനിയമങ്ങളെക്കുറിച്ചറിയാൻ കുട്ടികൾക്ക് ഏറെ താല്പര്യമുണ്ടായിരുന്നു. കേൾക്കുന്നതിനോടൊപ്പം നോട്ട് കുറിക്കാനും അവർ തയ്യാറായി.

സമുദ്രഭരണഘടന എന്നതിനെ വിളിക്കാം. അതിലെ എല്ലാവരും അറിഞ്ഞിരിക്കേണ്ട ചില കാര്യങ്ങളെക്കുറിച്ച് ചർച്ചയാരംഭിച്ചു.

“കടൽ ഭരണഘടനയുമായി ബന്ധപ്പെട്ട പൊതുതത്ത്വങ്ങളാണ് നമ്മൾ ചർച്ചയ്ക്കെടുക്കുന്നത്. അതിനായി ചില പദങ്ങൾ അറിയേണ്ടതുണ്ട്.

ആന്തരികജലം - Internal water
ടെറിറ്റോറിയൽ സീ - Territorial Sea
കന്റിഗ്യൂസ് സോൺ - Contiguous Zone

എക്സ്ക്ലൂസീവ് എക്കണോമിക് സോൺ - Exclusive Economic zone

കോണ്ടിനെന്റൽ ഷെൽഫ് - Continental Shelf

മുസ്തഫമാഷ് ഓരോ പദങ്ങൾ പറയുമ്പോഴും അത് സ്ക്രീനിൽ തെളിഞ്ഞുവന്നു. അതുകൊണ്ടുതന്നെ ആ പദങ്ങൾ പെട്ടെന്നുതന്നെ കുട്ടികളുടെ മനസ്സിൽ പതിഞ്ഞു. ഓരോ പദവും കടൽ ഭരണഘടനയുടെ പൊതുതത്ത്വങ്ങളെ വിശദമാക്കുന്നു.

"മാഷേ ഇതിൽ കോണ്ടിനെന്റൽ ഷെൽഫ് എന്നത് ഞങ്ങൾ കഴിഞ്ഞ ക്ലാസിൽ പരിചയപ്പെട്ടിട്ടുണ്ട്." അമ്മു പറഞ്ഞു.

"സമുദ്രഘടനയെക്കുറിച്ച് ചർച്ച ചെയ്തപ്പോൾ നിങ്ങൾ കേട്ട പദം തന്നെ. ഭൂമിശാസ്ത്രപരമായ ഭൂഖണ്ഡത്തട്ടിനെക്കുറിച്ചാണ് നിങ്ങൾ അവിടെ പഠിച്ചത്. പക്ഷേ, നിയമവുമായി ബന്ധപ്പെട്ടു വരുമ്പോൾ ചില മാറ്റങ്ങൾ അതിൽ വരുന്നുണ്ട്." മാഷ് പറഞ്ഞു.

"ഭൂഖണ്ഡത്തട്ട്" കുട്ടികൾ വിളിച്ചുപറഞ്ഞു.

"ഭൂഖണ്ഡത്തട്ട് എന്നും ഭൂഖണ്ഡഅലമാര എന്നും വിളിക്കാറുണ്ട്." മാഷ് കൂട്ടിച്ചേർത്തു.

ചർച്ച ആന്തരികജലത്തിലേക്ക് കടന്നു. സ്ക്രീനിൽ ഒരു ഭൂപടം തെളിഞ്ഞു.

ഭൂപടം നന്നായി നിരീക്ഷിക്കാൻ മാഷ് കുട്ടികൾക്ക് സമയം നല്കി. കുട്ടികൾ അതിലെ പദങ്ങൾ ഉറക്കെ വായിച്ചു.

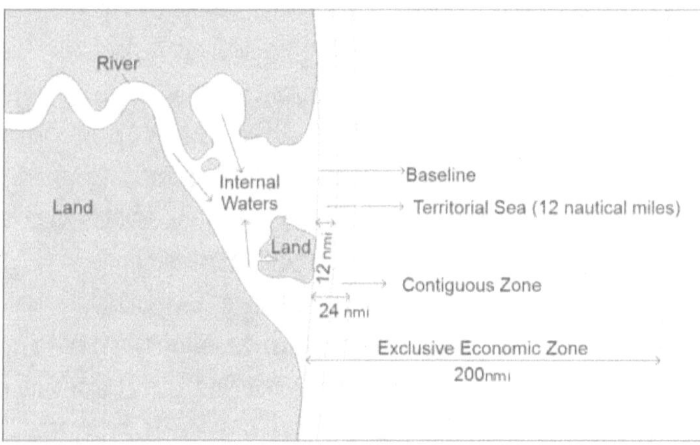

“ഒരു സമുദ്രതീര രാജ്യത്തിന്റെ കരവിസ്തൃതിക്കുള്ളിൽ അതിന്റെ തീരത്തിനടുത്ത് വരുന്ന ജലസ്രോതസ്സുകളാണ് ആന്തരികജലം - Internal waters. തീരത്തിനടുത്തുള്ള നദികൾ, പുഴകൾ, തണ്ണീർത്തടങ്ങൾ, കായലുകൾ, കരയ്ക്കുള്ളിലേക്ക് കടന്നുള്ള സമുദ്രഭാഗം എന്നിവയെല്ലാം ഇതിലുൾപ്പെടും. കരയിൽ നിന്നുള്ള സമുദ്രത്തിന്റെ വിവിധ മേഖലകളിലേക്കുള്ള ദൂരം നിർണ്ണയിക്കുന്നത് ‘അടിസ്ഥാനരേഖ - Base line’ അടിസ്ഥാനമാക്കിയാണ്. സമുദ്രത്തിലേക്ക് തള്ളിനില്ക്കുന്ന കരഭാഗങ്ങളെ ബന്ധിപ്പിച്ചാണ് അടിസ്ഥാനരേഖ നിർണ്ണയിക്കുന്നത്. രാജ്യത്തിന്റെ പരമാധികാരത്തിൽ ആന്തരികജലം ഉൾപ്പെടുന്നു.”

ചിത്രത്തിൽ കാണുന്ന Base line മാഷ് കുട്ടികളെ പരിചയപ്പെടുത്തി. തുടർന്ന് ടെറിറ്റോറിയൽ സീ എന്താണെന്ന് മാഷ് വിശദീകരിക്കാൻ തുടങ്ങി.

“1982 ലെ UNCLOS നല്കിയിട്ടുള്ള നിർവ്വചനപ്രകാരം ടെറിറ്റോറിയൽ സീ എന്നത് ഒരു രാജ്യത്തിന്റെ തീരത്തോട് ചേർന്ന് കിടക്കുന്നതും രാജ്യം പരമാധികാരം പ്രയോഗിക്കുന്നതുമായ സമുദ്രമേഖലയാണ്. ഇതിന്റെ അകലം എത്രയെന്ന് UNCLOS പ്രസ്താവിക്കുന്നുണ്ട്. ഒരു രാജ്യത്തിന്റെ തീരത്തുള്ള Base line ൽ നിന്നും 12 നോട്ടിക്കൽ മൈൽ വരെ നീളുന്നു അത്. നോട്ടിക്കൽ മൈൽ എന്താണെന്ന് നിങ്ങൾക്കറിയാമോ?

സമുദ്രത്തിന്റെ ദൂരം അളക്കുന്നതിനുള്ള യൂണിറ്റാണ് നോട്ടിക്കൽ മൈൽ. ഒരു നോട്ടിക്കൽ മൈൽ എത്ര കിലോമീറ്റർ വരും?”

മാഷിന്റെ ചോദ്യത്തോട് ആരും പ്രതികരിച്ചില്ല.

ഉടൻ സ്ക്രീനിൽ അതിന്റെ ഉത്തരം തെളിഞ്ഞു.

1 Nautical mile (nmi) = 1.85200 Kilometer. നോട്ടിക്കൽ മൈൽ ചുരുക്കെഴുത്ത് ‘nmi’. മാഷ് അടുത്ത ചോദ്യവും ചോദിച്ചു.

“അപ്പോൾ 12 നോട്ടിക്കൽ മൈൽ എത്ര കിലോമീറ്റർ വരും?”

കുട്ടികൾ ഉടൻതന്നെ ഉത്തരവും കണ്ടെത്തി.

“21.224 കിലോമീറ്റർ” അവർ വിളിച്ചു പറഞ്ഞു.

“ഒ കെ. 12 നോട്ടിക്കൽ മൈലിനെ 22 കിലോമീറ്ററായിട്ടാണ് UNCLOS പരിഗണിച്ചിരിക്കുന്നത്. നമ്മുടെ രാജ്യത്തിന്റെ തീര

ത്തുനിന്നും 22 കിലോമീറ്റർ അകലത്തിലുള്ള സമുദ്രമേഖലയാണ് നമ്മുടെ ടെറിട്ടോറിയൽ സീ." സ്ക്രീനിൽ കാണുന്ന ഭൂപടത്തിൽ ടെറിട്ടോറിയൽ സീ അടയാളപ്പെടുത്തിയിട്ടുള്ളത് കുട്ടികൾ നിരീക്ഷിച്ചു.

"മാഷേ ഇന്ത്യയുടെ സംസ്ഥാനങ്ങൾക്ക് ഇതിൽ അധികാരമുണ്ടോ?" അമ്മു ചോദിച്ചു.

"സമുദ്രതീരങ്ങൾ ഉള്ള സംസ്ഥാനങ്ങൾക്ക് ടെറിട്ടോറിയൽ സീ മേഖലയിൽ അധികാരമുണ്ട്." മാഷ് പറഞ്ഞു.

അജീബ് കൈ ഉയർത്തി. എന്തോ പറയാനുണ്ട്. മാഷ് പ്രോത്സാഹിപ്പിച്ചു.

"രണ്ടു രാജ്യങ്ങൾക്കിടയിലെ സമുദ്രത്തിന് വേണ്ടത്ര അകലമില്ലെന്നു വിചാരിക്കുക. അപ്പോൾ ഒരു രാജ്യത്തിന്റെ ടെറിട്ടോറിയൽ സീ മറ്റേ രാജ്യത്തിന്റെ ടെറിട്ടോറിയൽ സീയിലേക്കു കവിഞ്ഞു പോകാൻ സാദ്ധ്യതയില്ലേ. അങ്ങനെയെങ്കിൽ അതിര് എങ്ങനെ നിർണ്ണയിക്കാനാകും?" അജീബ് ചോദിച്ചു. അമ്മു അജീബിനെ നോക്കി തള്ളവിരൽ ഉയർത്തിക്കാട്ടി.

"നല്ല ചോദ്യമാണ്. അങ്ങനെയൊരു അവസ്ഥ വരുമ്പോൾ ഇരുരാജ്യങ്ങളുടെയും തീരങ്ങൾ തമ്മിലുള്ള അകലത്തിന്റെ മദ്ധ്യസ്ഥാനംവരെയുള്ള അകലമാണ് ടെറിട്ടോറിയൽ സീ മേഖലയുടെ അതിർത്തിയായി പരിഗണിക്കേണ്ടതെന്നു UNCLOS വ്യക്തമാക്കുന്നു.

"മാഷേ ടെറിട്ടോറിയൽ സീയിൽ ഒരു രാജ്യത്തിന് എന്തൊക്കെ അധികാരങ്ങൾ ഉണ്ട്?" അമ്മു ചോദിച്ചു.

"അവിടെയുള്ള ജൈവസമ്പത്ത്, അടിത്തട്ട്, അടിമണ്ണ് എന്നിവയിലെല്ലാം പൂർണ്ണമായ അധികാരമുണ്ട്. അന്യരാജ്യത്തെ കപ്പലിന് ഇവിടേക്ക് കടക്കാൻ അനുമതിയില്ല. മാത്രമല്ല ടെറിട്ടോറിയൽ സീയുടെ മീതെയുള്ള ആകാശപ്പരപ്പിലും രാജ്യത്തിന് അധികാരമുണ്ട്. അന്യരാജ്യത്തെ വിമാനം അതിലേക്ക് കടക്കാൻ പാടില്ല. എന്നാൽ അനുമതിയോടെ ചില നിബന്ധനകൾ പാലിച്ചുകൊണ്ട് നിയന്ത്രണങ്ങൾക്ക് വിധേയമായി ടെറിട്ടോറിയൽ സീയിലേക്ക് അന്യരാജ്യത്തെ കപ്പലിന് കടന്നുവരാം. അതു

പോലെ അതിനു മീതെയുള്ള ആകാശപ്പരപ്പിലേക്ക് അന്യവിമാനത്തിനും നിയന്ത്രണങ്ങൾക്ക് വിധേയമായി കടന്നുവരാം. UNCLOS നിയമത്തിൽ ഇക്കാര്യങ്ങൾ ഉണ്ട്. ഈ കടന്നുവരവിനും തിരിച്ചുപോകാനുമുള്ള അനുവാദം നല്കുന്നതിന് ഇന്നസന്റ് പാസജ് - Innocent Passage എന്നാണ് വിളിക്കുന്നത്. കളങ്കമില്ലാത്ത കടന്നുപോകൽ." മാഷ് വിശദീകരിച്ചു.

ടെറിട്ടോറിയൽ സീയുമായി ബന്ധപ്പെട്ടു കുട്ടികൾ അധികം ചോദ്യങ്ങളൊന്നും പിന്നീട് ചോദിച്ചില്ല. പക്ഷേ, എല്ലാവരുടെയും മനസ്സിൽ ഇന്ത്യയുടെ ഭൂപടവും ചുറ്റുമുള്ള കടലുകളും തീരങ്ങളിൽനിന്നും 12 നോട്ടിക്കൽ മൈൽ ദൂരംവരെ വ്യാപിച്ചുകിടക്കുന്ന ടെറിട്ടോറിയൽ സീയും നിറഞ്ഞുനിന്നു. അമ്മുവിന്റെ ചിന്തയിൽ ഇന്ത്യയുടെ ഭൂപടത്തോടൊപ്പം ഇങ്ങ് തെക്കേഅറ്റത്ത് ചിത്രശലഭത്തിന്റെ ലാർവ്വ കണക്ക് കാണപ്പെടുന്ന കേരളവും കടന്നുവന്നു. കേരളത്തിന്റെ തെക്കും വടക്കുമുള്ള രണ്ടു ജില്ലകൾ തിരുവനന്തപുരവും കാസർകോഡും. ആ രണ്ടു ജില്ലകളുടെ അറ്റങ്ങൾ. തെക്കും വടക്കുമുള്ള അറ്റങ്ങൾ. അവിടെനിന്നും അറബിക്കടലിലേക്ക് 22 കിലോമീറ്റർ ദൂരം സങ്കല്പിച്ച് രണ്ടു കുത്തുകൾ ഇട്ടു. അവ തമ്മിൽ യോജിപ്പിച്ചു. മനോചിത്രത്തെ ഉടൻ തന്നെ അമ്മു തന്റെ നോട്ടുബുക്കിൽ ചിത്രീകരിച്ചു. എന്നിട്ടവൾ ടെറിട്ടോറിയൽ സീ അതിൽ അടയാളപ്പെടുത്തി.

'ഇത് കേരളീയരുടെ ടെറിട്ടോറിയൽ സീ.' അവൾ മനസ്സിൽ പറഞ്ഞു.

"ഒരു രാജ്യത്തിന്റെ 12 നോട്ടിക്കൽ മൈൽ കഴിഞ്ഞുള്ള സമുദ്രഭാഗത്തുകൂടി മറ്റു രാജ്യങ്ങളിലെ കപ്പലുകൾക്ക് കടന്നുപോകാനാകില്ലേ?" അമ്മു ചോദിച്ചു.

"ഒരു രാജ്യത്തിന്റെ തീരത്തുള്ള അടിസ്ഥാനരേഖയിൽ നിന്നും 12 നോട്ടിക്കൽ മൈൽ കഴിഞ്ഞുള്ള ഭാഗത്തുകൂടി മറ്റു രാജ്യങ്ങളുടെ കപ്പലുകൾക്കും മറ്റു സമുദ്ര വാഹനങ്ങൾക്കും കടന്നുപോകാം. സ്വതന്ത്രമായി വിഹാരം നടത്താം. ഒരു കപ്പൽ ഏത് രാജ്യത്തിന്റെ പതാക വഹിക്കുന്നുണ്ടോ ആ രാജ്യത്തിന് മാത്രമാണ് ആ കപ്പൽ പുറംകടലിൽ ആയിരിക്കുമ്പോൾ

അതിന്മേൽ അധികാരം."

'എന്റെ ചിന്തകൾക്ക് എത്ര വേഗം.' അവൾ സ്വയം മന്ത്രിച്ചു. വളരെ ചടുലമായി ചോദ്യങ്ങൾ ചോദിക്കാനുള്ള തന്റെ കഴിവിൽ അമ്മുവിന് അഭിമാനം തോന്നി.

"ഇനി നമുക്ക് കന്റിഗ്യൂസ് സോൺ ഏതാണെന്ന് നോക്കാം?" മാഷ് അടുത്ത കടൽനിയമത്തിലേക്ക് കടന്നു.

"സമുദ്രനിയമവുമായി ബന്ധപ്പെട്ട ഒരു മേഖലയാണ് കന്റിഗ്യൂസ് സോൺ. UNCLOS പ്രകാരം ഒരു രാജ്യത്തിന്റെ ടെറി ട്ടോറിയൽ സീയുടെ അതിരിൽ നിന്ന് തുടങ്ങി ബേസ് ലൈനിൽനിന്നും 24 നോട്ടിക്കൽ മൈൽ വരെയുള്ള സമുദ്രമേ ഖലയാണ് കന്റിഗ്യൂസ് സോൺ. ടെറിട്ടോറിയൽ സീ മേഖല യുൾപ്പെടെ തുടർച്ചയായി വരുന്ന മേഖല. അതുകൊണ്ടാണ് 'കന്റിഗ്യൂസ്' എന്ന പേരുവന്നത്. രാജ്യത്തിന് അതിന്റെ കന്റിഗ്യൂസ് മേഖലയിലും നിയമാധികാരമുണ്ട്. ഭൂപ്രദേശവു മായും ടെറിട്ടോറിയൽ സീ മേഖലയുമായും ബന്ധപ്പെട്ട് നിലനി ല്ക്കുന്ന ചുങ്കം ഉൾപ്പെടെയുള്ള നടപടിക്രമങ്ങൾ, സാമ്പത്തിക സംബന്ധമായ കാര്യങ്ങൾ, കുടിയേറ്റം, സമുദ്രപരിപാലന നിയ മങ്ങൾ, ചട്ടങ്ങൾ തുടങ്ങിവയുടെ ലംഘനം തടയുന്നതിന് രാജ്യം ഉറപ്പുവരുത്തിയിട്ടുള്ള നിയമങ്ങളും ചട്ടങ്ങളും ഉണ്ട്. അവ ലംഘിക്കുന്നവരെയും അതിക്രമിച്ച് കടക്കുന്നവരെയും ശിക്ഷി ക്കുന്നതിനുള്ള അധികാരങ്ങൾ രാജ്യത്തിന് നല്കിയിട്ടുണ്ട്."

രണ്ടു മേഖലകളെയുംകുറിച്ചു ചില സംശയങ്ങൾ സദസ്സി നുണ്ടായിരുന്നു. അതവർ ചോദിക്കുന്നുണ്ടായിരുന്നു. മാഷ് അവ രുടെ സംശയങ്ങൾ ദൂരീകരിക്കാൻ ശ്രമിച്ചു. അടുത്ത മേഖലയെ ക്കുറിച്ചുള്ള ചർച്ച ആരംഭിച്ചു.

"ഇനി നമ്മൾ കടക്കുന്നത് സമുദ്രത്തിലെ പ്രത്യേകമായ സാമ്പത്തികമേഖല - Exclusive Economic Zone നെക്കുറി ച്ചുള്ള ചർച്ചയിലേക്കാണ്. ചുരുക്കപ്പേര് EEZ.

UNCLOS അനുസരിച്ച് രാജ്യത്തിന്റെ ടെറിട്ടോറിയൽ സീയുടെ അതിരിൽനിന്നു തുടങ്ങി ബേസ് ലൈനിൽനിന്നും 200 നോട്ടിക്കൽ ദൂരം വരെയുള്ള സമുദ്രമേഖലയാണ് എക്സ്ക്ലൂ

സീവ് എക്കണോമിക് സോൺ."

"ഇതിൽ കന്റിഗ്യൂസ് സോണും ഉൾപ്പെടും അല്ലേ മാഷേ." അമ്മു ചോദിച്ചു.

"അതെ. കന്റിഗ്യൂസ് സോണും ഉൾക്കൊണ്ടുകൊണ്ട് തുടർച്ചയായിട്ടാണ് വരുന്നത്." മാഷ് പറഞ്ഞു.

"200 നോട്ടിക്കൽ മൈൽ എന്നു പറയുമ്പോൾ 370 കിലോമീറ്റർ വരും. അല്ലേ മാഷേ?" അജീബ് നോട്ടിക്കൽ മൈലിനെ കിലോമീറ്ററിലേക്ക് മാറ്റിയ ശേഷം ചോദിച്ചു.

"അതെ. 200 X1.85 = 370 കിലോമീറ്റർ." മാഷ് പറഞ്ഞു.

എന്തൊക്കെ ആയിരിക്കും ഈ പ്രത്യേക സാമ്പത്തികമേഖലയിൽ രാജ്യത്തിനുള്ള അധികാരങ്ങളും അവകാശങ്ങളും? സദസ്സിലുള്ളവരുടെ മനസ്സിലൂടെ അങ്ങനെയൊരു ചിന്ത കടന്നുപോയി.

"എക്സ്ക്ലൂസീവ് എക്കണോമിക്ക് സോണിൽ പെട്ട സമുദ്രമേഖലയുടെ അടിത്തട്ടിലും അടിത്തട്ടിന്റെ മുകൾഭാഗത്തുമുള്ള പ്രകൃതിവിഭവങ്ങളെക്കുറിച്ച് പര്യവേക്ഷണം നടത്തുന്നതിനും വിനിയോഗം ചെയ്യുന്നതിനും പരിപാലിക്കുന്നതിനും നിയന്ത്രണങ്ങൾ ഏർപ്പെടുത്തുന്നതിനുമുള്ള അവകാശവും അധികാരവും സമുദ്രജലവിഭവമുള്ള രാജ്യത്തിനുണ്ട്. അടിമണ്ണിൻമേലും അവകാശവും അധികാരവുമുണ്ട്." മാഷ് വിശദീകരിച്ചു.

ചിത്രങ്ങൾ സ്ക്രീനിൽ കാണിച്ചുകൊണ്ട് മാഷ് നടത്തിയ അവതരണം സദസ്സിലെ മുതിർന്നവർക്കും പുതിയ അറിവും അനുഭവങ്ങളും പകർന്നു നല്കി.

"രണ്ടു രാജ്യങ്ങളുടെ തീരങ്ങളിലെ ബേസ് ലൈനുകൾ തമ്മിലുള്ള അകലം 400 നോട്ടിക്കൽ മൈലിൽ കുറഞ്ഞിരുന്നാൽ എന്താകും നിയമം?"

"രണ്ടു രാജ്യങ്ങളുടെ എക്സ്ക്ലൂസീവ് എക്കണോമിക് സോണുകൾ തമ്മിൽ കവിയുന്ന അവസ്ഥയെക്കുറിച്ചാണല്ലോ പറയുന്നത്. അത്തരം സാഹചര്യത്തിൽ മറ്റു സമുദ്രമേഖലകൾ തമ്മിൽ കവിഞ്ഞാൽ എടുക്കേണ്ട നിലപാടുകൾ തന്നെയാണ് UNCLOS പ്രകാരം സ്വീകരിക്കേണ്ടത്."

"അതായത് രാജ്യങ്ങൾ തമ്മിൽ പരസ്പരധാരണ ഉണ്ടാക

ണം. അതിന്റെ അടിസ്ഥാനത്തിൽ ചർച്ച ചെയ്ത് എക്സ്ക്ലൂസീവ് എക്കണോമിക്സോണിന്റെ അതിർത്തി നിർണ്ണയിക്കണം. അതല്ലേ UNCLOS പറയുന്നത്." ശ്രോതാക്കളിൽ ഒരാൾ പറഞ്ഞു.

"അതെ. എല്ലാത്തരം തർക്കങ്ങളും ചർച്ചയിലൂടെയാകണം പരിഹരിക്കേണ്ടത്. ഇക്കാര്യങ്ങളിൽ വിട്ടുവീഴ്ചകളും അനിവാര്യമാണ്."

മാഷ് മറ്റൊരു ചിത്രം പ്രദർശിപ്പിച്ചു. അത് കുട്ടികളും മുതിർന്നവരും നിരീക്ഷിച്ചു. അതിലെ പദങ്ങളും അവ പ്രതിനിധാനം ചെയ്യുന്ന ആശയങ്ങളും അവർ വായിച്ചെടുത്തു.

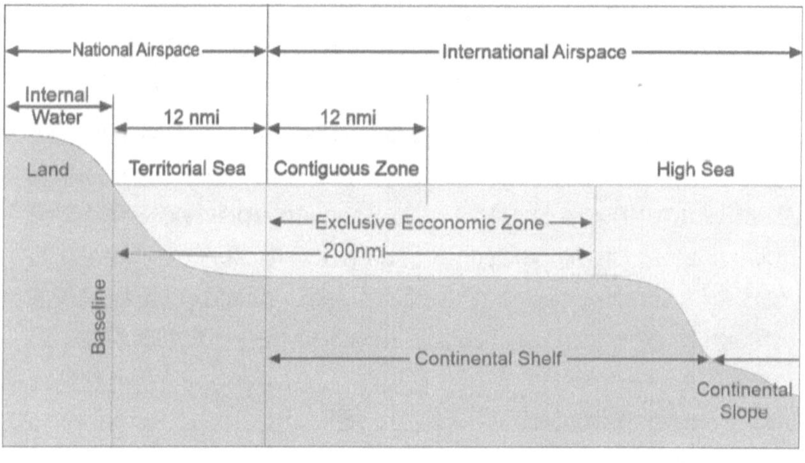

"മാഷേ ടെറിട്ടോറിയൽ സീയുടെ മുകളിലുള്ള ആകാശപ്പരപ്പിന്റെ പൂർണ്ണ അധികാരം അത് ഉൾക്കൊള്ളുന്ന രാജ്യത്തിന് ആണല്ലോ. അപ്പോൾ അതിന്റെ തുടർച്ചയായി വരുന്ന എക്സ്ക്ലൂസീവ് എക്കണോമിക് സോണിന് മീതെയുള്ള ആകാശപ്പരപ്പ് സംബന്ധിച്ച് നിലനില്ക്കുന്ന ധാരണ എന്താണ്?"

"ടെറിട്ടോറിയൽ സീ കഴിഞ്ഞുവരുന്ന ഭാഗങ്ങളിലെ ആകാശപ്പരപ്പ് അന്താരാഷ്ട്രീയമാണ്. ഇന്റർനാഷണൽ എയർസ്പേസ് - International Airspace" മാഷ് വിശദീകരിച്ചു.

രാജ്യാന്തരമായ ആകാശപ്പരപ്പിൽ രാജ്യത്തിന് അവകാശമുണ്ടെങ്കിലും സാർവ്വദേശീയ പ്രാബല്യമുള്ള നിയമങ്ങൾ അനുസരിക്കേണ്ടിവരും. മാഷിന്റെ വിശദീകരണത്തിൽനിന്നും കുട്ടികൾ മനസ്സിലാക്കിയത് അങ്ങനെയാണ്. എന്നാൽ ഇക്സ്ക്ലൂസീവ് എക്കണോമിക് സോണിലെ സമുദ്രമേഖലയിൽ രാജ്യത്തിന് അവകാശവും അധികാരവുമുണ്ട്. എണ്ണ ഖനനം ചെയ്യുന്നതിനും ഊർജ്ജോല്പാദനം നടത്തുന്നതിനെല്ലാമുള്ള അധികാരമുണ്ട്. ഇക്കാര്യങ്ങൾ നേരത്തെ സൂചിപ്പിച്ചുവല്ലോ.

ചർച്ച കോണ്ടിനെന്റൽ ഷെൽഫിലേക്ക് കടന്നു. അതിനെക്കുറിച്ച് നേരത്തെ ചില കാര്യങ്ങൾ കുട്ടികൾ മനസ്സിലാക്കിയിരുന്നു. UNCLOS ന്റെ പശ്ചാത്തലത്തിൽ അതിന് മറ്റൊരു മാനമുണ്ടെന്ന് കുട്ടികൾ തിരിച്ചറിയാൻ തുടങ്ങി.

ഭൂഖണ്ഡത്തട്ട്, ഭൂഖണ്ഡച്ചരിവ്, ഭൂഖണ്ഡോന്നതി, അടിത്തട്ട്, ട്രെഞ്ച് തുടങ്ങിയവ രേഖപ്പെടുത്തിയിട്ടുള്ള ചിത്രം സ്ക്രീനിൽ പ്രദർശിപ്പിച്ചുകൊണ്ടാണ് ചർച്ച തുടങ്ങിയത്. കുട്ടികൾ കഴിഞ്ഞ ക്ലാസിൽ കണ്ട അതേ ചിത്രം. ക്ലാസിലെത്തിയ രക്ഷിതാക്കൾക്കും മത്സ്യബന്ധനമേഖലയിൽ പ്രവർത്തിക്കുന്നവർക്കും വേണ്ടിയാണ് മാഷ് അത്തരമൊരു ചിത്രം പ്രദർശിപ്പിച്ച് സമുദ്രഘടനയുടെ സവിശേഷതകൾ വിശദീകരിച്ചത്. അതിനുശേഷം മാഷ് നിയമങ്ങൾ വിശദീകരിക്കാൻ പ്രദർശിപ്പിച്ച ചിത്രത്തിലേക്ക് മടങ്ങി വന്നു.

“കോണ്ടിനെന്റൽ ഷെൽഫുമായി ബന്ധപ്പെട്ട രണ്ടു തരം ആശയങ്ങൾ ഉണ്ട്. ഒന്ന് ഭൂമിശാസ്ത്രപരമായതും രണ്ടാമത്തേത് സമുദ്രനിയമപരമായതും.

ഭൂമിശാസ്ത്രപരമായ ആശയം എന്താണെന്ന് നിങ്ങൾക്കറിയാം. കരയിൽനിന്നും സമുദ്രത്തിലേക്ക് തള്ളിനില്ക്കുന്ന ഭൂഖണ്ഡത്തിന്റെ ഭാഗമാണ് കോണ്ടിനെന്റൽ ഷെൽഫ്. അതിന് മുകളിൽ സമുദ്രജലമാണ്. എന്റെ ചോദ്യമിതാണ്. കോണ്ടിനെന്റൽ ഷെൽഫിന്റെ ദൈർഘ്യം ലോകത്ത് എല്ലായിടത്തും ഒരുപോലെയാണോ?”

കുറച്ചുസമയം പ്രതികരണം ഉണ്ടായില്ല. കുട്ടികൾ അവരു

ടേതായ ചിന്തയിലായിരുന്നു.

"അല്ല." അല്പസമയം കഴിഞ്ഞ് കുട്ടികൾ പ്രതികരിച്ചു.

"ശരിയാണ്. കോണ്ടിനെന്റൽ ഷെൽഫിന്റെ അകലം എല്ലായിടത്തും ഒരുപോലെയല്ല. അത് ഗണ്യമായി വ്യത്യാസപ്പെട്ടിരിക്കുന്നു. തീരത്തുനിന്നുള്ള ദൈർഘ്യം അല്ലെങ്കിൽ ശരാശരി വിസ്തൃതി 80 കിലോമീറ്റർ ആണ്. ലോകത്ത് ഏറ്റവും ദൈർഘ്യമുള്ള കോണ്ടിനെന്റൽ ഷെൽഫ് എവിടെയെന്നറിയാമോ? സൈബീരിയൻ തീരത്തുനിന്ന് ആർട്ടിക്സമുദ്രത്തിലേക്ക് വ്യാപിച്ചു നില്ക്കുന്ന കോണ്ടിനെന്റൽ ഷെൽഫ് ആണ് ലോകത്തിലെ ഏറ്റവും ദൈർഘ്യമുള്ള കോണ്ടിനെന്റൽ ഷെൽഫ്. ഇതിന്റെ ദൈർഘ്യം എത്രയെന്നോ? തീരത്തുനിന്ന് 1500 കിലോമീറ്റർ."

മാഷിന്റെ അവതരണം ക്ലാസിൽ പങ്കെടുക്കുന്ന മുതിർന്നവരുടെയും അറിവുതലം വികസിപ്പിച്ചുകൊണ്ടിരുന്നു. വളരെ താല്പര്യത്തോടെയാണ് അവർ കേട്ടുകൊണ്ടിരുന്നത്.

"ഇന്ത്യയുടെ കോണ്ടിനെന്റൽ ഷെൽഫിന്റെ ദൈർഘ്യം എത്ര വരും?" അമ്മു ചോദിച്ചു.

"ഏറിയും കുറഞ്ഞും വരും. താഴെ ശരാശരി 80 കിലോമീറ്ററിന് താഴെ വരും. ഇന്ത്യയുടെ മൂന്നുവശങ്ങളും സമുദ്രങ്ങളാണല്ലോ. ഏറ്റക്കുറച്ചിലുകൾ ഉണ്ട്."

"അപ്പോൾ കേരളത്തിന്റെ ഭാഗത്ത് എത്രവരും?" അമ്മുവിന്റെ ചോദ്യം തുടർന്നു.

"കേരളത്തിലും ഷെൽഫിന്റെ ദൈർഘ്യം ഏറിയും കുറഞ്ഞും വരുന്നുണ്ട്. ശരാശരി 68 കിലോമീറ്റർ ആയി കണക്കാക്കാം."

തുടർന്ന് മാഷ് കോണ്ടിനെന്റൽ ഷെൽഫിന്റെ സവിശേഷതകളിലേക്ക് കടന്നു.

"സുപ്രധാന പ്രകൃതിവിഭവങ്ങൾ ഉൾക്കൊള്ളുന്ന ഭാഗമാണ് കോണ്ടിനെന്റൽ ഷെൽഫ്. കോണ്ടിനെന്റൽ സ്ലോപ്പ് അല്ലെങ്കിൽ ഭൂഖണ്ഡചരിവ് തുടങ്ങുന്ന പോയിന്റ് വരെ കോണ്ടിനെന്റൽ ഷെൽഫിന്റെ ഉപരിതല സ്വഭാവവും സമുദ്രജീവശാസ്ത്രവും മാറി

വരും. കോണ്ടിനെന്റൽ ഷെൽഫ് ആഴക്കടലിന്റെ ഭാഗമല്ലെന്ന് നിങ്ങൾക്കറിയാം. പൊതുവിൽ 150 മീറ്ററിൽ കൂടുതൽ ആഴമില്ലാത്ത ഭാഗം. ലോകത്തെ ഭൂരിഭാഗം ഷെൽഫും പഠനവിധേയമാക്കിയിട്ടില്ല. മാപ്പിങ്ങും നടത്തിയിട്ടില്ല.

വൈവിദ്ധ്യമാർന്ന വിഭവങ്ങൾകൊണ്ട് സമ്പന്നമാണ് കോണ്ടിനെന്റൽ ഷെൽഫ് എന്ന് ഞാൻ പറഞ്ഞല്ലോ. ജൈവസമ്പത്തും അജൈവസമ്പത്തും ഉണ്ട്. ലോഹങ്ങളുടെയും അലോഹങ്ങളുടെയും അയിരുകൾ, എണ്ണ, പ്രകൃതിവാതകം എല്ലാം ഇവിടുണ്ട്. അതുകൊണ്ടുതന്നെ കോണ്ടിനെന്റൽ ഷെൽഫിൽ രാജ്യങ്ങൾ നോട്ടമിടും. ഇത് അന്താരാഷ്ട്രതലത്തിൽ നിയമനിർമ്മാണത്തിന്റെ ആവശ്യകതയിലേക്ക് വിരൽ ചൂണ്ടുന്നു. കോണ്ടിനെന്റൽ ഷെൽഫുമായി ബന്ധപ്പെട്ട് അന്താരാഷ്ട്ര നിയമമില്ലെങ്കിൽ എന്തു സംഭവിക്കും?"

"കോണ്ടിനെന്റൽ ഷെൽഫ് കൈവശപ്പെടുത്താൻ രാജ്യങ്ങൾ തമ്മിൽ മത്സരമുണ്ടാകും." സ്കൂൾ ലീഡർ ഷാജിയാണ് ആദ്യം പ്രതികരിച്ചത്.

"മറ്റുള്ളവരുടെ ഷെൽഫ് കൈവശപ്പെടുത്തി ഓരോ രാജ്യവും അവരുടേതായി പ്രഖ്യാപിക്കും." അമ്മു കൂട്ടിച്ചേർത്തു.

"ഇത് രാജ്യങ്ങൾ തമ്മിലുള്ള തർക്കങ്ങളിലേക്കും യുദ്ധത്തിലേക്കും കടക്കുന്നതിന് സാഹചര്യം ഒരുക്കും." അജീബും പ്രതികരിച്ചു.

"അപ്പോൾ കോണ്ടിനെന്റൽ ഷെൽഫും അന്താരാഷ്ട്രനിയമത്തിൻ കീഴിൽ കൊണ്ടുവരണം അല്ലേ?" മാഷ് ചോദിച്ചു.

"അതെ." കുട്ടികൾ ഒരേ സ്വരത്തിൽ പറഞ്ഞു.

"1982 ലെ UNCLOS ആണ് സമുദ്രതീരമുള്ള രാജ്യത്തിന്റെ കോണ്ടിനെന്റൽ ഷെൽഫിലുള്ള അവകാശം സ്ഥിരീകരിക്കാനും അതിർത്തി നിശ്ചയിക്കാനും വേണ്ടി നിയമനിർമ്മാണം നടത്താൻ മുഖ്യപങ്ക് വഹിച്ചത്.

കോണ്ടിനെന്റൽ ഷെൽഫിന്റെ ദൈർഘ്യത്തിനും സമുദ്രനിരപ്പിൽ നിന്നുള്ള ആഴത്തിനും വ്യത്യാസമുണ്ടല്ലോ. ദൈർഘ്യമേറിയ ഷെൽഫുള്ള രാജ്യങ്ങളുണ്ട്. ദൈർഘ്യം കുറഞ്ഞവയുണ്ട്.

ഷെൽഫിന് ഒട്ടും ദൈർഘ്യമില്ലാത്ത രാജ്യങ്ങളുമുണ്ട്. ദൈർഘ്യം കുറഞ്ഞ ഷെൽഫുള്ള രാജ്യങ്ങളാണ് കൂടുതൽ. അതുകൊണ്ടു തന്നെ നിയമത്തിന്റെ ഭാഗമായി കോണ്ടിനെന്റൽ ഷെൽഫിന്റെ ദൈർഘ്യത്തിന് ഒരു പരിധി നിശ്ചയിക്കേണ്ടിവന്നു.

ഭൂമിശാസ്ത്രപരമായ ഷെൽഫിനു വേണ്ടത്ര ദൈർഘ്യമില്ലെങ്കിലും നിശ്ചിതപരിധിക്കുള്ളിലെ സമുദ്രത്തിന്റെ അടിത്തട്ടും ഷെൽഫിന്റെ ഭാഗമായി കണക്കാക്കേണ്ടിവന്നു. ഇതിന്റെ ഫലമായി ഷെൽഫിന്റെ നിയമപരമായ നിർവ്വചനം ഭൂമിശാസ്ത്രപരമായ നിർവ്വചനത്തിൽനിന്നും വ്യത്യാസപ്പെട്ടിരിക്കുന്നു." മാഷ് വിശദീകരിച്ചു.

"എന്താണ് 1982 ൽ UNCLOS ഷെൽഫിന് നല്കിയിട്ടുള്ള നിർവ്വചനം എന്ന് നോക്കാം." മാഷ് തുടർന്നു.

"തീരത്തെ ബേസ് ലൈനിൽനിന്നും 200 നോട്ടിക്കൽ മൈൽ വരെ കോണ്ടിനെന്റൽ ഷെൽഫാണെന്നാണ് നിയമപരമായ നിർവ്വചനം. ഇതാണ് ഷെൽഫിന്റെ പരിധി. നിയമം അനുസരിച്ച് ഭൂമിശാസ്ത്രപരമായി ഷെൽഫിന് വേണ്ടത്ര ദൈർഘ്യമില്ലെങ്കിലും സമുദ്രതീരമുള്ള ഒരു രാജ്യത്തിന് അതിന്റെ തീരത്തെ അടിസ്ഥാനരേഖയിൽനിന്നും 200 നോട്ടിക്കൽ മൈൽ വരെയുള്ള സമുദ്രമേഖലയിലും അതിലെ അടിത്തട്ടിലും അവകാശമുണ്ട്. നിയമപ്രകാരം ഒരു രാജ്യത്തിന് അവകാശപ്പെട്ട കോണ്ടിനെന്റൽ ഷെൽഫിൽ ആ രാജ്യത്തിന് പര്യവേക്ഷണം നടത്താനും വിഭവങ്ങൾ ശേഖരിക്കാനും അവ പൂർണ്ണമായും വിനിയോഗിക്കാനും അവകാശമുണ്ട്. വാണിജ്യാടിസ്ഥാനത്തിൽ ധാതുക്കളും എണ്ണയും പ്രകൃതിവാതകവുമൊക്കെ ഇവിടെ നിന്ന് രാജ്യത്തിന് നേടിയെടുക്കാം.

അറ്റ്ലാന്റിക് സമുദ്രത്തിൽ സ്ഥിതിചെയ്യുന്ന ജനവാസമുള്ള കനേരി ദ്വീപുകൾക്ക് ഭൂമിശാസ്ത്രപരമായ കോണ്ടിനെന്റൽ ഷെൽഫില്ല. എന്നാൽ നിയമപരമായി ആ തീരത്തുനിന്നു 200 നോട്ടിക്കൽ മൈൽ വരെ ദൈർഘ്യമുള്ള സമുദ്രമേഖല അതിന്റെ കോണ്ടിനെന്റൽ ഷെൽഫാണ്. ആൾപ്പാർപ്പില്ലാത്ത ദ്വീപുകൾക്ക് ഈ നിയമം ബാധകമല്ല."

"നിയമമനുസരിച്ചുള്ള കോണ്ടിനെന്റൽ ഷെൽഫ് എന്നത് എക്സ്ക്ലൂസീവ് എക്കണോമിക് സോൺ ഉൾപ്പെടുന്ന ഭാഗമല്ലേ." അമ്മു ചോദിച്ചു.

"അതെ. പക്ഷേ, വെവ്വേറെ നിയമങ്ങളാണ് രണ്ടിനും UNCLOS നല്കിയിട്ടുള്ളത്. സമുദ്രത്തിന്റെ അടിത്തട്ടും അടിമണ്ണും മാത്രം ഉൾപ്പെടുന്നതാണ് കോണ്ടിനെന്റൽ ഷെൽഫ്. എക്സ്ക്ലൂസീവ് എക്കണോമിക് സോണിൽ സമുദ്രജല നിരയാണ് ഉൾപ്പെടുന്നത് അതായത് വാട്ടർ കോളം. അവകാശസ്ഥിരീകരണത്തിനും തർക്കപരിഹാരത്തിനും രണ്ടിനെയും വെവ്വേറെ സമീപിക്കേണ്ടതുണ്ട്."

"മാഷേ ഒരു രാജ്യത്തിന് നിയമപരമായി നിശ്ചയിച്ചിട്ടുള്ള ദൈർഘ്യത്തിനുമപ്പുറത്ത് ഭൂമിശാസ്ത്രപരമായി ഷെൽഫ് വ്യാപിച്ചുകിടക്കുന്നുവെന്ന് കരുതുക. അപ്പോൾ ആ ഭാഗത്തുള്ള വിഭവങ്ങളും അവർക്കവകാശപ്പെട്ടതല്ലേ?" അമ്മു ചോദിച്ചു.

"അക്കാര്യം നമുക്ക് ചർച്ച ചെയ്യാം. നിയമ, സാമ്പത്തിക സാമൂഹിക മേഖലകളിൽ കോണ്ടിനെന്റൽ ഷെൽഫിന് ദേശീയ പ്രാധാന്യമുണ്ട്. അവയിൽ ധാരാളം പ്രകൃതിവിഭവങ്ങൾ ഉള്ളതുകൊണ്ടാണ് അങ്ങനെയൊരു പ്രാധാന്യം ഉണ്ടാകുന്നത്. ദശലക്ഷക്കണക്കിന് വർഷങ്ങളായി അടിഞ്ഞുകൂടിയ ജൈവ അജൈവ വസ്തുക്കളിൽ നിന്നാണ് ഈ പ്രകൃതിവിഭവങ്ങൾ രൂപംകൊണ്ടിട്ടുള്ളത്. ഇവ ചൂഷണം ചെയ്യുന്ന കാര്യത്തിൽ അന്താരാഷ്ട്രതലത്തിൽതന്നെ ചില നിയന്ത്രണങ്ങൾ ആവശ്യമില്ലേ?"

"തീർച്ചയായും വേണം." കുട്ടികൾ പറഞ്ഞു.

"അമ്മു ചോദിച്ച ചോദ്യത്തിലേക്ക് വരാം. ഭൂമിശാസ്ത്രപരമായ ഷെൽഫ് 200 നോട്ടിക്കൽ മൈലിന് അപ്പുറം വന്നാൽ അതിന് വിപുലീകൃത കോണ്ടിനെന്റൽ ഷെൽഫ് - Extended Continental Shelf എന്നു വിളിക്കും. ECS എന്ന് ചുരുക്കപ്പേര്. വിപുലീകൃത ഷെൽഫിലും അവകാശവാദം ഉന്നയിക്കാൻ നിയമം അനുവദിക്കുന്നുണ്ട്. നിയമം അനുസരിച്ച് തീരത്തെ അടിസ്ഥാനരേഖയിൽനിന്നും 350 നോട്ടിക്കൽ മൈൽ വരെ അവകാ

ശവാദം ഉന്നയിക്കാം. അതിന് ചില നടപടിക്രമങ്ങൾ ഉണ്ട്. സമുദ്രതീരമുള്ള രാജ്യം അതിന്റെ ഭൂമിശാസ്ത്രപരമായ ഷെൽഫിന്റെ ദൈർഘ്യം സംബന്ധിച്ച് പഠനം നടത്തണം. അത് മാപ്പിങ് നടത്തണം. ഇതിന്റെ രേഖകൾ ഉൾപ്പെടുത്തി തീരപ്രദേശത്തെ അടിസ്ഥാനരേഖയിൽനിന്നും 350 നോട്ടിക്കൽ മൈൽ വരെയുള്ള ഭൂമിശാസ്ത്രപരമായ ഷെൽഫിന്റെ സമർപ്പണം UNCLOS നിയോഗിച്ചിട്ടുള്ള 'Commission on the Limits of the Continental Shelf ' എന്ന കമ്മീഷനു മുമ്പാകെ നടത്തണം. ഈ കമ്മീഷന്റെ ചുരുക്കപ്പേര് CLCS എന്നാണ്. കമ്മീഷൻ ഇത് വീണ്ടും പഠനവിധേയമാക്കും. തുടർന്ന് കമ്മീഷന്റെ ശുപാർശ പ്രകാരം പരിധി നിശ്ചയിക്കും."

"ഇങ്ങനെ ഏതെങ്കിലും രാജ്യം നടപടി സ്വീകരിച്ചിട്ടുണ്ടോ?" ഷാജി ചോദിച്ചു.

"ഉണ്ട്. ഉദാഹരണത്തിന് നോർവെയുടെ കാര്യമെടുക്കാം. അവരുടെ ഭൂഖണ്ഡഷെൽഫ് 200 നോട്ടിക്കൽ മൈൽ കവിഞ്ഞു കിടക്കുകയാണ്. ഇതു സംബന്ധിച്ച പഠനം നടത്തി ഷെൽഫിന്റെ ദൈർഘ്യം 350 നോട്ടിക്കൽ മൈൽ എന്ന പരിധിയിൽ അവകാശവാദം ഉന്നയിച്ചുകൊണ്ട് കമ്മീഷന് സമർപ്പിച്ചിട്ടുണ്ട്. അതു സംബന്ധിച്ച തീരുമാനങ്ങളും ഉണ്ടായിട്ടുണ്ട്. പല രാജ്യങ്ങളും സമുദ്രനിയമവ്യവസ്ഥ അനുസരിച്ച് ഇത്തരം നടപടിക്രമങ്ങളിലേക്ക് കടന്നിട്ടുണ്ട്." മാഷ് സമുദ്രഭരണഘടന ഇവിടം കൊണ്ടവസാനിപ്പിച്ചു.

ഇതുകേട്ട കുട്ടികൾ വിളിച്ചു പറഞ്ഞു "മാഷെ High Seas എന്നാൽ എന്താണ്?"

"കടൽഭരണഘടന പ്രകാരം രാജ്യത്തിന് ഒരധികാരവും അവകാശവുമില്ലാത്ത സമുദ്രമേഖലയാണ് 'ഹൈ സീസ്." മാഷ് പറഞ്ഞു.

"കുട്ടികളെ സമുദ്രനിയമങ്ങളുടെ പ്രാഥമികവും എന്നാൽ സുപ്രധാനവുമായ ആശയങ്ങളാണ് നമ്മൾ ചർച്ച ചെയ്തത്. ഇതിലെ മറ്റു കാര്യങ്ങളിലേക്കും വകുപ്പുകളിലേക്കും ഈ ഘട്ടത്തിൽ നിങ്ങൾ കടക്കേണ്ടതില്ല. ഭാവിയിൽ നിയമപഠനം ആഗ്ര

ഹിക്കുന്നവരുണ്ടാകാം. അല്ലെങ്കിൽ സമുദ്രവിജ്ഞാനത്തിന്റെ പടവുകൾ കയറാൻ ഇഷ്ടപ്പെടുന്നവരുണ്ടാകാം. അപ്പോൾ അവിടെ നിങ്ങൾക്ക് അന്താരാഷ്ട്രനിയമങ്ങൾ - International Laws പഠിക്കേണ്ടിവരും. അതിൽ സമുദ്രനിയമങ്ങളും വകുപ്പുകളുമൊക്കെ വിശദമായി ചർച്ച ചെയ്ത് സ്വാംശീകരിക്കേണ്ടിവരും."

കുട്ടികൾ അതിനോട് യോജിച്ചു. വകുപ്പുകളെക്കുറിച്ചൊക്കെ വിശദമായി ഗ്രഹിക്കാനുള്ള ഒരു ഘട്ടത്തിലല്ലല്ലോ അവർ. രക്ഷിതാക്കൾക്കും മത്സ്യബന്ധനമേഖലയിൽ പ്രവർത്തിക്കുന്നവർക്കും കാര്യങ്ങളൊക്കെ ബോദ്ധ്യപ്പെട്ടുവെന്ന് അവരുടെ പ്രതികരണങ്ങളിൽനിന്നും മാഷ് തിരിച്ചറിഞ്ഞു. മുതിർന്നവരും അവർക്ക് ലഭിച്ചിട്ടുള്ള നോട്ടുപുസ്തകത്തിൽ മാഷ് പറഞ്ഞ കാര്യങ്ങൾ പിന്നീട് ഓർക്കാൻ വേണ്ടി കുറിച്ചുവയ്ക്കുന്നത് കുട്ടികളും ശ്രദ്ധിച്ചിരുന്നു.

മാഷ് അടുത്ത ഘട്ടത്തിലേക്ക് കടക്കുംമുമ്പ് പത്തുമിനിറ്റ് വിശ്രമവേള അനുവദിച്ചു. കുട്ടികളും മുതിർന്നവരും ക്ലാസിന് പുറത്തുവന്ന് ചായയും ലഘുപലഹാരങ്ങളും കഴിക്കാൻ നിന്നു.

മുതിർന്നവർ കുട്ടികളെ തങ്ങളോടൊപ്പം ചേർത്തു നിർത്തി സംഭാഷണങ്ങളിൽ ഏർപ്പെട്ടു. ഇതിനിടയിൽ അമ്മുവും അജീബും ഷാജിയും സിന്ധുവും ഒരുമിച്ചുകൂടി അതുവരെ കടന്നുപോയ സമുദ്രനിയമങ്ങളിലെ പ്രധാനപദങ്ങൾ വീണ്ടും ചർച്ചയ്ക്ക് വിധേയമാക്കി പരസ്പരം സംശയങ്ങൾ തീർത്തു.

അടുത്ത സെഷൻ കേരളത്തിലെ മത്സ്യബന്ധനമേഖലയുമായി ബന്ധപ്പെട്ടതായിരുന്നു. നിരവധി ചെറുചോദ്യങ്ങൾ ചോദിച്ചുകൊണ്ടാണ് അദ്ദേഹം ചർച്ച ആരംഭിച്ചത്.

"പരമ്പരാഗതമായി കേരളം ഒരു മത്സ്യോല്പാദക സംസ്ഥാനമാണ്. ഒരു കാലത്ത് കേരളത്തിനായിരുന്നു സമുദ്ര മത്സ്യോല്പാദനത്തിൽ ഒന്നാം സ്ഥാനം. ഇപ്പോഴത്തെ അവസ്ഥ എന്താണ്?"

"താഴെപ്പോയി." മുതിർന്ന പങ്കാളിയുടെ ശബ്ദം സദസ്സിൽ മുഴങ്ങി.

"വളരെ താഴെപ്പോയിട്ടില്ല. പശ്ചിമബംഗാൾ, ആന്ധ്രാപ്രദേ

ശ്, ഗുജറാത്ത് എന്നീ സംസ്ഥാനങ്ങളുടെ പിന്നിലായി നാലാം സ്ഥാനത്താണ് കേരളം.

കേരളത്തിന്റെ കടൽത്തീരത്തിന്റെ ദൈർഘ്യമെത്രയെന്നോ? ഏകദേശം 590 കിലോമീറ്റർ. കേരളത്തിന്റെ കോണ്ടിനെന്റൽ ഷെൽഫിന്റെ വിസ്തൃതിയോ? ഏകദേശം 40,000 ചതുരശ്രകിലോമീറ്റർ. 1000 ചതുരശ്രകിലോമീറ്ററിന് ഒന്ന് എന്ന തോതെടുത്താൽ 40 ചതുരശ്രകിലോമീറ്റർ എന്നെഴുതാം. എക്സ്ക്ലൂസീവ് എക്കണോമിക് സോണിന്റെ വിസ്തൃതി അതായത് സമുദ്രത്തിലെ പ്രത്യേക സാമ്പത്തികമേഖലയുടെ വിസ്തൃതി ഏകദേശം 2,18,536 ചതുരശ്രകിലോമീറ്റർ വരും. ആയിരത്തിന്റെ തോതിൽ പറഞ്ഞാൽ എത്രവരും? 218.536 ചതുരശ്രകിലോമീറ്റർ അല്ലേ?

ഇനി നമുക്ക് കേരളത്തിന്റെ കരയ്ക്കുള്ളിലെ ആന്തരിക ജല സ്രോതസ്സുകൾ നോക്കാം. എത്ര നദികളുണ്ട്?"

"44" കുട്ടികൾ പറഞ്ഞു.

"എത്ര കായൽ ഉണ്ട്?"

"53" ഉടൻ ഉത്തരമെത്തി.

"44 നദികൾ, 53 കായലുകൾ, നിരവധി തണ്ണീർത്തടങ്ങൾ, സമുദ്രമേഖല എന്നിവ ഉൾക്കൊള്ളുന്ന കേരളത്തിന്റെ സമ്പദ്വ്യവസ്ഥയിൽ മത്സ്യമേഖലയുടെ പങ്ക് വളരെ പ്രധാനപ്പെട്ടതാണ്." മാഷ് പറഞ്ഞു.

കേരളത്തിന്റെ മത്സ്യമേഖലയുടെ വ്യാപ്തി കുട്ടികൾ തിരിച്ചറിഞ്ഞു.

"നമ്മുടെ തീരപ്രദേശത്ത് എത്ര കടലോര മത്സ്യഗ്രാമങ്ങളുണ്ടെന്നറിയാമോ? എത്ര ഉൾനാടൻ മത്സ്യഗ്രാമമുണ്ടെന്നറിയാമോ? അവിടങ്ങളിൽ മത്സ്യബന്ധനത്തെ ആശ്രയിച്ച് ഉപജീവനം കഴിക്കുന്ന ജനങ്ങളുടെ കണക്കറിയാമോ?"

കുട്ടികൾക്ക് അത്തരം ചോദ്യങ്ങളോട് പ്രതികരിക്കാൻ കഴിഞ്ഞില്ല. പക്ഷേ, അവർ ആ ചോദ്യങ്ങളെ സ്വാഗതം ചെയ്തു. മുതിർന്നവരും ചോദ്യങ്ങളോട് പ്രതികരിച്ചില്ല.

"കേരളത്തിന്റെ തീരപ്രദേശത്ത് 222 കടലോര മത്സ്യഗ്രാമങ്ങളും 113 ഉൾനാടൻ മത്സ്യഗ്രാമങ്ങളുമുണ്ട്. ഇവിടങ്ങളിൽ അധിവസിക്കുന്ന ഏകദേശം പത്തരലക്ഷം ജനങ്ങളുടെ ഉപജീവന

മാർഗ്ഗമാണ് മത്സ്യബന്ധനം."

കുട്ടികൾക്ക് ഇതെല്ലാം പുതിയ അറിവുകളായിരുന്നു. അവർ വസിക്കുന്നത് തീരമേഖലയിലായിരുന്നെങ്കിലും കേരളത്തിലെ മത്സ്യഗ്രാമങ്ങളെക്കുറിച്ചും അവിടെ മത്സ്യബന്ധനം നടത്തി ഉപജീവനം നടത്തുന്നവരുടെ എണ്ണത്തെക്കുറിച്ചും അറിവില്ലായിരുന്നു.

"പലതരം മത്സ്യബന്ധനോപാധികൾ ഉപയോഗിച്ചാണ് മത്സ്യസമ്പത്ത് നേടിയെടുക്കുന്നത് എന്ന് നിങ്ങൾക്കറിയാം. യന്ത്രങ്ങളുടെ സഹായമില്ലാതെയായിരുന്നു പണ്ടൊക്കെ മത്സ്യബന്ധനം നടത്തിയിരുന്നത്. ഉൾനാടൻ ജലത്തിൽനിന്ന് മത്സ്യം പിടിക്കുവാൻ ഇന്നും പരമ്പരാഗത സാമഗ്രികൾ ഉപയോഗിച്ചുവരുന്നു. ചൂണ്ടയും അമ്പും വലയും ഉറ്റാലുമൊക്കെ ഉപയോഗിച്ച് മീൻ പിടിക്കുന്നത് നിങ്ങൾ കണ്ടിട്ടുണ്ട്.

സമുദ്രത്തിൽനിന്നും മത്സ്യം വൻതോതിൽ നേടുന്നതിന് യന്ത്രവൽകൃത ഉപാധികളാണ് ഇന്ന് ഉപയോഗിക്കുന്നത്. കയറ്റുമതി ലക്ഷ്യമിട്ടാണ് ഈ മാറ്റങ്ങളൊക്കെ കൊണ്ടുവന്നിട്ടുള്ളത്. യന്ത്രവല്കൃത മത്സ്യബന്ധനം, മത്സ്യസംസ്കരണമേഖലയിലെ ആധുനികവല്ക്കരണം എന്നിവ മത്സ്യബന്ധനമേഖലയെ ഒരു വ്യവസായമായി വളരാൻ സഹായിച്ചു. മത്സ്യബന്ധനമേഖല ഇതിലൂടെ ദ്രുതഗതിയിൽ വളർച്ച കൈവരിച്ചു. പക്ഷേ, കേരളത്തിലെ പരമ്പരാഗത മത്സ്യത്തൊഴിലാളികളുടെ പ്രതിശീർഷ മത്സ്യലഭ്യതയിൽ കാര്യമായ വർദ്ധനവുണ്ടായില്ല. ഇന്ന് മത്സ്യത്തൊഴിലാളികളുടെ പ്രതിശീർഷ മത്സ്യലഭ്യത 1500 കിലോഗ്രാം മാത്രമാണെന്ന് കണക്കുകൾ ബോദ്ധ്യപ്പെടുത്തുന്നു." മാഷ് മത്സ്യത്തൊഴിലാളികളുടെ പ്രശ്നങ്ങളിലേക്ക് പതുക്കെ കടന്നു.

"ധാരാളം പ്രശ്നങ്ങൾ ഇതുമായി ബന്ധപ്പെട്ട് നില്ക്കുന്നു. അവയിൽ പ്രധാനപ്പെട്ട ചില പ്രശ്നങ്ങളെ നമുക്ക് ചർച്ച ചെയ്യാം."

തുടർന്ന് മാഷ് സ്ക്രീനിൽ പ്രധാന പ്രശ്നങ്ങൾ ഉൾക്കൊള്ളുന്ന സ്ലൈഡ് പ്രദർശിപ്പിച്ചു. ഓരോന്നായി ചർച്ചയ്ക്കെടുത്തു. മത്സ്യസമ്പത്തിന്റെ അനിയന്ത്രിതചൂഷണം, മത്സ്യത്തൊഴിലാളി

കൾക്ക് സ്വന്തമായി മത്സ്യബന്ധന ഉപകരണങ്ങൾ ഇല്ലാത്ത അവസ്ഥ, ഭൂമിശാസ്ത്രപരമായ ഷെൽഫിലെ നിലവിലെ മത്സ്യബന്ധനസമ്മർദ്ദം, വിദേശട്രോളറുകളുടെയും തദ്ദേശ കോർപ്പറേറ്റുകളുടെ യാനങ്ങളുടെയും കടന്നുവരവ് തുടങ്ങിയ കാര്യങ്ങളായിരുന്നു അതിലെ പ്രതിപാദ്യവിഷയങ്ങൾ

"മത്സ്യസമ്പത്തിന്റെ അനിയന്ത്രിതചൂഷണം നിയമാനുസൃത സമുദ്രമേഖലയിലെ മത്സ്യലഭ്യതയിൽ ശോഷണമുണ്ടാക്കി. ഇത് മത്സ്യത്തൊഴിലാളികളുടെ വരുമാനം ഗണ്യമായി കുറച്ചു. ഇതിന് പരിഹാരമെന്താണ്?" മാഷ് ചോദിച്ചു.

"നിയന്ത്രണങ്ങൾ കൊണ്ടുവരണം." കുട്ടികൾ പ്രതികരിച്ചു.

"സംസ്ഥാനത്തിന്റെ തീരക്കടലിൽ യന്ത്രവല്കൃത മത്സ്യബന്ധന യാനങ്ങൾക്ക് നിയന്ത്രണം ഫലപ്രദമായി നടപ്പിലാക്കണം." മത്സ്യബന്ധനമേഖലയിൽ നിന്നെത്തിയ ഒരാൾ പ്രതികരിച്ചു.

"സർ യാനങ്ങൾ ചീത്തയാകും. അപ്പോൾ പുതിയ യാനങ്ങൾ വേണം. അതിനുള്ള അനുമതി പരമ്പരാഗത മത്സ്യത്തൊഴിലാളികൾക്ക് മാത്രമേ നല്കാവൂ." മറ്റൊരാൾ കൂട്ടിച്ചേർത്തു. മാഷ് അതെല്ലാം ശരിവച്ചു.

"ആകെയുള്ള മത്സ്യത്തൊഴിലാളികളിൽ 20 ശതമാനത്തിനുമാത്രമേ മത്സ്യബന്ധന ഉപകരണങ്ങൾ സ്വന്തമായുള്ളു. മറ്റുള്ളവർ ഇന്നും ഇടനിലക്കാരെ ആശ്രയിച്ചുപ്രവർത്തിക്കുന്നു. ഇതിന് എന്ത് പരിഹാരമാണ് നിങ്ങൾക്ക് നിർദ്ദേശിക്കാനുള്ളത്?"

"മത്സ്യബന്ധനോപകരണങ്ങൾ സ്വന്തമായിട്ടില്ലാത്തവർക്ക് അവയുടെ ഉടമസ്ഥാവകാശം ഉറപ്പാക്കണം." അമ്മു നിർദ്ദേശിച്ചു. മറ്റുള്ളവരും അതിനോടു യോജിച്ചു.

"നമ്മുടെ ഭൂഖണ്ഡഷെൽഫിലെ മത്സ്യസമ്പത്ത് അമിതചൂഷണത്തിന് വിധേയമായിക്കൊണ്ടിരിക്കുകയാണ്. അതുമൂലം ഷെൽഫ് ഏരിയയിൽ മത്സ്യബന്ധന സമ്മർദ്ദം ഏറിവരുന്നു. ഇതൊരു പ്രശ്നമായി നിലനില്ക്കുന്നു. എന്തെങ്കിലും നിർദ്ദേശമുണ്ടോ നിങ്ങൾക്ക്?"

പെട്ടെന്നൊരു നിർദ്ദേശം കുട്ടികൾക്ക് പറയാനായില്ല. അതുകൊണ്ട് മാഷ് തന്നെ ഒരഭിപ്രായം മുന്നോട്ടുവച്ചു.

"ഷെൽഫ് ഏരിയയിലെ മത്സ്യബന്ധന സമ്മർദ്ദം കോണ്ടിനെന്റൽ സ്ലോപ്പ് ഏര്യയിലേക്ക് മാറ്റണം. ഇവിടേക്ക് യാനങ്ങളിൽ മത്സ്യബന്ധനത്തിന് എത്തുന്ന മത്സ്യത്തൊഴിലാളികൾക്ക് ആവശ്യമായ പരിശീലനവും പ്രോത്സാഹനവും നല്കണം."

"സർ 1994 ൽ 400 വിദേശട്രോളറുകൾക്ക് നമ്മുടെ കടലിലേക്ക് കടന്നുവരാൻ അനുവാദം ലഭിച്ചു. ക്രമേണ അത് വർദ്ധിച്ചു. അവർ കടലാകെ അരിച്ചുപെറുക്കി. അതോടെ ഞങ്ങളുടെ കഷ്ടകാലം ആരംഭിച്ചു. ഞങ്ങളെ പട്ടിണിയിലേക്ക് തള്ളിവിട്ടു." ക്ലാസിൽ അതിഥിയായി എത്തിയ മത്സ്യത്തൊഴിലാളിയുടെ ശബ്ദം. രോഷത്തോടെയും സങ്കടത്തോടെയുമുള്ള ആ വാക്കുകൾ കുട്ടികളുടെ മനസ്സിൽ ആഴ്ന്നിറങ്ങി.

മത്സ്യബന്ധനത്തിനുപയോഗിക്കുന്ന വല വലിയ വിസ്തൃതിയിൽ കടലിലെറിഞ്ഞ് ഒന്നോ ഒന്നിലധികമോ ബോട്ടുകൾ ഉപയോഗിച്ച് വെള്ളത്തിലൂടെ വലിച്ചുകൊണ്ടുപോകുന്നതിനാണ് "ട്രോളിങ് - Trawling" എന്നു പറയുന്നത്. ഇതിന് ഉപയോഗിക്കുന്ന സവിശേഷവലയ്ക്ക് "ട്രോൾ - Trawl" എന്നും പറയും. ട്രോൾ ഉപയോഗിച്ച് മേൽപ്പറഞ്ഞ രീതിയിൽ മത്സ്യബന്ധനം നടത്തുന്ന ബോട്ടുകളാണ് 'ട്രോളർ - Trawler.' ട്രോളിങ് വഴി യഥാർത്ഥത്തിൽ മത്സ്യസമ്പത്തിനെ അരിച്ചുപെറുക്കുകയാണ് ചെയ്യുന്നത്. ഇത് മത്സ്യസമ്പത്തിന്റെ അമിതചൂഷണത്തിന് വഴിതെളിക്കുന്നു. മത്സ്യത്തൊഴിലാളികൾ ഭീതിയോടെ കേൾക്കുന്ന ഒരു വാക്കാണ് 'ട്രോളർ.'

ആഴക്കടൽ മത്സ്യബന്ധനത്തിന് ട്രോളറുകൾക്ക് അനുമതി നല്കിയതിനെതിരെ 1994 ൽ ദേശവ്യാപകമായി സമരം നടത്തിയിരുന്നു. പ്രശ്നപരിഹാരത്തിന് 1995 ൽ അന്നത്തെ കേന്ദ്രഭക്ഷ്യ സംസ്കരണ സെക്രട്ടറി പി. മുരാരി ചെയർമാനായുള്ള മുരാരി കമ്മീഷനെ നിയോഗിച്ചു. അവർ 1996 ൽ 21 ശുപാർശകൾ അടങ്ങിയ റിപ്പോർട്ട് സമർപ്പിച്ചു.

ഇവ മത്സ്യത്തൊഴിലാളി സമൂഹത്തിന് അനുകൂലമായിരുന്നുവെന്നാണ് റിപ്പോർട്ട് പഠിച്ചവർ ചൂണ്ടിക്കാട്ടുന്നത്. പക്ഷേ, ഒന്നും നടപ്പിലായില്ല. പിന്നീട് വന്നത് ഡോ. മീനാകുമാരി കമ്മി

റ്റി, ഡോ. അയ്യപ്പൻ കമ്മിറ്റി റിപ്പോർട്ടുകളാണ്. ഡോ. മീനാകുമാരി റിപ്പോർട്ട് പരമ്പരാഗത മത്സ്യത്തൊഴിലാളികൾക്ക് അനുകൂലമായി നിലപാട് എടുത്തില്ല. ഡോ. അയ്യപ്പൻകമ്മിറ്റി മുരാരി കമ്മീഷൻ ശുപാർശകൾ നടപ്പിലാക്കുന്നതിനെ അനുകൂലിച്ചു. 2004-2008 കാലഘട്ടത്തിൽ വിദേശട്രോളറുകൾക്കെതിരെ ചില നിലപാടുകൾ അധികാരികൾ എടുക്കുകയുണ്ടായി.

"സമുദ്രമത്സ്യബന്ധനം സംബന്ധിച്ച് കൃത്യമായ ദേശീയനയവും രൂപീകരിക്കണം. സംസ്ഥാനനയവും വേണം." പ്രതികരണങ്ങൾ വന്നുകൊണ്ടിരുന്നു.

"കേരള സംസ്ഥാനം ഒരു ഫിഷറീസ് നയം 2019 ൽ രൂപീകരിച്ചിട്ടുള്ളല്ലോ." സദസ്സിൽ നിന്നൊരാൾ ചൂണ്ടിക്കാണിച്ചു.

"ശരിയാണ്. പരമ്പരാഗത മത്സ്യത്തൊഴിലാളികളുടെ അവകാശങ്ങളും താല്പര്യങ്ങളും സംരക്ഷിക്കുന്നതിനുവേണ്ടിയാണ് അത്തരമൊരു നയം കേരളസംസ്ഥാനം 2019 ൽ കൊണ്ടുവന്നിട്ടുള്ളത്. മത്സ്യോല്പാദനത്തിൽ കേരളത്തെ ഒന്നാം സ്ഥാനത്ത് എത്തിച്ച് വരുമാനം വർദ്ധിപ്പിക്കുക എന്നതാണ് ആ നയത്തിലൂടെ ലക്ഷ്യമിട്ടിട്ടുള്ളത്. മത്സ്യത്തൊഴിലാളിസമൂഹത്തിന്റെ അഭിപ്രായങ്ങൾ സ്വരൂപിച്ച് തയ്യാറാക്കിയതാണ് സംസ്ഥാനഫിഷറീസ് നയം." ഒരു രക്ഷിതാവ് പ്രതികരിച്ചു.

"വിദേശട്രോളറുകൾക്കും തദ്ദേശ കോർപ്പറേറ്റുകളുടെ യാനങ്ങൾക്കും ആഴക്കടൽ മത്സ്യബന്ധനം നടത്താനുള്ള അനുവാദം നല്കാതിരിക്കുക, ഇന്ത്യൻ സമുദ്രത്തിന്റെ അതിർത്തിയിൽ അവ പ്രവേശിക്കാതിരിക്കാനുള്ള നടപടികൾ സ്വീകരിക്കുക തുടങ്ങിയ കാര്യങ്ങൾ നടപ്പിലാക്കേണ്ടത് കേന്ദ്രഭരണകൂടമാണ്. കാരണം ടെറിട്ടോറിയൽ സീ കഴിഞ്ഞുവരുന്ന സമുദ്രമേഖലകളിൽ തീരുമാനങ്ങളെടുക്കാനുള്ള അധികാരം കേന്ദ്രഭരണത്തിനാണ്. സംസ്ഥാനഫിഷറീസ് നയം ഇക്കാര്യങ്ങളിൽ നടപടികൾ സ്വീകരിക്കാൻ ദേശീയസമിതികളോട് അഭ്യർത്ഥിക്കുന്നുണ്ട്." മറ്റൊരു രക്ഷിതാവ് ചൂണ്ടിക്കാട്ടി.

"നമ്മൾ ചർച്ച ചെയ്ത പ്രശ്നങ്ങളും പരിഹാരനിർദ്ദേശങ്ങളും അടങ്ങുന്നതാണ് 2019 ലെ സംസ്ഥാനഫിഷറീസ് നയം." മാഷ് ചൂണ്ടിക്കാട്ടി.

"ഇന്ത്യയുടെ സമുദ്രമേഖലയെ വിദേശകമ്പനികൾക്ക് തീറെഴുതരുത്." അമ്മു പറഞ്ഞു.

"തീരദേശജനതയുടെയും മത്സ്യത്തൊഴിലാളികളുടെയും ഉപജീവനത്തിനുള്ള അവകാശങ്ങൾ കവർന്നെടുക്കുന്ന ഒരു നയവും കൊണ്ടുവരാൻ പാടില്ല." അഫ്സാന കടുപ്പിച്ചുതന്നെ പറഞ്ഞു. കുട്ടികൾ കൈയടിച്ച് അഫ്സാനയുടെ വാക്കുകളെ അംഗീകരിച്ചു. അമ്മു അഫ്സാനയ്ക്ക് കൈ കൊടുത്തു. മുതിർന്നവരും അഫ്സാനയുടെ വാക്കുകൾ നെഞ്ചോട് ചേർത്തുവച്ചു.

"മാഷേ ഇന്ത്യയിലെ മത്സ്യത്തൊഴിലാളി സമൂഹത്തിന്റെ അവകാശങ്ങളും താല്പര്യങ്ങളും സംരക്ഷിക്കുന്ന ഒരു ദേശീയ മത്സ്യബന്ധനനയം ഉണ്ടാകണം." സ്കൂൾ ലീഡർ ഷാജി കൂട്ടിച്ചേർത്തു.

"മാഷേ മത്സ്യശേഖരം എവിടെ? എത്രമാത്രം ഉണ്ട്? എന്നിവ കണക്കാക്കുന്നത് സമുദ്രത്തിലേക്കുള്ള ദൂരത്തിന്റെ അടിസ്ഥാനത്തിലാണോ?" അമ്മു ചോദിച്ചു.

"നല്ല ചോദ്യം. അതും കൂടി നമുക്ക് ചർച്ച ചെയ്യാം. ശാസ്ത്രജ്ഞന്മാർ മത്സ്യസമ്പത്ത് എവിടെ എത്രമാത്രം ഉണ്ടെന്ന് കണക്കാക്കുന്നത് കടലിന്റെ ആഴത്തിന്റെ അടിസ്ഥാനത്തിലാണ്. കരയിൽ നിന്നുള്ള കടലിലേക്കുള്ള ദൂരത്തിന്റെ അടിസ്ഥാനത്തിലല്ല. ഇതിനായി കടലിന്റെ ആഴം അടിസ്ഥാനമാക്കി കടലിനെ ശാസ്ത്രജ്ഞന്മാർ തരംതിരിച്ചിട്ടുണ്ട്. തീരക്കടൽ - Inshore, പുറംകടൽ - Offshore, ആഴക്കടൽ - Deep Sea, സമുദ്രാന്തരകടൽ - Oceanic Sea എന്നിവയാണവ."

തുടർന്ന് മാഷ് ഓരോന്നും വിശദമാക്കി.

"തീരക്കടലിന്റെ ആഴം പൂജ്യം മുതൽ 100 മീറ്റർ വരെയാണ്. 100 മുതൽ 200 മീറ്റർ വരെ ആഴമുള്ളതാണ് പുറംകടൽ. ആഴക്കടൽ എന്നത് 200 മീറ്റർ മുതൽ 500 മീറ്റർ വരെ ആഴമുള്ള കടൽമേഖലയാണ്."

"അപ്പോൾ 500 മീറ്ററിൽ അധികരിച്ച് ആഴമുള്ളതാണ് സമുദ്രാന്തരകടൽ അല്ലേ?" അജീബ് ഇടയ്ക്കുകയറി പറഞ്ഞു.

"അതെ. പലപ്പോഴും സമുദ്രാന്തരകടൽ എക്സ്ക്ലൂസീവ്

എക്കണോമിക് സോണിന് പുറത്തായിരിക്കും. എവിടെവച്ചാണ് മീൻ പിടിച്ചതെന്ന് കടലിൽ മീൻ പിടിക്കുന്നവരോട് ചോദിച്ചാൽ അവർ പറയുന്നത് ഇതൊന്നുമായിരിക്കില്ല."

"മാറ്." സദസ്സിലെ ഒരു മുതിർന്ന പങ്കാളി പ്രതികരിച്ചു.

"ശരിയാണ്. കടലിന്റെ ആഴം അളക്കുന്ന യൂണിറ്റാണ് മാറ്. 'ഫാതമ് - Fathom' എന്നും പറയും. ആറടി ആഴത്തിനാണ് ഒരു മാറ് അല്ലെങ്കിൽ ഒരു ഫാതമ് എന്ന് പറയുന്നത്."

"ഒരാൾ താഴ്ചയാണ് ഒരു മാറ്." രക്ഷിതാവ് പ്രതികരിച്ചു.

"അതെ. ഒരാൾ പൊക്കമെന്നത് ആറടിക്ക് തുല്യമായിട്ടാണല്ലോ കണക്കാക്കുന്നത്." മാഷ് പറഞ്ഞു.

"55 മാറാണ് 100 മീറ്റർ." രക്ഷിതാവിന്റെ ഈ പ്രതികരണം കുട്ടികളെ ഗണിതക്രിയകളിലേക്ക് കടത്തിവിട്ടു. 200 മീറ്ററും, 500 മീറ്ററും അവർ 'മാറ്' എന്ന തോതിലേക്ക് മാറ്റി ഉത്തരം വിളിച്ചു പറയാൻ ശ്രമിച്ചു.

"മാഷേ മത്സ്യലഭ്യത ഈ പറഞ്ഞ ഇടങ്ങളിലെല്ലാം ഒരുപോലെയാണോ?" സിന്ധു ചോദിച്ചു.

"ഒരുപോലെയല്ല. ആഴം കൂടുംതോറും മത്സ്യസമ്പത്ത് കുറഞ്ഞുവരുന്നു. പെലാജിക് സോണുകളുടെ സവിശേഷതകൾ നിങ്ങൾ ചർച്ച ചെയ്തിട്ടുണ്ടല്ലോ. തീരക്കടലിലായിരിക്കും ഏറ്റവും കൂടുതൽ മത്സ്യസമ്പത്ത് ഉണ്ടാകുക. മത്സ്യങ്ങളെ പ്രധാനമായും രണ്ടുതരത്തിൽ തരംതിരിച്ചിട്ടുണ്ട്. ഉപരിതല മത്സ്യങ്ങൾ - Pelagic Species, അടിത്തട്ടിലെ മത്സ്യങ്ങൾ - Demersal Species എന്നിങ്ങനെയാണ് വേർതിരിച്ചിട്ടുള്ളത്. ഇതിന്റെ അടിസ്ഥാനത്തിലാണ് ശേഖരിക്കാവുന്ന മത്സ്യസമ്പത്തിന്റെ അളവ് ശാസ്ത്രജ്ഞന്മാർ കണക്കാക്കുന്നത്.

സമുദ്രത്തിൽ നടക്കുന്ന ചില പ്രതിഭാസങ്ങളും അമിതചൂഷണവും മത്സ്യസമ്പത്തിന്റെ അളവിനെ ബാധിക്കുന്നു."

"അമിതചൂഷണം നടത്തിയാൽ മത്സ്യസമ്പത്തില്ലാതാകും. സർവ്വനാശം ഉണ്ടാകും." ക്ലാസിൽ ഏറ്റവും പിന്നിലിരിക്കുന്ന മത്സ്യത്തൊഴിലാളി ഉറക്കെ പറഞ്ഞു.

"അതെ. കടൽ ഒരു അക്ഷയപാത്രം എന്നു കരുതി മീൻപി

ടിക്കരുത്. പുനരുജ്ജീവിക്കുന്ന സമ്പത്താണ് മത്സ്യസമ്പത്ത്. നാളേക്കും മത്സ്യം കടലിൽ വേണമല്ലോ. അമിതചൂഷണം നടത്തിയാൽ നാളെ അതുണ്ടാവില്ല." മാഷ് വ്യക്തമാക്കി.

"ആഴക്കടലിനെ അപേക്ഷിച്ച് തീരക്കടലിൽ മത്സ്യം കൂടുതലായി കാണപ്പെടുന്നത് എന്തുകൊണ്ടായിരിക്കും?"

മാഷിന്റെ ചോദ്യത്തോട് കുട്ടികൾ പ്രതികരിച്ചു. സൂര്യപ്രകാശം എത്തിച്ചേരുന്ന ആഴത്തിന്റെ അടിസ്ഥാനത്തിൽ കുട്ടികൾ വിശദീകരിക്കാൻ തുടങ്ങി. സൂര്യപ്രകാശത്തിന്റെ സാന്നിദ്ധ്യത്തിൽ ആഹാരം പാകം ചെയ്യാൻ കഴിയുന്നതുകൊണ്ട് ഫോട്ടോസിന്തറ്റിക് ആയ ജീവജാലങ്ങളുടെ വളർച്ച തീരക്കടലിലാകും കൂടുതൽ ഉണ്ടാകുക. ഇത് മത്സ്യങ്ങൾക്ക് ആഹാരമായിത്തീരുന്നു."

മറ്റൊരു കാരണം കൂടി മാഷ് പറയാൻ തുടങ്ങി.

"കരയിലൂടെ ഒഴുകി കടലിലെത്തുന്ന നദികൾ വഴി മത്സ്യങ്ങൾക്ക് ആവശ്യമായ ആഹാരവസ്തുക്കൾ ലഭിക്കുന്നു. അതിനാൽ തീരക്കടലിൽ മത്സ്യസമ്പത്ത് വർദ്ധിക്കുന്നു. ആഴക്കടൽ മത്സ്യങ്ങൾ ആഹാരത്തിനായി തീരക്കടലിൽ വളരുന്ന മത്സ്യങ്ങളെയാണ് ആശ്രയിക്കുന്നത്. മത്സ്യങ്ങൾ തമ്മിലും ആഹാരശൃംഖലയുണ്ട്."

മാഷ് ക്ലാസ് അവസാനിപ്പിക്കുന്ന ഘട്ടത്തിലെത്തി.

"നിങ്ങളെല്ലാം ലിറ്റിൽ സയന്റിസ്റ്റുകളാണ്. നിങ്ങളുടെ അന്വേഷണത്വരയാണല്ലോ എനിക്ക് നിങ്ങളുമായി സംവദിക്കാൻ സാഹചര്യം ഒരുക്കിത്തന്നത്." മാഷ് കുട്ടികളോടായി പറഞ്ഞു.

സദസ്സിലെ രക്ഷിതാക്കളും മത്സ്യബന്ധനമേഖലയിൽ പ്രവർത്തിക്കുന്നവരും നടത്തിയ നല്ല പ്രതികരണങ്ങൾ മാഷ് എടുത്തുപറഞ്ഞു. 'കടലും മനുഷ്യനും' എന്ന വിഷയത്തെ അധികരിച്ച് കുട്ടികൾക്കും മുതിർന്നവർക്കും വേണ്ടി പഠനക്ലാസ് ഒരുക്കിയ ഹെഡ്ടീച്ചറെയും അദ്ധ്യാപകരെയും രക്ഷാകർത്തൃസമിതി ഭാരവാഹികളെയും അദ്ദേഹം അഭിനന്ദിച്ചു. സ്കൂൾ ലീഡർ ഷാജി മാഷിന് നന്ദി രേഖപ്പെടുത്തി.

രാജശേഖരൻമാഷും ടീച്ചറമ്മയും 'കടലും മനുഷ്യനും'

എന്ന വിഷയവുമായി ബന്ധപ്പെട്ട് കുട്ടികൾ തയ്യാറാക്കേണ്ട ഉല്പന്നങ്ങളെക്കുറിച്ച് വിശദീകരിച്ചു. 'കടലും മനുഷ്യനും' തുടർക്യാമ്പ് വേണമെന്ന് ക്യാമ്പ് അവലോകനം ചെയ്തുകൊണ്ട് കുട്ടികൾ പ്രതികരിച്ചു.

അമ്മുവിന്റെ കടൽച്ചിന്തകളാണ് പഠനക്യാമ്പ് സംഘടിപ്പിക്കുന്നതിലേക്ക് തങ്ങളെ നയിച്ചത് എന്ന് ഹെഡ്ടീച്ചർ ചൂണ്ടിക്കാട്ടി. രക്ഷിതാക്കളുടെയും മത്സ്യബന്ധനമേഖലയിൽ പ്രവർത്തിക്കുന്നവരുടെയും പ്രതിനിധികൾ കുട്ടികളെയും അദ്ധ്യാപകരെയും മാഷിനെയും അഭിനന്ദിച്ചുകൊണ്ട് ചെറുപ്രതികരണങ്ങൾ നടത്തി.

"ഞങ്ങൾ പരമ്പരാഗത മത്സ്യത്തൊഴിലാളികളാണ്. ഞങ്ങളുടെ പ്രശ്നങ്ങളും കുട്ടികൾ ചർച്ചയ്ക്ക് എടുത്തു. അതിന് ടീച്ചറന്മാർ അവരെ പിന്തുണച്ചു. കുട്ടികളോടൊപ്പമിരുന്ന് ഞങ്ങൾക്കത് കേൾക്കാനായി. ഞങ്ങൾക്കും പലതും പഠിക്കാൻ കഴിഞ്ഞു. നന്ദിയുണ്ട്." വളരെ വികാരത്തോടെയാണ് മുതിർന്ന പൗരനായ ഒരു മത്സ്യത്തൊഴിലാളി മനസ്സുതുറന്നത്.

ക്ലാസ് അവസാനിക്കുന്നതിനു മുമ്പ് മാഷ് അമ്മുവിനെ വിളിച്ചു.

"അമ്മുവിന് ഒരു വാർത്ത നിങ്ങളെ അറിയിക്കാനുണ്ട്." അതുകേട്ട് കുട്ടികൾ ആകാംക്ഷാഭരിതരായി. കുട്ടികൾ മാത്രമല്ല രക്ഷിതാക്കളും.

"അമ്മു എന്തോ എന്നിൽ നിന്നൊളിച്ചുവച്ചു. കൊള്ളാല്ലോ. ഇതിനെക്കുറിച്ച് ഒന്നും എന്നോട് പറഞ്ഞില്ല." അജീബ് മനസ്സിൽ പറഞ്ഞു.

അമ്മു വാർത്താക്കുറിപ്പുമായി എത്തി. സദസ്സിനെ വന്ദിച്ചു. എന്നിട്ട് തന്റെ വാർത്താക്കുറിപ്പ് വായിച്ചു.

"കൂട്ടുകാരെ... ലോകം കണ്ട ഏറ്റവും വലിയ കടൽ ട്രാഫിക് ജാം." എല്ലാവരുടെയും ആകാംക്ഷ കൂടിവന്നു.

"2021 മാർച്ച് 23 ന് സോയൂസ് കനാലിലാണ് അത് സംഭവിച്ചത്."

സോയൂസ് കനാൽ എല്ലാവരുടെയും മനസ്സിൽ കടന്നുവന്നു.

"ജീവൻ നഷ്ടപ്പെട്ട് തീരത്തടിഞ്ഞ ഒരു പടുകൂറ്റൻ തിമിംഗലം പോലെ അതാ കനാലിന് കുറുകെ ലോകത്തിലെ ഏറ്റവും വലിയ ചരക്കുകപ്പലുകളിൽ ഒന്നായ എവർഗിവൺ കപ്പൽ കിടക്കുന്നു. ലോകവ്യാപാര - നിർമ്മാണ - ഇന്ധനമേഖലയെത്തന്നെ സ്തംഭിപ്പിക്കും വിധം ആശങ്ക പടർത്തി സോയൂസ് കനാലിൽ കപ്പൽ ട്രാഫിക് ജാം. 350 ലധികം കപ്പലുകൾ ട്രാഫിക് കുരുക്കിൽ. ചില്ലറ വ്യാപാരത്തിനുള്ള മൊബൈൽ മുതൽ വാഴപ്പഴം വരെ കനാലിൽ വിവിധ കപ്പലുകളിലായി കെട്ടിക്കിടക്കുന്നു. പെട്രോളിയം ഉല്പന്നങ്ങളുമായി പടുകൂറ്റൻ ഓയിൽ ടാങ്കറുകളും കാത്തുകിടക്കുന്നു. ലോകത്തിലെ ഇന്നേവരെ ഉണ്ടായതിൽ വച്ച് ഏറ്റവും വലിയ ട്രാഫിക്ജാമാണ് ഇപ്പോൾ സോയൂസ് കനാലിലുണ്ടായതെന്ന് വിദഗ്ദ്ധർ." എല്ലാവരും വളരെ ശ്രദ്ധയോടെയാണ് അമ്മുവിന്റെ വാക്കുകൾ കേട്ടുകൊണ്ടിരുന്നത്.

"കപ്പലിന് 400 മീറ്റർ നീളവും 59 മീറ്റർ വീതിയുമുണ്ട്. അമേരിക്കയിലെ ഏറ്റവും വലിയ കെട്ടിടങ്ങളിലൊന്നായ എംപയർ സ്റ്റേറ്റ് ബിൽഡിങ്ങിന്റെ അത്രയും നീളംവരും.

"ആകെ കൈമാറ്റം ചെയ്യപ്പെടുന്ന ചരക്കുകളിൽ 12 ശതമാനം സോയൂസ് കനാൽ വഴി. ലോകത്തിലെ ഏറ്റവും തിരക്കേറിയ സോയൂസ് കനാലിലൂടെ മറ്റൊരു കപ്പലിനും കടന്നുപോകാൻ കഴിയാത്ത വിധമാണ് കപ്പലിന്റെ കിടപ്പ്."

എല്ലാവരുടെയും മനസ്സിൽ കനാലിന്റെ കുറുകെ ഒരു കൂറ്റൻ തിമിംഗലത്തെപ്പോലെ കിടക്കുന്ന ലോകത്തിലെ ഏറ്റവും വലിയ ചരക്കുകപ്പലിലൊന്നായ എവർഗിവൺ കപ്പലിന്റെയും ജാമിൽപെട്ടുകിടക്കുന്ന മറ്റു കപ്പലുകളുടെയും ചിത്രം തെളിഞ്ഞുവന്നു. അമ്മുവിന്റെ അവതരണം അതിന് സാധിച്ചു.

"കനാലിന്റെ നിയന്ത്രണാധികാരമുള്ള ഈജിപ്തിലെ സോയൂസ്കനാൽ അതോറിറ്റി അതുവഴിയുള്ള എല്ലാ കപ്പൽഗതാഗതവും നിരോധിച്ചിരിക്കുന്നു."

"എന്തായിരിക്കും കപ്പലിന് ഇങ്ങനെ ഒരവസ്ഥ സംഭവിക്കാൻ കാരണം? എല്ലാവരുടെയും ചിന്ത അതിലേക്ക് തിരിഞ്ഞു.

"അതിശക്തമായ കൊടുങ്കാറ്റും മണൽക്കാറ്റും ഒരുമിച്ച് വന്ന

തിനെ തുടർന്നാണ് കപ്പൽ കനാലിന് കുറുകെ വരികയും മണൽതിട്ടയിലേക്ക് ഇടിച്ചുകയറുകയും ചെയ്തത്."

കപ്പലിന്റെ അവസ്ഥയ്ക്കുണ്ടായ കാരണവും അമ്മു വായിച്ചു.

ഇനി എന്തുചെയ്യും? കപ്പലിനെ മാറ്റി ഗതാഗതം പുനഃസ്ഥാപിക്കാൻ കഴിയുമോ? ലോകരാജ്യങ്ങളെ എങ്ങനെയാകും ഇത് ബാധിക്കുക? ലോകവ്യാപാരം നിശ്ചലമാകുമോ? അവശ്യസാധനങ്ങൾക്ക് ക്ഷാമം നേരിടുമോ? വിലക്കയറ്റം ഉണ്ടാകുമോ? തുടങ്ങി ഒട്ടേറെ ചിന്തകൾ കുട്ടികളുടെയും മുതിർന്നവരുടെയും മനസ്സിലൂടെ കടന്നുപോയി.

"ചൈനയിൽനിന്നും ചരക്കുമായി നെതർലൻഡ്സിലേക്ക് പോകുകയായിരുന്ന കപ്പൽ ചെങ്കടലിൽനിന്നും കനാലിലേക്ക് പ്രവേശിക്കുകയായിരുന്നു. കനാലിന്റെ ഏകദേശം പകുതി ദൂരം പിന്നിട്ടപ്പോഴായിരുന്നു സംഭവം നടന്നത്.

കുട്ടികളെ ഇന്നുവന്ന വാർത്ത. സോയൂസ് കനാലിൽ കുടുങ്ങിയ ഭീമൻ ചരക്കുകപ്പൽ 'എവർഗിവൺ' ഒരാഴ്ച നീണ്ട പരിശ്രമത്തിനുശേഷം വലിച്ചുനീക്കി കനാലിലെ ഗതാഗതം പുനഃസ്ഥാപിച്ചിരിക്കുന്നു. ശാസ്ത്രം ജയിച്ചു. മനുഷ്യൻ ജയിച്ചു. ലോകം ചിരിച്ചു."

കൈയടിക്കാൻ കിട്ടിയ സന്ദർഭം കുട്ടികൾ ഒഴിവാക്കിയില്ല. എല്ലാവരും അമ്മുവിനെ അഭിനന്ദിച്ചു. അമ്മുവിന്റെ കടൽച്ചിന്തകളായിരുന്നു പഠനക്യാമ്പ് സംഘടിപ്പിക്കുന്നതിന് കാരണമായത്. ടീച്ചറമ്മ അമ്മുവിനെ ചേർത്തുപിടിച്ചു. വാർത്ത സംബന്ധിച്ച കാര്യം ടീച്ചറമ്മയോട് അമ്മു പറഞ്ഞിരുന്നു. ടീച്ചറമ്മയാണ് വാർത്ത രഹസ്യമായി വയ്ക്കാൻ പറഞ്ഞത്. ഇക്കാര്യം ടീച്ചറമ്മ രാജശേഖരൻമാഷിനെ അറിയിച്ചിരുന്നു. അജീബ് അമ്മുവിന് ഒരു നുള്ള് കൊടുത്തു. ദേശീയഗാനാലാപനത്തോടെ 'കടലും മനുഷ്യനും' എന്ന പഠനക്യാമ്പ് അവസാനിച്ചു.

അന്ന് രാത്രിയിൽ ടീച്ചറമ്മയുടെ വീട്ടിൽ അമ്മുവിന്റെ അച്ഛനും അമ്മയും അനിയനും എത്തി. സ്കൂൾ ലീഡർ ഷാജിയും വീട്ടുകാരും വന്നു. ടീച്ചറമ്മയുടെ വീടിനടുത്താണ്

ഷാജിയുടെയും വീട്. എല്ലാവരും ഏറെ സന്തോഷത്തിലായിരുന്നു. തുടർക്യാമ്പിനെക്കുറിച്ചാണ് അമ്മുവും അജീബും ഷാജിയും സംസാരിച്ചത്. എല്ലാവരും പിരിഞ്ഞപ്പോൾ സമയം ഏറെ വൈകിയിരുന്നു.

അമ്മു കിടക്കയിൽ തിരിഞ്ഞും മറിഞ്ഞും കിടന്നു. ഉറക്കം വരുന്നില്ല. ജനാലവഴി അവൾ പുറത്തേക്ക് നോക്കി കിടന്നു. അവിടെ അമ്പിളിമാമൻ ചിരിച്ചു നില്ക്കുന്നുണ്ടായിരുന്നു. എപ്പോഴോ ഉറക്കത്തിലേക്ക് വീണു. സ്വപ്നലോകത്തിലേക്ക്.. കപ്പൽയാത്ര അറബിക്കടലിലൂടെ ചെങ്കടലിലേക്ക്. സോയൂസ്കനാൽ കടന്ന് മെഡിറ്ററേനിയൻ കടലിലൂടെ അറ്റ്ലാന്റിക് സമുദ്രത്തിൽ. പിന്നീട് പനാമകനാൽ കടന്ന് പസഫിക് സമുദ്രത്തിലേക്ക്. പല രാജ്യങ്ങളുടെ തീരം ചുറ്റി മലാക്കാ കടലിടുക്കിലൂടെ ഇന്ത്യൻ മഹാസമുദ്രത്തിലേക്ക്. സ്വപ്നത്തിൽ അമ്മു രചിച്ച റൂട്ട്മാപ്പ്. കപ്പൽ കേരളതീരം വിട്ടകലുന്നു. കപ്പലിൽ എല്ലാവരും ഉണ്ട്. ഹെഡ്ടീച്ചറും രാജശേഖരൻമാഷും, ടീച്ചറമ്മയും മറ്റദ്ധ്യാപകരും. അജീബും ഷാജിയും അഫ്സാനയും സിന്ധുവും ആരിഫും അങ്ങനെ ക്യാമ്പിൽ പങ്കെടുത്ത എല്ലാ കൂട്ടുകാരുമുണ്ട്. എല്ലാവരും സന്തോഷത്തിലാണ്. രാജശേഖരൻമാഷിന്റെ പാട്ടിനൊത്ത് പാടുകയും ആടുകയും ചെയ്യുന്ന കൂട്ടുകാർ. രാത്രി കപ്പൽ മിന്നിത്തിളങ്ങുന്നു. അമ്മു ആകാശം നോക്കി കപ്പലിന്റെ മുകൾത്തട്ടിൽ കിടക്കുന്നു. അങ്ങ് ആകാശത്ത് തിളങ്ങുന്ന നക്ഷത്രക്കുഞ്ഞുങ്ങൾ. അവർ അവളെ നോക്കി ഇമവെട്ടുന്നു. പൊടുന്നനെ അവർ താഴേക്ക് ഇറങ്ങിവരുന്നു. അതാ അമ്മുവിനുചുറ്റും ഒരായിരം നക്ഷത്രക്കുഞ്ഞുങ്ങൾ. അവർ അമ്മുവിന് മുത്തം നല്കുകയാണ്. അമ്മു ചിരിച്ചു. കുടുകുടെ. അമ്മുവിന്റെ നിറമുള്ള ചിരിയുടെ ശബ്ദം കേട്ട് പ്രകൃതി ഉണർന്നു. പ്രകൃതിയും ആർത്ത് ചിരിക്കാൻ തുടങ്ങി.

www.ingramcontent.com/pod-product-compliance
Lightning Source LLC
LaVergne TN
LVHW090315051026
849518LV00005B/1788